நினைவுதிர் காலம்

நினைவுதிர் காலம்

யுவன் சந்திரசேகர்

எழுத்து பிரசுரம்

Title: Ninaivuthir Kaalam
Author's Name: Yuvan Chandrasekar

Published by Ezutthu Prachuram

Ezutthu Prachuram
(An imprint of Zero Degree Publishing)
No.75 & 76, Ist Floor, Kuppusamy Street,
Balaji Nagar, Padi,
Chennai - 600050

Website: www.zerodegreepublishing.com
E Mail id: zerodegreepublishing@gmail.com
Phone: 89250 61999

Ezutthu Prachuram First Edition: December 2025
ISBN: 978-93-48439-74-1
TITLE NO EP: 612

Rs. **330**/-

Cover Design: Negizhan
Layout: Vijayan, Creative Studio
Printed at Manipal Technologies, India

என் அபிமானப் பாடகர்
நண்பர் சஞ்சய் சுப்பிரமணியனுக்கு

ஹரிசங்கர் தீட்சித் (1935 –)

ஹிந்துஸ்தானி இசைக் கலைஞர். வயலின் வித்தகர். ஸாரங்கி, தில்ரூபா, எஸ்ராஜ் உள்ளிட்ட பல கருவிகளை இசைப்பதில் வல்லவர். உலகின் பல்வேறு நாடுகளிலும் இசை நிகழ்ச்சி நடத்தியவர். ஐரோப்பியப் பல்கலைக்கழகங்கள் பலவற்றின் இசைத் துறைகளில் வருகைதரு பேராசிரியராகப் பணியாற்றியவர். அகில உலக இசை விருதுகள் பலவற்றை ஈட்டியவர். சங்கீத நாடக அகாடமி உட்பட இந்திய நிறுவனங்கள் பலவற்றினாலும் கவுரவிக்கப்பட்டவர். இந்திய அரசு சென்ற ஆண்டு பத்மபூஷண் விருது வழங்கியது.

அண்மையில் மறைந்த இசைமேதை ஸ்ரீ சிவசங்கர் தீட்சித்தின் உடன்பிறந்த சகோதரர். பாரம்பரியம் மிக்க இசைக்குடும்பத்தைச் சேர்ந்தவர். இவருடைய மகன்களும் பிரபலமான இசைக் கலைஞர்களாகத் திகழ்கிறார்கள்.

வருடத்தில் ஆறு மாதங்கள் அமெரிக்காவின் நார்த் கரோலினாவிலும், ஆறு மாதங்கள் மும்பையிலுமாக வசித்து வருகிறார். 2010 பிப்ரவரி முதல் வாரத்தில் இவருடன் தொடர்ந்து ஐந்து நாட்கள் பேசிப் பதிவுசெய்து, தொகுக்கப்பட்ட நேர்காணலின் எழுத்து வடிவம் இப்போது நூலாக வெளியாகிறது.

ஆஷா வைத்தியனாதன் (1971 –)

தஞ்சை மாவட்டத்தில் பிறந்தவர். திருச்சி சீதாலட்சுமி ராமசாமி கல்லூரியில் இளங்கலை ஆங்கில இலக்கியமும், புதுதில்லி ஜமியா மிலியா இஸ்லாமியா கல்லூரியில் முதுகலை இதழியலும் பயின்றவர். தி ஸ்டேட்ஸ்மெனில் தமது இதழியல் பணியைத் தொடங்கினார். பல்வேறு நாளிதழ்கள், தொலைக்காட்சி நிறுவனங்களில் பணியாற்றி விட்டு தற்சமயம் சுயேச்சையான ஊடகவியலாளராகப் பணிபுரிகிறார். இசை ஆர்வம் மிக்கவர். தாயாருடன் மும்பையில் வசிக்கிறார்.

ஆங்கிலத்தில் எழுதிய இந்த நூலைத் தாமே தமிழில் மொழி பெயர்த்திருக்கிறார். தாய்மொழியில் முதல் முயற்சி என்பதால், தம்மையறியாமல் நேர்ந்திருக்கக்கூடிய பிழைகளைப் பொறுத்தருளும்படி வாசகர்களிடம் வேண்டுகிறார்.

மொழிபெயர்ப்பில் உறுதுணையாக இருந்த, நெல்லையைச் சேர்ந்த தமிழாசிரியரும், ஊடகத்துறை நண்பர் அகத்தியலிங்கத்தின் தகப்பனாருமான திரு. எஸ் பிச்சைப் பெருமாளுக்கு விசேஷமான நன்றிகளை இச்சந்தர்ப்பத்தில் தெரிவிக்க விரும்புகிறார்.

மும்பையின் பிரசித்தி பெற்ற மலபார் ஹில் பகுதியில், கடற்கரையை நோக்கிய மாளிகையின் முதல் மாடியில் நாங்கள் இருக்கிறோம். நீல நிறத் திரைச்சீலைகள் மின்விசிறிக் காற்றில் கலையும் போது தென்படும் இடைவெளிகளில், கடல் நீலம் பரந்திருக்கிறது. நுட்பமான ஒரு கணத்தில் திரைச் சீலையின் நிறமும் கடல் நிறமும் கலங்கி, சமுத்திரம் அறைக்குள் வந்துவிட்டதான பிரமை தட்டுகிறது.

அபரிமிதமான சாந்தம் கொண்ட முற்பகல். உணக்கையான வெயில். விரிந்த மணல்வெளியின் விளிம்பில் பறந்து திரியும் ஏழெட்டுப் பறவைகள் – அலையுச்சியின் விடுபட்ட துணுக்குகள் போல. மணல்மீது பட்டு எதிரொளிக்கும் சூரிய வெளிச்சத்தில் கடுமை இல்லை என்பது வெறும் பார்வைக்கே புலப்படுகிறது.

எதிரில் உள்ள டீப்பாய்மீது வெள்ளித் தட்டில் உயர்தர வெளிநாட்டு பிஸ்கட்டுகள் அடுக்கப்பட்டிருக்கின்றன.

எதிர் நாற்காலியில் மௌனமாக அமர்ந்திருக் கிறார் ஸ்ரீ ஹரிசங்கர் தீட்சித். ஹிந்துஸ்தானி இசையில் வயலினுக்கு உள்ள இடம், கர்நாடக சங்கீதத்தில் உள்ளது போல மையமானது அல்ல. வட இந்திய இசை மரபில் உருவாகி வந்த வயலின் வித்தகர்களின் எண்ணிக்கை மிக சொற்பமானது. வி ஜி ஜோக், டி கே தத்தார், தெற்கிலிருந்து போன என் ராஜம் என்று விரல்விட்டு எண்ணிவிடலாம். அடுத்த தலைமுறையிலும் தத்தாரின் சீடர் அருண் தஹானுக்கர், ராஜத்தின் புதல்வி சங்கீதா, மருமகள் கலா ராம்னாத் போன்று மிகச் சிலரே வயலின் விற்பன்னர்கள். மூத்த கலைஞர்கள் வரிசையில் பிரதான இடம் வகிப்பவர் ஸ்ரீ ஹரிசங்கர் தீட்சித். எழுபத்தைந்து வயது நிரம்பியவர்.

இளஞ்சிவப்பு நிறம் பூசிய சுவரில் ஒரே இடத்தைப் பார்த்தபடி அமர்ந்திருக்கிறார். அவருடைய மூத்த சகோதரரும், உலகப் புகழ்பெற்ற ஸாரங்கிக் கலைஞருமான ஸ்ரீ சிவசங்கர் தீட்சித் காலமான பிறகு, இந்த மூன்று மாதங்களில், பெரும்பாலும் மௌனமாகவே பொழுதைக் கழிக்கிறார். ஏற்கனவே ஒத்துக் கொண்ட கச்சேரிகளை ரத்து செய்துவிட்டதாகவும், புதிய கச்சேரிகளை ஏற்க மறுப்பதாகவும் சொல்கிறார்கள்.

மிகுந்த பிரயாசைக்குப் பிறகுதான் இந்த நேர்காணலுக்கு அவரிடம் அனுமதி பெற முடிந்தது. எந்த நிமிடமும் இதையும் ரத்து செய்துவிடுவாரோ என்ற சிறு பதற்றத்துடன்தான் புறப்பட்டு வந்தேன். கச்சேரிகளில் பெரும் நிதானம் காட்டுபவரான ஸ்ரீ ஹரிசங்கர் தீட்சித்தின் முகத்தில் கடல் அலைகளுக்கு நிகராக உணர்ச்சி அலைகள் எழும்பிக் கலைவதைப் பார்த்தபடி, அவருடைய பேச்சைப் பதிவு செய்ய என் கருவியை ஆயத்தம் செய்கிறேன்.

ரோஜா நிறமானவர் ஸ்ரீ ஹரிசங்கர் தீட்சித். நிற்கும்போது என்னைவிட நாலு அங்குலமாவது அதிக உயரமாகத் தெரிகிறார். அடிக்கடி கண்ணிமைக்கிறார். திடீர்திடீரென்று கண்மூடி மௌனத்துக்குள் புதைந்துகொள்கிறார். கண்கள் மீண்டும் திறந்து ஸோஃபாவின் கைதாங்கியில் அவரது நீண்ட விரல்கள் ஒரு தாள முத்திரையை இடும்போது, தியானம் போன்ற மௌனம் கலைந்து மறுபடி பேசவிருக்கிறார் என்பது புலனாகிறது.

ஸ்ரீ தீட்சித்திடம் என்னை மிகவும் கவர்ந்த அம்சம், அவருடைய நகைச்சுவை உணர்வு. தான் உட்பட, சகலத்தையும் ஒருவித விலகலோடு பார்ப்பதால் உண்டாகும் நகைச்சுவை. எதையும் புகாராகக் கொள்ளாத, யாரையும் புண்படுத்தாத, சரளமான நகைச்சுவை. ஆழமான சுதந்திர உணர்வு இல்லாவிட்டால், இத்தகைய நகையுணர்வு சாத்தியமாகாது என்று எனக்குத் தோன்றியவாறிருந்தது.

வாத்தியத்துக்குச் சமமாக பேச்சிலும் நாதத்தை உருவாக்கும் ஸ்ரீ ஹரிசங்கர் தீட்சித்தின் பேட்டி தொடங்கும் நேரம் இது...

ஹரிஜீ, கொஞ்சம் சம்பிரதாயமாகவே ஆரம்பிக்கலாமா! உங்கள் பூர்விகம் பற்றி...?

எங்கள் வம்ச வரலாறு மிகவும் நெடியது அம்மா. ஹிந்துஸ்தானி சாஸ்திரீய சங்கீத வரலாற்றில் முன்னணி வகிக்கும் குடும்பங்கள் மிகச் சிலவே. இவற்றில், சுமார் நானூறு ஆண்டுக்கான தெளிவான சரித்திரம் கொண்டது எங்கள் பரம்பரை.

மூதாதையரைப் பற்றி நூற்றுக்கணக்கான குட்டிக் கதைகள் எங்கள் குடும்ப வட்டாரத்தில் இன்றும் புழங்குகின்றன. என் தந்தைவழிப் பாட்டனாரும் பெரும் ஸித்தார் மேதையுமான ஸ்ரீ கமலாசங்கர் தீட்சித்தை நீங்கள் சந்தித்திருக்கவேண்டும். தொடர்ந்து ஒரு வாரத்துக்கு எங்கள் வம்சக் கதையைச் சொல்லக் கூடியவர் அவர். எண்பது ஆண்டுகளுக்கு முன் குவாலியர் சமஸ்தான இசைவிழாவில் பங்கேற்கச் சென்ற இடத்தில் மாரடைப்பால் காலமானார். ஆனால், உங்கள் வயதே நாற்பதுக்குள்தான் இருக்கும் அல்லவா? *(சிரிக்கிறார்)*

இதில் விசேஷமான சங்கதி ஒன்று இருக்கிறது. நான் குறிப்பிட்ட ஸ்ரீ கமலாசங்கர் தீட்சித், நான் பிறப்பதற்கும் முன்பே காலமாகிவிட்டார்! ஆனால், அவர் சொன்ன கதைகள் அனைத்தையும் வரிபிசகாமல் என்னுடைய இளமைப் பிராயத்தில் எனக்குச் சொல்லியிருக்கிறார் என் அண்ணா ஸ்ரீ சிவசங்கர் தீட்சித். ஒரு வகையில் எங்கள் குடும்பத்தில் சங்கீதப் பாடத்தின் ஒரு பகுதியாகவே அந்தக் கதைகள் விளங்கி வருகின்றன.

இதுபோக, செவிவழிச் செய்தியாகவும், சுவடிக் குறிப்புகளிலும், அந்நிய தேச ஆராய்ச்சியாளர்களின் பிரதிகளிலும் எங்கள் பூர்வகதையின் பல்வேறு அத்தியாயங்களை அறிய முடியும். இவற்றைத் தொகுத்து நூலாக்கும் எண்ணமும் இருக்கிறது. என்னுடைய பேரன், ஃபிலடெல்ஃபியாவில் கம்ப்யூட்டர் எஞ்சினியராக இருக்கும் பவானிசங்கர் தீட்சித் இந்த வேலையைச் செய்வதில் இறங்கியிருக்கிறான். நானும் உதவுவதாக வாக்களித்திருக்கிறேன்.

சுருக்கமாகச் சொல்வதென்றால், எங்கள் வம்ச வரலாறு, மாபெரும் குடைபோல பாரத தேசம் முழுவதும் பரந்து விரிந்த ஒன்று.

சற்று விரிவாகச் சொல்லுங்களேன்...

டெல்லியில் சுல்தான்கள் காலத்திலிருந்து எங்கள் வரலாற்றைப் பற்றிய பதிவுகள் தொடங்குகின்றன... தாமஸ் குன் என்ற ஜெர்மானியரின் ஆய்வுக் கட்டுரை ஒன்றை சமீபத்தில் படித்தேன்.

உங்களுக்கு ஜெர்மன் தெரியுமா என்ன?

இல்லை அம்மணி. வாசிக்கவும், பேசவும் தெரிந்தது மூன்று மொழிகள்தாம். ஹிந்தி, ஆங்கிலம் மற்றும் மராட்டி. ஆரம்ப நாட்களில், தார்வாடில் இருந்தபோது, தம்முடைய பயிற்று மொழியாகக் கன்னடம் இருந்தது என்பார் அண்ணா. ஆனால், அதெல்லாம் அவருக்கே பூர்வஜென்ம ஞாபகம்போலத் தொலைவில் இருக்கிறது என்று சொல்வார்... மற்றபடி,

சாப்பாடு பற்றிய பல்வேறு பெயர்ச்சொற்கள் பல மொழிகளில் சரியான உச்சரிப்புடன் தெரியும். எத்தனை நாடுகளில் கச்சேரி நிகழ்த்தப் போயிருக்கிறேன்!... இதுபோக சைகை மொழியும் – குறிப்பாக நயனபாஷை – கொஞ்சம் தெரியும். இல்லாவிட்டால், முன்வரிசையில் உட்கார்ந்து பெரும் இடையூறு செய்யும் ரசிக சிகாமணிகளை எப்படிச் சமாளிப்பது? *(வாய்விட்டுச் சிரிக்கிறார்)*

எங்கே விட்டேன்?

தாமஸ் குன் என்ற ஜெர்மானியர் எழுதிய கட்டுரை...

ஹாங்... அந்தக் கட்டுரையை ஆங்கிலத்தில்தான் படித்தேன். அதில் ஒரு குறிப்பு வருகிறது. தற்காலத்தில் ஸந்த்தூர் என்று அழைக்கப்படும் சததந்த்ரி வீணையை காஷ்மீரத்திலிருந்து உத்தர பாரதத்துக்குக் கொண்டுவந்து அறிமுகப்படுத்தியவர் அநாமதேயமான ஏதோவொரு காஷ்மீரி அந்தணர் என்கிறது அது. பொதுவாகவே, எனக்கு ஒரு சந்தேகம் உண்டு. ஐரோப்பிய ஆராய்ச்சியாளர்கள் கீழை உலகம் பற்றி ஆராயும்போது ஓர் அளவுக்குமேல் மெனக்கெடுவதில்லையோ என்று. தாமஸ் குன் போன்றவர்களின் இதுமாதிரியான பொறுப்பற்ற குறிப்புகள், என் சந்தேகத்தை உறுதி செய்கின்றன.

ஓ...

ஆயிரத்து நானூறுகளின் ஆரம்பத்தில் மஹாபண்டிதர்கள் சிலர் கூடி உருவாக்கிய சாஸ்திர நூலான சங்கீத சிரோமணியில் இது பற்றிய தகவல் இருக்கிறது. 'பண்டித மண்டலி' என்பது அந்தக் குழுவின் பெயர். அவர்கள் எழுதியிருக்கிறார்கள் – சததந்த்ரி வீணையை பாரதத்துக்கு அறிமுகப்படுத்திய மேற்படி அந்தணரின் பெயர் ஸ்ரீ கைலாஷசங்கர் தீட்சித் என்று. அவர் எங்கள் மூதாதை. உத்தர பாரதத்தைச் சேர்ந்த அந்தணர்; காஷ்மீரி அல்ல. மொகலாய சாம்ராஜ்யத்தைப் பற்றி முக்கியமான ஆய்வுநூல்கள் எழுதியிருக்கும் வில்லியம் டால்ரிம்ப்பிளின் ஸிட்டி ஆஃப் ஜின்ஸ் புத்தகத்தில் இவரைப் பற்றிய ஒருவரிக் குறிப்பு இருக்கிறது...

சுல்தானின் அவையில் முதன்முதலாக ஸந்த்தூர் ஒலித்த போது நீர்ப்பிரவாகம் பொங்கிவருகிறதென்ற பிரமையில் அவையினர் தரையைவிட்டுப் பாதங்களை உயர்த்திக் கொண்டார்களாம். எங்கள் வம்சத்தில் செவிவழியாகப் புழங்கும் செய்தி இது.

சங்கர் தீட்சித் என்பது எங்கள் பரம்பரைப் பெயர். மேற்படிச் செய்தியை நான் முன்னரே குறிப்பிட்ட என் தந்தைவழிப் பாட்டனார் ஸ்ரீ கமலாசங்கர் தீட்சித் சொன்னதாக என் அண்ணா எனக்குச் சொல்லியிருக்கிறார். பூர்விகத்தில் எழுபத்திரண்டு

தந்திகளே கொண்டிருந்த வாத்தியத்துக்கு சத தந்த்ரி வீணை என்று பெயர் வந்ததற்கும் அவர் ஒரு காரணக் கதை சொன்னார் – எனக்குத்தான் மறந்துவிட்டது. ஆங்கிலத்தில் *centipede* ஆக இருக்கும் மரவட்டைக்கு நம் ஊரில் ஆயிரங்கால் பூச்சி என்று பெயர் வந்ததற்கு ஒரு கதை உண்டு அல்லவா! அதுமாதிரி ஏதோ ஒன்று.

சரிதான்!

ஸந்த்தூரை உத்தர பாரதத்துக்குக் கொண்டுவந்த அதே மூதாதை தான் எங்கள் வம்சத்துக்குள் இசை நுழைவதற்கும் மூல காரணமாம். பின்னர் அது பெருகி வியாபிக்கக் காரணமாய் இருந்தவர், முன்னவருக்குப் பல தலைமுறைகள் தள்ளி அவதரித்த இன்னொரு மூதாதை. அபாரமான குரலிசைக் கலைஞர் அவர். ஸ்ரீ ஸ்ரீசங்கர் தீட்சித். கல்லும் கரையும் வண்ணம் த்ருபத் பாடக்கூடியவர்.

அட, உங்கள் முன்னோர்களில் குரலிசைக் கலைஞர்களும் உண்டா என்ன! வம்சாவளியாக நீங்கள் கருவியிசைக் கலைஞர்கள் என்றே நினைத்திருந்தேன்...

வெளியுலகத்தில் அப்படியொரு நம்பிக்கைதான் நிலவுகிறது. அப்புறம், கருவியிசைக் கலைஞர்கள் என்றால், வாய்ப்பாட்டுப் பாடமாட்டார்கள் என்கிற மாதிரியும் பரவலான நம்பிக்கை. கருவியிசைக் கலைஞர்களில் பிரமாதமாக வாய்ப்பாட்டுப் பாடக்கூடிய கலைஞர்கள் இருக்கிறார்களே! சுல்தான் கான், ஷுஜாத் கான் போன்றவர்கள் தொழில்முறைப் பாடகர்கள் பலரைவிட, நல்ல குரல்வளம் உள்ளவர்களாக இருக்கிறார்கள்! ஆனால், எங்கள் வம்சத்தைப் பொறுத்தவரை, பல தலைமுறையாகக் கருவியிசைஞர்களே உருவாகி வந்திருப்பதால், எப்போதுமே அப்படித்தான் இருந்திருக்கிறது என்று எண்ணுகிறார்கள்.

எனது மூதாதை ஸ்ரீ ஸ்ரீசங்கர் தீட்சித், டெல்லி சுல்தானின் அவையில் ஆஸ்தானப் பாடகராக இருந்தார்.

சுல்தானின் பெயர் என்ன என்று தெரிவிக்கலாமா? கால கட்டத்தை நிர்ணயித்துக்கொள்ள வசதியாக இருக்கும்...

அவருடைய பெயரை உச்சரிப்பதில்லை என்பது எங்கள் வம்சத்தின் சங்கல்பம் – என்று எங்கள் பாட்டனார் சொல்வாராம். நான் முன்பு குறிப்பிட்ட ஆய்வாளர் மாதிரித்தான், இவருக்கு அந்த சுல்தானின் பெயர் தெரிந்திருக்காது; சங்கல்பம் அது இது என்று சொல்லி, கேள்வி கேட்கிறவர்களை சமாளித்திருப்பார் என்று நினைக்கிறேன். *(சிரிக்கிறார்)*

ஆனால், யமுனைக் கரையில் தமக்கு இருந்த அளவிறந்த

சொத்துக்களையும், டெல்லி சாம்ராஜ்யத்தின் பல்வேறு மாகாணங்களில் பரவியிருந்த ரத்த உறவுகளையும் துறந்து, எங்கள் மூதாதை தமது குடும்பத்தோடு இரவோடிரவாகக் கிளம்ப நேர்ந்தது அவருடைய காலத்தில்தான். உண்மையில், நன்கு தெரிந்திருந்தாலும்கூட, எங்கள் வம்ச சரித்திரம் மறக்க நினைக்கும் பெயர் கொண்ட சுல்தான் அவர் என்று வைத்துக் கொள்ளுங்களேன்!...

கிளம்ப நேரிட்ட காரணத்தைச் சொல்லலாமல்லவா?

தாராளமாக. நானே அதை விரிவாகப் பின்னர் சொல்கிறேன். தற்போதைக்கு எங்கள் பரம்பரை கிளைவிட்ட கதையை மட்டும் கோடி காட்டிவிடுகிறேன். நூதனமானதொரு சூழ்நிலையின் காரணமாக எங்கள் மூதாதை ஊரைவிட்டே ஓட நேர்ந்தது அல்லவா... வாரக்கணக்கில் பயணம்.

தெற்கே பெல்காமுக்கு அருகில் நிப்பாணி என்ற ஊரில் வந்து குடியமர்ந்தார். பயண வழியில், அவருடைய கடைக்குட்டியான நாலுமாதக் குழந்தை வயிற்றோட்டம் கண்டு இறந்து போனது என்று சொல்வார்கள். பாரதத்தின் சங்கீத வானில் உதித்திருக்க வேண்டிய இன்னொரு தாரகை, விண்கல் மாதிரிக் கருகிவிட்டது என்றுதான் கொள்ளவேண்டும்... *(புன்சிரிப்பு)*

அல்லது, மகான் ஸ்ரீசங்கர் தீட்சித்தின் வம்சம் மிகப் பெரிய வியாபார மேதையை இழந்துவிட்டதோ என்னவோ? *(வாய்விட்டுச் சிரிக்கிறார்)* என்ன, ஆச்சரியமாகப் பார்க்கிறீர்கள்? அவருடைய வாரிசுகளில் ஏகப்பட்ட இசைக்கலைஞர்கள் உண்டு என்பது எல்லாருக்கும் தெரிந்த விஷயம்தான். ஆனால், அதற்கு நிகரான எண்ணிக்கையில் தொழிலதிபர்களும் உண்டு என்று அநேகருக்குத் தெரியாது.

இது புதிய செய்தி... சற்று விசித்திரமாகக்கூட இருக்கிறது. இசையும் வணிகமும் எப்படி ஒரே வம்சத்தில் செழித்தன?

ஒரு ஸ்பானியப் பழமொழி – எங்கோ வாசித்தது – நினைவுக்கு வருகிறது. 'வெற்றிபெற்ற ஒவ்வொரு கலைஞனுக்குள்ளும் ஓர் அபாரமான வியாபாரி இருக்கிறான்; வெற்றிபெற்ற ஒவ்வொரு வியாபாரிக்குள்ளும் அலாதியான இசைமை இருக்கிறது.'

நிப்பாணியில் வந்து குடியமர்ந்த முத்தாத்தாவுக்கு, வரும் வழியில் இறந்த கைக்குழந்தையையும் சேர்த்து நாலு புதல்வர்கள். மூன்றாமவர், நிப்பாணியில் வசித்த காலத்தில், வயிற்றில் கட்டி வந்து இறந்துவிட்டாராம் – அப்போது அவருக்குப் பதினோரு வயது. இப்போது மாதிரியில்லையே, அந்த நாட்களில் *child mortality rate* அதிகமல்லவா?

ஆமாம்.

எஞ்சிய இருவரும் இசைக்கலைஞர்களாக வளர்ந்திருப்பார்கள். தகப்பனாரின் நோக்கமும் அதுதான். ஆனால், அகாலமாக இடம் பெயர நேர்ந்த பிறகு, அவருடைய திட்டங்களை மாற்றிக்கொள்ள வேண்டிய கட்டாயம் ஏற்பட்டுவிட்டது.

ஊரைவிட்டு ஓடிவரும்போது துணிமூட்டையாகக் கட்டிக் கொண்டுவந்த பொற்காசுகள் உச்சிவெயிலில் பனிக்கட்டி கரையும் வேகத்தில் காலியாவதைக் கண்டு திகைத்தார். குடும்பம் பட்டினி கிடக்காமல் இருப்பதற்கு உத்தரவாதம் வேண்டாமா? மனைவியையும் பிள்ளைகளையும் அழைத்து ஆலோசித்தார். கிட்டத்தட்ட மூன்று நாட்கள் விவாதம் நீண்டதாம். *(எழுந்து அறைக்குள் முன்னும் பின்னுமாக நடக்கத் தொடங்குகிறார் ஸ்ரீ ஹரிசங்கர் தீட்சித்)*

முடிவில் ஏகோபித்த கருத்து ஒன்றை எட்டினார்கள். இரண்டு பிள்ளைகளில் ஒருவர் தொடர்ந்து இசை பயில்வது, மற்றவர் புகையிலைத் தொழிலில் இறங்குவது என்று. நிப்பாணி புகையிலைக்குப் பேர்போன ஊர்.

ஓ...

முடிவெடுத்து விட்டார்களே தவிர, எந்தப் பிள்ளைக்கு எது என்று தீர்மானிப்பதில் பெரும் குழப்பம் உண்டாகிவிட்டது. வம்ச ரத்தத்தில் ஓடும் இசை ஆர்வம் அத்தகையது. கடைசியில் இளைய பிள்ளை வியாபாரியாக மாறச் சம்மதித்தார். ஆனானப் பட்ட சிவபெருமான் குடும்பத்திலேயே இப்படித்தானே நடந்தது – மூத்த பிள்ளைக்கு ஞானப் பழமும், இரண்டாவது பிள்ளைக்கு ஏமாற்றமும் என்று! *(தானே ரசித்துச் சிரிக்கிறார் – நானும் கலந்துகொள்கிறேன்)*

மூத்தவரின் வம்சத்தில் வந்தவர்கள்தாம் நானும், உலகப் புகழ்பெற்ற ஸாரங்கிக் கலைஞரான என் சகோதரர் ஸ்ரீ சிவசங்கர் தீட்சித்தும்.

உங்கள் பரம்பரையின் வணிகக் கிளையுடன் இசைக் கிளைக்கு இன்னமும் நல்லுறவு நிலவுகிறதா?

அதெப்படி நிலவும்! உழைப்புச் சோம்பேறிகள், உட்கார்ந்து சாப்பிடுகிறவர்கள் என்று இவர்களைப் பற்றி அவர்களுக்கு அபிப்பிராயம். அவர்கள் கொள்ளை லாபம் அடிக்கிறவர்கள், தார்மீகமற்றவர்கள் என்பது இவர்கள் எண்ணம்.

இதெல்லாம் ஆரம்பகாலத்திலேயே துவங்கிவிட்டிருக்கும்

என்றுதான் நினைக்கிறேன். அவர்கள் புகையிலை வியாபாரத்தில் மட்டும் ஈடுபட்டு நிப்பாணியிலும் அதன் சுற்றுப்புறங்களிலும் மட்டும் விரவியிருந்தபோது தொடர்புகள் நீடிக்கத்தான் செய்திருக்கும். அடுத்தடுத்த தலைமுறைகள் தலையெடுத்தபோது, அவர்கள் தங்களைப் புரவலர்கள் என்றும், இவர்களைப் பாடிப் பிழைக்கும் யாசகர்கள் என்றும் நினைக்கத் தொடங்கியிருப்பார்கள். இதில் வியப்பதற்கு ஒன்றும் இல்லை அல்லவா!

விளையாட்டாகச் சொல்லவில்லை அம்மணி, நிறைந்த சபை முன் ஒரு மணிநேரம் கச்சேரி செய்து பார்த்தால் தெரியும் – நரம்பு மண்டலத்தில் எவ்வளவு முறுக்கேறியிருக்கிறது, எதிர்ப்புறம் சுழன்று அது சமனமடைய எவ்வளவு நேரம் பிடிக்கிறது, அதுவரை உடம்பிலும் மனத்திலும் தங்கியிருக்கும் பதற்றத்தின் பளு எவ்வளவு என்று! இந்த ஒரு மணிநேரத்தின் பின்திரையாக எத்தனை ஒரு மணிநேரங்கள் அசுர சாதகத்தில் கழிந்திருக்கின்றன என்பதையும், அதன் பின்னால் இருக்கும் உடல், மன உழைப்பின் சிரமத்தையும் சொல்லவேண்டியதேயில்லை.

வாஸ்தவம்தான்.

ஆக, அவர்கள் வட்டாரத்தில் அவமதிப்பு நிலவியபோது, இவர்கள் தரப்பில் கலைஞர்களுக்கே உரிய மமதை தலைதூக்கியிருக்கும்!

பின்னாட்களில், கண்ணாடி வியாபாரத்திலும், கம்பள வணிகத்திலும் இறங்கி மைசூருக்கும் கோல்ஹாப்பூருக்கும் கோவாவுக்கும் என்று அவர்கள் இடம்பெயர்ந்தபோது உறவுகள் அறுதியாகத் துண்டித்துப்போயின. அநேகத் தலைமுறைகள் தாண்டியிருந்தன என்பதால், எங்கள் கிளை தன்னளவிலேயே ஏகப்பட்ட விழுதுகள் கொண்ட ஆலமரமாகிவிட்டது.

ஆனால், அவர்களையும் தாழ்வாகச் சொல்வதற்கில்லை, இன்றைக்கு கோவாவில் கிடைக்கும் பிரசித்திபெற்ற தேங்காய்ச் சாராயங்களில் ஒன்று, எங்கள் பரம்பரையின் மேற்படிக் கிளை தயாரிப்புதான்!

அவர்கள் கிளையிலும் சங்கர் தீட்சித் என்ற வம்சப் பெயர் பின்னொட்டாக வழங்குகிறதா?

இல்லை. பூர்விகத்தின் நுட்பமான படிவங்களை நிராகரிப்பதன் முதல் நடவடிக்கையாக வம்சப் பெயரை உதிர்த்துவிட அவர்கள் நினைத்திருக்கலாம்! நமக்குத் துரோகம் செய்த, நமது உழைப்பைச் சுரண்டி வளர்ந்த வரலாற்றை பெயரளவில்கூட நாம் எதற்காகச் சுமப்பது என்று அவர்கள் கிளையின் ஆழ்மனம் வினவியிருக்கலாம்!

அவர்களுக்கு அமைந்த மாற்றுப் பெயரைச் சொல்ல முடியுமா?

அவர்களின் தற்போதைய வம்சப் பெயரைச் சொல்லு என்று கேட்கிறீர்கள்! சொல்லக்கூடாத ரகசியமொன்றுமில்லை அது. ஆனாலும், சொல்வது நியாயமாகாது என்பதுதான் என் எண்ணம். அவர்களே அதை மாற்றிக்கொண்டு விட்டார்கள் என்றால், இந்த வேர்களின் பிடிப்பிலிருந்து முற்றாக விடுபட எண்ணியிருக்கிறார்கள் என்றுதானே அர்த்தம்? அதைக் குலைக்க நமக்கு உரிமையில்லை.

நீங்கள் சொல்வது சரிதான். வேறு பக்கம் நகர்வோமா? உங்கள் முத்தாத்தா டெல்லியிலிருந்து இடம்பெயர்ந்தார் என்று சொன்னீர்களல்லவா? அதற்குக் காரணமான சூழ்நிலையைச் சற்று விளக்கமாகச் சொல்லுங்களேன்?

சொல்கிறேன். அதற்கு முன்னால், தேநீர் கொண்டுவரச் சொல்கிறேன். நீங்கள் ஒன்றுகூடக் கொரிக்கவில்லையே? நயமான டச்சு பிஸ்கட்டுகள். தவற விடாதீர்கள்.

(ஒன்றின் மீதொன்றாகக் கிடத்தப்பட்டிருக்கும் வில்லைகள் மீது என் கவனம் படிகிறது. ஸ்ரீ தீட்சித் தாம் ஒன்றை எடுத்துக் கடித்தபடி, அழைப்பு மணியை அழுத்துகிறார். தூய வெள்ளைப் பைஜாமா குர்த்தா அணிந்த முதியவர், கையில் பிடித்த வெள்ளித் தட்டுடன் மாடியேறி வருகிறார். என் முகத்தை உற்றுப் பார்த்தபடி, டீப்பாயின் மீது தூய வெண் பீங்கான் கெட்டிலை வைக்கிறார். அது, தன் மூக்கை நீட்டி, நாங்கள் பேசுவதை ஒட்டுக்கேட்கத் தயாராகிறது.)

தேநீர் அருந்திவிட்டு, முகத்தை அசைத்து பாவனையாய் என்னிடம் அனுமதி வாங்கிக் கொண்டு, கழிவறைக்குச் செல்கிறார். நான் எழுந்து அவருடைய புத்தக அலமாரியை நிதானமாக மேய்கிறேன். இசை சம்பந்தமான நூல்கள் சொற்பமாகத்தான் இருக்கின்றன. பல்வேறு துறைகள் தொடர்பான நூல்கள். உளவியல், இயற்பியல், மானுடவியல், இலக்கியம் என்று தலைப்பிட்ட தனித்தனித் தட்டுகளில் – ஸ்ரீ ஹரிசங்கர் தீட்சித் அபாரமான வாசகர் என்று முன்னமே கேள்விப்பட்டிருந்தேன், அதற்குச் சான்றளிப்பது மாதிரி – நேர்த்தியாக அடுக்கப்பட்டிருந்தன.

நூல்கள் பற்றிய விபரங்களைத் துலக்கமாகத் தொகுத்துக்கொள்வதற்குள், ஸ்ரீ தீட்சித் திரும்பி விட்டார்.

முன்பிருந்த அதே நிலைகளில் அமர்ந்து கொள்கிறோம். பேச்சைத் தொடர்கிறார்...

எங்கே நிறுத்தினேன்?

உங்கள் முத்தாத்தா ஸ்ரீ ஸ்ரீசங்கர் தீட்சித் இடம் பெயரக் காரணமான சூழ்நிலையைச் சற்று விளக்கமாகச் சொல்லுங்கள் என்று கேட்டேன்...

ஓ. ஆமாம். அதை விரிவாகச் சொல்கிறேன்.

டில்லி சுல்தானின் அரசவையில் ஆஸ்தானப் பாடகராக எங்கள் முத்தாத்தா இருந்தார் என்று சொன்னேனில்லையா? சுல்தானுக்கு இவருடைய இசைமீது அலாதிப் பிரியம். மாதத்தில் இரண்டு முறையாவது அரண்மனை வளாகத்தில் கச்சேரிகள் ஏற்பாடாகுமாம். அண்டை சமஸ்தான

மன்னர்கள், பிரபுக்கள் தொடங்கி, பாமர ஜனங்கள்வரை நூற்றுக் கணக்கானவர்கள் குழுமுவார்கள். அந்தி சாயும்போது தொடங்கும் கச்சேரி, விடியவிடிய நடக்கும்.

பெரும்பாலும் ஒரே ராகம்தான் பாடுவார் தாத்தா. ஆமாம், ராகங்களை நீச்சல் குளமாகப் பாவிக்கும் இந்தத் தலைமுறை மாதிரிக் கிடையாது – ஒவ்வொரு ராகமும் ஆழம் காண முடியாத ஒவ்வொரு சமுத்திரம் என்று நம்பிய தலைமுறையின் காலம். இன்னும், குவளையில் மொண்டு குளிக்கும் நாட்களை நோக்கி நகர்ந்துகொண்டிருக்கிறோம் இப்போது!

ஒருமுறை, முந்தின நாள் முன்னிரவில் தொடங்கிய முத்தாத்தாவின் கச்சேரி, மறுநாள் உச்சிவேளையில்தான் நிறைவுபெற்றதாம். அன்று எங்கள் தாத்தா பாடிய ராகம் குல்பஹார். அவரே இயற்றியது. மூச்சுவிடவும் தயங்கி அமைதியாக அமர்ந்து கேட்ட அவையினரில் ஒருவர் கண்ணிலும் உறக்கச் சடைவு இல்லை என்று தகவல் என்பாராம் என் தந்தைவழிப் பாட்டனார்.

நீங்கள் சொன்ன ராகத்தின் பெயரை நான் கேள்விப்பட்ட தேயில்லை ...

எனக்குமே அதன் பெயர் மட்டும்தான் தெரியும். நூற்றுக்கணக்கான ராகங்களை முத்தாத்தா இயற்றினார் என்றும், தமது வாழ்வில் நேரிட்ட அவலத்துக்குப் பிறகு, அவற்றைக் குறித்து வைத்திருந்த சுவடிகளை எரித்துவிட்டார் என்றும் சொல்வார்கள். உண்மையில், ஊரைவிட்டு ஓடி ஒளியும் துர்ப்பாக்கியத்துக்குப் பிறகு இசையின்மீதான ஆசையே குறைந்துவிட்டதாகவும், ஜீவித்திருப்பதற்காக, கடனே என்று கச்சேரிகள் செய்ததாகவும் கூட செய்தி உண்டு.

மேற்சொன்ன ராகத்துக்கு சுல்தானை மகிழ்விக்கும் விதமாகப் பாரசீகப் பெயர் சூட்டினார் என்றும் கொள்ளலாம். ‘குல்’ என்றால் ரோஜா. ‘பஹர்’ என்பது நீளத்தை அளக்கும் அலகு. ரோஜாவின் நீளம் என்பதுதான் எது? இதழ்கள் அல்லது மகரந்த நாளங்களின் நீளமா என்ன? நறுமணம்தான் அதன் உண்மையான நீளம் அல்லவா!

கவித்துவமான விளக்கம்...

ரொமாண்ட்டிக்கான பார்வை என்றும் சொல்லலாம். கலைக்கும் மிகையுணர்வுக்கும் உள்ள தொடர்பை யார்தான் மறுக்க முடியும்! சரி, சற்று நகர்ந்துவிட்டோம். பழைய இடத்துக்கு வருவோம்... முத்தாத்தா ஒவ்வொருமுறை பாடி முடிக்கும்போதும் சன்மானங்கள் மழையாகக் கொட்டும். வீட்டுக் குழந்தைகளின் விளையாட்டுச்சாமான்கள் வெள்ளியால் செய்யப்பட்டவை

என்று சொன்னால், எங்கள் பரம்பரையின் அந்தநாள் செல்வச் செழிப்பு உடனே பிடிபட்டுவிடும்.

பொதுவாகவே, மன்னரின் அபிமானத்தைச் சம்பாதித்த கலைஞர்மீது பிற கலைஞர்களுக்குப் பொறாமையும் ஆத்திரமும் ஏற்படுவது சகஜம்தானே. ஸ்ரீ ஸ்ரீசங்கர் தீட்சித் இவற்றை அபரிமிதமாக ஈட்டியிருந்தார். செல்வாக்கை மட்டுமில்லாது, செல்வத்தையும் குவித்திருந்தார் என்றால், மற்றவர்களுக்குத் தாங்குமா, சொல்லுங்கள்?

அன்றைக்கு நிதிமந்திரியாய் இருந்தவர் ஒரு பார்ஸிக்காரர். ஏதோவொரு மிஸ்திரி. எதிர்ப்பாளர்களுக்கு அவர்தாம் தலைமை.

முத்தாத்தா தீபக் ராகம் பாடுவதில் வல்லவர். இவர் பாடத் தொடங்கி இரண்டு நாழிகைக்குள், எதிரே வைத்த தீபம் பற்றிக்கொள்ளும் என்று ஒரு சொல்வழக்கு இருந்ததாம். எதிரிகளுக்கு இது வாகாகப் போய்விட்டது.

சுல்தானிடம் இவருடைய கச்சேரிக்கு ஏற்பாடு செய்யச் சொன்னார்கள். 'மன்னன் கொடுங்கோலன் என்றால் மட்டுமே தீபம் எரியாது' என்று உபரியாக ஒரு வாக்கியமும் சேர்த்துச் சொன்னார்கள். தன்னுடைய ஆட்சி நல்லாட்சிதானா என்று அறியும் ஆவல் இருக்காதா சுல்தானுக்கு? *(சிரிக்கிறார்)*

நிச்சயம்..!

'தீபம் தானாகவே ஏற்றிக்கொள்வதை நிகழ்த்திக் காட்டுவார் ஸ்ரீசங்கர் தீட்சித்' என்று முரசறைந்து அறிவிக்கச் செய்தார்கள்.

தாத்தாவுக்கு இது எதிரிகளின் சூழ்ச்சி என்று புரிந்து விட்டது. ஏனென்றால், தம்மிடம் இப்படி ஒரு திறன் இருப்பதாக வதந்திகள் நிலவுவதை அவரும் அறிந்திருந்தாரே தவிர, பரீட்சித்துப் பார்த்ததில்லை. 'அந்தக் கதையைக் கேட்டால் கண்ணில் ரத்தமே வந்துவிடும்' என்று ஒரு பேச்சுக்குச் சொன்னால், 'எங்கே சொல்லு, என் கண்ணில் ரத்தம் வருகிறதா பார்ப்போம்' என்று யாராவது கேட்பார்களா! ஆனால், பின்வாங்க முடியாத அளவு முடிச்சு இறுக்கமாக விழுந்து விட்டது.

வாரணாசியில் உள்ள விசுவநாதரின்மீது அபார பக்தி கொண்டவர் முத்தாத்தா. இறைவன்மீது பாரத்தைப் போட்டு விட்டுக் கச்சேரிக்கு ஆயத்தமானார். 'ஆண்டவன் என்று ஒருவன் இருப்பது உண்மையானால், தீபத் திரி பற்றிக்கொள்ளட்டுமே' என்று குடும்பத்தாருக்கு தைரியம் சொன்னாராம். 'திரி பற்றா விட்டால் என்ன செய்வது?' என்று முப்பாட்டி கலங்கினாளாம். அவர் என்ன செய்தாராம் தெரியுமா?

சொல்லுங்கள்...

கேள்வி காதில் விழாதவர் மாதிரி இருந்துவிட்டார் –அப்போதைக்கு. அரண்மனைக்கு அழைத்துச் செல்ல சாரட் வந்தது. படியில் வலதுகாலைத் தூக்கிவைத்தவர் திரும்பிப் பார்த்தார். 'அப்படியொரு நிலைமை வரும் பட்சத்தில், என் உடம்பைத் திரியாக்கிவிடுவேன்' என்று சூளுரைத்துவிட்டு ஏறி அமர்ந்து திரையை இழுத்து மூடிக்கொண்டுவிட்டார் என்பார்கள்.

குடும்பத்தாரில் எவரும் இந்தக் கச்சேரிக்கு வரக்கூடாது என்று கறாராக ஆணையிட்டிருந்தார் தாத்தா. வாசலுக்கு வந்து நின்றிருந்த மொத்தக் குடும்பமும் உறைந்த மாதிரி நின்றிருக்கும். இல்லையா?

நினைத்துப் பார்க்கவே சங்கடமாக இருக்கிறது...

இந்தக் கதையை முதன்முதலாக என் அண்ணா சொல்லக் கேட்டபோது எனக்குள் ததும்பிய உணர்ச்சிகளை வகைப்படுத்தவே முடியாது. அடிவயிற்றில் சங்கடமும், ஹிட்ச்காக் படங்களுக்குண்டான சஸ்பென்ஸும் முட்டித் ததும்பக் கதை கேட்ட நினைவிருக்கிறது. இடையில் ஒருதடவை எழுந்து பாத்ரூம் போய்விட்டு வந்த ஞாபகமும் இருக்கிறது! *(குழந்தைபோலச் சிரிக்கிறார்.)*

அங்கே அரண்மனை மாபெரும் நிகழ்ச்சிக்குத் தயாராகிக் கொண்டிருந்தது. தர்பார் அரங்கம் கொள்ளாது என்று அன்று அதிகாலையிலேயே தெரிந்துவிட்டது. சங்கீதத்தில் ஆர்வம் உள்ளவர்கள், இல்லாதவர்கள் என்று பெருங்கும்பல் எங்கெங்கிருந்தெல்லாமோ வந்துகொண்டிருக்கும் செய்தி உளவாளிகள் மூலம் கிடைத்தவண்ணமிருந்தது. சங்கீதத்தைவிடவும் பெரிய கேளிக்கை காத்திருக்கிறதே!

பசி மூர்க்கத்தில் உறுமும் வனமிருகத்தோடு வெறுங்கை மனிதனை மோதவிடும் கொலோஸியங்கள் ரோம சாம்ராஜ்யத்துக்கு மட்டுமே உரியவையா என்ன? அதிகாரமும் சூழ்ச்சியும் ஆட்கொல்லி மிருகத்தைவிட மூர்க்கமானவை அல்லவா!

அரண்மனை முன்பு இருந்த மைதானத்தில் பிரம்மாண்டமான ஷாமியானா போடப்பட்டிருந்தது. நூறுநூறு பேர் சேர்ந்து வெகுசில நாழிகைகளில் உருவாக்கிய அற்புதம் அது என்று ரொம்ப காலத்துக்கு ராஜாங்கத்தில் பேச்சிருந்ததாம்.

தம்பூரை மீட்டும் ஒலி எழுந்த மாத்திரத்தில் ஜனக்கடல் அடங்கியது. காசியின் திசை நோக்கி வணங்கினார் முத்தாத்தா.

பக்வாஜ் கலைஞர் நீட்டிய வலது கையைத் தொட்டுக் கண்களில் ஒற்றிக்கொண்டு ஒரு கணம் தியானித்தார். ‘கொசு பறக்கும் ஒலிகூடக் கேட்குமளவு நிசப்தம் படிந்தது’ என்றார் அண்ணா.

சுருதிக்கு இசைவாக இருக்கிறதா என்று சோதிக்கக் குரல் விடுத்தார் தாத்தா. சிறு இடைவெளி. தம்பூர்க்கலைஞரை நோக்கித் தலையசைக்கிறார். தம்மைத்தாமே ஆமோதித்துக் கொள்வது மாதிரி இன்னொரு தலையசைப்பு. மீண்டும் குரல் எழுந்தது. இந்த முறை ஓரிரு நிமிடங்கள் நீடித்தது. அது அடங்கியதும் சபையிலிருந்து ஒருமித்த பெருமூச்சு உயர்ந்தது. அடர்ந்த மரங்களுக்கூடாகக் காற்று சீறியதுபோல இருந்ததாம் அது.

அவ்வளவுதான். நாதம் கிளம்பிவிட்டது. த்ருபத் சங்கீதத்தின் அந்தரங்கமான இடைகழிகளுக்குள் புகுந்து புறப்படுகிறது. அவையின் விளிம்புகளிலும், நடுவில் அமைந்த நடைபாதைகளிலும் நின்று, மயிற்பீலியாலான ராட்சஸ விசிறிகளை அசைப்பவர்கள் தவிர வேறு சலனமே கிடையாது.

தாத்தாவின் குரலில் தனித்துவமான வசியம் உண்டு. அது எப்போது ரகசியம் பேசும், எப்போது உரத்துக் கண்டிக்கும், எப்போது கனிவாக மனம் வருடும், எப்போது வாஞ்சையை யாசித்து ஏங்கும் என்பதையெல்லாம் ஒருபோதும் முன்கணிக்க முடியாது. சமுத்திரம் நோக்கிய யாத்திரையில் சாவகாசமாய், ஆனால் தீர்க்கமாய் நகரும் நதி மாதிரி, முடிவற்று நீள்கிறது ஆலாப்.

நீங்கள் வர்ணிக்கும் விதம் சுவாரசியமாய் இருக்கிறது...

இதற்கான பெருமை என்னைச் சேர்ந்தது அல்ல அம்மணி. என் அண்ணா எனக்குச் சொன்ன கதை என் பால்ய நினைவுகளுக்குள் மிகப் பத்திரமாகப் பொதிந்து கிடக்கிறது. அதை மீட்டெடுத்துச் சொல்லும் வேலைதான் என்னுடையது. துல்லியமான ஞாபகசக்திக்கான பாராட்டை மட்டுமே எனக்கு நீங்கள் வழங்கியதாக நான் எடுத்துக்கொள்கிறேன்! *(புன்னகைக்கிறார்)*

ஆயிற்றா, முத்தாத்தாவின் இசை சிறுகச் சிறுக வேகமெடுக்கிறது. அயராத தேனீயைப் போன்று தன் வாழ்நாள் முழுக்கச் சேகரித்த ஒலிக் கருவூலத்தை மனம் முழுக்க ஏந்திக் குரலில் மிதக்க விடுகிறார். அலையலையாக வெளியேறி மிதக்கிறது அவரது மனோதர்மம்.

ஒலியாக வெளியேறிய ஸ்வரத் தொடர்கள், அடுத்து வருவது என்ன என்று பார்க்கும் ஆவலுடன், மேகம் போலக் கட்டி, பந்தலைவிட்டு வெளியேறாமல் காத்து நின்றனவாம்.

மெல்ல மெல்ல தியானநிலைக்குப் போகிறது சபை.

இசை கேட்கும் ஆர்வமோ என்னவோ, இருட்டும் வேகமாக வந்து இறங்கிக்கொண்டிருந்தது. கூரையில் தொங்கிய லஸ்தர் விளக்குகளின் சுடர்கள் அசையாமல் நின்றன. பந்தலுக்குள் கூடிய ஜனங்களுக்கு ஈடாக, ஈரேழு லோகங்களிலும் உள்ள ஜீவராசிகள் இந்த சங்கீதத்தைக் கேட்கக் குழுமி அண்டவெளி முழுவதும் மௌனம் நிரம்பிவிட்ட மாதிரி இருந்ததாம்.

'யார் கண்டது, அன்றைக்குப் பொங்கிய சங்கீத்தைக் கேட்க சிவபெருமானுமே நேரில் ஆஜராகியிருந்தாரோ என்னவோ' என்பாராம் என் பாட்டனார் ஸ்ரீ கமலா சங்கர் தீட்சித். 'பதிவு பெறாத திருவிளையாடல்களில் ஒன்று' என்று சிலாகிப்பார் எங்கள் அண்ணா!

கச்சேரி வளர்ந்து வந்தபோது கூட்டத்தில் கண்ணீர் உகுக்காதவர் ஒருத்தர்கூடக் கிடையாது என்று சொல்வார்கள். இந்த மாதிரித் தருணங்கள் வெறும் மானுடத் தருணங்கள் அல்ல என்று பின்னர் பல தடவை எனக்குத் தோன்றியிருக்கிறது அம்மணி. சிலுவையில் தொங்கியவாறு, ஆளரவமற்ற ஆகாயத்தை நோக்கி 'ஆண்டவரே, ஆண்டவரே, ஏன் என்னைக் கைவிட்டீர்?' என்று கூவும் குரல் ஆன்மீக எழுச்சியின் உச்சம் அல்லவா? அதைப் பார்த்த ரோமானிய வீரர்களுக்கும்கூட மனம் ஒருகணம் நடுங்கித்தானே மீண்டிருக்கும்.

அதே மாதிரித்தான், சுல்தான் கண்களை அடிக்கடி துடைத்துக்கொண்டாராம். அவர் சற்று மனம் புழுங்கியிருக்கவும் கூடும். 'இப்பேர்ப்பட்ட மகாகலைஞரைப் பரிசோதிக்கிற வேலையில் இறங்கியது தவறோ' என்று யோசித்திருப்பார், வேறென்ன? 'ஸ்ரீ தீட்சித் தன்னை அவமதித்துவிட்டதாக எடுத்துக் கொண்டுவிடக் கூடாதே' என்று கவலைகூடப் பட்டிருக்கலாம். என்ன நினைத்து என்ன, நடந்தது நடந்ததுதானே. அதை அழித்து எழுத யாரால் முடியும், சொல்லுங்கள்?

சரிதான்...

ஆயிற்றா, நள்ளிரவு தாண்டிவிட்டது. அடுத்தடுத்த பந்திஷ்களை எடுக்கிறார். புதியபுதிய கற்பனைகளும் அலங்காரங்களும் பெருக்கெடுக்கின்றன. கூட்டத்தைக் கட்டுப்படுத்த நட்டுவைத்த சவுக்குக் கழிகளுக்கு இணையாக நெட்டுக்குத்தாக அமர்ந்திருக்கிறது கூட்டம். நேரம் ஆகஆக தாத்தாவின் குரலில் நெகிழ்வு கூடுகிறது. உள்ளூற அவருக்கும் பதற்றம் அதிகரித்துக்கொண்டு தானே போயிருக்கும்? அதைக் குரலிலும் இசையிலும் வெளிக்காட்டிக்கொள்ளாமல் தொடர்ந்து பாடுவது என்றால் சும்மாவா?

ஏதோவொரு மாயம் நடந்துவிடும் என்று எதிர்பார்த்திருப்பார், பாவம். அபூர்வமான சங்கதி ஒன்று வந்து விழுந்த மாத்திரத்தில் லேசாகக் கண்ணைத் திறந்து பார்த்திருப்பார். அகல்விளக்கு வைத்த விதமாகவே இருந்திருக்கும். அடிவயிற்றில் பெருகி நிரம்பியிருக்கும் பயத்தின் அளவு அதிகரித்திருக்கும். இதெல்லாம் யாருமே யூகிக்கக் கூடிய சமாசாரங்கள்தாமே?

வாஸ்தவம்...

எங்கள் இல்லங்களில் மேஜைநாற்காலிகள் புகுந்தது இந்தத் தலைமுறையில்தான். நாகரிகம் மாறும்போது நாமும் கொஞ்சம் மாறிக்கொள்ள வேண்டி வருகிறது அல்லவா? முந்தின தலைமுறைவரை, குடும்ப உறுப்பினர்களும் சரி, விருந்தினர்களும் சரி, தரையில்தான் அமர்ந்து எழுந்தாக வேண்டும்.

இதுமாதிரியான நடைமுறைப் பயிற்சிகள் காரணமாகத்தான் மணிக்கணக்கில் கச்சேரிகள் நிகழ்த்த முடிந்திருக்கிறது. இயற்கை உபாதைகளைக் கட்டுப்படுத்துவதும்தான். நான் கேட்கிறேன் என்று தவறாக எடுத்துக்கொள்ளாதீர்கள்... ஒரு சாதாரண மனிதனால் மூத்திரத்தை எவ்வளவு நேரம் அடக்க முடியும் என்று நினைக்கிறீர்கள்?

சொல்லத் தெரியவில்லை... நிச்சயம் மணிக்கணக்காக அடக்க முடியாது. அதிலும் குரலிசைக் கலைஞர்கள் தொண்டையின் பதத்தைத் தக்க வைத்துக்கொள்வதற்காக பானம் எதையாவது அடிக்கடி அருந்தியவாறிருப்பார்களே!

அதைத்தான் சொல்ல வந்தேன். சாதாரணமாகவே முடியாது; பயம் முட்டும்போது? கச்சேரி முடியும்போது தாம் உயிரோடு இருப்போமா இல்லையா என்று தெரியாதபோது? பாருங்கள், விவரிக்கும்போதே மயிர்க்கூச்செரிகிறது...

புரிகிறது...

எதற்குச் சொல்லவந்தேன், தரையில் சம்மணமிட்டு உட்கார்ந்து மணிக்கணக்காய் சாதகம் செய்யும்போதே, இயற்கை உபாதைகளைக் கட்டுப்படுத்திக்கொள்வதற்கான பயிற்சியையும் சாஸ்திரீய இசைக்கலைஞர்கள் மேற்கொள்ளத்தான் செய்கிறார்கள். அதிலும், இன்று போலில்லாமல், இரவு முழுக்கக் கச்சேரி செய்த என் முத்தாத்தா போன்றவர்கள் மகா வித்தகர்கள். சபையைப் பார்த்து, 'எக்ஸ்யூஸ் மி' என்று நாசூக்காகச் சொல்லிவிட்டு நாலைந்து நிமிடங்கள் மேடையைவிட்டு இறங்கிப் போய்த் திரும்ப முடியுமா என்ன. *(சிரிக்கிறார்... உடனே முகம் தீவிரமடைகிறது)*

அப்படியே போனாலும், திரும்பி வந்து, விட்டுச்சென்ற

அதே மனநிலையில் பொருந்தித் தொடரமுடியுமா? அவ்வளவு நேரம் பிரயாசைப்பட்டு உருவாக்கிய தியான நிலையில் சற்றும் பிறழாமல் சபை காத்துக்கொண்டிருக்கும் என்பதற்கு உத்தரவாதம் உண்டா? அன்று முத்தாத்தா இருந்த நிலைமையில், சிரச்சேதம் செய்துவிடப்போகிறார்கள் என்று உறுதியாய்த் தெரிந்த சந்தர்ப்பத்தில், அடிவயிற்றில் பயம் மட்டுமா முட்டியிருக்கும்?

ம் ...

தன்னியல்பாகக் கைகளை மேலும் கீழும் முன்னும்பின்னும் ஆட்டிப் பாடிக்கொண்டிருந்தவருக்கு உள்ளுணர்வில் என்ன தட்டுப்பட்டதோ, சற்றே முன்னோக்கிக் குனிந்து, அகல் விளக்கைத் தொட்டுப்பார்க்கிறார். நெருப்பைத் தொட்ட மாதிரி விருட்டென்று கையை இழுத்துக்கொண்டார். அவருடைய சப்தநாடியும் ஒடுங்கிவிட்டதாம். எதிரிகள் எவ்வளவு பெரிய தந்திரக்காரர்கள் என்பதை எண்ணி மூச்சடைக்கிறது... அகல் விளக்கில் என்ன இருந்தது என்று நினைக்கிறீர்கள்?

சொல்லுங்கள்...

எண்ணெய்க்குப் பதில், தண்ணீர்!

அட!

நமக்கு ஆச்சரியமாக இருக்கிறது. அவருக்கு? இத்தனை நேரப் போராட்டமும், அல்லாட்டமும் வீணா? செவிடர்கள் சபையில் எவ்வளவு சிறப்பாகப் பாடி என்ன பிரயோசனம்? முன்வரிசை அலங்கார நாற்காலியில் அமர்ந்திருக்கிறார், நிதிமந்திரி மிஸ்திரி. அவர் முகத்தில் மந்தஹாசம் மிளிர்கிறது. முத்தாத்தா அவரைக் கண்ணுக்குக் கண் பார்த்தாராம்.

அந்தக் கணத்தில் தாத்தா முடிவெடுத்தார் – இது மனிதர்களுடன் தனக்கு ஏற்பட்ட யுத்தம் அல்ல. சாட்சாத் சிவபெருமானே ஏற்படுத்தியிருக்கும் சிக்கல். இதிலிருந்து மீட்பதும் அவருடைய சித்தம்தான். ‘இப்படியொரு எண்ணம் உண்டானதும் தமக்குப் பதட்டம் குறைந்துவிட்டது’ என்று பிற்பாடு பாட்டியிடம் சொன்னாராம் என்று ஸ்ரீ கமலாசங்கர் தீட்சித் கதை சொல்லும்போது அவருடைய கண்கள் குளமாக நிரம்பி விடும் என்பார் அண்ணா. ‘பரமேஸ்வரனின் திருவிளையாடல்கள் எதுவாவது எதிர்மறையாக முடிந்திருக்கிறதா ஷிவா?’ என்று தழுதழுத்த குரலில் கேட்பாராம் பாட்டனார்.

நியாயம்தானே ...

சுட்டுவிரல் ஈரம் காய்வதற்குள், முத்தாத்தாவின் கண்கள் தாமாக மூடிக்கொண்டன. தொடர்ந்த இசையில் அபாரமான மாற்றம்

நிகழ்ந்தது. நடந்தது எதுவும் அறியாமல், மௌனசாட்சிகளாய்க் கேட்டுக்கொண்டிருந்த சபைக்கு இது புரிந்திருக்காதோ என்னவோ.

ஆனால், இதுவரை ஞானத்திலிருந்து பாடிக்கொண்டிருந்த முத்தாத்தா, இப்போது சரணாகதியிலிருந்து பாடத் தொடங்கினார். உயிர் உருகி ஓடுகிறது. குழுமியிருந்த ஆயிரம் ஆன்மாக்களும் பேதமின்றி ஒன்றுபட்டு, ஒரே வியக்தியாய் நிரம்பிவிட்டன, இசையின் வயப்பட்டு ஆடிக்கொண்டிருந்த தலைகளும், ஒத்துத் தாளமிட்ட விரல்களும் ஓய்ந்துவிட்டன.

யாவும் ஸ்தம்பித்த அரங்கத்தில் தாத்தாவின் குரலும், மூன்று தம்பூர்களின் சுருதியும், தயங்கிப் பின் தொடரும் பக்வாஜின் ஒலியும் தவிர, வேறு சப்தமும் இல்லை, சலனமும் இல்லை.

யுகங்கள் போல நீண்ட நாழிகைகள். மனிதப் பிரசன்னம் அறவே ஒழிந்து, இசையின் சாந்நித்தியம் மட்டும் நிரம்பிய அரங்கை இன்று நம்மால் கற்பனைகூடச் செய்ய முடியாது –கோவில் சந்நிதிகளில்கூட மொபைல் ஃபோன் ஒலிக்குப் பழகிவிட்ட காலகட்டம் அல்லவா இது..! *(முகத்தில் சேர்ந்து வந்திருந்த இறுக்கம் மெல்லத் தளர்கிறது)*

முத்தாத்தா அப்போது பாடிக்கொண்டிருந்த பந்திஷ் முடியும் தறுவாய். திடீரென்று சபையின் முன்வரிசையிலிருந்து ஓர் அலறல் கேட்கிறது. இசையில் தோயாமல், தன்னுடைய வஞ்சகத் திட்டத்தில் மட்டுமே ஆழ்ந்திருந்த பிறவியின் குரல் அது. தாத்தாவின் கண் திறக்கவில்லை.

ஆமாம்! அகல் விளக்கின் திரி பற்றிக்கொண்டுவிட்டது!

மிஸ்திரி மூர்ச்சையாகி, தலை தொய்ந்து கிடக்கிறார்.

சபை துள்ளி எழுந்து நின்றது.

சுல்தான் மேடையேறி ஓடிவந்து முத்தாத்தா முன்பு மண்டியிடுகிறார்.

ம்ஹூம், தாத்தா இன்னும் பாடிக்கொண்டுதான் இருக்கிறார். புறவுலகத்தில் நிகழ்ந்துவிட்ட அற்புதமும், அதன் விளைவுகளும் அவருடைய பிரக்ஞையை இன்னும் எட்டவில்லை. பாட்டு முடியவிருப்பதன் அறிகுறியாக, கண் திறந்து பார்க்கிறார். அகல் விளக்கு எரிந்துகொண்டிருக்கிறது.

கண்களிலிருந்து கரகரவென ஊற்றெடுத்ததாம். இரண்டு கைகளையும் விதானத்தை நோக்கி உயர்த்துகிறார். தொங்கும் சரவிளக்கின் ஒவ்வொரு அலகிலும் பரமேஸ்வரனின் ஜடா முடியில் மிளிரும் பிறை ஒளிர்ந்ததைக் கண்டாராம்...

முத்தாத்தாவின் பாதங்களில் தன் தலைப்பாகையைக் கழற்றி வைத்தார் சுல்தான். பதறி எழுந்து அவரை வணங்கினார் முத்தாத்தா.

சதித்திட்டம் தீட்டியவர்களுக்கு உரிய தண்டனை கிடைத்ததா?

சரியாகக் கேட்டீர்கள். அதுதான் சங்கர் தீட்சித் வம்சத்தின் சிறப்பியல்பு. சூழ்ச்சி நடந்தது தெரியவந்ததும் பொங்கிய சுல்தானை முத்தாத்தா அமைதிப்படுத்தினார். இவருக்கு என்ன வேண்டும் என்று கேட்டாராம் சுல்தான். 'சதிகாரர்களை மன்னித்துவிட வேண்டும், எல்லாம் அதனதன் நிலையில் தொடர வேண்டும், என்பதைத்தவிர வேறொன்றும் வேண்டாம்' என்று சொல்லிவிட்டார்.

முத்தாத்தாவின் பெருந்தன்மை சபையின் கடைக்கோடி ரசிகன்வரை போய்ச்சேர்ந்தது. 'ஸ்ரீ ஸ்ரீசங்கர் மஹராஜ் கீ...' என்று ஒரு குரல் ஓலமிட்டது. ஒட்டு மொத்த சபையும் எழுந்து நின்று 'ஜே' என்று கூவியது. இந்தச் சந்தடியில் சுல்தானிடம் வந்து நின்ற நிதி மந்திரி, சுல்தானின் பாதத்தைத் தொட்டு ஒரு வார்த்தை முனகிவிட்டு, ஸ்தலத்தை நீங்கினார். மறுநாள் மதியம், ராஜாங்கத்தை விட்டே வெளியேறிவிட்டார் என்று செய்தி. அவர் பயத்தினால் வெளியேறினார் என்று நான் நினைக்கவில்லை – குற்ற உணர்ச்சியே அந்த நிலைக்கு உந்தியிருக்கும்.

ஆனால், அது பெரிதில்லை, வென்றவரான முத்தாத்தாவும் வெளியேறிவிட்டார். ஒரு வித்தியாசம், இவர் சுல்தானிடமும் சொல்லிக் கொள்ளாமல், இரவோடிரவாக மாறுவேடத்தில் வெளியேறினாராம்.

எல்லாம் நல்லபடியாகத்தானே முடிந்திருந்தது? உங்கள் மூதாதை இடம் பெயர வேண்டிய அவசியம் என்ன?

சங்கர் தீட்சித் வம்சத்தின் இன்னொரு சிறப்பியல்பு அது. உயிரைவிடவும் மானத்தைப் பெரிதாகக் கருதும் பரம்பரை.

என்னதான் சமரசமாகிவிட்டாலும், ஒவ்வொரு நாள் காலையிலும் சுல்தானின் முகத்தில் விழிக்கத்தானே வேண்டும்? அந்தக் கச்சேரி ஏற்பாடானதன் சதிப்பின்னணி பின்னாட்களில் தெளிவாகக் கூடுமென்றாலும், 'தன்னைப் பரிசோதிக்க முனைந்தாரே சுல்தான்' என்ற ஆதங்கத்தை மறக்க முடியுமா? அவருக்கும் தான் ஒரு சமயம் இல்லாவிட்டால் ஒரு சமயம், 'கேவலம், ஒரு பாடகன்முன் தலைகுனிய வேண்டிவந்ததே' என்று தோன்றாதா? அவருடைய இடத்தில் நான் இருந்திருந்தாலும் இதே முடிவைத்தான் எடுத்திருப்பேன் என்று தோன்றுகிறது.

ஸ்ரீ ஹரிசங்கருக்குப் பின்னால் உள்ள சுவரில் அவருடைய மூன்று புதல்வர்கள் மேடையில் வீற்றிருக்கும் தனித்தனிப் புகைப்படங்களைப் பெரிதுபடுத்தி மாட்டியிருக்கிறது. முதல் பிள்ளை ஷியாம்சங்கர் தீட்சித் ஐரோப்பிய இசை வட்டாரத்தில் புகழ்பெற்ற செல்லோ கலைஞர். அமெரிக்காவின் நார்த் கரோலினாவில் வசிக்கிறார். இளையவர் வருண்சங்கர் தீட்சித் ஹைதராபாத் அகில இந்திய வானொலியில் ஸித்தார் கலைஞராகப் பணியாற்றுகிறார். கடைக்குட்டி உதய்சங்கர் தீட்சித் தகப்பனாருடன் மும்பையில் வசிக்கிறார். ஸரோட் கலைஞராகப் பரிணமித்து வருகிறார். இரண்டாவது மகன் தருண்சங்கர் தீட்சித் மட்டும் இசைத்துறையில் நுழையாதவர். புதுதில்லி ஜவாஹர்லால் நேரு பல்கலைக்கழகத்தில் பொருளாதாரப் பேராசிரியராகப் பணியாற்றுகிறார்.

ஹரிஜி, நிகழ்காலத்துக்கு வந்து சேர்வோமா? கிட்டத்தட்ட நாலு தலைமுறைக் கலைஞர்களுடன் இணைந்தும் அவர்களுக்கு நிகராகவும் இசை நிகழ்த்தி வருகிறீர்கள். கால ஓட்டத்தின் காரணமாக மாற்றங்கள் ஏதும் ஏற்பட்டுள்ளதாகக் கருதுகிறீர்களா? அப்படி ஏற்பட்டிருக்குமானால் அவை என்னவென்று சொல்ல முடியுமா?

நான் விமர்சகன் அல்ல. எளிய கலைஞன். அவ்வளவு தான். கோட்பாட்டு ரீதியாக இசையைப் பற்றிப் பேசமாட்டேன். இசை என்பது ஓர் அனுபவம். அவரவர் விருப்பத்துக்கு ஏற்ப அவரவர் வடிவமைத்துக்கொள்ளும் அனுபவம். இதைக் கறாராக வரையறுத்து, இன்னின்ன விஷயங்கள் இப்படியிப்படி மாறியிருக்கிறது என்பதையெல்லாம் கோவிந்த ரானடே போன்றவர்கள் கவனித்தும்

எழுதியும் வருகிறார்கள். அதிலிருந்து தெரிந்துகொள்ளலாம். அந்த அபிப்பிராயங்களுடன் ஒத்துப் போகலாம்; அல்லது எதிர்த்து நிற்கலாம். என் போன்றவர்கள் சொல்வதை, ஏதோ அந்த நேரத்துக்கு மனத்தில் பட்டதைச் சொல்கிறார்கள் என்கிற அளவில் செவிமடுத்துவிட்டுப் போவது தான் சரி. எதையுமே நிறுவுவதற்கான தர்க்கமற்ற பிறவிகள் என்று மன்னிக்கவும் செய்யலாம். *(சிரிக்கிறார்)*

ஆனால், மனிதப் பயன்பாட்டுக்குள் வந்துவிட்ட எதுவுமே மாறாதிருக்க முடியாது என்றுதான் நினைக்கிறேன். மாற்றம் என்பதும் ஒரேவிதமானது அல்ல என்பது என் அபிப்பிராயம். எங்கள் பரம்பரையில் நிகழ்ந்த சில சம்பவங்களைச் சொல்லட்டுமா?

ஆஹா. அவசியம் சொல்லவேண்டும்.

எங்கள் வம்சம் நீண்ட ஆயுளுக்குப் பேர்போனது! தொண்ணூறு வயதை எட்டாமல் இறந்தவர்கள் அநேகமாக இல்லை என்றே சொல்லலாம். எண்பத்தேழாம் வயதில் காலமாகியிருக்கும் என் மூத்த சகோதரர் ஸ்ரீ சிவசங்கர் தீட்சித் விதிவிலக்கு! பாரதம் முழுவதும் அலைந்து திரிந்து இசை வழங்கியதும் எங்கள் முன்னோரின் ஆரோக்கியத்துக்கு முக்கியமான காரணமாய் இருக்கலாம். அல்லது இசையை ஒரு தொழிலாக அல்லாது தவமாக மேற்கொண்டிருந்த காரணத்தால், சாப்பாடும் கேளிக்கைகளும் ஒரு வரையறைக்குள் இருந்தது காரணமாக இருக்கலாம். மனம் ஓர்மைப்படும்போது, ஆரோக்கியம் தானாக வந்து சேர்கிறது, என்ன சொல்கிறீர்கள்..!

விஷயத்துக்கு வருவோம். எங்கள் கொள்ளுத்தாத்தா பஞ்சாபிய கிராமத்தின் வழி போய்க்கொண்டிருக்கிறார். மறுநாள் ஜலந்தரில் கச்சேரி. பாபா ஹரிவல்லப் சங்கீத் சம்மேளன் கேள்விப்பட்டிருக்கிறீர்களோ? நூற்றாண்டு கடந்த அமைப்பு அது. மறுநாள் அங்கே வாசிக்க வேண்டும். மாட்டுவண்டிப் பயணம். இவரும் வண்டியோட்டியும் மட்டுமே. கோடைகாலம். கடுமையான வெயில். அறுவடை முடிந்த வயல்வெளிகளில் கானல் அலையாடுகிறது. தாக சாந்திக்காக ஒரு மரத்தடியில் வண்டியை நிறுத்துகிறார்கள்.

தலைச்சுமையுடன் அந்த வழியாக நடந்துவந்த குடியானவர் இவர்களைப் பார்த்ததும் நின்றாராம். வழிப்போக்கர்களைப் பார்த்தும் பார்க்காததுபோலக் கடந்துபோவதற்கு அறியாத தலைமுறையாயிற்றே? தாத்தாவிடம் விசாரித்திருக்கிறார். எங்கே போகிறார், என்ன விஷயமாக, வழிப்பயணத்துக்குப் போதுமான உணவு கைவசம் இருக்கிறதா, தண்ணீர்

இருப்பு எப்படி, போகும் வழியில்தான் தன்னுடைய வீடு இருக்கிறது, ஏதும் வேண்டுமென்றால் தயங்காமல் கேட்கலாம் என்றெல்லாம் உரையாடிவந்தபோது, திடீரென்று குடியானவர் பெருமூச்சு விட்டாராம். தாத்தா அவர் முகத்தையே பார்த்துக்கொண்டிருக்கிறார். விவசாயி சொல்கிறார்:

எனக்கும் இசை கேட்க ரொம்ப ஆசைதான். அதிலும், ருத்ரவீணை கேட்கவேணுமென்று ரொம்ப நாளாக ஆசை. ஆனால், எங்கே ஒழிகிறது? வருஷம் பூரா வயல்காட்டில் உழைக்க வேண்டியிருக்கிறது. கமலைக் கப்பியின் சத்தம் தான் நமக்கு லபித்த ஒரே சங்கீதம். இந்தப் பக்கம் ஜலந்தருக்கோ, அந்தப் பக்கம் அமிர்தசரஸுக்கோ போனால் தானே கச்சேரி கேட்க முடியும்? மகசூலை வியாபாரியிடம் கொண்டு சேர்ப்பதற்காகத் தவிர நகரங்களின் எல்லையை மிதித்ததில்லை நான். அநேகமாய், அதையும் அவர்களே வந்து கொள்முதல் செய்துகொண்டு போய் விடுகிறார்கள். பலவேளைகளில், நாமென்ன மனிதனா, வேர் பிடித்த மரமா என்று நமக்கே சந்தேகம் வந்துவிடுகிறது...

(பஞ்சாபியர்களின் கொச்சைவழக்கு போலவே ஹிந்தியில் பேசிக் காட்டுகிறார் ஸ்ரீ தீட்சித்.)

அப்படியா, ருத்ர வீணை என்றால் உங்களுக்கு மிகவும் விருப்பமோ?

(தூய ஹிந்திக்கு மாறிவிட்டார்!)

பின்னே? சிவபெருமான் மனுஷகுலத்துக்கு நேரடியாக வழங்கிய வாத்தியமல்லவா அது? நீங்களெல்லாம் பாக்யவான்கள். வாசிக்கவே செய்கிறீர்கள். என்னை மாதிரி ஆட்களுக்கானால் கேட்பதற்குக்கூடக் கொடுப்பினை இல்லை.

அடடே. அப்படியெல்லாம் சொல்லலாமா? இதோ, இப்பொழுதே கேட்டுவிட்டால் போயிற்று.

வீணையை வண்டியிலிருந்து இறக்கச் சொல்லி, அந்த மரத்தடியிலேயே சம்மணமிட்டு உட்கார்ந்து வாசிக்கத் தொடங்கி விட்டாராம் தாத்தா. வெற்றுவெளியில் ‘ஓஷ் ஓஷ்’ என்று இரையும் காற்றையே சுருதியாக வைத்துக்கொண்டு ஏழெட்டு நாழிகைகள் வாசித்திருக்கிறார். கண்கள் மல்க எதிரில் உட்கார்ந்து கேட்ட விவசாயி மெய்சிலிர்த்திருக்க மாட்டாரா, சொல்லுங்கள்?

நிச்சயமாக.

பின்னொட்டாக, இரண்டு சங்கதிகளைச் சொல்லியாக வேண்டும்.

கச்சேரி முடிந்ததும், தாம் இறக்கிவைத்திருந்த சுமையைத் திறந்து பென்னம்பெரிய கிர்ணிப் பழங்கள் இரண்டை சன்மானமாகக் கொடுத்திருக்கிறார். தலைவணங்கி வாங்கிக்கொண்டாராம் தாத்தா. என் அண்ணா இந்தக் கதையைச் சொல்லும்போது, அவருடைய கண்கள் குளமாக நிரம்பியிருந்தன. 'மஹாராஜாக்கள் தங்கத் தாம்பாளத்தில் வைத்து வழங்கும் பொற்குவையைவிட உசத்தியான சன்மானம் அது. பார்த்துக்கொள் ஹரி' என்றார்.

இரண்டாவது, எங்கள் தாத்தா வாசித்தது மல்ஹார் ராகம். நீங்கள் கேட்டிருப்பீர்களே?

ஓ, நிறைய. தென்னிந்திய சம்பிரதாயத்தில் அதை அமிர்த வர்ஷினி என்பார்கள்.

அதுவேதான். மிகவும் சக்தியுள்ள ராகம். ஆஞ்சநேயர் அவர் பாட்டுக்கு லங்கையை தகனம் செய்துவிட்டுப் போய் விட்டார். ராவணன் என்ன செய்தார் என்கிறீர்கள்? ருத்ர வீணையை எடுத்து மல்ஹார் வாசிக்கிறார். மழை கொட்டி, லங்கையைக் காப்பாற்றியது.

ஆனால், ராவணேஸ்வரன் தமிழ்நாட்டில் வாசித்தது அமிர்தவர்ஷினி!

(இருவரும் சிரித்து ஓய்ந்த பிறகு) தாத்தா வாசித்து முடித்ததும், அந்தக் கடும் கோடையிலும் கருமேகங்கள் திரண்டு மோடம் போட்டது. சாயங்காலம் ஆன மாதிரி இருட்டிவிட்டது. விவசாயி சொன்னாராம்:

> பண்டிட்ஜீ, உங்கள் வாசிப்பைக் கேட்கும் பாக்கியம் எனக்கு மட்டும் கிடைத்தது என்றுதான் நினைத்தேன். அதோ பாருங்கள், தேவர்களும் வந்துவிட்டார்கள்...

எதற்குச் சொல்கிறேன், இசையின் வல்லமை அப்படிப்பட்டது... இது ஒரு தலைமுறைக் கதை. அடுத்ததைச் சொல்லட்டுமா?

சொல்லுங்கள்.

எனக்கு இரண்டு வயதானபோது என் தகப்பனார் மரணமடைகிறார். அண்ணாவுக்குப் பனிரண்டு. எங்கள் வம்சத்தில் அற்ப ஆயுளில் காலமான ஒரே துர்ப்பாக்கியசாலி அப்பா. அப்போது அவருடைய வயது வெறும் நாற்பத்தொன்பதுதான். நுரையீரலில் கபம் அடைத்துக்கொண்டு கலைய மறுத்துவிட்டதாம். வெறிபிடித்தவர் போல சுருட்டுப் புகைக்கக் கூடியவர் அவர்.

அவர் குடித்த சுருட்டுகள்தாம் அவருடைய உயிரைக் குடித்துவிட்டது, ஆரம்பத்திலேயே அந்தப் பழக்கத்தை

நிறுத்தச் சொல்லிச் சண்டைபிடிக்காத பாவியாகி விட்டேனே...

என்று என் தாயார் எந்நேரமும் புலம்பிக்கொண்டிருப்பார். நான் வாலிபனான பிறகு ஒருதரம் அண்ணா சொன்னார்: 'விடுங்கள் அம்மா, உங்களுக்கும் உள்ளூற சுருட்டு மணம் பிடித்திருந்ததோ என்னவோ.' துக்கத்தை மறந்து சிரித்துவிட்டார் அம்மா!

அப்பாவின் வாசிப்பைப் பற்றிச் சொல்லும்போதெல்லாம் அண்ணாவுக்கு முன்னங்கைகளில் ரோமம் குத்திட்டு நிற்கும். கண்கள் வெகுவாகக் கலங்கிச் சிவந்துவிடும். சிறுவனானாலும் மேதையல்லவா அண்ணா. பலதடவை மெய்மறந்திருப்பதாகச் சொல்வார். மற்றவர்கள் கூப்பிடக்கூப்பிட காதில் விழாது நிற்பாராம் – எல்லோரும் இவரைக் கேலிசெய்வார்களாம்! பாரதம் முழுவதும் புகழ்பெற்றிருந்த சுர்பஹார் கலைஞர் அல்லவா அப்பா.

ஆமாம். அவர் தேஷ் வாசித்த இசைத்தட்டைக் கேட்டு இன்புற்றிருக்கிறேன்.

'அப்பா தமக்கென்றே சொந்தமாக வைத்திருந்த ராகம் அது' என்பார் அண்ணா. பால கங்காதர திலகர் மீது அபாரமான பக்தி கொண்டவர் அப்பா. 'அப்பேர்ப்பட்ட மகாபுருஷர்கள் மேற்கொண்டிருக்கும் புனிதமான யக்ஞத்தில், என்னைப்போன்ற சாமானியனும் பங்கேற்கும் விதமாக...' என்று சொல்லிவிட்டுத் தான் தேஷ் வாசிக்க ஆரம்பிப்பாராம். அநேகமாக, தான் நிகழ்த்திய ஒவ்வொரு கச்சேரியிலும் அந்த ராகத்தை வாசித்திருக்கிறார் என்பார்கள். கேட்பவர்கள் புல்லரித்துப் போவார்களாம்.

ஓ!

தாம் காலமாவதற்கு ஆறேழு மாதங்கள் இருக்கும்போதே, கச்சேரி வாசிக்கப் போகும்போது, அண்ணாவையும் அம்மாவையும் அழைத்துக்கொண்டு போக ஆரம்பித்தார். என்னையும் இடுப்பில் தூக்கிக்கொண்டு போவார்களாம் அம்மா. இதெல்லாம் அம்மா சொல்லித்தான் தெரியும். இரண்டுவயதில் உங்களுக்கு ஞாபகங்கள் ஸ்திரப்படுவதில்லையே. குழந்தைக்குள் சுயம் உருவாவதையும் உறுதிப்படுவதையும் பற்றி கென் வில்பர் சொல்கிறார்... என்ன சொல்கிறாரென்றால்...

விடுங்கள். பேச்சை வேறு திசையில் கொண்டுபோக வேண்டாம். உண்மையில் அப்பா இறந்த நாள்கூட எனக்கு நினைவில் இல்லை. புகைப்படங்களில் பார்க்கும் அப்பாவின் முகம் அந்நிய முகமாகத் தெரிகிறது. இத்தனை வருட அனுபவத்தை வைத்துச் சொல்வதென்றால், நான் தகப்பனே இல்லாமல் பிறந்தவன் மாதிரித்தான் உணர்கிறேன். ஆனால், அதை ஒரு

பெரும் இழப்பாக உணராமல் பார்த்துக்கொண்டது என் பிரிய அண்ணனின் அருகாமைதான்... பாருங்கள், திரும்பவும் நகர்ந்துவிட்டேன். எங்கே விட்டேன்?

தாம் போகுமிடங்களுக்கெல்லாம் குடும்பத்தையும் கூட்டிக் கொண்டு போக ஆரம்பித்தார் உங்கள் தந்தையார் . . .

ம்... அப்படித்தான், உத்தரப் பிரதேசத்தில் ஒரு ஊர். பெயர் ஞாபகமில்லை. இரவு ஏழுமணிக்குக் கச்சேரி ஆரம்பிக்க வேண்டும். அன்று மதியத்திலிருந்தே அப்பாவுக்குக் குளிர் ஜுரம். கைவிரல்கள் நடுங்குகின்றன.

அந்த நாட்களில் அப்பாவுக்கு அடிக்கடி காய்ச்சல் வரும். கடுமையாகக் குளிர் எடுக்கும். நாலைந்து கம்பளிகளைப் போர்த்திய பிறகும் நடுக்கம் அடங்காது. ப்ராங்க்கிக் நிமோனியா. அண்ணாவையும் அம்மாவையும் மேலேறி அமுக்கச் சொல்வாராம். சில நிமிடங்களில் குளிர் விட்டுவிடும்... அம்மா தயங்கித் தயங்கிச் சொல்லியிருக்கிறார்கள்:

> இன்றைக்கு நிகழ்ச்சியை வேண்டுமானால் ரத்து செய்து விடலாமே?

எந்நேரமும் மலர்ந்தேயிருக்கும் அப்பாவின் முகம், உடனே கடுகடுவென்று ஆகியது. அண்ணா விவரிக்கும்போது நாமே பார்க்கிற மாதிரித் தத்ரூபமாக இருக்கும். அப்பா சொல்கிறார்:

> கைநீட்டிக் காசு வாங்கிவிட்டோமே, அதற்கு நியாயமாக நடந்துகொள்ள வேண்டாமா இந்து?

அம்மா தலைகுனிந்தார்கள். அப்பா உத்தரத்தில் ஒரே இடத்தைக் கொஞ்சநேரம் பார்த்துக்கொண்டிருந்தார்.

அன்றைக்கு அப்பாவின் வாசிப்பு அபாரமாக அமைந்ததாம். ஐந்து நிமிஷத்துக்கொரு தடவை கரகோஷமும், 'வாஹ் வாஹ்' ஒலியும் எழுந்துகொண்டிருந்தன. 'க்யா பாத் ஹை' என்று வியந்து மாளவில்லை ரசிகர்களுக்கு. அடிக்கடி கூவினார்கள் மேற்படி வாக்கியத்தை!

இப்போது மாதிரி மணிக் கணக்கு கொண்ட வாசிப்பு கிடையாது, அந்த நாட்களில். திகட்டத் திகட்ட வாசிக்க வேண்டும். அன்றும் அப்படித்தான். சாயங்காலம் ஏழு மணிக்கு ஆரம்பித்த அப்பா, அதிகாலை நாலரைக்கு முடித்தார். நான் கைக் குழந்தை அல்லவா? கைதட்டல் கேட்கும்போதெல்லாம் குலுங்கிச் சிரிப்பேனாம். சீக்கிரமே அம்மாவின் மடியில் படுத்துத் தூங்கிவிட்டேன் – இதுவெல்லாம்கூட அண்ணாவின் கவனத்திலிருந்து தப்பாது!

துல்லியமாகவும், விஸ்தாரமாகவும் விவரிப்பார் அண்ணா. அன்று அப்பா என்னென்ன ராகங்கள் வாசித்தார், வாசிக்கு முன் ஒவ்வொரு ராகத்தின் பெயரையும் அறிவித்ததும் சபை எப்படி ஆர்ப்பரித்தது, எப்படி கடைசிவரை ஒருத்தர்கூடப் பந்தலைவிட்டு வெளியேறவில்லை என்பதையெல்லாம் கதை மாதிரி சுவாரசியமாய்ச் சொல்வார். அப்பா ஒரு மந்திரவாதி என்கிற மாதிரி சித்திரம் எனக்குள் உண்டாகும். அதே மாயத்தை நானும் நிகழ்த்த வேண்டும் என்று ஆசை எழும். அண்ணாவின் நோக்கமும் இப்படி நான் உணர வேண்டும் என்பதுதானோ என்னவோ!

ஆக, கொட்டும் பனியில், மெய்மறந்து கிடந்ததாம் கூட்டம். வாசித்து முடித்து மேடையை விட்டு இறங்கியபோது, அப்பாவின் காய்ச்சல் பறந்தே போயிருந்தது.

அதற்கப்புறம் நாலைந்து கச்சேரிகள்தாம். அப்பா காலமாகி விட்டார்.

'அன்று மேடைக்குப் போவதற்கு முன்னால், அம்மாவிடம் அவர் சொன்ன வாக்கியம் கலைஞர்கள் யாருமே வாழ்நாள் முழுவதும் மறக்கக்கூடாத ஒன்று' என்று இளகிய குரலில் சொல்வார் அண்ணா. வழக்கத்தைவிடவும் வெகுவாக மிருதுவாகிவிட்ட குரலில் அப்பா சொன்னாராம்:

> நம் வாசிப்பைக் கேட்பதற்கென்று எவ்வளவுபேர் கூடியிருப்பார்கள், இந்து? அவர்களை ஏமாற்றலாமா?... நம்பிக்கைத் துரோகம் செய்தால், ஏழேழு ஜென்மத்துக்கும் நரகத்தில் தலைகீழாகத் தொங்க வேண்டியதுதான்.

இந்த விதமான நேர்மையுணர்ச்சி கொண்ட தலைமுறையும் இருக்கத்தான் செய்திருக்கிறது. ரொம்ப நாள் ஒன்றும் ஆகிவிடவில்லை – வெறும் ஐம்பது வருஷம். மேற்படி உணர்ச்சி தேயத் தொடங்கியதுதான் பாரதத்தின் ஆன்மாவைப் பீடித்த சீக்கு என்று நான் நினைக்கிறேன்.

நீங்கள் சொல்வது சரிதான்.

எங்கள் தலைமுறை தலையெடுத்தபோது, சங்கீத சம்மேளனங்கள் பரவலாக நடக்கத் தொடங்கின. கச்சேரிகள் விடியவிடிய நடக்கும். ஆனால், ஒரே வித்வான் அல்ல. நாலைந்து பேர், சில இடங்களில் ஏழெட்டுக் கச்சேரிகள் ஒரே ராத்திரியில். ஜனங்களுக்கும் வெரைட்டி தேவைப்பட ஆரம்பித்துவிட்டது.

நாங்கள் அயல்நாடுகளுக்கும் பறந்துபறந்து கச்சேரி செய்ய ஆரம்பித்தோம். எங்கள் மூதாதையர் நாலைந்து மணி நேரம்

வாசித்த ராகங்களை ஒன்றரை மணிநேரத்திற்குள் ஆலாப் ஜோட் ஜாலா என்று சகலத்துடன் முழு பந்திஷ் வாசித்து முடித்துவிடுவோம்! இதைத்தான் எங்கள் சீடர்களுக்கும் சொல்லித் தருகிறோம். அவர்களும் மஹா கெட்டிக்காரர்கள் – கற்றுக்கொண்டதைத் தாண்டி இம்மியும் நகராமல் தங்கள் மேதாவிலாசத்தை வெளிப்படுத்தி வருகிறார்கள். சிரிக்காதீர்கள். இதிலெல்லாமிருந்து நம் சங்கீதத்துக்கு இனியொரு மீட்சி கிட்டும் என்று தோன்றுகிறது? ஆனால், பொதுவாழ்க்கையின் சகல துறைகளிலும் தேய்மானம் நிகழ்ந்துகொண்டிருக்கும்போது, சங்கீதத்தை மட்டும் பழைய கருக்கு அழியாமல் நிலைக்க வேண்டும் என்று வற்புறுத்த முடியுமா?

சுல்தான் காலத்தில் நாங்கள் பாடகர்களாய் இருந்தோம் என்று சொன்னேனே, அதில் ஒரு முத்தாத்தாவைப் பற்றி மிகவும் விசேஷமாகச் சொல்வார்கள். அவர் ஒரே ராகத்தை நாட்கணக்காகப் பாட வல்லவராம். விழித்திருக்கும் நேரமெல்லாம் சாதகம் செய்துகொண்டேயிருப்பார். உச்சஸ்தாயியில் பாடிக்கொண்டிருக்கும்போது நெஞ்சு வெடித்து இறந்தார் என்று ஒரு தகவல் உண்டு. இது கொஞ்சம் அதிகப்படியாகவே கூட இருக்கலாம். பழைய காலகட்டத்து ஆட்களைப் பற்றி புராணிகமான கதைகள் புழங்குவது சகஜம்தானே. ஆனாலும், சங்கீதத்தைக் கடிகாரத்துக்குள் அடக்காத தலைமுறைகள் இருக்கத்தான் செய்தன.

சமீபத்தில் ஒரு செய்தி கேள்விப்பட்டேன். மனம் வெகுவாகச் சங்கடப்பட்டது. பிரசித்தி பெற்ற இசைவிழாவொன்றில் – அதன் பெயரைக் குறிப்பிட நான் விரும்பவில்லை – ஒவ்வொரு கலைஞருக்கும் எழுபத்தைந்து நிமிடம் ஒதுக்கினார்களாம். புரிகிறதா, கச்சிதமாக, ஒரு ஸி டி ஓடும் கால அளவு. அவ்வளவு தான். ஒரு நீள ராகம், மற்றும் ஒரு தும்ரி அல்லது துன். கச்சேரி முடிந்துவிட்டது! கலைஞன் பாடு கொண்டாட்டம்தான். ஆறேழு ராகங்கள் மட்டும் வாசிக்கக் கற்றுவைத்திருந்தால் போதும், சிரமமில்லாமல் சம்பாதித்துக்கொண்டு வாழ்க்கை நடத்தலாம்! *(கசப்புடன் சிரிக்கிறார்)* பள்ளிப்படிப்பு மாதிரியே, மனன சக்தியை அடிப்படையாய்க் கொண்ட புதிய இசைக் கல்வி உதித்துவிட்டது பாரதத்தில்!

சரிதான்!

இது அமைப்பாளர்களின் முன்னேற்றம் என்றால், கலைஞர்களில் இப்போதைய தலைமுறை வந்து சேர்ந்திருக்கும் இடம் எது தெரியுமா?

சொல்லுங்கள்.

ஆரம்பத்தில் நீங்கள் குறிப்பிட்டீர்களே, என் சகோதரர் மகன்...

ஆமாம். லக்ஷ்மண் சங்கர் தீட்சித். புகழ்பெற்ற ஸித்தார் மேதை அல்லவா அவர்?

புகழென்ன புகழ். உரியவிதத்தில் ஏற்பாடு செய்துகொண்டால் தானாக வந்து சேர்கிறது! என் அண்ணன் மகன் அதிலெல்லாம் வெகு சாமர்த்தியசாலி. என் பிள்ளைகள் மாதிரி, லௌகீக அசடன் இல்லை. அவனைப் பற்றி சமீபத்தில் ஒரு சம்பவம் கேள்விப்பட்டேன். 'எப்படி வம்சத்தில் எப்படிப் பிள்ளை வந்து பிறந்திருக்கிறது பார்' என்று நொந்துகொண்டேன்.

ம்.

புனேவில் ஒரு கச்சேரிக்குப் போயிருக்கிறான்... இவன்தான், உங்கள் ஸித்தார் மேதை! அரங்கக் கச்சேரி. திறந்தவெளிக் கச்சேரி என்றால், டிக்கெட் வைப்பது கொஞ்சம் சிரமம் அல்லவா? துட்டுப் பார்க்க வேண்டாமா?

கச்சேரி ஆரம்பிக்கிற வேளையில், அதைப் படமெடுக்க ஒரு குழு வந்து சேர்ந்திருக்கிறது. சுருதி கூட்டும்வரை, அவர்கள் முக்காலிகளையும், வெளிச்சம் சேர்க்கும் திரைகளையும் நிறுவும் வரை, இவன் பேசாமல் இருந்திருக்கிறான். ஆலாப் தொடங்கி நாலைந்து மீண்ட்[1]கள் வாசித்த பிறகு நிறுத்திவிட்டான். கச்சேரி அமைப்பாளர்களை விரலசைத்துக் கூப்பிட்டிருக்கிறான். அவர்கள் என்னமோ ஏதோ என்று பதறத்தானே செய்வார்கள்?

நிச்சயமாக.

அருகில் வந்தவர்களிடம் வீடியோ காமிராவைக் காட்டி, 'இதற்கு ரேட் பேசவில்லையே? படமெடுக்க நான் அனுமதிக்க மாட்டேன்' என்று கறாராகச் சொல்லிவிட்டானாம் உங்கள் மேதை *(சிரிக்கிறார்).*

அமைப்பாளர்களுக்கு வேறு வழி? அந்த நிமிடத்திலேயே ரேட் பேசிவிட்டார்கள். பேசுவதென்ன? இவன் ஒரு தொகை சொல்லியிருப்பான் – அவர்கள் ஒத்துக்கொண்டிருப்பார்கள். இவன் என்ன, உபரியாக இரண்டு கிர்ணிப் பழம் வேண்டுமென்றா கேட்டிருப்பான்?! *(குலுங்கிக் குலுங்கிச் சிரிக்கிறார்)*

இதுதான் சாஸ்திரீய சங்கீதத் துறை இன்றைக்கு வந்து சேர்ந்திருக்கிற இடம். ஆக, இசையில் மாற்றம் என்று எதுவும் ஏற்படுவதற்கு வழியில்லை – அதற்கு அவசியமும் இல்லை.

1. மீட்டுதல். ஒரு ஸ்வரத்திலிருந்து இன்னொன்றுக்கு – இடைப்பட்ட ஸ்வரங்களை லேசாகத் தொட்டுக்காட்டி – வழுக்கி நகர்தல்.

பகவான் வழங்கி, தன்னலமில்லாத கலைஞர்களின் கைகளில் உருப்பெற்று, இன்றுவரை வந்து சேர்ந்திருக்கிறது அது. ஏற்பட்டிருக்கும் மாற்றமெல்லாம் இசைக்கிற மனிதர்களிடம்தான். அந்தராத்மாவின் தவிப்பு என்று இசையைக் கருதுகிறவர்கள் அருகிவிட்டார்கள்.

மற்றபடி, த்ருபத் சங்கீதத்தைவிட க்யால் மரபுக்கு அதிக வரவேற்பிருக்கிறது; பாடும் முறைகள் ரஞ்சகமாக ஆகியிருக்கின்றன; பொய்க்குரலில் பாடுகிறவர்கள் அதிகரித்திருக்கிறார்கள் என்றெல்லாம் விமர்சகர்கள் பேசுவதையும் எழுதுவதையும் கேட்டும் பார்த்தும் வருகிறேன் நானும் – உங்களைப் போல.

முன்னமே சொன்ன மாதிரி, நான் தொழில்முறை விமர்சகன் அல்ல. இசை வரலாற்று ஆய்வாளனும் அல்ல. கோவிந்த ரானடே மாதிரியான ஆட்களிடம் கேட்டால், தர்க்கபூர்வமான காரணங்களை அடுக்குவார்கள். அறிவியல் ரீதியான அணுகுமுறையாக அது இருக்கும். வாசிக்கத் திகட்டாத மொழியில் இருக்கும். சமூகவியல், உளவியல், பொருளாதாரம், அரசியல் என்று பல்வேறு துறைகளிலிருந்து காரணங்களை அகழ்ந்து தோண்டிக் கொண்டுவருவார்கள். நாமும் இசைபற்றிய மிக முக்கியமான விவாதமொன்றில் பங்கேற்ற திருப்தியை அடைவோம்!

மொபைல் ஃபோன் என்று ஒன்று கண்டுபிடிக்கப்பட்டு, அதில் பாட்டுக்கேட்கும் வசதியும் உருவான பிறகு, சாஸ்திரீய சங்கீதத்தின் தேய்மானம் அதிகமாகிவிட்டது என்று சமீபத்தில் ஒரு கருத்து கண்ணில் பட்டது. தேய்மானம் என்னவோ முந்தாநாள்தான் தொடங்கிய மாதிரி!

நடந்தது என்ன? அறுபதுகளின் கடைசியிலேயே ரசிகர்களிடமும், வித்வான்களிடமும் மாற்றம் உண்டாக ஆரம்பித்து விட்டது. பொழிந்து கொண்டிருந்த மேகம் குழாய்த் தண்ணீர் மாதிரி அளந்து கொட்ட ஆரம்பித்தால், நனைவதற்கு யார் இருப்பார்கள். வரிசையில் வந்து நிற்கப் பானைகள்தாம் காத்திருக்கும். ஆனால், கலைஞர்களைக் குற்றம் சொல்லுமளவு பைத்தியக்காரர்கள் இல்லை நமது ஆய்வாளர்களும் விமர்சகர்களும். சக தொழிலாளியைக் காப்பாற்றுவது கடமை என்று நினைக்கும் உத்தமர்களல்லவா! இன்ன ராகத்தில் தவறுதலாக இன்ன ஸ்வரம் நுழைந்ததே என்று நுட்பமாகக் கண்டு சொன்னால் போதும் அவர்களுக்கு. இன்னும் வேண்டுமென்றால், 54இல் கச்சேரிக்கு வந்த கூட்டம் எவ்வளவு, இசைத்தட்டுகளின் விற்பனை என்ன, தற்போதைய நிலைமை என்ன என்று பிரமாதமான புள்ளிவிபரங்களை ஒப்பிப்பார்கள். உங்களுக்கும் நிறைவாக இருக்கும்! *(புன்னகைக்கிறார்).*

சாஸ்திரீய சங்கீத மரபில் திருப்தி என்ற ஒரு அம்சத்துக்கு இடமே கிடையாது அம்மணி. இன்னும் இன்னும் என்று மேலேறிச் சாடும் கலைஞனும், ஆமாம் ஆமாம் என்று பின்தொடர்ந்து மாந்தும் ரசிகனும் என்று அடங்காப் பசியின் இரு முனைகள் வளர்த்த மரபு அது. கடவுளிடம் முறையிடும் வேளையில், அல்லது காதலியுடன் முயங்குகிற நேரத்தில், கைக்கடிகாரத்துக்கு இடம் ஏது!

அதனால்தான், நடைமுறை வாழ்வில் தடம் பிறழ்ந்து போகிற கலைஞர்களைப் பற்றிக் கேள்விப்படும்போது, அவர்களுடைய திக்கை நோக்கிக் கைகூப்புகிறேன்.

கடைசியாக நீங்கள் சொன்னது விளங்கவில்லை...

உதாரணம் சொல்கிறேனே. குமார் கந்தர்வாவின் பையனைத் தெரியுமல்லவா?

ஆம். முகுல் ஷிவ்புத்ரா.

அவன் தகப்பனார் என்னைவிடப் பதினோரு வயது பெரியவர். என் அண்ணாவின் நண்பர். இந்தப் பையன் என்னைவிட இருபத்தோரு வயது இளையவன். அடுத்த தலைமுறை என்றுதான் சொல்ல வேண்டும். அவனுடைய சங்கீதத்தைக் கேட்டிருப்பீர்களே?

கேட்டுக் கிறங்கியிருக்கிறேன்.

அதேதான் என்னுடைய அனுபவமும். அவனைச் சிறுவயதிலிருந்து பார்த்துக்கொண்டு வருகிறேன். உண்மையில், சங்கீத வியாபாரத்தின் செல்லக் குழந்தை ஆவதற்குரிய சகல அம்சங்களும் அவனிடம் உண்டு. வளமான, முதல் ஒலியிலேயே ஈர்த்துவிடக் கூடிய உலோகக் குரல். வடிவான, வசீகரமான முகம். பலமான, புகழ் வாய்ந்த பின்னணி.

என்ன ஆயிற்று? ஏதோ ஒரு கட்டத்தில், நடைமுறை உலகத்துடன் ஒத்துப் போக முடியாமல் போனது அவனுக்கு. லாகிரிப் பழக்கங்கள்தாம் அவனுடைய சரிவுக்குக் காரணம் என்கிறமாதிரி ஏகப்பட்ட பேர் சொல்வார்கள். நான் அப்படி நினைக்கவில்லை, உள்ளே பொங்கும் சுனைக்கும் வெளியில் மலிந்த பாலைக்கும் இடையில் சமன்பாடு உருவாக்க இயலாத ஆதங்கம்தான் அவனைப் பிறழ வைத்திருக்க வேண்டும்.

இழப்பு யாருக்கு? நிச்சயம் அவனுக்கில்லை. தொண்டை வழியாக வெளியேறவில்லையே தவிர, இருபத்துநாலு மணி நேரமும் அவனுக்குள் அந்த ஊற்று கசிந்துகொண்டுதான் இருக்கும். அதனுடன் மட்டுமே இருப்பதற்கான மார்க்கமாகவே

அவன் போதையைக் கைக்கொண்டிருக்கலாம். போபால் நிலையத்தில் யாசகம் கேட்டு அவன் நின்றுகொண்டிருந்ததாகவும், மத்தியப் பிரதேச முதலமைச்சர் இதைக் கேள்விப்பட்டு அவனை போதைமீட்பு மருத்துவமனையில் சேர்க்க ஏற்பாடு செய்ததாகவும் வாசித்தேன். அன்று முழுவதும் எனக்குள் ஒரு குமுறல் நிரம்பியிருந்தது.

உங்கள் வாதத்தை நான் ஏற்க மாட்டேன். உன்னதமான சங்கீதத்தைப் பிறப்பிக்கும் எல்லாருமே இப்படி ஆகிறார்களா என்ன? இப்போது நீங்கள் இல்லையா, உங்கள் சகோதரர் இல்லையா?

உங்கள் அபிப்பிராயத்தை நீங்கள் வைத்துக்கொள்ளலாம் அம்மணி. உங்கள் சிந்தனையின் வழியாக உங்கள் முடிவை நீங்கள் எட்டுகிறீர்கள். நான் யோசிக்கும் விதமாகத்தானே நான் பேசுவேன்?

உங்களைக் குற்றம் சொல்கிறேன் என்று நினைக்காதீர்கள் – போதைப் பழக்கம் சம்பந்தமான பொதுப்புத்தி அபிப்பிராயங்கள் நமக்குப் புதிதல்ல. உளவியல் மருத்துவன் பொதுப்புத்தியின் வழியாக யூகிக்க மாட்டான். தான் மட்டுமே அறியும் பிரத்தியேகக் காரணங்களை போதைநோயாளியின் அந்தரங்கத்துக்குள் தேட முயல்வான். ஆனால், எப்பேர்ப்பட்ட உளவியல் நிபுணனுடைய கைகளுக்கும் சிக்காத மர்மங்கள் கொண்டது அல்லவா மனித மனம்?

இன்னொன்றும் சொல்லலாம். காதுகள் வழியாக இசையை அறியும் வகை ஒன்று இருக்கிறது; மாறாக, தொப்புள்கொடியிலிருந்து தொற்றிய, நாபிக்கமலத்தில் ஊற்றெடுக்கிற மர்மமாக அதை அனுபவம் கொள்ளும் இன்னொரு வகை இருக்கிறது. இந்த இரண்டாவது வகையின் ஆழத்தைக் கண்டறிவதற்கான கருவிகளை, யுக்திகளை அல்லது கோட்பாடுகளையேகூட உருவாக்குவது அத்தனை சுலபமல்ல அம்மணி.

நான் வெற்றிகரமான கலைஞனாக இருக்கலாம். ஆனால், நான் பிறப்பிக்கும் சங்கீதத்தின் வரையறைகளும், எல்லைகளும் எனக்குத் தெரியாதவையா! ஆயிரம் ஹரிசங்கர் தீட்சித்துகள் சேர்ந்தாலும் ஒரு முகுல் ஷிவ்புத்ரா ஆக மாட்டார்கள்.

அவையடக்கம் காரணமாகச் சொல்கிறீர்கள்...

அப்படி எண்ணிக்கொள்வதுதான் உங்கள் விருப்பம் என்றால் அதற்கு நான் பொறுப்பல்ல. நல்லவேளை, கலைஞர்களின் ‘குடி உரிமை’க்காக வாதாடுகிறேன் என்று முடிவு கட்டாமலிருந்தீர்களே! *(சிரிக்கிறார்).*

காரணம் புரியாத மௌனத்தில் இருவரும் ஆழ்ந்திருக்கிறோம். ஜன்னலுக்கு வெளியில் பளபளக்கும் வெயிலில் எதுவோ நடக்கக் காத்திருப்பவர் மாதிரி உற்றுப் பார்த்துக்கொண்டு அமர்ந்திருக்கிறார் ஸ்ரீ தீட்சித். அவரைப் பொதிந்திருக்கும் தனிமைக்குள் நுழையத் தயங்கிய வாறு காத்திருக்கிறேன். இருவருக்குமிடையில் வளைய வரும் செல்லப் பிராணிபோல நுழைகிறது தரைத் தளத்திலிருந்து மேலேறி வரும் கீபோர்ட் ஒலி. மொஸார்ட்டின் இசைக்கோவை என்று அடையாளம் காண்கிறேன். ஸ்ரீ தீட்சித்தின் முகம் இளகுகிறது. 'என் பேத்தி!' என்கிறார். 'ஷியாமின் மகள். கடைக்குட்டி. விடுமுறைக்கு வந்திருக்கிறாள். கெட்டிக்காரி. அவளுடைய சிற்றப்பன் வாங்கிக் கொடுத்திருக்கும் வாத்தியத்தை இசைக்கிறாள்.' என்கிறார்.

இயல்பாக, பேட்டியின் பக்கம் அவரை இழுத்துவருகிறேன்...

ஹரிஜி, நீங்கள் இசை கற்கத் தொடங்கியது பற்றிச் சொல்லுங்கள்...

எங்களுடையது சங்கீதப் பரம்பரை அல்லவா? எல்லாவிதமான வாத்தியங்களும் எங்கள் தந்தை வழிக் குடும்பப் பராமரிப்பில் இருந்தனவாம். இது அல்ல, எல்லா வாத்தியங்களின் குறுவடிவமும் உண்டு – என்பதுதான் சிறப்பான அம்சம். விளையாட்டு சாமான்களைவிடக் கொஞ்சம் பெரியதாக, ஆனால் நிஜமான நாதம் வெளிப்படுத்தக்கூடியதாக இருக்கும். நடக்கத் தெரிந்துவிட்ட வாரிசுகள் தமக்கு எந்த வாத்தியம் பிடித்திருக்கிறதோ அதைத் தானாகவே தொட்டும் தடவியும் வாசித்தும் பழகலாம்.

பெரியவர்கள் கவனித்துக்கொண்டே இருப்பார்கள். ‘பையனுக்கு சங்கீத வாசனை பிடிபட்டுவிட்டது’ என்று உறுதிப்பட்ட மாத்திரத்தில் பயிற்சி ஆரம்பித்து விடும்.

‘பையன்’ என்று குறிப்பிட்டீர்கள். உங்கள் வம்சத்தில் பெண் கலைஞர்கள் உருவாகவே இல்லையோ?

மிக நல்ல கேள்வி. எனக்குத் தெரிந்தவரை எங்கள் பரம்பரையில் பெண் கலைஞர்கள் இல்லை என்பது மாத்திரம் அல்ல, பெண் வாரிசுகள்கூடப் பிறக்கவேயில்லை. இது ஒரு ஆச்சரியம்தான்.

இதன் பின்னொட்டாக, இன்னொரு தகவலையும் சொல்லியாக வேண்டும். எங்கள் முன்னோர்கள், நான் முன்னமே குறிப்பிட்ட சுல்தானின் காலத்துக்கு அப்புறம், அனைவருமே விரலிசைக் கலைஞர்கள்தாம்; குரலிசையில் ஈடுபட்டவர் ஒருவர் கூடக் கிடையாது என்பதால், லாகிரி வஸ்துக்கள் அநேகம் புழங்கும். நாட்டுச் சாராயத்தில் மூழ்கியவர் முதல், ஓயாமல் பீடி பிடிக்கிறவர், கஞ்சாவின் தாசானுதாசர், கச்சேரியின் இடையிலேயே ஜனங்களின் பார்வையில் படாமல் மூக்குப் பொடி போடுகிறவர், சாப்பாட்டுக்குச் சமானமாக அபின் புசிப்பவர் என்று விதவிதமான ஆட்கள் இருந்திருக்கிறார்கள்!

எங்கள் அப்பாவைப் பெற்ற தாத்தாவுக்கு விநோதமான ஒரு லாகிரிப் பழக்கம் இருந்தது. பாரதத்தில் மோட்டார் வண்டிகள் நுழைந்து சரளமாகிய காலகட்டம். இவர் போகுமிடமெல்லாம் இரண்டு அவுன்ஸ் பெட்ரோல் கொண்டுபோவார். தோன்றும்போதெல்லாம் சீசாவைத் திறந்து பெட்ரோல் வாசனையை நுகர்வார். அந்த மணத்தில் அவருக்கு போதை இருந்தது போல!

அடடே, நுரையீரல்களுக்கு மிகவும் தீங்கு விளைவிக்கக் கூடியதாயிற்றே . . .

ஆனால், அந்தக் கிழவரை அது ஒன்றுமே செய்யவில்லையே! தொண்ணூற்றிரண்டு வயதுவரை வாழ்ந்தார். மரணத்துக்கு முந்தின மாதம்வரை வாசிக்கவும் செய்தார். திரை இல்லாத மேடையில் கச்சேரி செய்ய ஒத்துக்கொள்ள மாட்டார். இரண்டு பேராகத் தூக்கிக்கொண்டு போய் மேடையில் இருத்துவார்கள். அதன் பிறகுதான் திரையை உயர்த்த வேண்டும். பிசாசு போல வாசிப்பார். நிகழ்ச்சி முடிந்ததும் திரையைப் போட்டு, திரும்பவும் தூக்கிப் போவார்கள்.

தமது தலைமுறையின் முன்னணி எஸ்ராஜ் கலைஞர் எங்கள் தாத்தா. வி ஜி ஜோக் ஒரு பேட்டியில், ‘என்னுடைய மானசீக குருநாதர் ஸ்ரீ ரவிசங்கர் தீட்சித் தான்’ என்று கூறியிருக்கிறார்.

‘தூய சாஸ்திரீய சங்கீதத்தில் உள்ளுறைந்து கிடக்கும் நாட்டார் அம்சங்களை வெளிக்காட்டும் விதமாக வாசித்தவர் அவர்’ என்கிறார். ஜோகின் வாசிப்பிலும் இதை நீங்கள் பார்க்கலாம். வில்லை அழுத்தமாக அவர் பிரயோகிக்கும் விதமும், எழுப்பும் நாதமும், ஸ்வரங்கள் பின்னித் தொடரும் விதமும் நாட்டுப்புறக் கலைஞர்கள் வாசிக்கிற மாதிரியே இருக்கும். உள்ளூர்த் தச்சர் செய்துகொடுத்த ஒற்றைத்தந்தி வயலினை வாசித்துக்கொண்டு யாசகத்துக்கு வரும் நாடோடிகளைப் பார்த்திருப்பீர்களே. கிட்டத்தட்ட அதே ஒலி. அவர்கள் வட்டாரத்தில் வயலினை ‘ஃபிடில்’ என்பார்கள்!

என் அண்ணா சிறுவயதில் அந்தத் தாத்தாவிடமும் ஒரு வருடம் இசை கற்றாராம். நான் அவரைப் பார்த்திருக்கிறேன். தாய்க்குடும்பத்தை விட்டுப் பிரிந்தபிறகும் சில வைபவங்களில் ஒன்றுகூட நேர்ந்திருக்கிறது. என் அம்மா பிடிவாதமாக எங்களை அழைத்துக்கொண்டு போவார்கள். தனது புகுந்த வீட்டு உறவினர்களின் குற்ற உணர்ச்சியைத் தூண்டுவதுதான் நோக்கமோ என்னவோ!...

பாருங்கள், எங்கேயோ போய்விட்டேன். நான் சொல்ல வந்தது என்னவென்றால், இத்தனை லாகிரிப் பழக்கங்கள் உள்ள பரம்பரையில், ஸ்திரீலோலர்கள் என்று யாருமே இருந்தது கிடையாது. பெண்களை மிக மிக மரியாதையாய் நடத்தும் உத்தமப் பரம்பரை இது. நான் சொன்னேனே, பெட்ரோல் தாத்தா, அவர் அடிக்கடி சொல்வாராம்... ‘எந்தத் தலைமுறையில் யார் வாங்கிய சாபமோ, நம் வம்சத்தில் பெண் குழந்தைகளே பிறப்பதில்லை. நம் பங்குக்கு நாமும் ஏதாவது தவறு செய்து, சாபத்தின் உக்கிரத்தை அதிகப்படுத்திவிடக் கூடாது அப்பனே...’ இதைச் சொல்லிவிட்டு, பெட்ரோல் சீசாவை இன்னொரு தடவை திறந்து மோந்து பார்ப்பார் என்பார் அண்ணா! *(புன்சிரிப்பு)*

இன்னொன்றும் சொல்வார்கள். எங்கள் முன்னோரில் பெரும்பாலோர் தீவிரமான துர்க்கை உபாசகர்கள். ‘இந்த வம்சத்தில் என்னைத் தவிர வேறு பெண்குழந்தைகளை சீராட்டக் கூடாது’ என்று துர்க்கை என் மூதாதை ஒருவரிடம் உறுதி வாங்கிக்கொண்டதாக ஒரு தகவல் உண்டு – எங்கள் பரம்பரையில் பெண் வாரிசுகள் உருவாகவே இல்லை என்பதற்கு இதுவும் ஒரு காரணமாக இருக்கலாம்.

தவறாக நினைத்துக்கொள்ள வேண்டாம். இந்தக் கேள்வி பிடிக்கவில்லை என்றால் ஒதுக்கியும் விடலாம். சந்தர்ப்பத்துக்குப் பொருத்தமாக இருப்பதால் கேட்கிறேன். உங்களுக்கு இது மாதிரியான பழக்கங்கள் எதுவும் உண்டா?

(உரத்துச் சிரிக்கிறார்) இதிலென்னம்மா இருக்கிறது. பேட்டி என்று வந்துவிட்டால், எல்லாக் கேள்விகளுக்கும் இடம் உண்டு தானே? நான் சிகரெட் புகைக்கும் வழக்கம் உள்ளவன். வருமானம் அதிகரித்த பிறகு, உயர்தரமான வெளிநாட்டு சிகரெட்டுகள் மட்டுமே புகைப்பவனானேன். ஒரு நாளைக்கு ஒன்று முதல் ஒன்றரைப் பாக்கெட்டுகள் ஊதித் தள்ளுவேன். ஆனால், வெப்ப நாடுகளுக்கு விஜயம் செய்யும்போது, எண்ணிக்கை வெகுவாகக் குறைந்துவிடும். கச்சேரி நாட்களில் முற்றாகத் தவிர்த்துவிடுவேன்.

1995இல் ஒருதடவை மாரடைப்பு வந்தது. சிகரெட்டைக் குறைத்துவிடும்படி ஸ்ரீ அனந்த் தேஷ்முக்கின் மருமகனும், தற்போது எங்கள் குடும்ப மருத்துவருமான ஸ்ரீ வல்லப் சாத்தே சொன்னார். ஒரு முழு இரவு யோசித்துக்கொண்டிருந்தேன் –சிகரெட் குடித்தபடியேதான்! மனத்தில் பலவிதமான சித்திரங்கள் ஓடின. அநேகமும், நான் ஆஸ்பத்திரியில் படுத்திருக்கிற மாதிரி.

திரும்பத் திரும்ப ஒரு விஷயம் மேலெழுந்தது – எனக்கு உடல்நலம் குன்றியது என்று தெரிந்த மாத்திரத்தில் என் குடும்பம் – குறிப்பாக என் பிள்ளைகள், அடைந்த பதற்றம். அவர்கள் நிம்மதியாகத் தங்கள் வாழ்வில் காலூன்ற வேண்டிய காலகட்டத்தில் பெருஞ்சுமையாக அவர்களுடைய தோளில் சென்று நான் அமர்ந்துவிடக் கூடாது என்று முடிவெடுத்தேன்.

மறுநாள் காலையிலிருந்து சிகரெட் புகைப்பது நின்று விட்டது!

பழைய இடத்துக்குத் திரும்புவோம். உங்கள் தந்தையார் பிரசித்தி பெற்ற இசைக் கலைஞர் அல்லவா?

ஆமாம். எங்கள் தந்தையார் ஸ்ரீ புவன் சங்கர் தீட்சித் மிகப் பிரசித்தி பெற்ற சுர்பஹார் கலைஞர். நாற்பத்தொன்பதாவது வயதில் அவர் காலமான மறுநாள், ஆங்கிலேய அரசாங்கம் அவருக்கு ராய் பஹதூர் பட்டம் அளிக்க முன்வந்திருப்பதாகத் தகவல் வந்தது. அதாவது, 1937இல். அவர் உயிருடன் இருந்திருந்தாலும் நிச்சயம் அந்த விருதை வாங்க மறுத்திருப்பார். பால கங்காதர திலகரின் விசுவாசி என்று முன்னமே நான் சொல்லவில்லை? ‘திலகர் இறந்துதான் பதினேழு வருடம் ஆகிவிட்டதே; தவிர, ஓர் இசைக்கலைஞனையும் விலைகொடுத்து வாங்கி இருப்பில் வைத்துக்கொள்ளலாமே’ என்று அரசாங்க புத்திசாலி யாராவது நினைத்திருக்கலாம் – சங்கர் தீட்சித் வம்சத்தின் மன உறுதி பற்றி அவர்களுக்கு என்ன தெரியும், பாவம்! எங்கள் தாயார் அடக்கமாக மறுத்துவிட்டார்களாம். சரி, துக்கத்தில் ஆழ்ந்திருக்கிறார்கள் என்று அவர்கள் விட்டு விட்டிருக்கலாம். அப்புறம் யாருக்குமே நினைவு வர இயலாத அளவு எங்கள் குடும்பம் பராரியாகிவிட்டது!

மற்றபடி, இப்போது இருக்கிற மாதிரிப் பயண வசதிகளும், இசையைப் பதிவு செய்யும் யுக்திகளும், அதைவிட, இசையைவிற்கும் விளம்பர உத்திகளும் என் தகப்பனார் காலத்தில் இருந்திருந்தால், இந்த அறையின் எல்லா அலமாரிகளிலும் அவருடைய இசைத் தொகுப்புகள்தாம் நிரம்பி இருந்திருக்கும்!

தந்தையார் சுர்பஹார் கலைஞர். சகோதரர் ஸாரங்கியில் மேதை. நீங்கள் வயலின் விற்பன்னர். உங்கள் மகன் ஸரோட் வாசிக்கிறார். இந்த விந்நியாசம் உருவானது எவ்விதம்?

பிரமாதமான கேள்வி. இதற்கு உடனடியான பதில் ஒன்று உண்டு. பாரதத்தின் பிரபலமான இசைக்குடும்பங்களில் பல்வேறு வாத்தியங்களில் விற்பன்னர்களான வாரிசுகள் உருவாகி யிருக்கிறார்கள். பாபா அலாவுதீன் கானை எடுத்துக்கொள்ளுங்கள் – அவர் ஸரோட், ஸித்தார், வயலின் என்று அநேக வாத்தியங்களில் பாண்டித்தியம் உள்ளவர். அவரது புதல்வர் அலி அக்பர் கான் ஸரோட் கலைஞராக, புதல்வி அன்னபூர்ணா தேவி ஸித்தார் கலைஞராக, சீடர் பன்னாலால் கோஷ் புல்லாங்குழல் இசைஞராகப் பரிணமிக்கவில்லையா. ஆனால், எங்கள் வம்சத்தில் இப்படியான அமைப்பு உருவானதற்கு, நாங்களோ உயிரணுத் தொடர்ச்சியாக எங்களுக்குள் ஊறிய நாத உணர்வோ காரணமல்ல.

பிறகு?

நான் முன்னரே சொன்னது போல, எங்கள் குடும்ப வரலாற்றின் ஆதி நாட்களில் குரலிசைக் கலைஞர்கள்தாம் இருந்திருக்கிறார்கள். காற்றுக் கருவி, தாளக் கருவி விற்பன்னர்கள் இருந்ததே கிடையாது. இதற்குக் காரணம் தெரியவில்லை. ஆனால், குரலிசை இல்லாமல் போனதற்கு மட்டும் அநேகக் காரணங்கள் சொல்ல முடியும்.

சுல்தான் காலத்துத் தாத்தாவின் முன்னோர்களும் இசைக் கலைஞர்கள்தாம் என்று முன்னமே சொன்னேனே. அந்த நாட்கள் சம்பந்தமாக எங்கள் குடும்பத்தில் ஒரு கதை நிலவுகிறது. துர்க்கையின் சந்நிதியில் பாடிக்கொண்டிருந்த மூதாதை ஒருவருக்குத் தும்மல் வந்துவிட்டது. எவ்வளவோ அடக்கிப் பார்த்தாராம். தும்மலை விழுங்குவதில் வெற்றிதான். ஆனால், ஸ்வரம் பிசகிவிட்டது. அவர் என்ன செய்தார் என்று நினைக்கிறீர்கள்?

சொல்லுங்கள்.

தமது நாக்கை இழுத்துவைத்து அறுத்துக்கொண்டார் என்பார்கள். வழக்கமாக இந்த மாதிரிக் கதைகள் ‘துர்க்கை பிரசன்னமாகி, துண்டித்த நாக்கை ஒட்டவைத்து ஆசீர்வதித்தாள்’ என்று

முடியுமல்லவா? இந்தக்கதை முழுக்கமுழுக்க யதார்த்தமாகவே முடிகிறது – அதனால்தான் எங்கள் வம்சம் பற்றி நிலவும் கதைகள் பெரும்பாலானவை வெறும் கதைகளல்ல, அவற்றைத் தாராளமாக நம்பலாம் – என்று நம்பவேண்டியிருக்கிறது!

ஆக, தாம் பிரக்ஞைபூர்வமாகப் பொறுப்பேற்க வேண்டியிராத ஒரு காரணத்துக்காக நாவையும், ஸ்வரங்களையும் சொற்களையும் பாடும் திறனையும் இழந்தார் அந்த மூதாதை. வாழ்நாள் முழுவதும் பேச இயலாதவராய் ஆகிவிட்டாலும், உள்ளே நிரம்பியிருக்கும் இசையின் தாது சும்மாயிருக்க விடுமா? தவிர, நாவைப் பறிகொடுத்தது துர்க்கையின் மீதுள்ள பக்தியால்தானே. அவளை ஆராதிப்பதற்கு இசையைத் தவிர வேறு மார்க்கம் ஏது? கோவில்களைச் சுற்றி மட்டுமே இசை வளர்ந்த நாட்கள் அவை... ஆக, அந்த மூதாதையே எங்கள் பரம்பரையின் முதல் கருவியிசைக் கலைஞர் என்று சொல்வார்கள்.

ம்.

இன்னொரு காரணத்தைத் தேடினோமென்றால், சுல்தான் முன்னிலையில் விளக்கெரிய வைத்த முத்தாத்தா கிடைக்கிறார். மேற்படி சோதனை நிகழ்ச்சிக்குப் பிறகு அவருக்கு வாய்ப்பாட்டில் ஆர்வம் குன்றிவிட்டது என்பார்கள். எங்கள் வம்சத்தின் முதல் ருத்ரவீணைக் கலைஞர் அவர்தானாம். ஆனால், அவர் இப்படி உருமாறியதற்கு ஓர் உளவியல் நியாயம் இருக்கத்தானே செய்கிறது? ஒவ்வொரு முறை சுருதி கூட்டும்போதும், அந்த மேடையில் தாம் புழுங்கிக்கொண்டிருந்தது நினைவில் வந்து, குரலெழாமல் போயிருக்கும்; அதன் காரணமாக வாய்ப்பாட்டிலிருந்து கருவியிசைக்கு மாறியிருக்கக் கூடுமல்லவா!

இருக்கலாம்.

வேறொரு காரணமும் சொல்வார் அண்ணா. துருபத் சங்கீதம் பயின்றதால், எங்கள் வம்ச ஆண்கள் அனைவருக்குமே கம்பீரமான குரல் உண்டு. கீழ்ஸ்தாயியில் சிங்கம் கர்ஜிக்கிற மாதிரியும், மேல்ஸ்தாயியில் குயில் கூவுகிற மாதிரியும் இருக்கும் என்று சொல்வாராம் எங்கள் தாத்தா. ஓயாத சாதகம் காரணமாக, பையன்கள் பத்துவயதைத் தாண்டிய மாத்திரத்திலேயே குரல் உடைந்து கனத்துவிடும். தவறிப் பிறந்தவனான ஒரு பையனுக்கு கீச்சுக்குரல். கடைசிவரை உடைய மறுத்துவிட்டது. அவர்தான் எங்கள் வம்சத்தின் முதல் கருவியிசைக் கலைஞர் என்று ஒரு செய்தியும் உண்டு.

ஓ.

ஆனால், இதுமாதிரியான பாரம்பரிய ரஸவாதங்களுக்கு

நேரடியான ஓரிரு காரணங்கள் மட்டும் போதாதில்லையா!

டெல்லியிலிருந்து கால்நடையாகவே வாரணாசிக்குச் சென்றாராம் ஒரு மூதாதை. வழிச்செலவுக்கான தொகையை செல்லும் வழியெங்கும் பாடிப் பாடியே ஈட்டியிருக்கிறார். கங்கையில் மூழ்கி எழுந்தவரிடம், 'உமக்கு மிகவும் பிடித்த ஒன்றைத் துறக்க வேண்டும்: காசியின் ஐதீகம் அது' என்றாராம் பண்டா. இந்த மகானுபாவன் கணமும் யோசிக்காமல் அறிவித்து விட்டார். ஆமாம், அவர் துறந்தது, குரலிசையை! நல்லவேளை, சங்கீதத்தையே விட்டுவிடவில்லை!

கருவியிசைக்கு மாறும் முடிவை எடுத்துவிட்டார் – ஆனால், ஏற்கனவே இருக்கும் கருவிகளை வாசிக்க விருப்பமில்லை. தில்ரூபா என்ற வாத்தியம் பிறந்தது. ஸாரங்கிக்கும் ஸித்தாருக்கும் நடந்த கலப்பு மணத்தின் குழந்தை!

தில்ரூபா என்ற அபூர்வ வாத்தியத்துக்கு சென்ற தலைமுறையில் மகத்தான புகலிடமாக விளங்கிய மேதை தரம்சங்கர் தீட்சித் என் அப்பாவின் சொந்தச் சித்தப்பா மகன். பெருவாழ்வு வாழ்ந்து முடித்து, நாலு வருடங்களுக்கு முன்புதான் காலமானார்.

எது எப்படியோ, தந்திகளுக்கும் எங்கள் வம்சத்துக்கும் உள்ள உறவு அத்தனை வலுவானது. யாராலும் அறுக்க முடியாதது. *(சிரிக்கிறார்)*

மீண்டும் உங்களிடம் வருகிறேன்! தந்தி வாத்தியங்களில் எத்தனையோ இருக்க, வயலினில் உங்கள் ஆர்வம் சென்றது எப்படி?

என்னுடைய ஆரம்பகால நாட்டம் வயலின் வாசிப்பதில்தான் இருந்தது. உடன்பிறப்புகளுக்குள் விரோதம் வந்துவிடக் கூடாது; எனவே ஆளுக்கொரு வாத்தியமாக இருக்கட்டும் என்றுதான் தாய்மாமா சியாம சரண் சுக்லா கருதினார். அண்ணா ஏற்கனவே ஸாரங்கியில் வித்தகராக இருந்ததால், வேறேதாவது வாத்தியத்தை எனக்குக் கற்றுக்கொடுக்கத் தீர்மானித்தார். நானும் வயலின் தான் என்னுடைய தேர்வு என்று அறிவித்தேன். இது, எனது ஆறாவது வயதில்!

அந்தச் சமயத்தில் குடும்பத்தின் நிதிநிலைமை சொல்லிக் கொள்கிற மாதிரி இல்லை. அண்ணா மேடையேறி வாசித்தால் மட்டுமே குடும்பத்துக்கு வருமானம் என்றாகியிருந்தது. நல்ல வேளையாக, வருடம் முழுவதும் அண்ணாவுக்குக் கச்சேரிகள் கிடைத்துக்கொண்டிருந்தன. ஆனால், சூழ்நிலை திடீரென்று வேறுவிதமாக மாறிவிட்டது.

ஆமாம், அண்ணாவுக்கு மஞ்சள் காமாலை கண்டது. அவருக்கு இருபத்தோரு வயது. எனக்குப் பதினொன்று. காமாலையிலிருந்து மீண்ட பிறகு, அவர் மிகமிகப் பலவீனமாய் ஆகிவிட்டார். ‘நோய் மறுபடியும் திரும்பிவிட்டால், சமாளிப்பது கடினம்’ என்று மருத்துவர்கள் பயமுறுத்தினார்கள். முழுக்க குணமாகும்வரை காத்திருக்கவும் முடியாது. அதுவரை குடும்பம் பட்டினி கிடக்க முடியுமா?

ஊர்ஊராகப் பின்தொடர்ந்து பராமரிக்க அண்ணாவுக்கு உதவியாளர் தேவைப்பட்டது. சம்பளம் கொடுத்து ஆள் வைத்துக் கொண்டால் கட்டுப்படியாகுமா? இருக்கவே இருக்கிறான் தம்பி; எடுபிடி வேலையும் செய்வான், உபவாத்தியமாகவும் இருப்பான் என்றால் இரட்டை அனுகூலம்தானே!

அம்மாவுக்கு இதில் கொஞ்சமும் சம்மதமில்லை. என்னை நன்கு படிக்கவைத்து அரசாங்க அதிகாரியாக்க வேண்டும் என்று கனவு வைத்திருந்தார்களாம். ஆனால், தனியொரு பெண்பிள்ளையாக இருந்து என்ன செய்வார்கள், பாவம்?

ஆக, என் ஆசையும் முறிந்து, அம்மாவின் ஆசையும் முறிந்து, தாய்மாமாவின் ஆணைப்படி ஸாரங்கி வித்வான் ஆனேன்.

உங்களுக்கு வயலின் மீதுதான் பிரியம் என்பதை சகோதரரிடம் தெரிவிக்கவில்லையா?

தெரிவிக்காமல்? அவர் நன்கு குணமடைந்து தம்மைத் தாமே பார்த்துக்கொள்ள ஆரம்பித்த சமயத்தில் ஜாடைமாடையாகச் சொல்லிப் பார்த்தேன். கவனிக்காததுபோல, நான் சொல்வது புரியாததுபோல, பாவனை செய்தார் அண்ணா. எளிமையான காரணம்தான். இதற்குள் அவர் பழகிவிட்டிருந்தார் – மேடையிலும் கீழேயும் நான் அருகிலிருப்பதன் சவுகரியத்துக்கு. வெளிப்படையாக ஒருமுறை என் மாமாவிடம் சொன்னேன். அண்ணாவிடம் சிபாரிசு செய்வதற்காகத்தான்! அதற்கு மாமா சொன்ன பதில் சுவாரசியமானது...

அது என்ன!

‘ஸாரங்கிக்கும் வயலினுக்கும் என்ன பெரிய வித்தியாசத்தைக் கண்டுவிட்டாய்? இது நேராகப் பிடித்து வாசிப்பது. அது தலைகீழாகப் பிடித்துக்கொள்வது. இரண்டும் தந்தி வாத்தியம் தானே. எந்த விஷயத்திலும் நேராக இருப்பதுதான் நமது குடும்ப கவுரவத்துக்குப் பொருத்தமாக இருக்கும். தலைகீழ்ப் புத்தியை விட்டொழி’ என்று புத்தி சொன்னார்!

ஆனால், அவர் சொன்ன இன்னொரு விஷயத்தில்

மயங்கித்தான் பின்னர் பல வருடங்களுக்கு என் ஆசையைப் பூட்டி வைத்திருந்தேன். ‘நீ இல்லையென்றால் உன் அண்ணாவின் வலதுகை உடைந்த மாதிரி ஆகிவிடுமடா ஹரீ.’ வலதுகை இல்லாமல் வில்லை எப்படிப் பிடிப்பார் அண்ணா, பாவம், என்று நானும் இரங்கிவிட்டேன்! *(இருவரும் சிரிக்கிறோம்).*

மாமா சொன்ன மற்றொரு காரணம் இன்னும் சுவாரசியமானது – ‘ஹரி, வயலினில் முழுக்க முழுக்க மரமும் கம்பியும்தான். ஸாரங்கியின் வயிற்றுப் பகுதியில் பார்த்தாயா? தோல் கட்டியிருக்கிறதல்லவா? உயிருள்ள பிறவிக்குத்தானே தோல் இருக்கும்? அதனால்தானே அதன் பாகங்களை பேட், ச்சாட்டி, மகஜ்[1] என்றெல்லாம் சொல்கிறோம். நம்மை மாதிரியே ஆன்மா உள்ள வாத்தியமாக்கும் ஸாரங்கி.

இப்போது யோசிக்கும்போது, மாமாவால் ஒருபோதும் புரிந்துகொள்ள இயலாது என்று படுகிற விஷயங்கள் ஏகப்பட்டவை தோன்றுகின்றன. முதலில், இரண்டு வாத்தியங்களும் இசையின் இரண்டு வெவ்வேறு சாயைகள், ஒன்றுக்கொன்று சம்பந்தமில்லாத இரண்டு வேற்றுமொழிகளைப் பேசுகிற மனிதர்கள் மாதிரி, என்பது நமக்கு எவ்வளவு தெளிவாகத் தெரிகிறது?

ஸாரங்கியின் ஆதார ஒலியிலேயே சன்னமான துயரம் படிந்திருக்கிறது. இழப்பின் வலியைப் பேசுவது அதன் குரல்.

வயலின் அப்படியில்லை. இரண்டுவிதமாகவும் பேசும். தெற்கத்தியக் கலைஞர்கள் கதனகுதூகலம் என்ற ராகத்தை வயலினில் வாசிக்கக் கேட்டிருக்கிறேன். முழுப்பரீட்சையின் கடைசித் தேர்வு முடிந்து வீடு திரும்பும் குழந்தையின் துள்ளோட்டம் போல உற்சாகம் கொப்பளிக்கும் ராகம் அல்லவா அது? வயலினில் வாசிப்பதற்கு மிகப் பொருத்தமான ராகம் போல இருக்கும். வயலினின் சிறப்பம்சம் அதுதான் – இரண்டு விதமான உணர்ச்சிநிலைகளுக்கும் பொருந்துவது அது.

இரண்டு வாத்தியங்களுக்குமான வித்தியாசம் அவற்றை நிறுத்திக்கொள்ளும் விதத்தில் மாத்திரமல்ல என்பதை மாமாவுக்கு எப்படி விளங்க வைப்பது? தவிர, அவர் சொல்கிற மாதிரியே வைத்துக்கொண்டாலும், தலைகீழாக நின்று பார்க்கும்போது, உலகம் இப்போது இருக்கிற மாதிரித்தான் தெரியுமா என்ன!

இப்படியெல்லாம் பேசுவதற்கான மொழியும் தைரியமும் கூடிவராத பிராயம் வேறு. இப்போதென்றால் கச்சிதமாகச் சொல்லிவிடுவேன் – ‘ஆந்தையும் வவ்வாலும் இரவுப் பிராணிகள் தாம் என்றாலும் இரண்டும் ஒன்றாகிவிடுமா மாமாஜீ?’ என்று!!

---

1. முறையே வயிறு, நெஞ்சு, மூளை என்று அர்த்தம் – ஆ. வை.

சரிதான்!

மேற்சொன்ன தர்க்கங்கள் அனைத்தையும்விட, எனக்குப் பிடித்த வாத்தியம் எது என்ற கேள்வியும் முக்கியமானது அல்லவா?

நிச்சயமாக.

ஆனால், அதை நடைமுறைப்படுத்துவதற்கு என்னுடைய முப்பதாம் வயதுவரை காத்திருக்க வேண்டியிருந்தது. அதற்கு இரண்டு வருடங்கள் முன்பு என் நண்பன் ஹிமான்ஷு அகால மரணமடைந்திருந்தான்.

ஹிமான்ஷு என்பது...

ஹிமான்ஷு மித்ரா. அவனைப் பற்றிப் பிறகு சொல்கிறேன். விரிவாகச் சொல்லவேண்டும். பிறகு நினைவுபடுத்துங்கள். அவன்தான் என்னிடம் தொடர்ந்து வலியுறுத்தி வந்தான். 'உன்னுடைய அபிமான வாத்தியம் வயலின் என்றால், நீ ஸாரங்கியைக் கட்டிக்கொண்டு அழுவது எதற்காக?' என்று பார்க்கும்போதெல்லாம் கேட்பான்.

நீங்கள் வயலினுக்கு மாறுவதற்கு உங்கள் அண்ணா ஆட்சேபம் தெரிவிக்கவில்லையா?

அதற்குள் வேறு பல விஷயங்கள் நடந்துவிட்டன. எனக்குத் திருமணமாகியிருந்தது. நானும் அண்ணாவும் ஏழெட்டுத் தடவை வெளிநாட்டுப் பயணம் செய்திருந்தோம். ஸ்ரீ ரவிஷங்கர் போட்டுக் கொடுத்த பாதையில் இந்திய இசைஞர்கள் வெற்றிகரமாக மேற்குலகில் நடமாட ஆரம்பித்த காலகட்டம். போதாக்குறைக்கு, பிஸ்மில்லா கான்ஜீயும் ஸ்ரீ வி ஜி ஜோகும் இணைந்து கொடுத்த இசைத்தட்டு, ஜுகல்பந்தி என்ற வடிவத்துக்கு அபாரமான வரவேற்பை உருவாக்கியிருந்தது. சும்மா சொல்லக்கூடாது, அதில் இருக்கும் ஜெய்ஜெய்வந்தியைக் கேட்டு நானெல்லாம் எவ்வளவு சொக்கியிருக்கிறேன்!

ஸ்ரீ தயாநாத் பன்ஸலின் கிளாரினெட் இசை ரவிஜியின் ஸித்தாருக்குச் சமமாகப் புகழ் அடைந்திருந்தது. ஹிந்துஸ்தானி இசையில் வயலின் மாதிரித்தான் கிளாரினெட்டும் – அதிகம் புழங்காத வாத்தியம். அதன் கமறலான குரல், ஹிந்துஸ்தானி இசையின் சிடுக்கான தான்[2]களுக்கு உகந்தது கிடையாது. ஆனால், மேற்குலக இசைக்குச் சொந்தமான வாத்தியம், கீழையிசையை நிகழ்த்திக் காட்டுகிறதே என்று ஒருவித மவுசு – மிதக்கிற பாறாங்கல், மூன்று தலைகள் உள்ள மனிதன் என்கிற மாதிரி

---

2. சொற்கட்டு என்று பொருள் – ஆ. வை.

அபூர்வ சமாசாரம். உள்ளூரைவிடவும், வெளிநாட்டு அரங்குகளில் ஒருவித அமோக வரவேற்பு சம்பாதித்திருந்தது. தயாநாத்ஜியின் திறமையையும் குறைசொல்ல முடியாது – பெரும் சாகசங்களை நிகழ்த்துபவர் அல்ல என்றாலும், சுத்தமான, ரசிக்கத்தக்க வாசிப்பு உள்ளவர்.

அமெரிக்காவில் தயாநாத்ஜியும் அண்ணாவும் வழங்கிய ஜுகல்பந்திகள் பெரும் வரவேற்பைப் பெற்றன. 'தயா அண் ஷிவா' என்ற பெயரில் நடந்த நிகழ்ச்சிகள் இசைத்தட்டுகளாகப் பின்னர் வெளியாயின. அதற்குள் தயாஜிக்கும் அண்ணாவுக்கும் மனஸ்தாபம் உண்டாகியிருந்தது. இருவருக்குமே ஒரு சிறப்பியல்பு உண்டு – யாருடன் வேண்டுமானாலும் மனஸ்தாபம் கொள்ளக் கூடியவர்கள்!

ஸ்ரீ தயாநாத் பன்ஸல் பற்றிக் கேள்விப்பட்டதுண்டு. ஆனால், அந்த இசைத்தட்டுகள் பற்றி நான் கேள்விப்பட்டதில்லையே!

தயாநாத் பன்ஸலின் செல்வாக்கு அத்தகையது! இந்தியாவில் அவை வெளியாகாத வண்ணம் பார்த்துக்கொண்டார். இந்திய இசை வெளியீட்டு நிறுவனங்கள் மீது அவருக்கு இருந்த அவ மரியாதையும் காரணம். 'குருட்டுப் பிச்சைக்காரனின் தட்டில் சில்லறை களவாடுகிறவர்கள்' என்று இந்த நிறுவனங்களைப் பலமுறை பேட்டிகளில் குறிப்பிட்டிருக்கிறார். இதையெல்லாம் தாண்டி, ஓரிரு நிறுவனங்கள் தொடர்புகொள்ள யத்தனித்த நாட்களில் இவர்கள் இருவரும் ஜென்ம விரோதிகளாகி யிருந்தார்கள்.

பின் எப்போதுமே அவை இங்கு வெளியாகவில்லை. யாரும் அதற்கான முன்முயற்சிகள் எடுக்க முடியாதபடி காலம் பார்த்துக்கொண்டது. ஆமாம், பின்னாட்களில், மராத்தி நாடக நடிகை ஜ்வாலா அச்ரேகர் கொலைவழக்கில் சிக்கி தயாநாத் பன்ஸல் சிறைக்குப் போனதோடு அவருடைய இசைவாழ்வு முடிவுக்கு வந்தது. கொலைப்பழியின் காரணமாக அந்த இரட்டை இசைத்தட்டுகள் முற்றாக மறந்துபோயின – எல்லாருக்கும்.

அவற்றின் உறை என் ஞாபகத்தில் நன்றாகப் பதிந்திருக்கிறது – அண்ணாவுக்குப் பின்புறம், அவருடைய நிழல்போல, என் பாதி முகமும் வலது கையும் மட்டும் தெரிகிற விதமாக ஒரு புகைப்படம்; முகப்பில். பின்பக்கம் பக்கவாத்தியக்காரர்கள் பட்டியல் முழுசாக அச்சாகியிருக்கும். என்னுடைய பெயர் மட்டும் இருக்காது!

எதனால் அப்படி ஒரு விடுதல்?

தயாஜிக்கு என்னிடம் விரோதம் ஒன்றும் கிடையாது – அவற்றை வெளியிட்ட ஃப்ரெஞ்ச்சு நிறுவனத்துக்கு என்மீது விசேஷ

கவனமோ, கவனமின்மையோ கிடையாது.

அப்படியானால்..?

அதைத்தான் சொல்ல வருகிறேன். என்னுடைய பெயரைப் போட வேண்டியதில்லை என்று என் அருமை அண்ணாவைத் தவிர யார் சொல்லியிருக்க முடியும்? எத்தனையோ வருடங்களுக்கு ஓர் அவமானமாக, வேதனையாக எனக்குள் ஒட்டிக் கொண்டிருந்ததே – அதை எனக்குச் செய்யலாமா என் சகோதரர்?

நீங்கள் அவரிடமிருந்து முழுக்க விலகித் தனியாகக் கச்சேரிகள் நடத்தக் கிளம்பியதற்கு இதுதான் காரணமா?

இல்லை. இதையும் நான் பொறுத்துக்கொள்ளத்தான் செய்தேன். என்னுடைய சகோதரப் பாசமும், குருபக்தியும் அவ்வளவு ஆழமானவை. வாய்ப்பு இருந்திருந்தால், வாழ்நாள் முழுவதும் அண்ணாவுடன் இணைந்து வாசித்துக்கொண்டேயிருப்பதுதான் என் விருப்பம். ஆனால், அதுதான் நடக்காமல் போயிற்றே.

(ஆழ்ந்த பெருமூச்சு விடுகிறார். இயல்புநிலை சற்றுக் குலைந்தவராக, எழுந்து நடக்கத் தொடங்குகிறார்.)

நாங்கள் அமர்ந்திருக்கும் அறை மிகவும் பெரியது. மாடித்தளத்திலுள்ள வசிப்பறை. நான் ஆரம்பத்தில் குறிப்பிட்ட ஜன்னல் எனக்கு நேர் எதிரே இருக்கிறது. இடதுபுறம், அறைக்குள் நுழையும் வாசல். வலதுபுறச் சுவர் முழுக்க ஒரு புகைப்படம். உருப்பெருக்கி ஒட்டப்பட்டது. அமரர் ஸ்ரீ சிவசங்கர் தீட்சித் மேடையில் அமர்ந்திருக்கிறார். அவருக்கு வலப்புறம் சபையை நேரே பார்க்கிற தோரணையில் ஸ்ரீ சௌமித்ரா சாட்டர்ஜீ. ஆரம்ப நாட்களில் ஸ்ரீ சிவசங்கர் தீட்சித்தின் அனைத்துக் கச்சேரிகளுக்குமே இவர்தான் தபலா வாசித்திருக்கிறார். சகோதரருக்குப் பின்புறம், எட்டிப் பார்க்கும் முகமும், உடலைக் கிட்டத்தட்ட மறைக்கும் ஸாரங்கியுமாகத் தெரியும் அரை உருவம், ஸ்ரீ ஹரிசங்கர் தீட்சித்.

ஸ்ரீ சாட்டர்ஜீக்கும் ஸ்ரீ சிவசங்கருக்கும் மத்தியில் உள்ள இடைவெளியில், இருவருக்கும் பின்னால், ஸ்ரீ ஹரிசங்கருக்கு இணையாக தம்பூராக் கலைஞர் ஒருவர். கலைஞர்களின் தோற்றம், தலைமுடி அடர்த்தி இவற்றை வைத்துப் பார்க்கும்போது படம் எடுக்கப்பட்டு குறைந்தபட்சம் ஐம்பது வருடங்களாவது ஆகியிருக்கும் என்று தோன்றுகிறது. நால்வரிலும் ஸ்ரீ ஹரிசங்கர் மட்டும்தான் புகைப் படக் கருவியை உறுத்துப் பார்த்துக்கொண்டிருக்கிறார் . . .

ஜீ, பண்டிட் ரவிஷங்கர் பற்றிக் குறிப்பிட்டீர்கள். உலக அளவில், அவருக்கு இணையாக ஸ்ரீ சிவசங்கர் தீட்சித்துக்கும் மவுசு இருக்கிறது. இந்திய சாஸ்திரீய இசை என்ற மாத்திரத்தில் உடனடியாக நினைவுகூரப்படும் பெயர்கள் இவை இரண்டும். உங்கள் சகோதரரின் வாசிப்பு பற்றி உங்கள் கருத்தைச் சொல்லுங்களேன்.

தக்கையிடம் கடல் ஆழம் பற்றிச் சொல்லேன் என்று கேட்கிற மாதிரி இருக்கிறது *(புன்சிரிக்கிறார்).* இந்திய வானில் உதித்த எந்த ஓர் இசைமேதைக்கும் நிகரானவர் என் அண்ணா. பிஸ்மில்லாகான் ஸாஹேப், பீம்ஸென், விலாயத் கான் இவர்களையும் கணக்கிலெடுத்துத்தான் சொல்கிறேன். சிவசங்கர் தீட்சித் என்று அறிவித்த மாத்திரத்தில் கடல் அலை மாதிரி ஆர்ப்பரிக்கும் சபைகளைப் பார்த்திருக்கிறேன். ஸவாய் கந்தர்வா போன்ற இசைவிழாக்களில், அண்ணாவின் கச்சேரிக்கு அரங்கம் நிரம்பி, இனி டிக்கெட் விற்பனை கிடையாது என்று அறிவித்த பிறகும் பூட்டிய வாசல் கதவுக்கு வெளியில் ஆயிரக்கணக்கானவர்கள் ஏமாற்றம் சுமந்த முகத்துடன் ஏங்கி நிற்பதையும்; அவர்களுக்காக சிறப்பு ஒலிபெருக்கி வசதிகள் செய்தபிறகுதான் வாசிக்கமுடியும் என்று அண்ணா கறாராகச் சொன்னதையும் நேரில் கண்டிருக்கிறேன். ராயல் ஆல்பர்ட் ஹாலில் நிகழ்ச்சி முடிந்ததும் அவை எழுந்து நின்று சுமார் ஐந்து நிமிடம் *standing ovation* வழங்கியதைப் பார்த்திருக்கிறேன்.

பொதுவாக இளவயது மேதைகள் பெரியவர்களான பிறகு அவர்களின் இசையில் ஆழமும் ரம்மியமும் குறைந்துவிடும். அண்ணாவுடைய சங்கீதமானால், போஷாக்கான தாவரம் போல அனுதினமும் வளர்ந்துகொண்டே வந்தது. நான் அவருடன் துணைவாசிப்புக்காகப் பயணம் செய்யத் தொடங்கிய நாட்கள் பசுமையாக நினைவில் இருக்கின்றன. அப்போதைய கச்சேரிகளுக்கும், அவரது முதிர்காலக் கச்சேரிகளுக்கும் அவை வழங்கிய அனுபூதி என்ற அளவில் ஒரு வித்தியாசமும் கிடையாது என்றே சொல்ல வேண்டும்.

ஸ்திரமாக ஒரு இசைமரபு கொள்ளாதவர், அதாவது, குறிப்பிட்ட ஒரு கரானாவுக்கு விசுவாசமாக இல்லாதவர், ஆகவே அடையாளமற்றவர் என்று அவரைப்பற்றி ஒரு விமர்சனம் நிலவுகிறது...

நீங்களும் நானும் ஆங்கிலத்தில் பேசிக்கொண்டிருக்கிறோம் –அவரவர் தாய்மொழிக்கு விசுவாசமாக இல்லை என்று அர்த்தமா? கண்ணாடிப் பேழையைவிட்டுத் தானாக வெளியேறக் கூடாது என்று நிர்ப்பந்திக்க இசைமேதைகள் என்ன காட்சிப்பொருளா, இல்லை நச்சுப் பாம்பா?

அண்ணாவைப் பொறுத்தவரை, ஒத்திகை பார்த்ததை ஒப்பித்துவிட்டுப் போகும் கிளிப்பிள்ளை வகையறா அல்ல. வில்லைக் கையில் எடுத்த மாத்திரத்தில், ஏற்கனவே தெரிய வந்த ஆகாயத்தை உதறிவிட்டு, அண்டவெளியின் பிரகாரங்களில் தனக்கென பிரத்தியேகப் பாத்திகளை நிர்மாணிக்கக் கிளம்பி

விடும் ராட்சஸப் பறவை. புராணகாலப் பிறவிகளுக்குச் சமமானவர் – அதனாலேயே 'சமகாலத்துக்கு ஒத்து வராதவர்' என்ற அபகீர்த்தியைச் சம்பாதித்தவர்.

இந்த கரானாக்களைப் பற்றியும் ஒரு வார்த்தை சொல்ல வேண்டும். புரவலர்களான ராஜாக்களை விட்டு வெளியேறும் அவசியம் வந்தபோது, கலைஞர்கள் தத்தமது தனித்தன்மையை நிலைநிறுத்திக் காட்டுவதற்காக ஏற்படுத்திக்கொண்ட சமாசாரம் தானே இது. தாங்கள் அவதரித்த பிரதேசத்தின்மீதான விசுவாசத்தின் காரணமாக அதன் பெயரையே ஓர் அடையாளமாகச் சூட்டினார்கள் – அவ்வளவுதான்.

அதே நடைமுறை இந்தக் காலகட்டத்தில் உதயமாகியிருந்த தென்றால், பீம்ஸென் கரானா ஜஸ்ராஜ் கரானா, அமீர்கான் கரானா, என்று பெயர்கள் இருந்திருக்கலாம்! தனிநபரைக் கொண்டாடும் காலகட்டமல்லவா இது!

தூய சங்கீதம், தனது உற்பத்திஸ்தானத்தில் ஒரே தாதுதான். த்ருபத் சங்கீதம் கோவில்களை விடுத்து ராஜாங்கங்களை அண்டத் தொடங்கியபோது தனது தூய்மையை இழக்கத் தொடங்கியது. கலப்படச் சரக்குக்குக் கவர்ச்சியான அடையாளங்கள் வேண்டாமா? அவற்றில் ஒன்று, தனித் தனிப் பெயர்கள் சூட்டிக் கொள்வது. *(சிரிக்கிறார்)*

என் அண்ணா அடிக்கடி விளையாட்டாகச் சொல்வார்: 'போக்குவரத்து வசதிகள் இப்போதுபோல அபரிமிதமாக இல்லாத காலகட்டத்தில், இந்த ஊர் வித்வான் பத்துமைல் தள்ளி இருக்கிற அடுத்த ஊருக்குப் போய்க் குடியமர்ந்தால் அந்த ஊர் கரானா உருவாகிவிடும். வாசிக்கும் முறையும், சங்கீதத்தை அணுகும் விதமும், அதன் நுட்பங்களும் என்று எதுவுமே மாறியிருக்காது – பெயரைத் தவிர. இன்னும் போகும் காலங்களில், நம் வீட்டு கரானா, அண்டைவீட்டு கரானா என்றெல்லாம்கூட உண்டாகலாம், யார் கண்டது?' என்பார்! *(உரத்துச் சிரிக்கிறார் – நானும் கலந்துகொள்கிறேன்)*

ஆன்மாவைத் தீண்டுவது என்பதைத் தவிர இசைக்கு வேறு நோக்கம் இருக்க முடியுமா என்ன? ஆக, ஒரே கரானாதான் இருக்க முடியும் – 'ஆன்மா கரானா'. *(சிரிப்பு தொடர்கிறது)*

இந்தப் பெயர் மற்றும் அடையாள வேறுபாடுகளெல்லாம், ஆலாப்பின் போது, அந்தந்த வித்வானின் திறமை அல்லது இயலாமையை வெளிப்படுத்தும் சாதனங்களன்றி வேறென்ன? ஏதாவது ஒரு கரானாவில் மேல் ஷட்ஜமமே கிடையாது, அல்லது உபரியாக ஒரு பஞ்சமம் உண்டு என்று இருந்தால் சொல்லுங்கள், பார்ப்போம்! *(மீண்டும் சிரிக்கிறார்)*

அண்ணாவைப் பொறுத்தவரை, எங்கள் தாய்மாமா கொடுத்த பயிற்சியின் பிரகாரம் வாசிக்கத் தொடங்கியவர். மாமா பாட்டியாலா கரானாவின் கறாரான வாரிசு. அவருடைய நிழலில் இருந்தவரை அண்ணாவும் அந்த ஆசாரத்தில் கட்டுப்பாடாக இருந்தவர்தான். வாலிபனான பிறகு, தனிக் கச்சேரிகள் செய்யத் தொடங்கிய பிறகு, தனித்துவம் வாய்ந்த வித்வானாக நிலைத்தபிறகு, தமது சுதந்திரத்தின் எல்லைகளை விரித்துக் கொண்டே போனார்.

கிரானா கரானாவின் உணர்ச்சிமயமும், மேவதி கரானாவின் கணக்கு வழக்குகளும், மைஹார் கரானாவின் ரஞ்சகமும் குவாலியர் கரானாவின் இலக்கண சுத்தமும் என்று எதுவெல்லாம் தமக்குப் பிடித்திருந்ததோ அவை அனைத்தையும் தமது வாசிப்பில் இணைத்துக்கொண்டார். இவையல்லாது, தமது மனோதர்மமும் கற்பனையும் கூட்டிச்சென்ற திசையில் விஸ்தரித்துக்கொண்டு போனார்.

முடிவாக, இரண்டு விஷயங்கள் சொல்லலாம். ஒன்று, தலைவர்கள் இறக்கும்போது நாள்முழுதும் ஒலிபரப்பி, ஸாரங்கியை ஒரு துக்க வாத்தியமாக ஆக்கியிருந்தது ஆகாஷ் வாணி – ஷெனாய் என்ற மங்கள வாத்தியத்துக்கு எதிரிடையாக. அதை மாற்றியமைத்து வெகுஜன அபிப்பிராயத்தில் ஸாரங்கிக்கு கௌரவமான இடம் தேடித்தந்தவர் என் அண்ணா – இதை நான் சொல்லவில்லை, புகழ்பெற்ற ஸாரங்கிக் கலைஞரான பண்டிட் ராம் நாராயண் சொல்லியிருக்கிறார் ஓர் இடத்தில்...

இரண்டாவது, அண்ணாவின் தனித்துவமான பாணியை, சற்று மாற்றுக் குறைவான விதத்திலேனும், அவருடைய புதல்வர்கள் இருவரும் பின்பற்றி வருகிறார்கள். இன்னும் இரண்டு தலைமுறைகள் இது தொடரும் பட்சத்தில், யார் கண்டார், 'சங்கர்தீட்சித் கரானா' என்று ஒன்று உருவாகிவிடுமோ என்னவோ!

உங்களுடைய வாசிப்பில் உங்கள் சகோதரரின் சாயல் இருப்பதாக நீங்கள் உணர்கிறீர்களா?

ஒரே கூண்டில் வளர்ந்த காரணத்தால் பூனையும் புனுகுப் பூனையும் ஒன்றுக்கொன்று நிகராகிவிட முடியாது என்பதை நீங்கள் புரிந்துகொள்ள வேண்டும். ஒன்றின் மலம்கூட மணப் பொருள்தான். மற்றதுக்குத் திருட்டுப்பால் ருசிதான் விதித்திருக்கிறது.

அவையடக்கம் காரணமாக இப்படிச் சொல்கிறீர்கள். உலக அரங்கில் உங்கள் வாசிப்புக்கு அமோகமான வரவேற்பு இருப்பதை நான் அறிவேன்...

நன்றி. என்மீது உள்ள அபிமானத்தின் காரணமாக இப்படிச் சொல்கிறீர்கள். உலக இசை அரங்கில், வயலின் என்றாலே அது உங்கள் ஊர் கர்நாடக சங்கீதம் அல்லது மேற்கத்திய சாஸ்திரீய இசை என்கிற அளவில்தான் அங்கீகாரம் இருக்கிறது. ஹிந்துஸ்தானி சங்கீதத்தில் வயலினுக்கென்று தனி இடம் ஏனோ உருவாகவில்லை. அதன் காரணமாகவே, ஹிந்துஸ்தானி வயலின் கலைஞன் என்றால் ஒரு அபூர்வப் பிராணியாகத் தெரிகிறான். தலையால் நடக்கும் மனிதன், ஆகாயத்தில் பறக்கும் பாம்பு என்கிற மாதிரி.

போகட்டும். உங்கள் கேள்விக்கு வருவோம். ராகங்களுக்குள் புகுந்து புறப்படும் விதத்தில், அதாவது மனோதர்மத்தின் கதியில், அண்ணாவின் சாயல் இல்லாத ஒரு மீண்ட்கூட என்னிடம் இருப்பதாக நான் நம்பவில்லை. ஆனால், முன்னமே சொன்ன மாதிரி, ஸாரங்கியும் வயலினும் முழுக்க முழுக்க வேறான வாத்தியங்கள் அல்லவா? அதனதன் அமைப்பைப் பொறுத்து சுதந்திரமும் வரையறையும் இருக்கத்தானே செய்யும். தவிர, வில்லை இழைப்பதிலும், ஆலாப்பில் மேற்கொள்ளும் சுதந்திரத்திலும் அண்ணாவின் பாணியிலிருந்து நான் சற்று வேறுபடத்தான் செய்கிறேன்... நாம் பேசத் தொடங்கியது என் அண்ணாவைப் பற்றி. இல்லையா!

ஆமாம். உங்கள் சகோதரர் எளிதில் அணுக முடியாதவர், சற்று எரிச்சலான மனப்போக்கு கொண்டவர் என்றெல்லாம் அவரைப் பற்றிப் பொது அபிப்பிராயம் இருந்தது...

பிரபலமானவர்களைப் பற்றி அவதூறுகளும் வதந்திகளும் புழங்கத்தான் செய்யும். புகழுக்கு நீங்கள் கொடுக்கும் விலைகளில் ஒன்று அது. இசையின் ஆழத்தில் மூழ்கி முத்தெடுக்கும் அயராத பணியில் இருப்பவனிடம், 'கடலுக்குள்தானே இருக்கிறாய் அப்பனே, கொஞ்சம் உப்பெடுத்துத் தாயேன்?' என்று கேட்டால் அவன் பொறுமையாக இருப்பானா என்ன?

நியாயம்தான். ஆனால், உங்கள் சகோதரரைப் பற்றி உலவும் கதைகள் அவருடைய இசை பற்றியதல்ல...

நீங்கள் எதைப் பற்றிக் குறிப்பிடுகிறீர்கள் என்று புரிகிறது. அந்தச் செய்தி வெளியாகி இந்திய இசையுலகத்தை உலுக்கிய நாளில் நான் இங்கிலாந்தின் காண்ட்டர்பரியில் இருந்தேன். பழைமையைக் கொண்டாடுவதில் ஆங்கிலேயர்களுக்கு நிகரே கிடையாது. அதைவிடவும் பழமை நிரம்பிய பாரதம், புதுமை நவீனம் என்ற பெயரால் வேரில் வெந்நீர் ஊற்றுவது ஏன் என்று குழப்பமாக இருந்தது. என் சகோதரர் சம்பந்தப்பட்ட சம்பவம் என்பதால் அல்ல, இதில் யார் சம்பந்தப்பட்டிருந்தாலும்

மேற்சொன்னவிதமாகவே குழம்பியிருப்பேன்.

மும்பை நீதிமன்றத்தில் வழக்குகூட நடந்தது அல்லவா?

ஆமாம். அந்த நாட்களில் அண்ணாவின் அருகில் இருந்து ஆறுதல் கூற நான் துடித்தது என் மனைவிக்கு மட்டும்தான் தெரியும்.

மானநஷ்ட வழக்குத் தொடர்ந்த டொகாடியாவும் சாதாரண மனிதரல்லவே?

அதற்காக? நீங்கள் வெள்ளிவிழாப் படங்களாக எடுத்துத் தள்ளியிருக்கலாம். வணிக வெற்றியும் கலை வெற்றியும் ஒருசேரக் கிடைத்த பாக்கியவானாகவே இருக்கலாம். அதற்காக, இசையமைப்பதற்கு என்று ஒருவரை நியமித்துவிட்டீர்களென்றால், அவருடைய போக்கில் குறுக்கிட உங்களுக்கு உரிமை உண்டா என்ன? அந்தப் படத்தை இயக்கியதும் ஸ்ரீ ப்ரகாஷ் டொகாடியா அல்லவே. இதில் வெளியுலகத்துக்குத் தெரியாத இன்னொரு உண்மையும் உண்டு – என் அண்ணா இயற்றும் மெட்டுக்களை மதிப்பிடுவதற்கு இன்னொரு இசைஞரை நியமித்திருந்தார் டொகாடியா. இந்த வேலை எவ்வளவோ ரகசியமாக நடந்துவந்திருக்கிறது. ஆனால், மேற்படி ஆசாமி, பதிவுக்கூடத்துக்கு நேரடியாக வந்த மாத்திரத்தில் அண்ணாவுக்குத் தெரிந்துவிட்டது. இத்தனைக்கும் அவர் வந்ததற்குச் சொல்லப்பட்ட காரணம் வேறு. அவருடைய பெயரை நான் ஆஃப் த ரெக்கார்டாகத்தான் குறிப்பிடுகிறேன் அம்மணி. அச்சுக்குப் போகும்போது கவனம் வைத்துக்கொள்ளுங்கள்.

நிச்சயமாக. ஆனாலும், கருத்துமுரண்களைப் பேசித் தீர்த்துக் கொள்ளாமல், செருப்பால் அடிக்கலாமா?

எனக்கு வேண்டியவள், அதனால் இந்தப் பாடகியைத்தான் எல்லாப் பாடல்களுக்கும் பயன்படுத்தியாகவேண்டும் என்று வற்புறுத்துவது மட்டும் நியாயமாக்கும்? கடைசியில், ராசியில்லாதவள் என்ற பட்டத்தை வாங்கிக்கொண்டு அந்தப் பெண் திரையுலகைவிட்டே அகல வேண்டி வந்ததுதான் மிச்சம்.

அந்த வழக்கு என்னாயிற்று?

நீதிமன்றத்துக்கு வெளியில் சமரசம் செய்துகொண்டார்கள் என்று கேள்வி. ஒருவேளை அண்ணாவுடன் நான் தொடர்ந்து இருந்திருக்கும் பட்சத்தில் இப்படி ஒரு சந்தர்ப்பம் உருவாகியே இருக்காது என்றுதான் சொல்வேன் – சமரசத்தைச் சொல்லவில்லை, டொகாடியாவின் படத்துக்கு இசையமைக்க அண்ணாவைப் போகவே விட்டிருக்க மாட்டேன்.

மேற்படித் தகராறில் என் அண்ணாமீது குற்றம் கிடையாது

என்று சொல்கிறேனே தவிர, அவர் குற்றமே செய்யாதவர் என்று சொல்ல மாட்டேன். நானே விரும்பினாலும் மன்னிக்க இயலாத சம்பவங்களும் இருக்கத்தான் செய்கின்றன. உதாரணமாக, நாக்பூரில் ஒரு கச்சேரியில் அவர் நடந்துகொண்ட விதம்...

அந்தச் சம்பவத்தைச் சொல்லலாமா?

அதற்கென்ன. முதல் வரிசையில் அமர்ந்திருந்த பிரமுகருக்கு செல்ஃபோன் அழைப்பு வந்துகொண்டேயிருந்தது பொறுக்காமல், பாதிக் கச்சேரியில் அவர்மீது வில்லைவிட்டு எறிந்திருக்கிறார் அண்ணா. அவர் 'ஸாரி... ஸாரி...' என்று குறுகிக்கொண்டே பந்தலை விட்டு வெளியேறிவிட்டாராம்.

இதில் ஸ்ரீ சிவா ஜீயின் பக்கம் நியாயம் இருக்கிற மாதிரித்தானே தென்படுகிறது?

அறிவியலின் வளர்ச்சிப்போக்கை நீங்கள் நினைத்த இடத்தில் நிறுத்த முடியுமா அம்மணி? என்ன, சில சமயங்களில் அது நமக்குத் தொந்தரவாக ஆகத்தான் செய்கிறது. விமானத்தில் பறக்கவில்லை? குளிர்பதன அறையில் தூங்கவில்லை? அறிவியலின் எல்லா விளைவுகளையும் ஒரே மாதிரியான ஒழுங்கில் எல்லாரும் பயன்படுத்த வேண்டும் என்று கட்டளையிட முடியுமா என்ன?

இரண்டு வருடங்களுக்கு முன் லக்னோவில் நடந்த இசை விழா ஒன்றில் வாசிக்க என்னை அழைத்திருந்தார்கள். இதெல்லாம் அபூர்வமாகத்தான் நடக்கும். கடந்த நாற்பத்தைந்து வருடங்களில் இந்தியாவில் நான் வாசித்த சந்தர்ப்பங்கள் மூன்று டஜனுக்கும் குறைவு.

நானே அதுபற்றிக் கேட்கவேண்டும் என்றிருந்தேன்...

நானும் சொல்வதாகத்தான் இருக்கிறேன் – இப்போது அல்ல, பிறகு. தற்சமயம், அந்த லக்னோ கச்சேரியை முடித்துவிடுகிறேன்! *(புன்சிரிக்கிறார்)* திறந்தவெளி அரங்கம். பந்தலுக்கு வெளியிலிருந்து புழுதி பறந்து மேடையிலும்கூடப் படிந்தது. கச்சேரி நடக்கும் போது நடமாடக் கூடாது என்ற நாசூக்கு மறந்த ஜனங்கள். நிகழ்ச்சி ஆரம்பிப்பதற்கு முன்பே வந்துவிட வேண்டும், முழுக்க முடிந்தபிறகுதான் வெளியேற வேண்டும் என்பதெல்லாம் அவர்களுக்குத் தெரியாது. குறித்த நேரத்தில் ஆரம்பிக்க வேண்டும் என்பது அமைப்பாளர்களுக்கே தெரியாதே – முக்கால் மணி நேரம் பிந்தித்தானே என்னை மேடையேற்றவே செய்தார்கள்.

அதற்குக் கொஞ்சநாள் முன்பு தில்லியில் ஒரு குண்டு வெடிப்பு நிகழ்ந்திருந்தது. இந்த நிகழ்ச்சியின் நுழைவாயிலில் குண்டுப் பரிசோதனைச் சட்டகம் ஒன்றை நிறுவியிருந்தார்கள்.

தாமதமாக வந்த ரசிகர்கள் கடந்துவரும்போதெல்லாம் அது உரத்து பீப் பீப் என்று ஒலி எழுப்பிக்கொண்டிருந்தது – மேடை வரை கேட்டது.

ஆக, ஒரு புதுவகையான பக்கவாத்தியத்துடன் அன்று வாசிக்க நேர்ந்தது – என்ன, அது பின்பற்றிய தாளம் முழுக்க முழுக்க வேறு! *(சிரிக்கிறார்)* ஐரோப்பாவிலும் அமேரிக்காவிலும் அபாரமான நிசப்தத்தின் மத்தியில் வாசித்துப் பழகியவன் நான். அதற்காக இங்கே வாசிக்க மாட்டேன் என்று சொல்ல முடியுமா? அமைப்பாளர்களிடம் பேசினால், சங்கீதத்தை விட, நேயர்களின் உயிர் முக்கியம் என்று பதிலளிப்பார்கள். அதுவும் நியாயம்தானே!

இன்னொரு ஞாபகமும் வருகிறது – மும்பையில் ஓர் அரங்கக் கச்சேரி. ஆரம்பித்த பிறகும் கதவுகளைத் திறந்து திறந்து மூடிக்கொண்டிருந்தார்கள். ரசிகர்கள் இன்னமும் வந்து கொண்டிருந்தார்கள். வெளியிலிருந்து வெளிச்சமும் ஓசைகளும் மின்னிமின்னி மறைகின்றன. ஜான் டவ்ட்டனின் குழுவுடன் வாசிக்கப் போயிருந்தேன். டவ்ட்டனைத் தெரியுமில்லையா –உலகப் புகழ்பெற்ற பியானோ கலைஞர், பிரிட்டிஷ்காரர்.

வாசிப்பை நிறுத்திவிட்டார். 'என்ன?' என்றேன். 'அந்த ஆரவாரங்கள் அடங்கட்டும்' என்றார். 'அப்படியானால் நாம் இன்று வாசிக்கவே ஆரம்பிக்க மாட்டோம்' என்றேன். 'ஏன்?' என்றார். 'இந்தியாவில் வாசிக்க வந்தால் இந்தியச் சூழ்நிலைகளுக்கு அனுசரிக்கத்தான் வேண்டும்' என்றேன். நான் சொல்வதில் அவருக்கு ஒப்புதல் இருந்ததா என்று தெரியவில்லை –ஆனால், வாசிப்பைத் தொடர்ந்தார். *(புன்னகைக்கிறார்)*

அண்ணாவுக்கும் நான் இதே ஆலோசனையைத்தான் வழங்கியிருப்பேன். ஆமாம், டொகாடியாவுடன் ஏற்பட்ட பிரச்சினை வேறு. நாக்பூரில் நடந்தது முழுக்க முழுக்க வேறு.

சரிதான்...

இந்த இரண்டு முனைகள் மட்டுமல்ல, இன்னொரு தரப்பும் இருக்கிறது. நயமான, அமைதியான சூழ்நிலை என்பது ஸ்டுடியோவில் மட்டுமே சாத்தியம். "ஜனங்கள் நேரில் வந்து கேட்கும் இடத்தில் 'மூச்சுவிடாமல் இருங்கள்' என்று உத்தரவிட முடியுமா? ஜடங்களுக்கா வாசிக்கிறோம்?" என்பவர்கள்.

மேற்படி மூன்றையும் தவிர்த்து, வேறொரு வகையான ஆசாரவாதிகளும் இருக்கிறார்கள். பரத் ஷிவால்கர் என்று ஒரு நண்பர் இருக்கிறார் – எவ்வளவோ நயமான சாதனங்கள் வந்த பிறகும் பழையகால கிராமஃபோன் தகடுகளில் வெறி கொண்டு இசை கேட்பார். அதற்கு ஒரு நியாயமான காரணமும் சொல்வார்

– பழங்கால இசைஞர்களை இந்தக் கரகரப்புடன், மோனோ பதிவில் கேட்டால்தான் இசைவாக இருக்கிறதாம். அமீர்கானையும் கேஸர்பாய் கேர்க்கரையும் ஸ்டீரியோ கருவியில் கேட்க முடியுமா என்று வாதிப்பார். வாசகர்களில், பழைய புத்தகப் பிரியர்கள் இருக்கிறார்களே, அந்த மாதிரி!

இவ்வளவு ஏன், வானொலிப் பித்தர்கள் இன்னமும் இருக்கத்தானே செய்கிறார்கள்?

டொகாடியா சம்பவத்தின் தொடர்ச்சியாக ஒரு கேள்வி. உங்களுக்குத் திரைத்துறையிலிருந்து அழைப்பு வந்ததா?

அமேரிக்காவில் தயாரான *The Burning Soul* என்ற ஆவணப் படத்துக்கு இசை கோத்திருக்கிறேனே. உங்களுக்குத் தெரிந்திருக்கும் என்று நினைத்தேன்.

இந்தியத் திரையுலகைக் குறித்துக் கேட்டேன்...

இந்தியாவுடன் எனக்கு இருந்த தொடர்பே குறைவுதானே அம்மணி? என் குடும்பத்துடன் இருப்பதற்காக மட்டுமே இங்கு வந்து சென்றுகொண்டிருந்தேன். உலகநாடுகளுக்கு இசைக்கலைஞனாகவும், உள்ளூரில் வெறும் குடும்பஸ்தனா கவும்தானே இருந்து வந்திருக்கிறேன் *(சிரிக்கிறார். முகத்தில் கசப்பு மண்டியிருக்கிறது)*

இங்கே வாய்ப்புகள் குறைவாக இருந்ததற்குக் காரணம் என்ன என்று நினைக்கிறீர்கள்? முன்பே நீங்கள் குறிப்பிட்ட மாதிரி, வட இந்திய சாஸ்திரீய இசையுலகில் அதிகப் பிரபலமாகாத வாத்தியத்தைக் கையாள்கிறீர்கள் என்பதுதான் காரணமோ?

அம்மணி, சில சமாசாரங்கள் நாம் நினைக்கிற மாதிரி அவ்வளவு நேரடியானவை அல்ல. வயலின் இந்தப் பிராந்தியத்தில் கொஞ்சம் அபூர்வமான வாத்தியம்தான். ஸ்வர மண்டலை[1]ப் பிரதான வாத்தியமாக வடிவமைத்து அதில் முழுநேரக் கச்சேரி செய்கிற ஒருத்தர் உருவாகியிருக்கிறார். அவருடைய பெயர் சட்டென்று நினைவுக்கு வர மறுக்கிறது... வரும்; வரும்போது சொல்கிறேன்... அவருக்குக்கூட வருடம் முழுவதும் கச்சேரிகள் இருக்கத்தான் செய்கின்றன – இந்திய இசை மேடைகளில். வாஸ்தவத்தில், தம்பூராவை வைத்து ஒருவர் முழுநேரக் கச்சேரி செய்ய வந்தாலும் இந்திய இசைவானம் அவருக்குத் திறந்துதான் இருக்கும்! மெனக்கெட்டு வேலிகட்டி, கதவைச் சாத்தி வைக்கும் ஒருவர்

1. ஸ்வர மண்டல் என்பது பாடகர்கள் மடியில் வைத்துக்கொள்ளும் சுருதிக் கருவி. ஐங்கோண வடிவம் கொண்ட தந்திக் கருவி. கித்தாரின் அடிப்பாகம் போன்று, வட்டத்துவாரம் கொண்ட, உள்ளீடற்ற மரப்பெட்டி போன்றது. ஹிந்துஸ்தானி இசைப்பரிச்சயம் அற்ற வாசகர்களுக்காக இந்த சிறப்பு அடிக்குறிப்பு – ஆ.வை.

இல்லாதவரை.

அப்படியானால்?...

ஆமாம். சொல்லவே கூச்சமாக இருக்கிறதம்மா. நான் தனியாக வாசிக்கத் தொடங்கிய நாட்களில், எனக்கான வாய்ப்புகள் உருவாக உருவாக வெட்டப்பட்டு வந்தன.

யார் காரணம் என்று நினைக்கிறீர்கள்?

பெயர் முக்கியமில்லையம்மா. தன்னிச்சையான இசையின் வாயில்கள் திறந்த அதே சமயத்தில், என்னைச் சரளமாக நடமாடவிடாத சங்கிலியும் பூட்டப்பட்டது.

பல சந்தர்ப்பங்களில், என்னை ஒப்பந்தம் செய்வதற்காகக் கூப்பிட்டு, என் ஒப்புதலையும் வாங்கிக்கொண்ட பிறகு மீண்டும் தொடர்புகொள்ளாமல் விலகிவிடுவார்கள். ஒருமுறை முன்பணம் கொடுத்த நபர், மறுநாளே வந்து திருப்பி வாங்கிக்கொண்டு போனார். மிகுந்த மன வருத்தத்துடன் அவர் சொன்ன பிறகு தான் எனக்குத் துலங்க ஆரம்பித்தது.

என்னிடம் இசை உண்டு. உலகம் முழுக்க இசை ஆர்வலர்கள் உண்டு. அண்ணா எனக்கு நல்லது செய்துவிட்டார் என்றே ஊர்மி சொன்னாள். அவர் மாத்திரம் தன் வானத்தை எனக்கு மூடியிராவிட்டால், என் வாழ்க்கைத்தரம் இந்த அளவுக்கு உயர்ந்திருக்காது.

ஆனால், இந்த விஷயத்திலும் அண்ணாவிடம் கற்றுக் கொள்ள ஒன்று இருந்தது எனக்கு.

சொல்லுங்கள்...

என்னை ஒரு விழாவுக்கு அழைத்தார்களென்றால், அழைக்கப் பட்டிருக்கும் பிற இசைஞர்கள் யார் யாரென்று ஒருபோதும் கேட்டதில்லை நான்.

இந்த இடம்தான் எனக்குக் குழப்பமாக இருக்கிறது. கலையில் உன்னதமான இடத்தை அடைந்துவிட்ட ஒரு மனம், நடை முறை வாழ்க்கையில் —இந்த வார்த்தை தவறானால் மன்னித்து விடுங்கள் — கீழ்மையை நோக்கித் தவழ்வது எப்படி சாத்தியமாகிறது? குறிப்பாக யாரையும் முன்னிட்டுக் கேட்கவில்லை நான்...

இந்தக் கேள்வியைப் பலதடவை எதிர்கொண்டிருக்கிறேனம்மா. மற்றவர்களிடம் பாசமாக இருக்கும் மனிதன் சொந்தச் சகோதரனிடம் விரோதம் பாராட்டியது ஏன் என்று கேட்பார்கள். இந்த மாதிரிக் கேள்விகளுக்கு ஒரே பதில் மட்டும் இருக்க முடியாது.

பொதுமனத்துக்குள், கலைஞன் சம்பந்தமாக உருவாகி யிருக்கும் பிம்பம் மகோன்னதமானது. பீடத்தின் மீது அவன் தானாக ஏறி அமர்வதில்லை. நேயர்கள்தாம் தூக்கி வைக்கிறார்கள். அதற்கு அவன் எப்படி நேரடிப் பொறுப்பாக முடியும். கலைஞன் மனிதன் கிடையாதா? அவனுடைய ஆழ்மனத்தில் உள்ள பொறாமையும், ஸென்ஸ் ஆஃப் இன்செக்யூரிட்டியும் சாமானிய மனிதனுக்குச் சளைத்ததா என்ன!

பிரக்ஞைபூர்வமாகத்தான் ஒருவன் இதுமாதிரிக் குரோதங்களை வளர்த்துக்கொள்கிறான் என்று சொல்வதற்கில்லை. ஆழ்மனத்தில் யார்யாரிடமோ எங்கெங்கோ முளைவிட்ட எதிர்மறை சமாசாரங்கள் அத்தனையும் ஒன்றாய்க் குவிந்து, வெளிப்படுத்தக் கிடைத்த ஒரு நபர் அல்லது சந்தர்ப்பத்தின் மீது இறங்கிவிட வாய்ப்பு உண்டு.

பார்க்கப் போனால், ஓர் உறவு என்பதுதான் என்ன என்று பலதடவை யோசித்திருக்கிறேன். கண்ணாடிப் பிம்பம் மாதிரி, வெளியில் எவ்வளவு தொலைவு இருக்கிறதோ, அதே அளவு ஆழம் கண்ணாடிக்குள்ளும் இருக்குமே!

அண்ணாவின் மனம் விசித்திரமான கண்ணாடி என்றுதான் நினைக்கிறேன். அப்படி நினைத்துக்கொள்ளத்தான் எனக்குப் பிடித்திருக்கிறது. அவருடைய இறுதி நாட்களில் அடிக்கடி என்னைப் பற்றி விசாரித்தார் என்று இரு தரப்புக்கும் பொதுவானவர்கள் சொல்கிறார்கள். அவர்கள் பொய் சொல்வதற்கு அவசியமே கிடையாது. ஆனால், அண்ணாவின் புதல்வர்கள் ஒருவேளை இதை வன்மையாக மறுப்பார்கள்.

அவர்கள் மறுப்பதற்கு, சுமார் நாற்பத்தைந்து வருட வரலாறு அடிப்படையாக இருக்கிறது; உங்கள் நம்பிக்கைக்கு..?

அதற்கு முந்தைய முப்பது வருடங்களும் சேர்த்து முக்கால் நூற்றாண்டு வரலாறு இருக்கிறதம்மா!

ஆனால், இதையும் சேர்த்துக்கொள்ளுங்கள். மிகச் சரியாக மூன்று வருடங்களுக்கு முன்னால், லண்டன் ஹீத்ரோ விமான நிலையத்தில் நாங்கள் சந்தித்தோம். சுமார் நூறடி தொலைவில் நின்றிருந்த உருவம் என் அருமை அண்ணா ஸ்ரீ சிவசங்கர் தீட்சித் என்பது என் உள்ளுணர்வில் தைத்தது. ஃபுல் ஸூட்டில் மறுபுறம் திரும்பி நின்றிருந்தாலும், அது என் அண்ணா என்பதில் எனக்குத் துளியும் சந்தேகமில்லை.

இன்னது செய்கிறோம் என்பது தெரியாமலே வேகமாக அவரை நோக்கிப் போனேன். சடாரென்று குனிந்து அவருடைய பாதத்தைத் தொட்டுக் கண்ணில் ஒத்திக்கொண்டேன். நிமிர்ந்து

முகத்தைப் பார்த்தேன்.

அவரும் என்னை நேருக்கு நேராகப் பார்த்தார். நீங்கள் சொன்னீர்களே, நாற்பது வருடக் கணக்கு, அவ்வளவு பெரிய இடைவெளிக்குப் பிறகு எதிரெதிராய்ச் சந்திக்கிறோம். இருவருக்குமிடையில், கனத்த பாறாங்கல் மாதிரிக் கிடந்த எதுவோ ஒன்று அடுப்பில் வைத்த பனிக்கட்டி மாதிரி உருகி ஓடி விட்டதைக் கண்டேன். அண்ணாவின் கண்களில் ஒரு சொட்டு துளிர்த்திருந்தது – அல்லது, என் இயல்புப்படி, அப்படி நினைத்துக்கொள்ளத்தான் பிரியப்படுகிறேன்.

ஆமாம் அம்மணி, அந்தக் கண்ணீர்த்துளி மட்டும்தான் நிஜம். இரண்டாவது கணம் அவர் முகத்தைத் திருப்பிக் கொண்டாரே, அது அவருடனும் என்னுடனும் இருந்த மற்றவர்களை முன்னிட்டு. எனது இறுதிக்கணம்வரை இப்படித்தான் நம்பிக்கொண்டிருப்பேன்.

‘ஒரு நிமிடம்’ என்று அறிவித்துவிட்டு, ஸ்ரீ தீட்சித் கீழிறங்கிப் போகிறார். நான் எழுந்து அவருடைய புத்தக அலமாரியை நெருங்குகிறேன். The Kitchen Chronicles: 1001 Lunches with J Krishnamurti என்ற புத்தகம் கண்ணில் படுகிறது. ஜிட்டு கிருஷ்ணமூர்த்தியுடனான தனது அனுபவங்களை விவரித்து அவரது ஐரோப்பிய சமையல்காரர் Michael Krohnen எழுதிய புத்தகம். எடுத்துப் புரட்டுகிறேன். நான் முன்பே வாசித்த புத்தகம்தான். இப்போது வரிகளில் மனம் தோயவில்லை. எடுத்த இடத்தில் மீண்டும் செருகி விட்டு, இருக்கைக்குத் திரும்புகிறேன். முன்னெப்போதோ படித்தது மனத்தில் நிழலாடுகிறது...

உயர்ந்தேறும் மலைப்பாதையில் ஜிட்டுவும் இன்னொருவரும் நடக்கிறார்கள். பாரமேற்றிய வண்டியொன்றைத் தாண்டிச் செல்கிறார்கள். பெரும் சிரமத்துடன் இழுக்கும் மாடுகளைத் தார்க் குச்சியால் குத்தி உந்துகிறான் வண்டியோட்டி. உடன் வரும் பெண்மணி,

Krishnaaji, won’t you ask him to stop that?

என்று பதறுகிறார். ஜிட்டு தமது வழக்கமான சாந்தத்துடன் பதில் தருகிறார்:

To ease your pain?

ஸ்ரீ தீட்சித் படியேறி வரும் ஒலி கேட்கிறது.

ஹரிஜீ, பொதுவாகவே கலைஞர்கள், அதிலும் நிகழ்த்துகலைக்காரர்கள், உணர்ச்சிமயமானவர்கள்; ஸ்திரமான மனநிலையற்றவர்கள்; அதனாலேயே எளிதில் அணுக முடியாதவர்கள் என்றெல்லாம் கருத்துக்கள் பரவலாக உண்டு. ஆனால், இசைத் துறையில் உங்களைப் பற்றி உலவும் பிம்பம் முற்றிலும் நேர்மாறானது. இதமானவர்; பரிவானவர்,

அனுசரணையானவர் என்று. உங்களுடனான நேர்ப் பேச்சுக்குப் பிறகு, நானுமே அப்படித்தான் உணர்கிறேன். இந்தக் கனிவுக்கும், இசைக்கும் ஏதாவது நேரடித் தொடர்பு உண்டா?

என்னைப் பற்றிய உங்கள் கருத்துடன் நான் உடன்படுகிறேனா என்பது முதல் கேள்வி. இரண்டாவது, அபிமானிகள் எதிர் மறையான கருத்துகளை ஒருபோதும் சொல்ல மாட்டார்களே! *(புன்னகைக்கிறார்)* மூன்றாவது, பொது இடங்களில் அப்படி ஒரு பிம்பத்தை ஒருவன் பிரக்ஞைபூர்வமாகவோ, தன்னை அறியாமலோ உருவாக்கிவிட முடியும் என்றுதான் படுகிறது. தனியாக இருக்கும்போது, அல்லது தனது ஆப்தர்கள் மத்தியில் என்னவிதமாக நடந்துகொள்கிறான் என்பதல்லவா விஷயம்?

எனது ஆரம்ப வருடங்கள் அண்ணாவையொட்டியே அமைந்தன. அவர் சிரிக்கிற மாதிரிச் சிரிக்கவும், அவர் கோபிக்கிற மாதிரிக் கோபிக்கவும் என்று அவருடைய நிழலாக உருவாவதே என் லட்சியமாக இருந்தது.

இளைஞனாக மலர்ந்த காலகட்டத்திலும் பிரத்தியேகமாக ஒரு நடத்தை ஏற்பட்டதாக நினைவில்லை. அவரைப் பிரிந்த பிறகுதான் எனக்கென்று ஓர் ஆளுமை உருவானதாகக் கருதுகிறேன். ஆனால், அது ஒரே நாளில் நடந்தேறியதல்ல.

வாழ்வு அன்றன்றைக்கு வீசிய சவால்களைத் தனியொருவனாக எதிர்கொண்டபோது கிடைத்த வெற்றிகள், அதைவிட முக்கியமாக, தோல்விகள் விடுத்துப்போன விழுப்புண் களைக் காரணமாகச் சொல்லவேண்டும். அதுநாள்வரை, நிழலின் நிழலாக நடமாடி வந்த ஊர்மிளா, தனித்துவமான பெண்மணியாகத் தெரிய ஆரம்பித்ததும், என் மனப்போக்கின் கதியில் அவள் அறிமுகப்படுத்திய நுட்பங்களும் மேலும் முக்கியமான காரணிகள் என்று சொல்லலாம்.

கொஞ்சம் விரிவாக ...

சொல்கிறேன். உடனடியாக ஒரு சம்பவம் ஞாபகத்தில் எழுகிறது. அண்ணா என்னை விலக்கிய நாட்கள். நடக்கும் தரை கொழ கொழத்துவிட்ட மாதிரி நான் தடுமாறித் திரிந்த நாட்கள். கையில் இருப்பு எதுவும் பெரிதாக இல்லை. ஆஸ்திரேலிய நிகழ்ச்சிக்கு என்று தயாஜீ ஏற்பாடு பண்ணிக்கொடுத்த முன்பணம் மட்டுமே இருந்தது. அந்த நாட்களின் அளவீட்டில் அது ஒரு கணிசமான தொகைதான் – 'ஆனாலும், கரைந்துகொண்டே வந்தது. அப்போதெல்லாம் நூறு ரூபாய் என்பது எவ்வளவு பெரிய தொகை தெரியுமா? ஒரு சவரன் தங்கத்தின் விலையே வெறும் பதின்மூன்று ரூபாய்தான் என்றால் பார்த்துக் கொள்ளுங்கள்!

அதை விரிவாகப் பிறகு சொல்வேனம்மா. என் இசைவாழ்வின் திருப்புமுனையே அதுதான். இப்போது நான் சொல்ல வந்ததை முடித்துவிடுகிறேன்.

ஆயிற்றா, கை இருப்பு கரைந்துகொண்டே போகிறது. முன்னெப்போதையும்விட பணத்தின் பெறுமானம் அதிகமாய்த் தெரிகிறது. வருமானம் பற்றிய சிந்தனை எந்நேரமும் என்னைப் பீடித்திருக்கிறது. குடும்பத்தை நடத்துவதற்காக, தவறான வழிகளில் பணம் ஈட்டப் புறப்பட்டுவிடுவேனோ என்ற நிரந்தர அச்சத்துடன் அந்த நாட்களைக் கழித்துவந்தேன்.

இளம் வயதிலிருந்தே, டவுன்பஸ்ஸிலும் மின்ரயிலிலும் தான் எனது போக்கும் வரத்தும். அண்ணா கார் வாங்கிய பிறகும், தனியாக அந்தக் காரில் பயணம் செய்த ஞாபகமேயில்லை. சௌமித்ரா பையா கார் வைத்திருந்தார். அதில்தான் நான் ஓட்டப் பழகினேன். ஆனால், அவரிடமும் உரிமையாகக் கேட்டு வாங்கி ஓட்ட மாட்டேன். வசதிகள் சம்பந்தமாக இயல்பாகவே எனக்குள் ஒருவிதக் கூச்சம் நிலவியதுதான் காரணம் என்று நினைக்கிறேன். அல்லது, அம்மா அடிக்கடி சொல்லும் வாக்கியம்கூட என்னை இந்தவிதமாக வனைந்திருக்கலாம். அவள் சொல்வாள்:

> *பணம் சாஸ்வதமல்ல ஹரீ. இன்றைக்கு வரும், இன்றைக்கே போய்விடும். கைநிறையத் துட்டு இருக்கிறதென்றால், தலையணைக்குள் அடைத்து, தலைக்கா வைத்துக்கொள்ள முடியும்?*

இந்தப் பின்னணியில்தான் அந்தச் சம்பவம். எங்கேயோ போய் விட்டுத் திரும்புகிறேன். பொதுவாக மணிப்பர்ஸில் பத்துப் பதினைந்து ரூபாய் வைத்திருப்பேன். ஷியாமை அந்த வயதில் கக்குவான் இருமல் தாக்கியிருந்தது. குடும்ப மருத்துவர் எழுதித் தந்த ஏதோ மருந்து தீரும் தறுவாய். அது எங்கள் பகுதியில் எங்குமே கிடைக்காமலாகியிருந்தது. வேறேதோ வேலையாகச் சற்றுத் தொலைவு செல்லக் கிளம்பியவனிடம் ஞாபகப்படுத்தி, உபரியாக ஒரு பத்து ரூபாய் நோட்டைக் கொடுத்திருந்தாள் ஊர்மிளா.

டவுன்பஸ்ஸில் போய்க்கொண்டிருக்கிறேன். நல்ல கூட்டம். மனம் எங்கெங்கோ திரிகிறது. சாப்பாட்டுக்குப் போதுமான அளவாவது சம்பாதித்துவிட முடியுமா என்று தவிப்பாக இருக்கிறது. எதிர்காலம் பற்றிய அச்சம் வழுக்குப் பாறை போல எனக்குள் படர்ந்திருக்கிறது. அதன்மீது வழுக்கி வழுக்கித் தடுமாறிக்கொண்டிருக்கும் வேளையில், என் பாண்ட் பைக்குள் எடை குறைந்த மாதிரி உணர்ந்தேன். சடாரென்று தொட்டுப்

பார்த்தேன். என்னுடைய பைக்குள் நுழைந்த யாருடைய கையோ வெளியேறிக்கொண்டிருக்கிறது.

இறுக்கிப் பிடித்தேன். கையை உருவிக்கொண்டு வெளியில் பாய்கிறான் அவன். நிறுத்தமொன்றை நெருங்கியிருக்கிறது வண்டி. அவனைத் தொடர்ந்து நானும் குதித்தேன். துரத்திக்கொண்டு ஓடுகிறேன்.

இந்தியப் பொதுமனத்தின் இன்னொரு பரிமாணம் தெரிய வந்த சந்தர்ப்பம் அது. அவ்வளவு வேகமாக இரண்டுபேர் ஓடுகிறோமே. எங்கள் ஓட்டம் கெடாதிருப்பதற்கும், நிதானமாக வேடிக்கை பார்ப்பதற்கும் ஜனங்கள் ஒதுங்கிப் பாதை அமைத்தார்களே தவிர, ஒருவராவது குறுக்கிட வேண்டுமே!

பிடித்துவிட்டேன். உடனடியாக மணிப்பர்ஸைக் கீழே போட்டான். அடிக்கத் தொடங்கினேன். அதுநாள்வரை எனக்குள் அடங்கிக் கிடந்த வன்மம் அத்தனையும் மொத்தமாகத் திரண்டு, அவனைக் கொன்றுவிடும் வெறியுடன் தாக்குகிறேன். அடைக்க முடியாத ஊற்று ஒன்று திறந்துவிட்டிருக்க வேண்டும். என்னைப் பார்க்க, மிகவும் பூஞ்சையான ஆள் அவன். முகத்திலும் முதுகிலும் வயிற்றிலும் அந்தரங்க உறுப்பிலும் கைகளாலும் கால்களாலும் ஆவேசமாகச் சாத்துகிறேன். மூக்கிலிருந்தா வாயிலிருந்தா என்று தெரியவில்லை, அவனுடைய முகத்தில் ரத்தம் புள்ளி கட்டுகிறது. நல்லவேளை, கூட்டம் தலையிட்டு அவனை என்னிடமிருந்து மீட்டது. சிட்டாகப் பறந்தான் அவன்.

மெல்லத் தலைகுனிந்து என் திசைக்குத் திரும்பினேன். கொஞ்சதூரம் நடந்து வந்தபின்னும், யாரோ என்னைத் தொடர்கிற மாதிரி உணர்வு. திரும்பிப் பார்த்தேன். உண்மைதான், என்னை அடியொற்றி வந்துகொண்டிருந்தார் ஒரு கிழவர். கண்ணுக்குக் கண் சந்தித்ததும் புன்முறுவல் பூத்தார். குலுக்கக் கைநீட்டினார். குழப்பம் விலகாமல் நானும் நீட்டினேன்.

சமனமாகிவிட்டீர்களா! சிவசங்கர் தீட்சித்தின் சகோதரர் தானே!

ஆமாம்.

உங்கள் இருவரின் வாசிப்பையும் பலதடவை கேட்டிருக்கிறேன். போன ஜனவரியில்கூட கல்யாணில் கச்சேரி நடந்ததே. நீங்கள் தனித்து நிறைய வாசித்த பைரவி ராகத் தும்ரி இன்னமும் என் காதில் ஒலிக்கிறது. அபூர்வமான இடங்களில் சஞ்சரித்தீர்கள்!

அப்படியா?

எனக்குள் நிரம்பியிருந்த விறைப்பு மெல்லத் தளர்ந்தது. லேசாக

வெட்கம் முளைவிட்டது. அவருடைய முகத்தைக் கூர்ந்து பார்த்தேன். முழு வழுக்கை. நிமிர்ந்த உடம்பு. ஒன்றுகூட உதிராத ஆரோக்கியமான பற்கள். நேர்கோடு மாதிரி இறங்கும் நாசி. முழுக்க மழித்த தாடையில் ஓரிரு நாள் வெண்முடிகள் முளைத்திருந்தன. வசீகரமான முகம். என் கண்களைவிட்டுப் பார்வையை அகற்றாமல் தொடர்ந்தார்.

அண்ணனுக்குக் கொஞ்சமும் சளைத்தவரில்லை நீங்கள். பிரகாசமான எதிர்காலம் இருக்கிறது உங்களுக்கு.

நன்றி.

வயதில் மூத்தவன் என்பதால் ஒரு புத்திமதி சொல்லலாமா?

அவர் என்ன சொல்லப் போகிறார் என்பது அவ்வளவு பெரிய ரகசியமொன்றுமில்லையே! மனத்தின் ஆழத்தில் உதித்த கூச்சம், மெல்ல வெளியேறி முதுகுத்தண்டு நெடுகப் பரவியது. அவ்வளவு ஜனம் நெரியும் இடத்தில் அம்மணமாக நிற்கிற மாதிரி உணர்ந்தேன்.

சொல்லுங்கள்.

பர்ஸை மீட்பதற்காகத் துரத்தியது சரிதான். அவனிடமிருந்து மீட்டதும் சரிதான். கோபத்தில் ஓரிரு அடிகளும் போடலாம்தான். ஆனால்...

அவர் தயங்கினார். என்ன சொல்லிவிடுவாரோ என்று நான் அஞ்சினேன். என் கண்களைத் தவிர்த்துவிட்டு அவர் வாக்கியத்தை நிறைவுசெய்தார்.

...அவ்வளவு வன்மம் தேவையா? உங்கள் உடம்பில் பாதிதான் இருக்கிறான்; பசிக்காகத் திருடியவன் மாதிரித் தெரிகிறது. படாத இடத்தில் பட்டுப் பிராணனை விட்டிருந்தால் என்னவெல்லாம் பாழாகியிருக்கும்? எனக்கென்னவோ, அந்த நிமிடத்தின் கோபம் அல்ல நீங்கள் காட்டியது என்று படுகிறது. யோசியுங்கள், எங்கோ தோன்றிய ஆத்திரத்தை வேறெங்கோ வடிப்பது சரிதானா?...

நான் பேசாமலிருந்தேன். அவர் சுவாதீனமாக என் முதுகில் தட்டினார்.

...ஒருவேளை நான் சொல்வது தவறென்று தோன்றினால், கிழவன் ஏதோ உளறினான் என்று விட்டுவிடுங்கள். ஆல் தி பெஸ்ட்.

என்று நகர்ந்தவரின் முன்கையைப் பிடித்து நிறுத்தினேன். சட்டென்று குனிந்து அவர் பாதத்தைத் தொட்டு ஒற்றிக்

கொண்டேன். அவர் பதறினார். தொடர்ந்து நாலைந்து உபசார வாக்கியங்கள் பரிமாறிக்கொண்டபின் பிரிந்துவிட்டோம். அதன் பிறகு அவரைச் சந்திக்கக் கிடைக்கவில்லை எனக்கு. ஆனால், அந்த அறிவுரை எனக்குள் வேர்பிடித்துத் தங்கிவிட்டது.

வீடு சென்று சேரும்வரை யோசனை அபரிமிதமான வேகத்தில் ஓடியது. எங்கள் தெருவில் நுழைகிறேன், முக்கியமான உச்சத்தைத் தொட்டது சிந்தனை. ஓரிடத்தில் உருவாகும் ஆத்திரத்தை அதே இடத்தில்கூட எதற்காகக் காட்டுவது? 'நீ செய்வது எனக்கு உவப்பாயில்லை' என்பதைத் தெரிவித்தால் போதாதா? எதற்காக யுத்தம் செய்யக் கிளம்ப வேண்டும்?

நடந்ததை ஊர்மிளாவிடம் விவரித்தேன். அவள் இன்னும் ஒரு படி மேலே போனாள்:

> ஆத்திரம் ஊற்றெடுக்கும் துவாரத்தை அடைத்துவிடுவது இன்னும் உத்தமமல்லவா?

அதுதான் ஊர்மிளா. அவளுடைய சாத்வீகத்தின் சூத்திரத்தை அலுங்காமல் என்னிடம் ஒப்பித்துவிட்டு, தேநீர் தயாரிக்கப் புறப்பட்டாள். நான் இதோ இன்றுவரை அந்த ஐஸ்கட்டியை உருகாமல் பாதுகாத்து வைத்திருக்கிறேன்!

அந்த நாளின் முக்கியமான செய்தியாக இன்னொரு விஷயமும் எனக்குள் பதிந்துவிட்டது – ஆமாம், யாரோ நம்மைப் பார்த்துக்கொண்டிருக்கிறார்கள்; மேடையில் இருக்கும்போது மட்டும் அல்ல, எந்நேரமும் உலகம் நம்மைக் கவனித்துக் கொண்டே இருக்கிறது... அவ்வளவுதான். ஒருவிதமான சுயக் கட்டுப்பாடு எனக்குள் வேர்பிடித்துவிட்டது.

இதெல்லாம்கூட சகஜமானவைதானம்மா. மனம் சற்றுக் குளிர்ந்தபிறகு, அந்தப் பெரியவர் சுட்டிக்காட்டிய இன்னோர் அம்சம் என்னைப் பிறாண்டத் தொடங்கியது. 'அவனுமே பசிக்காகத் திருடியவன் மாதிரித்தான் தெரிகிறான்' என்று அவர் சொன்னது திரும்பத் திரும்ப எனக்குள் எதிரொலித்தது. திருட வந்தவன்மீது அபாரமான வாஞ்சை கிளர்ந்தது. நானும் அவனும் ஒன்று என்றுகூடத் தோன்றியது. பர்ஸிலிருந்த நோட்டுகளில் ஒன்றைக் கொடுத்து அனுப்பியிருக்கலாமோ என்று நினைத்தேன். அடுத்தவேளைச் சாப்பாட்டுக்கு உத்தரவாதம் இருப்பதுபற்றிக் குற்ற உணர்ச்சி எழுந்தது எனக்குள். நீங்கள் சொல்லும் கனிவின் முதல் சொட்டு ஊறிய சுனை அதுவாகவே கூட இருக்கலாம்.

உங்கள் அண்ணாவைப் பற்றி நிலவும் அபிப்பிராயம் முழுக்க வேறுமாதிரியானது அல்லவா? முன்கோபம் உள்ளவர், முகத்திலடித்த மாதிரிப் பேசக் கூடியவர் என்றெல்லாம்...

அவரளவுக்கு வித்தை இருக்கும்போது, கொஞ்சம் மமதை இருப்பதிலும் தப்பில்லைதானே! அவர் பணத்துக்காகத் தகராறு செய்ததாகவோ, பாதிக்கச்சேரியில் எழுந்து போனதாகவோ, ஒத்துக்கொண்ட கச்சேரிக்கு வராமல் இருந்ததாகவோ கேள்விப் பட்டிருக்கிறீர்களா? அல்லது, மேடையில் அமர்ந்த பிறகு ரசிகர்களுடன் தகராறு செய்தாரா? நேரடி உறவில் தம்மைச் சீண்டியவர்களைத் திருப்பி அடித்திருக்கிறார். சுயமரியாதையின் எல்லையை அவரவர்கள்தானே முடிவு செய்துகொள்ள வேண்டும்!

அண்ணாவுக்கும் உங்களுக்கும் உள்ள ஒற்றுமைகள் என்று எதையெல்லாம் சொல்வீர்கள் — சர்வதேசப் புகழைத் தவிர!

அந்தக் கடைசிச் சொற்றொடருக்குக் கடைசியில் பதில் சொல்கிறேன். *(புன்னகைக்கிறார்).* அவர் பிறந்த அதே வயிற்றில் நானும் பிறந்தேன் என்ற ஒரே காரணத்தால் இந்தக் கேள்வி என் முன்னால் நிற்கிறது. அதனால், இசை குறித்த கேள்வியல்ல என்றே இதை எடுத்துக்கொள்கிறேன்.

இருவருக்குமே பசி பொறுக்காது. அம்மா எங்களை வளர்த்த விதம் அப்படி.

புத்தக வாசிப்பில் மிக அதிகமான ஆர்வம் உள்ளவர்கள். அண்ணா எனக்குக் கொடுத்த கொடைகளில் ஒன்று இந்தப் பழக்கம்.

அறுபது வயதுவரை விடாமல் உடற்பயிற்சி செய்து உடம்பை விண்ணென்று வைத்திருந்தேன். அவரிடமிருந்து கற்றதுதான் இது. எங்கள் பகுதியின் உடற்பயிற்சிக் கழகச் செயலராக இருந்தார் அண்ணா. ஸாரங்கியைத் தொடாத ஆறு வருடங்களில் மட்டுமே தினசரிப் பயிற்சியிலிருந்து விலகியிருந்தார். அதன் பலனாக, கொஞ்சம் ஊளைச்சதை போட்டது. இசைக்கு மீண்ட மறுவாரத்திலிருந்து உடற்பயிற்சியையும் ஆரம்பித்துவிட்டார்.

சூடாகத் தேநீர் குடிக்கப் பிடிக்கும். சாதகம் நடக்கும்போதும், கச்சேரி நடக்கும்போதும் ஃப்ளாஸ்க் நிறைய கொதிக்கும் தேநீர் அருகிலிருக்க வேண்டும். மாறி மாறிக் குடிப்போம்.

வெள்ளை நிறப் பிரியர்கள். தூய வெள்ளுடையில் மட்டுமே கச்சேரிகள் செய்திருக்கிறோம்.

காரம் பிடிக்காது; எண்ணெய்ப் பதார்த்தங்களும்தான்.

இருவருக்குமே நீண்ட ஆயுள் சித்தித்தது. வம்ச வரம் என்று கொண்டாலும், எங்களுடைய நடவடிக்கைகளால் அதைக் கெடுத்துவிடாதிருந்தோம் என்பதும் முக்கியம்தானே.

கடைசியாகத் தோன்றும் இன்னொரு ஒற்றுமை –

இருவருமே பெண்டாட்டி தாசர்கள். *(சிரிக்கிறார்).* அண்ணாவின் துர்ப்பாக்கியம் அவருடைய இரண்டாவது மனைவி, முதல் மனைவியைப் போன்ற சாதுப் பிராணியாக அமையாமல் போனது!

அந்தக் கடைசி சொற்றொடர்...

ஆமாம். ஒற்றுமைகள் பற்றி கேட்டீர்கள். வேற்றுமை பற்றியும் சொல்ல வேண்டாமா! வாசிப்பில் இருவருக்கும் உள்ள வேற்றுமையை, இருவரின் இசைப்பதிவுகளையும் கேட்டுப் பார்த்தாலே தெரிந்துவிடும். அண்ணா கார்மேகம். பொழிந்து கொட்டுவார். நான்? வெறும் பனித்துளி. தொட்டால் தண்மையாய் இருப்பேன் – ஆனால், கண நேரத்துக்குத்தான்! *(தலை குனிந்து புன்னகைக்கிறார்)*

அப்புறம், 'புகழ்' என்றீர்கள். அது பொருத்தமான வார்த்தையா என்று தெரியவில்லை. அதாவது என்மீது ஒட்டிப் பார்ப்பதற்கு. அண்ணாவுடையது புகழேதான். சந்தேகமில்லை. ஆனால், உலகின் சகல நாடுகளிலும் கச்சேரி செய்த பெருமை எனக்குண்டு. அண்ணாவின் பட்டியலில் அதிகம் போனால் பத்துப் பதினைந்து நாடுகள் இருக்கலாம். அதனால், 'சர்வதேச அறிமுகம்' என்ற அளவில் எனக்குத்தான் மதிப்பெண் அதிகம்! *(சிரிக்கிறார். மெல்லச் சிரிப்பு அடங்கி முகம் தீவிரம் கொள்கிறது)*

அதற்காக, இந்தியாவில் வாசிக்க லாயக்கற்றவன் என்றோ, பணத்தைத் துரத்தும் ஒரே நோக்குடன் அந்நிய மண்ணில் அலைந்தவன் என்றோ என்னை நினைத்துவிடக்கூடாது உங்கள் வாசகர்கள். விருப்பத்தின் பேரில் நாடோடி ஆனவன் அல்ல நான். இங்கே எனக்கு வாய்ப்புகள் அதிகம் வழங்கப்படவில்லை என்பதுதான் நிஜமான காரணம்.

அதாவது . . ?

ஆமாம். முன்பே சொன்ன மாதிரி, எனக்கு உள்நாட்டில் வந்த கச்சேரி வாய்ப்புகள் தடுக்கப்பட்டன. அடுத்தவருடைய வாய்ப்பையோ, வருமானத்தையோ என் மனமறிந்து ஒருநாளும் நான் தடுத்தது கிடையாது. இந்த ஒரு விஷயத்தில் மட்டும் –மிகக் கர்வமாகக் கூறிக்கொள்ளலாம் – வேறு யாரையும்விடப் பலமடங்கு உயர்ந்தவன் நான்.

அண்ணா மட்டும் என்னிடம் குரோதம் பாராட்டாமலிருந்தால், ஸ்திரமாக என் குடும்பத்துடன் – அதிலும் என் ஊர்மியுடன் – நிறையக் காலம் சேர்ந்திருக்கும் பாக்கியம் லபித்திருக்கும் எனக்கு. சரி போகட்டும், இப்போது புலம்பி என்ன பயன்!

கீழ்த்தளத்தில் ஸ்ரீ தீட்சித் யாரிடமோ உரத்துப் பேசும் ஒலி. இன்று பேச ஆரம்பித்தபிறகு நாலாவது தடவையாகக் கீழே சென்றிருக்கிறார். இவரிடம் நான் கவனித்த இன்னொரு முக்கிய அம்சம் இது; மாடியேறி இறங்கச் சளைப்பதில்லை. அழைப்புமணியை அநாவசியமாக அழுத்துவதே கிடையாது. கொரிக்கவோ குடிக்கவோ ஏதாவது கொண்டுவருவதற்காக மட்டுமே பணியாளை அழைக்கிறார். மற்றபடி பேச்சினூடே ஏதாவது நினைவு வந்தாலோ, தேவை எழுந்தாலோ தானே எழுந்து செல்கிறார். சதைப்பிடிப்பற்ற அவருடைய உடல்வாகின் ரகசியம் இதுதானோ என்னவோ. இடையில் ஒரு தடவை இதைப்பற்றிக் குறிப்பிட்டபோது, 'I am a natural walker' என்று பெருமிதமாகச் சொன்னார்.

மாடிப்படிகளில் அவருடைய காலடிச் சத்தம் உதித்து, உரக்கிறது. மெல்ல ஏதோ முனகிக் கொண்டு வருகிறார். மாடியறையில் நுழைந்ததும் புலப்படுகிறது. பிரபல தும்ரி 'போலே ரே பப்பி ஹரா.' மியான் கி மல்ஹார். தான்சேன் உருவாக்கிய ராகம் என்பார்கள். கங்குபாய் ஹங்கலின் இசைப்பதிவாகக் கேட்டிருக்கிறேன். பின்னர், 'குட்டி' திரைப்படத்தில் வசந்த் தேசாய் இசையமைப்பில் வாணிஜெயராம் குரலில் வெளியானபோது தேசத்தைக் கிறங்கடித்த முதல் வரி. இனிமையான மெட்டு. மெல்லிய குரலில் ஸ்ரீ ஹரிசங்கர் தீட்சித்தின் குரலில் கேட்கும்போது இனிமை அதிகரிக்கிறது.

எதிரில் அமர்ந்து 'அடுத்து?' என்கிற மாதிரி என் முகத்தை உறுத்துப் பார்க்கிறார்.

குரலிசையில் ஆர்வம் உண்டா உங்களுக்கு?

இப்படிக் கேட்க வேண்டியதேயில்லை. கருவியிசைக் கலைஞர்களில் அநேகர், குரலிசையிலும் விற்பன்னர்கள்தாம். பிஸ்மில்லா கான் ஜீ பாடிக் கேட்டிருக்கிறீர்களோ? ஷெனாயில் ஓர் உருப்படி தொடங்கும்போது வழக்கமாக ஒரு துணுக்கு இசைப்பாரல்லவா? அதே மெட்டில் உரத்து ஹம்மிங் செய்த பிறகே பாடவும் தொடங்குவார். சட்டென்று சிறு குழந்தை போலாகிவிடும் முகம்! அவர் பாடி ஒரு முழுக்கச்சேரி கேட்கமாட்டோமா என்று ஏக்கமாக இருக்கும். கவுதம் கோஷ் இயக்கிய *Meeting with the Milestone* பார்த்திருக்கிறீர்களோ?

கேள்விப்பட்டிருக்கிறேன் — பார்த்ததில்லை...

அவசியம் பாருங்கள். பிஸ்மில்லாகான் ஜீயின் பாடும் திறமையை அதில் காண முடியும். ஓரிடத்தில், வேவ்வேறு பாணிகளில் பாடிக் காட்டுவார்! எங்கள் தலைமுறையில் சுல்தான் கான், இந்தத் தலைமுறையில் ஷுஜாத் கான் போன்றவர்கள் முழு நீளத் தொகுப்பு வெளியிடும் அளவுக்குக் குரலினிமையும், பயிற்சியும் உள்ளவர்கள்.

கேள்வியைச் சற்று மாற்றிக் கேட்கிறேன். குரலிசைஞர் ஆகும் ஆர்வம் உங்களுக்கு இருந்ததுண்டா?

நிச்சயமாக. பால்யகாலத்தில், விரலைப் பழக்குவதைவிடவும் குரலைப் பழக்குவது சுலபம் என்று நான் நம்பிய பிராயத்தில், குரலிசைஞனாகப் பரிமளிப்பது பற்றிக் கனவுகள் கண்டிருக்கிறேன். கைவலிக்க ஸாரங்கிப் பெட்டியைத் தூக்கிக்கொண்டு அலைந்த நாட்களில், வெறுங்கையும் தொண்டையுமாக மேடையேறும் இன்பத்துக்கு ஆசைப்பட்டிருக்கிறேன்!

இன்னொரு விஷயமும் சொல்லலாம். விவரம் புரியாத வயதிலிருந்தே வாய்ப்பாட்டுக் கலைஞர்களைப் பார்த்து வந்திருந்தேன் அல்லவா. பாடும்போதே, பூத்தொடுப்பது, கொசு விரட்டுவது, கொடியேற்றுவது போன்ற பாவனைகளையெல்லாம் அபிநயம் பிடிப்பவர்களைப் பார்த்து எனக்கும் ஆசையாக இருக்கும்..!

ஆனால், அம்மாதிரியான விஷயங்கள் கச்சேரியைப் பார்வை அனுபவமாகவும் மாற்றித் தருபவை அல்லவா ஜீ?

மிகச் சரியாகச் சொன்னீர்கள் அம்மணி. அசையாத பொம்மையை மூன்று மணிநேரம் பார்த்துக்கொண்டிருந்தால், ரசிகருக்கு சலிப்புத் தட்டத்தானே செய்யும்! ஆனால், மேற்சொன்ன வித்தைகளெல்லாம் கருவியிசைக் கலைஞனுக்கு சாத்தியமில்லையே! பாவம், இரண்டு கைகளும் கட்டப் பட்டவனல்லவா அவன்!

அப்படியும் சொல்வதற்கில்லை ஜீ. ரசமான சங்கதி வந்து விழும் ஒவ்வொரு தடவையும், உடைவாள் மாதிரி வில்லை உயர்த்திக்காட்டும் வயலின் கலைஞர் ஒருவர் எங்கள் ஊரில் உண்டு!...

(குழந்தை மாதிரிச் சிரிக்கிறார். முகம் மெல்லத் தீவிரம் கொள்கிறது.) ஒருநாள் ஆலாப் ஜோர் ஜாலா – வாத்தியக்காரனல்லவா! – என்றெல்லாம் விஸ்தாரமாகப் பாடிக் கொண்டே குளித்து முடித்து வெளியில் வருகிறேன்; வழக்கத்தை விட அன்று உற்சாகம் அதிகமாய் இருந்ததும், உரத்த குரலில் நான் பாடியதும் நினைவிருக்கிறது. குளியலறை வாசலில் அண்ணா, அண்ணி, அம்மா, தாய்மாமா என்று ஒரு ரசிகர் பட்டாளமே நின்றிருக்கிறது. அண்ணி புதிதாய்த் திருமணமாகி வந்திருந்தவள். நான் கதவைத் திறந்த மாத்திரத்தில் பெரிதாய்க் கைதட்டினாள். அண்ணா அவளைத் திரும்பிப் பார்த்தார். வழக்கம்போலவே உணர்ச்சியெதுவும் காட்டாத முகம்.

அன்றைக்குச் சாயந்திரம் வாய்ப்பாட்டுக்கு மூடுவிழா நடந்தேறியது! 'இரண்டு குதிரையில் சவாரி செய்கிறவன் கேளிக்கைக்காரனாக வேண்டுமானால் இருக்கலாம், எந்த ஊருக்கும் போய்ச் சேர்கிறவன் இல்லை' என்பது என் அண்ணாவின் அபிப்பிராயம்... *(சிறிது இடைவெளி.)* ஹூம். நானும் அப்படி நினைத்துக்கொள்ளப் பழகிவிட்டேன்.

நீங்கள் சொல்வதைப் பார்த்தால், கருவியிசையைவிடவும் குரலிசையின்மீதுதான் உங்களுக்கு ஈர்ப்பு அதிகம் போல!

நூறு சதவீதம். இசை என்ற மகோன்னதம் மனிதப் பிரக்ஞைக்குள் வந்து சேர்ந்த ஆதிநாளில் அது குரலிசையாகத்தான் இருந்திருக்க வேண்டும் என்று நான் உறுதியாக நம்புகிறேன். வாஸ்தவத்தில், மொழி உருவாவதற்கும் முந்திய காலகட்டத்திலேயே இசை பரிணமித்திருக்க வேண்டும். சக மனிதனுடன் சைகையில் பேசலாம் – பிற ஜீவராசிகளுடன்? குகைவாசியாய் இருந்த நாட்களில் சக மனிதனுக்கும் சக விலங்கு மற்றும் பறவைக்கும் பெரிய அளவில் பேதம் உணர்ந்திருக்க மாட்டார்கள் அல்லவா? உச்சஸ்தாயியில் பேசும் குயிலுடன் நீங்களும் அதே ஸ்தாயியில்தான் பேசியாக வேண்டும். எருமை மாட்டுடன் மந்தர ஸ்தாயியில்!

இந்த அணுகுமுறை வசீகரமாக இருக்கிறது!

'மனிதக் குரலின் சாத்தியங்களை மீறிய சங்கேதங்களை விடுக்கும் உத்தேசத்திலேயே வாத்தியங்கள் தோன்றியிருக்கும்' என்று அண்ணா ஒருமுறை சொன்னார். நான் ஆச்சரியப்பட்டேன். அவர் விளக்கினார்: 'இசைக்கருவிகள் அவற்றின் இன்றைய

தோற்றத்திலேயே பிறந்திருக்கும் என்று நினைப்பதால்தான் ஆச்சரியப்படுகிறாய் ஹரி. ஆதியில் இருந்த யாழில் கம்பித் தந்திகள் இருந்திருக்காது – இறந்த பிராணிகளின் நரம்புதான் இருந்திருக்கும். யார் கண்டது, சட்டகங்களும் மரத்தினாலானவையாக இருந்திருக்காது – எலும்புகளாலானவையாக இருந்திருக்கலாம். இன்னமும்கூட, விலங்குக் குடலிலிருந்து உருவாக்கிய தந்திகளைப் பயன்படுத்தும் கிராமிய இசைக் கருவிகள் இருக்கத்தான் செய்கின்றன'.

அண்ணா இன்னொன்றும் சொன்னார்: 'வாத்தியங்கள் உருவான விதத்தையும் நாம் யூகித்துவிட முடியும். தேனீக் கூட்டமே தம்பூராவின் பிறப்புக்குக் காரணமாக இருந்திருக்கலாம்.' அந்த வகையில், உங்கள் ஊர் நாதசுரத்தின் பிறப்புக்கு யானையின் பிளிறல் காரணமோ என்னவோ!

அட!

அதே மாதிரி, தேனீயின் ரீங்காரமும் கொசுவின் 'ரொய்ங்ங்ங்...' ஒலியும் காட்டிய மாறுபாடே சுருதி என்ற ஓர் அம்சம் மனித கவனத்துக்குள் வருவதற்குக் காரணமாக இருந்திருக்கலாம்! 'வனாந்தரத்துக்குள் அலையும் காற்றின் ஒலிதான் புல்லாங்குழல் என்ற வாத்தியமாக உருவெடுத்தது' என்று ஹிமான்ஷு மித்ரா ஒருமுறை சொன்னான்.

உங்கள் நண்பரோ? இவரைப் பற்றி முன்பே ஒருமுறை குறிப்பிட்டீர்கள்...

ஆருயிர் நண்பன். அபூர்வமான கலைஞன். இந்திய இசையின் உச்சத் தாரகையாகப் பரிணமித்திருக்க வேண்டியவன். *(ஆழ்ந்த பெருமூச்சு. பிறகு தமக்குள் ஆழ்ந்த குரலில் தொடர்கிறார்)* தீர்க்கமாகச் சிந்திக்கக் கூடியவன். அவன் ஒரு முறை சொன்னான்: 'ஹரி, மனிதனுக்கும் இயற்கைக்கும் ஆதிநாளிலிருந்து யுத்தம் நடந்துவருகிறது – தானும் இயற்கையின் ஒரு சிறு அங்கம் மட்டுமே என்பதை மறந்துவிட்டு, எல்லாவற்றுக்கும் தானே எஜமானன் என்கிற மாதிரி அகந்தையுடன் நடந்து கொள்கிறான் அல்லவா இவன்? அதனால் விளைந்த வம்பு இது. மேற்படி யுத்தத்தின் இரண்டு முனைகளில் இன்றுவரை மனிதனால் ஜெயிக்க முடிவதேயில்லை. ஒன்று, தூசு. மற்றது மரணம்.'

அவன் சொன்னதன் நியாயத்தைப் பலமுறை யோசித்துப் பார்த்திருக்கிறேன். சகலத்தின் மீதும் தூசு படியவைத்தல் இயற்கையின் போர்முறையேதான்; சுத்தம் செய்து மாளவில்லை மனிதர்களுக்கு. இரண்டாவது, மரணம். எந்தவிதமான போருக்கும் ஓர் உளவியல் முனை உண்டு அல்லவா. கண்ணிமைக்கும்

நேரத்தில் உங்களுக்கு நெருக்கமானவர்களை உங்களிடமிருந்து பறித்துவிடுகிறதே, இயற்கையின் இந்தத் தாக்குதலுக்கு பதிலடி கொடுக்க முடியாமல் இன்றுவரை மனிதகுலம் தத்தளிக்கத்தானே செய்கிறது *(குரல் கம்முகிறது).* ஆமாம், மரணத்தைப் பற்றி சதா பேசிக்கொண்டிருந்த ஹிமான்ஷு தானும் போய்ச் சேர்ந்துவிட்டான். *(மீண்டும் பெருமூச்சு விடுகிறார். சில நிமிடங்களுக்கு நானும் அமைதி காக்கிறேன்.)*

அவர் எந்த வாத்தியத்தில் விற்பன்னர்?

காற்றுக் கருவிகள் எல்லாமே அவன் ஆணைக்குக் கீழ்ப்படியும். என்றாலும், அவனுக்குக் குழலூதுவதில்தான் விருப்பம். என் அண்ணா மாதிரியே, இளம் வயதில் மேடையேறியவன் அவன். எனக்கு அறிமுகமான நாட்களில் அவன் வாசிக்காத நகரமே இந்திய வரைபடத்தில் கிடையாது என்கிற அளவுக்குக் கச்சேரிகள் செய்தவன்.

இசைத்தட்டுகள் வெளியாகியிருக்கிறதா?

அது இன்னொரு சோகம். அவனுடைய தகப்பனார் முரட்டுப் பிடிவாதம் கொண்டவர். பழைய ஆசாமி. புகைப்படம் எடுத்தால் ஆயுள் குறைந்துவிடும் என்று நம்பிய தலைமுறையைச் சேர்ந்தவர். ‘பதிவு செய்தால் வாசிப்பு குன்றிவிடும்’ என்று தாமாகவே ஒரு கோட்பாட்டை உருவாக்கிக்கொண்டு மகன் இருந்ததற்கான தடயமே இல்லாமல் செய்துவிட்டார்.

மற்ற எல்லா விஷயங்களிலும் அலாதியான சுதந்திரப் பறவையாக இருந்த ஹிமான்ஷு, இந்த ஒரு விஷயத்தில் தகப்பன் சொல்லைத் தட்டுவதற்கு விருப்பமில்லாதவனாகவே கடைசிவரை இருந்துவிட்டான். அவனுடைய முதலும் முடிவுமான ஒரே குரு அவன் தந்தையார்தாம். அவரிடம் இது குறித்துப் போராடத் தனக்கு விருப்பம் இல்லை என்று பல தடவை என்னிடம் சொல்லியிருக்கிறான். இப்படியொரு சங்கதியை முன்வைத்துச் சண்டைபோடுவதைக் கேவலமாக, தன் சுயமரியாதைக்கு இழுக்காகக் கருதுவதாக ஒரு முறை சொன்னான். புகழுக்காக ஏங்கும் கடைநிலை மனமாகத் தான் அறியப்பட்டுவிடுவோம் என்ற கவலை இருந்திருக்கும்.

தவிர, பதிவு செய்வதில் அவனுக்குமே உள்ளூற ஆவல் இருந்திருக்காது என்றும் நினைக்கிறேன். அவனுடைய வாசிப்பின் விந்நியாசம் அத்தகையது. ஒருமுறை, கல்கத்தாவின் டோவர்லேன் இசைவிழாவில் எங்கள் இருவருக்கும் வாய்ப்பு கிட்டியது. காலையில் அவன் சாதகம் செய்யும்போது உடன் இருந்தேன். ஸோஹினி வாசித்தான். அற்புதமாய் இருந்தது. அன்று மாலையில்

முதல் கச்சேரி என்னுடையது. நான்காவது அவனுடையது. ஸோஹினிதான் வாசித்தான். இது முழுக்க முழுக்க வேறு கதியில் இருந்தது. அதுதான் ஹிமான்ஷு. கணத்துக்குக் கணம் புதுப்பித்துக்கொள்ளும் தனது பாணியின் எந்த அலகைப் பதிவு செய்ய என்று தயங்கியிருக்கலாம்.

அல்லது, இசைத்துறையில் ரவுடித்தனமாக இயங்கியவனின் ஆழ்மனத்தில், லௌகீக வாழ்வு தொடர்பாக வேறுவிதமான நீரோட்டம் இருந்திருக்கலாம். பணிவான, கீழ்ப்படிதலுள்ள மகனாக இருப்பது குறித்த கனவு அங்கே மிதந்துகொண்டிருந்திருக்கலாம். யார் கண்டது?

ஆனால், அவன் இறப்பதற்கு முதல்நாளில் எனக்கு எழுதிய கடிதம் அவனுடைய மரணத் தந்தி வந்து நாலு நாட்கள் கழித்து எனக்குக் கிடைத்தது. எவ்வளவு உற்சாகமாக எழுதியிருந்தான் என்கிறீர்கள்? 'ஹரி, கதவைத் திறப்பது என்று அப்பா ஒருவழியாக முடிவெடுத்து விட்டார். நான் குழலெடுத்து வாசிக்காமல் இருந்து என் வாசிப்பைக் கேட்கும் ஒரு சந்தர்ப்பம் வெகுவிரைவில் கிட்டிவிடும் போலிருக்கிறது. ஆமாம், நாளை மறுநாள் கொல்கொத்தாவின் ஒடியன் பதிவறையில் நான் வாசிக்கப் போகிறேன்' என்றும், வாசிக்க உத்தேசித்திருக்கிற ராகங்கள் பற்றியும் எழுதியிருந்தான். அவனுடைய தெளிவுக்கு அது இன்னொரு உதாரணம். ஒரு பாப்புலர் ராகம் – மதுவந்தி. ஒரு அபூர்வ ராகம் – ஹன்ஸ் கிண்கிணி. அப்புறம், ராம் துன். பட்டியலெல்லாம் சரியாகத்தான் இருந்தது. ஆனால், எங்கே, கங்கையின் தீராப் பசி அவனை விழுங்கிவிட்டதே?

அப்படியானால்..?

ஆம், அம்மணி. சுமையேற்றிக்கொண்டு கங்கையின் மறுகரைக்குச் சென்ற படகில் தானும் ஏறிப்போனானாம். பயணிகளுக்கான படகுகள் ஏகப்பட்டவை இருக்க, சரக்குப் படகில் ஏன் போனான் என்பது, நதியின் நடுப்பகுதிக்குப் போனபிறகுதான் தெரிந்தது. படகோட்டிகள் இருவரும் இரண்டு முனையில் இருக்க, இவன் படகின் மத்திக்குச் சென்று நதியில் குதித்துவிட்டானாம். கங்கைக் கரையில் பிறந்து வளர்ந்தவனை நீச்சல் கற்றுக்கொள்ள அனுமதிக்காது கண்டிப்பாக வளர்த்த தகப்பன், முதல் போனதை நினைத்துத் தலையில் அடித்துக்கொள்ளத்தான் முடிந்தது. பிறகு தான் சொல்கிறார்கள், காப்பாற்றக் குதித்த படகோட்டியை முகத்தில் முட்டியிருக்கிறான் – அவனுடைய பல் ஒன்று உதிர்ந்தது தான் மிச்சம். *(சுவரை வெறிக்கிறார்)*

எப்போதுமே உற்சாகமாக இருந்த இளைஞன். துயரத்தின் வெகுதூரச் சாயல்கூடத் தென்படாத நடவடிக்கைகள்

கொண்டவன். தற்கொலை முடிவை ஏன் தேர்ந்தான் என்பது இன்றுவரை புரியாத மர்மமாய் இருக்கிறது.

அவரைப்பற்றியும் அவருடைய வாசிப்பைப் பற்றியும் இன்னும் கொஞ்சம் கேட்க ஆசையாய் இருக்கிறது...

சொல்கிறேன். எனக்குமே அது அலுப்பதில்லை. ஹிமான்ஷு மித்ரா வங்காளத்தின் நாடியா மாவட்டத்தில் உள்ள நவ்தீப்பில் பிறந்தவன். பரம்பரை பரம்பரையாகக் கைத்தறி நெசவில் ஈடுபட்ட குடும்பம். தறிகள் இயங்குவதன் சீரான ஒலியே தனக்குள் ஊறும் இசையின் தாளமாகவும், கங்கைப் பிரவாகத்தின் மர்மம் பொதிந்த சாந்தம் தனக்கான சுருதியாகவும் அமைந்திருப்பதாகச் சொல்வான்.

பன்னாலால் கோஷ் கேட்டிருக்கிறீர்களல்லவா? அவருடைய சங்கீதத்தில் நிலவும் தியானத்தன்மையை வடிகட்டி விடுங்கள் – அதுதான் ஹிமான்ஷு. உபரியாக, ஸ்ரீ கோஷுடைய சங்கீதத்தில் நிலவும் ரகசியத்தை உரத்த கூவலாக்குங்கள். ஹிமான்ஷுவை உங்களால் உருவகித்துக்கொள்ள முடியும். அமாவாசை இரவில் நதிக்கரையில் தனித்திருக்கும் அனுபவத்தை உங்களால் வனைந்துகொள்ள முடிகிறதா; இருளும் ஒரு பிரவாகம் என்பதை உணர முடியுமா; வேனற்கால நதிபோல நிதானமானது அல்ல, காட்டாறு போலப் பாய்ச்சலும் சுழிகளும் அடர்த்தியும் நிறைந்தது அது என்பதைக் காண முடியுமா –ஹிமான்ஷுவை நீங்கள் கேட்டாயிற்று. அதீதமான உணர்வெழுச்சியும், கச்சிதமான இலக்கண நேர்த்தியும் ஒருங்கே இசையப்பெற்ற மன ஒழுங்கு அவனுடைய வாசிப்பில் துலங்கும். அப்படிப்பட்ட கலைஞர்கள் அபூர்வமாகவே பிறக்கிறார்கள்.

ஸ்ரீ சிவசங்கர் தீட்சித்தின் வாசிப்புக்கும் இத்தகைய வர்ணனைகள் பொருந்துமல்லவா?

ஆமாம். அதனால்தானே அவரை மேதை என்கிறோம். ஆனால், அண்ணாவின் வாசிப்பில் சிறு வேறுபாடு உண்டு. உணர்வெழுச்சிமிக்க தேஷ் மாதிரியான ராகங்களை உணர் வெழுச்சியுடனும், உணர்ச்சியின் சாயல் அற்ற சங்கரா போன்ற ராகங்களை ஏகப்பட்ட அலங்காரம், வேலைப்பாடுகளுடனும் வாசிப்பது அண்ணாவின் பாணி. மேலோட்டமாக சாந்தமும், ஆழத்தில் துரிதமும் விசையும் கொண்ட ஜீவநதியின் சாயல் கொண்ட வாசிப்பு.

ஹிமான்ஷுவின் பாணி வேறுமாதிரியானது. பிறந்தது முதலே மரணம் துரத்துகிறதை உணர்ந்தவன் மாதிரி, நிம்மதியற்ற அரற்றல் கொண்டது. உணர்வு ததும்பும் ராகங்களில் அபாரமான

கொந்தளிப்புகளை நிகழ்த்துவது. 'நளினமும் அலங்காரமும் அல்ல, உணர்ச்சி பீறிடுவதுதான் இசையின் தன்னியல்பு' என்று நம்பியவன் அவன். மகா நிதானத்தில் தொடங்கி அசாத்திய வேகம் நோக்கிப் பாயும் வாசிப்பு. அவன் அதி த்ருத் வாசிக்கும்போது கேட்பவர்களுக்கே மூச்சுத் திணறும்.

ஓ.

இன்னொரு சிறப்பம்சமும் உண்டு அவனிடம். ஏற்கனவே கேட்ட ராகங்களின் கேள்விப்படாத இடங்களுக்கு அழைத்துப் போகிற அலாதியான கற்பனை. அவன் தொட்ட இடங்களை எட்டிப் பார்க்கவே சாமானிய இசைஞர்களால் இயலாது. அவனானால், மேற்படி இடங்களுக்கு அநாயாசமாகப் போய்த் திரும்புவான். எந்நேரமும் மலர்ந்திருக்கும் முகத்துடன், கடினமான பிடிகளை வாசிப்பான். 'ஓ, இதெல்லாம் கூட ஆரம்ப கட்டம்தான் போல; மேலும் கடினமான சமாசாரங்கள் இனிமேல் தான் வரவிருக்கிறதோ என்னமோ' என்று நமக்குத் தோன்றும். 'ஆரம்பமே இப்படியென்றால், அடுத்தடுத்த கட்டங்கள் எப்படியெல்லாம் இருக்கப் போகிறதோ' என்று நாம் பிரமித்துக்கொண்டிருக்கும்போது அவன் முடித்துவிடுவான். அடுத்த ராகத்துக்கு நகர்ந்து விடுவான்!

கழுத்து சுளுக்கிவிடுமோ என்று அச்சமூட்டும் அளவு தலையை முன்னும் பின்னும் ஆட்டியும் சுழற்றியும் குழல் வாசிப்பவர்களைப் பார்த்திருக்கிறேன். ஹிமான்ஷு புத்தரின் விக்கிரகம் போல ஸ்திரமாக இருப்பான்! அலட்டலெல்லாம் பேசும்போது மட்டும்தான்! *(செல்லமான பாவனை மிளிர்கிறது முகத்தில்)*

ஸ்ரீ ஹிமான்ஷு மித்ராவின் நட்பு எவ்விதம் தொடங்கியது, எந்த வயதில்?

அண்ணா மௌனத்தில் புதைந்துவிட்ட நாட்கள் அவை. நான் இளைஞனாக மலர்ந்திருந்த காலம். அண்ணா வாசிக்கவியலாதிருந்த காலகட்டம். தனிக்கச்சேரிகள் நடத்த என்னை அனுப்புவார்கள்.

நீங்கள் வாசித்த கருவி?

சந்தேகமென்ன? ஸாரங்கிதான்! அந்த நாட்களில் அண்ணாவின் நிழல்போல தத்ரூபமாக வாசிப்பேன். ஆனால், அவருடைய பாணியின் உயிர்ப்பு என்னிடம் சற்றும் இருந்ததில்லை என்பது இப்போது யோசித்தாலும் துலக்கமாகப் புலப்படுகிறது. உப வாத்தியமாகவே வாசித்துப் பழகியதால், எனக்கென்று தனியான பிரகாரங்களை ஸாரங்கியில் உருவாக்கிக்கொள்ள முடிந்தது

இல்லை; நான் முயன்றதும் இல்லை.

ஆனால், குடும்பம் நடக்க வேண்டாமா? மாதத்தில் நாலைந்து கச்சேரிகளாவது ஒத்துக்கொள்வது உண்டு. வளரும் இசைஞருக்கான வாய்ப்புகள் வழங்கிய விழாக்களில், கற்றுக் குட்டிகள் வாசிப்பதற்கான ஸ்லாட்டுகளில் வாசிக்க அனுமதிப்பார்கள்!

ஹிமான்ஷு அப்போதே சீனியர் கலைஞருக்கான ஸ்லாட்டில் வாசிப்பவன். போபாலில் கங்குபாய் ஹங்கல் நடத்திய ஸவாய் கந்தர்வா விழாவில் அவனை சந்தித்தேன். கச்சேரி ஸ்லாட்டுகளிலும், சன்மானத்திலும்தான் பேதம் உண்டே தவிர, தங்குமிடம் சாப்பாடு, போக்குவரத்து வசதி எல்லாம் அனைவருக்கும் பொதுவானதுதான்! *(புன்சிரிப்பு)*

விடுதியின் முதல்மாடியில் அடுத்தடுத்த அறைகள் எங்களுடையது. அவனுடைய அறைக் கதவு பெரும்பாலும் மட்ட மல்லாக்கத் திறந்தே கிடக்கும். சதா சிகரெட் மணம் வெளிவரும். அவனளவு சிகரெட் குடிக்கும் புல்லாங்குழல் வித்வானை நான் பார்த்ததே கிடையாது. ‘இரும்பு நுரையீரல் எனக்கு’ என்று அவனே பெருமையாகச் சொல்லிக்கொள்வான்! சிகரெட் ஓய்ந்த பொழுதுகளில் பீடா. வாய் ததும்பும் எச்சிலுடன் அவன் பேசும்போது அபரிமிதமாகத் தூறல் போடும்! குர்த்தாவின் முன்புறம் ரத்தக்காயத்தில் ஒட்டியது மாதிரி சிவப்புத் தடங்களுடனும், பழைய தடங்களின் பழுப்புக் கறையுடனும் இருக்கும்!

அவனுக்குள் உயர்ந்து தத்தளித்த சங்கீத அலைகளை சமனப்படுத்திக்கொள்வதற்காகவே லாகிரியில் ஈடுபட்டானோ என்பது என் சந்தேகம். அவன் வேறு மாதிரிச் சொல்வான்: ‘பால்ய வயதில் கிட்டிப்புள் விளையாடக்கூட அனுமதிக்காமல் பயிற்சி கச்சேரி என்று என்னை மிரட்டி மிரட்டி வாசிக்க வைத்த தகப்பனுக்கு எதிரான கலகம் இது.’ தகப்பனார் முன்னிலையில் பீடாவும், அவர் தலை மறைந்ததும் சிகரெட்டும் என்று கலகத்தைத் தொடர்ந்து நிகழ்த்திவந்தான். அடர்ந்த, வாரப்படாத தலையுடன் அகலமாக அவன் வருவதைப் பார்ப்பவர்களுக்கு, குழலிசையின் சிகரம் ஒன்று நடந்து வருகிறது என்று சந்தேகம்கூடத் தட்டாது.

மகாகலைஞர்களுக்கே உரித்தான தனித்தன்மை அல்லவா இது?

அப்படி நம்புவதற்குப் பழக்கப்பட்டிருக்கிறோம். பிம்பங்களை உருவாக்கிக்கொள்வதிலும், ஆராதிப்பதிலும் மனிதக் கூட்டத்துக்கு இருக்கும் ஆசைதான் எப்பேர்ப்பட்டது? கலைஞன் என்றால்

மற்றவர்களை மாதிரி சாதாரணமாக இருக்க முடியாது என்று நம்புவதில் பாமர மனத்துக்கு ஒரு கிளர்ச்சி இருக்கிறது. அவ்வளவுதான். இதை வெற்றிகரமாகப் பயன்படுத்திக்கொள்ளும் அரைக் கலைஞர்களை நமக்குத் தெரியாதா என்ன! *(சிரிக்கிறார்).*

மற்றபடி, இஸ்திரி செய்த உடையும் படிய வாரிய தலையும் தனிப்பட்ட வாழ்வில் கடைப்பிடித்த கடும் ஒழுக்கமும் சீரான பயிற்சியும் நாசூக்கான மொழியும் நாகரிகமான நடவடிக்கைகளும் என்று மத்திய அரசாங்க உயர் அதிகாரிபோல வாழ்ந்து மறைந்த என் அண்ணாவே மாற்று உதாரணம் அல்லவா?

ஸ்ரீ ஹிமான்ஷுவை விட்டுக் கொஞ்சம் விலகிவிட்டோம் . . .

ஆமாம். எங்கே விட்டேன்?

போபால் இசை விழா. திறந்தே கிடக்கும் அவரது அறைக் கதவு.

ஆமாம். ஆமாம். ஒவ்வொருமுறை அவனது அறையைத் தாண்டும் போதும் சீழ்க்கையொலி உரத்துக் கேட்கும். நூர்ஜஹான், அல்லது ஷம்ஷத் பேகத்தின் பாட்டுகள் விசிலில் பறக்கும். அவ்வளவு சுதி சுத்தமான, பிசிறற்ற விசிலோசையை நான் கேட்டதே கிடையாது. *(உற்சாகமாகச் சிரிக்கிறார்)*

ஒரு தடவை, அவன் அறையைத் தாண்டுகிறேன், விசில் என்னைச் சீண்டுகிறது, சொன்னால் நம்பமாட்டீர்கள், இப்போது நினைக்கும்போதும் மயிர்க்கூச்செடுக்கிறது, படே குலாம் அலிகான் இயற்றிய தும்ரி ஒன்று, 'யாத் பியா கி ஆயே', பைரவி ராகத்தின் இறைஞ்சும் துக்கம் ததும்ப விசிலில் ஒலிக்கிறது. மிரண்டு நின்றுவிட்டேன். என்ன ஒரு பாவம், என்ன ஒரு குழைவு, என்ன ஒரு மூச்சுக் கட்டு! ஒலியை மட்டும் கேட்பவர்களுக்கு, ஏதோ நூதனமான வாத்தியம் என்றே தோன்றியிருக்கும். படே குலாம்ஜியின் மனைவி இறந்த சமயத்தில் அவர் இயற்றிய தும்ரி அது. மரணத்தின் வாசனை நெருடும் பாட்டு. கச்சிதமாக சுருதி கூட்டப்பட்ட இசைக்கருவி மாதிரிக் கிறங்குகிறது விசில்.

சுவரில் சாய்ந்து நின்று கேட்டுக்கொண்டிருந்தவன், வசியத்துக்காளான மாதிரி அறைக்குள் நுழைந்திருப்பேன் போலிருக்கிறது; கட்டிலில் சம்மணமிட்டு அமர்ந்து சம்பிரமமாக விசிலடித்துக்கொண்டிருந்த ஹிமான்ஷுவின் முன் நிற்கிறேன். நான் சமநிலைக்கு வந்துசேரவும், தும்ரி முடியவும் சரியாக இருந்தது.

'அபாரம்' என்றேன். அவன் சிரித்தான். உட்காரச் சொல்லிச் சைகை செய்தான். அடுத்த பாட்டு ஆரம்பிக்கும் என்று எதிர்பார்த்தேன். பேச்சுதான் ஆரம்பித்தது. பரஸ்பரம்

அறிமுகம் செய்துகொண்டோம். என்னைவிட ஐந்துவயது பெரியவன். இருபத்தைந்து வயது மூத்தவன் மாதிரி இருந்தான். ஆனால், கச்சேரிக்குக் கிளம்பும்போது சடாரென்று இளைஞனாகி விடுவான்! *(கண்மூடி மௌனமாக இருக்கிறார் – கடந்த காலத்தின் ஏதோ ஒரு காட்சியை மானசீகமாகப் பார்ப்பவர் மாதிரி.)*

அறிமுகமானதைச் சொன்னீர்கள். நண்பர்களானதைச் சொல்லவில்லை..!

படிக்கட்டு மாதிரி வளர்ந்தது அல்ல, மின்னல் மாதிரித் தொற்றியது எங்கள் நட்பு. 'நீ நுழைந்தது என்னுடைய அறைக்குள் அல்ல, இதயத்தின் அந்தரங்கத்துக்குள்' என்று பின்னாட்களில் அடிக்கடி சொல்வான் ஹிமான்ஷு. அன்றைக்கு மிக உற்சாகமான மனநிலையில் இருந்தான். அவனுடைய வசீகர விசில் பற்றிக் குறிப்பிட்டபோது, அதுதான் தனக்குப் பிடித்த வாத்தியம் என்றும் முழுநீள விசில் கச்சேரி செய்வதுதான் தனது வாழ்நாள் குறிக்கோள் என்றும் அதற்கான பயிற்சியாகவே நாள்தவறாமல் இசைத்துப் பழகுவதாகவும் சிரிக்காமல் சொன்னான். 'என்னைப் பெற்றவரின் தொந்தரவு மட்டும் இல்லாவிட்டால் இதற்குள் அது நடந்தேறியிருக்கும்' என்றும் சொன்னவன், என்னைக் கண்ணுக்குக் கண் பார்த்துக் கேட்டான். 'உன்னுடைய வாத்தியம் எது?'

'ஸாரங்கி' என்றேன். 'நேற்றுத்தான் கேட்டேனே. அது நீ வாசிப்பது. உனது இஷ்ட வாத்தியம் எது?' 'வயலின்.' 'பிறகென்ன, அதைத்தானே வாசிக்க வேண்டும்?'

நான் அண்ணா பற்றியும், என் குடும்பம் பற்றியும், எங்கள் வம்சம் பற்றியும் விரிவாகச் சொன்னேன். பொறுமையாகக் கேட்டுக்கொண்டவன், கடைசியில் அழுத்தமாகச் சொன்னான்: 'ஆனாலும், நீ வயலின் வித்தகனாகத்தான் உருவாக வேண்டும். அதுதான் இயல்பான வளர்ச்சியாக இருக்கும்.'

தீர்க்கதரிசி. ஆனால், அவன் இறந்து மூன்று வருடங்கள் கழித்துத்தான் அது நடந்தது – அதுதான், வயலினை என்னுடைய வாத்தியமாக நான் ஆக்கிக் கொண்டது. இன்றுவரை அவனை நினைத்துக்கொள்ளாமல் நான் வாத்தியத்தைத் தொடுவதில்லை. *(மீண்டும் மௌனத்தில் ஆழ்கிறார்.)*

ஸ்ரீ சிவசங்கர் தீட்சித்தும் ஸ்ரீ ஹிமான்ஷு மித்ராவும் சந்தித்திருக்கிறார்களா?

ஒரே ஒருமுறை மும்பையில் என் வீட்டுக்கு அவன் விஜயம் செய்திருக்கிறான். அதற்கு முன்னரே அண்ணாவின் வாசிப்பைப் பலமுறை மேடைகளில் கேட்டிருந்தான் – அண்ணாவைக் கேட்காத இந்திய இசைஞன் யாருமே இருக்க முடியாது.

முதல் சந்திப்பிலேயே ஒருவரையொருவர் ஆழமாக வெறுக்கத் தொடங்கிவிட்டார்கள்! *(பலமாகச் சிரிக்கிறார்)* அப்பேர்ப்பட்ட எதிர்த் துருவங்கள் இருவரும். 'இந்த மாதிரி ஆசாமிகள்தாம் மனிதப் பிரக்ஞையின் இயல்பான வளர்ச்சியைத் தடுக்கும் பெரும் சுவர்கள்' என்று பின்னாட்களில் பலதடவை குறிப்பிட்டிருக்கிறான் ஹிமான்ஷு. 'தனது அபிமானத் தம்பியை ஒப்பேற்றிவிடக்கூடிய கெட்ட சகவாசம்' என்று அவனை அண்ணா நினைத்தாரோ என்னவோ. *(சிரிப்பு தொடர்கிறது)*

ஸ்ரீ தீட்சித்தின் வாசிப்பு பற்றி ஸ்ரீ மித்ரா அபிப்பிராயம் சொன்னதுண்டா?

சொல்லாமல்? மனத்தில் படுவதைச் சொல்லாமல் இருக்க முடியாது அவனால். அண்ணாவின் வாசிப்பு பற்றி விதவிதமான அபிப்பிராயங்கள் சொல்லியிருக்கிறான். அவற்றில் பலவற்றையும் அச்சிலேற்ற முடியாது! *(சிரிக்கிறார்)* பெரும்பாலான சந்தர்ப்பங்களில், ஸாரங்கி பெண்ணுடலாக, அதைச் சீராட்ட முனையும் நபும்ஸகனாக அண்ணாவை விமர்சிப்பான். சொல்லக் கூடிய விதத்தில் அமைந்த ஒரு விமர்சனத்தைச் சொல்லலாம். 'கைக்குக் களிமண் கிடைத்தால், இஷ்டம் போல பொம்மை செய்யக் கிளம்புகிறவன்தானே கலைஞன்? சக்கரத்தையும் கழியையும் தேடிப் போகிற குயவன் – எத்தனை கச்சிதமாகத்தான் செய்யட்டுமே, அது பானைதான். பயன்பாட்டுக்கு அனுகூலமாக இருக்கும்; ஒருபோதும் கலைப்பொருள் ஆகாது' என்பான் . . . *(தொடர்ந்து சிரிக்கிறார்)*

அந்த அபிப்பிராயத்துடன் ஒத்துப்போகிறீர்களா?

(சிரிப்பு நின்று, முகம் தீவிரமடைகிறது) சிக்கலான கேள்வி. ஹிமான்ஷு எங்கள் வீட்டுக்கு வந்திருந்தபோது ஒரு சாயங்காலம் அவனை வாசிக்கச் சொல்லிக் கேட்டோம். மேடையும், நண்பனின் இல்லமும், சாதகம் செய்யும் சூழலும் வெவ்வேறு அல்ல அவனுக்கு. குழலும் அவனும் ஒன்றிணையக் கிடைக்கும் சந்தர்ப்பம், அவ்வளவுதான்.

அட்டகாசமாக வாசித்தான். மூன்று மணிநேரம். மூடிய கண் திறக்காமல் அமர்ந்து கேட்டார் அண்ணா. வாசித்து முடிந்ததும் நாங்களெல்லாம் அவனைப் பாராட்டித் தள்ள, ஒரு சொல்லும் உதிர்க்காமல் எழுந்து போய்விட்டார். ஹிமான்ஷு அதையெல்லாம் பொருட்படுத்துகிற இனம் கிடையாது என்பது எனக்கு ஆசுவாசமாக இருந்தது.

அவன் ஊர் திரும்பிய பிறகு அண்ணா சொன்னார் –'ஆகாயம் கிடைத்துவிட்டது என்பதற்காக இஷ்டத்துக்குப்

பறந்துவிட முடியாது. சமுத்திரம் தாண்டி வலசை வருகிற பறவைக்கும், அதன் உள்ளுணர்வில் ஊறிய காரணம் ஒன்று இருக்கிறது. வெற்றுக் கரணங்களையும், கம்பி வித்தைகளையும் சங்கீதம் என்று நம்பியவர்கள் உருவாக்கியதல்ல நமது சாஸ்திரீய மரபு. இந்தக் காலத்து இளைஞர்கள் இதையெல்லாம் என்றுதான் உணரப் போகிறார்களோ!'

உங்கள் அபிப்பிராயமும் அதுதானா என்று நான் கேட்கப் போவதில்லை..!

சரிதான்! *(சிரிக்கிறார்)* ஆனால், இரண்டு விஷயங்களைச் சொல்லியாக வேண்டும். ஒன்று, 'இந்தக்காலத்து இளைஞன்' என்று என் அண்ணா குறிப்பிட்ட ஹிமான்ஷுவுக்கும் அவருக்கும் ஐந்தே வயதுதான் வித்தியாசம். ஆனால், கலைகளைப் பொறுத்தமட்டில் இது சகஜமான சங்கதிதான் –ஒரே தலைமுறைக் கலைஞர்கள் இருவர் இரண்டு வெவ்வேறு நூற்றாண்டுகளில் வாசம் செய்வது!

இரண்டாவது, இரண்டு மேதைகள் ஒத்துப் போனதாக சரித்திரம் உண்டா?

பேட்டியின் இந்தப் பகுதிக்கு முத்தாய்ப்பாக ஒரு கேள்வி.

கேளுங்கள்.

பொதுவாக உங்களது நேர்காணல்களில் — இதைப் பல சந்தர்ப்பங்களில் கவனித்திருக்கிறேன் — நீங்கள் பிற இசைக் கலைஞர்கள் பற்றி அதிகம் பேசுவதில்லை. அதிலும் பிரபலமான கலைஞர்கள் பற்றிக் குறிப்பிடுவதேயில்லை. அதிகம் வெளித் தெரியாத கலைஞர்கள் பற்றி மட்டுமே பேசுகிறீர்கள். இப்போது நீங்கள் குறிப்பிட்ட ஸ்ரீ ஹிமான்ஷு மித்ரா ஓர் எடுத்துக்காட்டு. இது திட்டமிட்ட செயல்பாடா?

நிச்சயமாக. பிரபலமான கலைஞர்களைப் பற்றி நான் எதற்காக மீண்டுமொருமுறை சொல்லவேண்டும். நீங்கள்தான் அவர்களை ஏற்கனவே அறிவீர்களே! தவிர, பெரும்பாலான பிரபலஸ்தர்கள் விமர்சனத்தை உவப்பதில்லை. அவர்கள் கலையின் மீதான விமர்சனமற்று, வெறும் மனிதப்பிறவியாக அவர்களைக் கருதி, நாம் உதிர்க்கும் கருத்துக்கள் அநேகமும் புறணி பேசுகிறதாகவே ஆகிறது! இதிலெல்லாம் சக்தியை விரயமாக்க வேண்டுமா என்றுதான்.

நீங்கள் கேட்டவுடன் நினைவு வருகிறது. 'அதிகம் வெளித் தெரியாத கலைஞர்கள்' என்றீர்கள். அவர்களுக்கு இருக்கும் மமதையும் குறைவானது ஒன்றும் இல்லை. ஒரு பெண்மணி – பெயரைச் சொன்னால்தான் பிரச்னையாகிவிடுகிறதே! –

பாடுவதை ஹைதராபாத் விழா ஒன்றில் கேட்டேன். சற்றே ஆண்குரலும், வழக்கமான பிரயோகங்களைத் தவிர்த்து கொஞ்சம் கிசுகிசுத்த குரலில் பாடும் பாணியும் என்று வித்தியாசமான பாடகி. கச்சேரிக்கு மறுநாள் உள்ளூர்த் தினசரி எடுத்த பேட்டியில் மேற்படிப் பாடகியின் பெயரைத் தெரியாத்தனமாகக் குறிப்பிட்டுவிட்டேன். மறுநாள் மெனக்கெட்டு எனது ஹோட்டல் அறைதேடி வந்துவிட்டார் அந்த அம்மணி.

'நீங்களெல்லாம் வியாபாரிகள். ஊர் ஊராக, தேசம் தேசமாகச் சென்று சங்கீதத்தை விற்கிறீர்கள். அதுவும் இசை என்றால் என்னவென்றே தெரியாத தற்குறிகள் முன்பு கூச்சமில்லாமல் கடை விரிக்கிறீர்கள். எங்களைப் போன்ற கலைஞர்களின் பெயரை உச்சரிக்கும் அருகதையாவது உண்டா உங்களுக்கு?' என்று ஒருமணி நேரத்துக்குக் குறையாமல் திட்டினார்.

உங்களுடைய எதிர்வினை என்ன?

நான் தங்கியிருந்த ஹோட்டலில் காஃபி பிரமாதமாக இருக்கும். அழைப்பு மணியை அழுத்தி, அந்த அம்மணிக்கு ஒரு காஃபி வரவழைத்துக் கொடுத்தேன்.

பிரபலமாவது அகந்தையைக் கொடுக்கிறது என்றால், பிரபலமாகாதிருப்பது தாழ்வுணர்ச்சியைக் கொடுக்கிறது. அதை ஈடுகட்டுகிற மாதிரி எதையாவது தடாலடியாகச் செய்வது மனித இயல்புதானே!

மாடிப்படியில் யாரோ ஏறிவரும் ஓசை கேட்கிறது. காந்திக்குல்லாய் அணிந்த கிழவர். கணுக்காலுக்கு மேல் உயர்ந்த வெள்ளைப் பைஜாமா. குர்த்தாவின் கீழ்ப்பகுதியில் ஈரம் படிந்திருக்கிறது. அத்தோடு, விதவிதமான நிறங்களில் கறைகள் – மளிகைச் சாமான் கறைகள் மாதிரி. படியேறி வரும்போது உரத்துக் கேட்ட தப்படிகள் மாதிரியின்றி, அறைக்குள் நுழைந்ததும் பூனை மாதிரிப் பம்மி நடந்து வருகிறார்.

ஸ்ரீ தீட்சித்தின் அருகில் வந்து நின்று, 'சாப்பாடு தயார். கீழே வருகீறீர்களா, கொண்டு தரட்டுமா?' என்று கேட்கிறார். ஆரம்பிக்கும்போது ஸ்ரீ தீட்சித் மீது படிந்திருந்த பார்வை, சரளமாக நகர்ந்து, கேள்வி முடியும்போது என் முகத்தில் நிலைக்கிறது. ஸ்ரீ தீட்சித் சுவர்க்கடிகாரத்தைப் பார்க்கிறார். 'ஓர் அரை மணி போகட்டுமா?" என்று என்னிடம் கேட்கிறார்.

கிழவர் இன்னும் என்னைப் பார்த்துக் கொண்டிருக்கிறார். நான் சற்று அசவுகரியமாக உணர்கிறேன். 'சம்மதம்' என்று தலையசைக்கிறேன். ஸ்ரீ தீட்சித் கிழவரிடம், 'ஆமாம் அண்ணா, இன்னும் அரைமணி நேரம் கழித்து நாங்களே கீழே வந்து விடுகிறோம்' என்கிறார். பிறகு என் புறம் திரும்பி, சமையல் கிழவரை எனக்கு அறிமுகம் செய்து வைக்கிறார்.

> அண்ணாவுக்குப் பூர்விகம் குஜராத். என்னோடு இருபது வருஷங்களுக்கும் மேலாக இருக்கிறார். உலகம் முழுக்கப் பறந்து பறந்து எனக்காகச் சமைத்திருக்கிறார். அமிர்தத்துக்கு அடுத்தது இவருடைய சமையல்தான்!

ஆமாம். தேவர்களுக்குச் சமைத்துப்போடும் வயதை எட்டிவிட்டேன்!...

ஆமாம், தேவலோகத்திலும் எனக்கு இவருடைய கைப் பக்குவம்தான்!...

இருவரும் ஆனந்தமாகச் சிரிக்கிறார்கள்.

ஹரி, இந்த அம்மாள் யாரென்று சொல்லவில்லையே!

இந்த அம்மாள் ஆஷா. என்னை ஒரு நீண்ட பேட்டி எடுக்க வந்திருக்கிறார்.

ஓ. எப்படியும் என்னைப் பற்றிச் சொல்வாயல்லவா! எனக்கு ஸ்பானிஷ் சமையலும் சமைக்க வரும் என்று ஞாபகமாகச் சொல்லி வை!

கட்டாயம்... எனக்கே ஒருதடவை சமைத்துப் போட்டிருக்கிறார் அம்மணி. ஸ்பானிஷ் சமையல் என்பது கிட்டத்தட்ட ஆந்திரச் சமையலேதான் என்பது அண்ணாவின் எண்ணம். காரத்தை அள்ளித் தட்டிவிட்டார்.

சிரிப்பு தொடர்கிறது. நானும் கலந்துகொள்கிறேன்.

அது சரி, ஹரி, என் பெயரை இவர்களிடம் சொல்லவில்லையே!

அம்மணி, இவர்தான் ஸ்ரீமான் வித்தல்பாய் தரம்சந்த் பட்டேல். அப்படியென்றால், ஸ்வாஹிலி மொழியில் ‘கலியுக நளச் சக்ரவர்த்தி’ என்று அர்த்தம்...

(சிரிப்பொலி ஓயும் தறுவாயில், என்மீது பதிந்த பார்வையைப் பிடுங்கி மீட்டுக்கொண்டு திரும்பிப் போகிறார் ஸ்ரீ வித்தல்பாய். மாடிப்படியில் நடையோசை மீண்டும் வலுக்கிறது.)

ஜீ, மீண்டும் உங்கள் சகோதரரிடம் வருவோமா..? திரும்பத்திரும்ப அவரைப் பற்றிக் கேட்பது சங்கடமாக இருந்தால் விட்டுவிடலாம். ஹிந்துஸ்தானி இசையின் அரை நூற்றாண்டு வரலாறு மையமாகக் கொண்டிருக்கும் மிகச் சில புள்ளிகளில் அவர் ஒருவர் என்பதால் கேட்க நேர்கிறது...

தாராளமாகக் கேட்கலாம் அம்மணி. என்னுடைய தனி வரலாற்றிலும், முதல் முப்பது வருடங்களுக்கு அவர்தான் மையப்புள்ளி. என்னைப் பொறுத்தவரை, இசையைப் பற்றிப் பேசுவதும் அண்ணாவைப் பற்றிப் பேசுவதும் இரு வேறு விஷயங்கள் அல்ல. நீங்கள் உத்தேசித்ததைக் கேளுங்கள்.

ஸ்ரீ சிவசங்கர் தீட்சித் இடையில் சில வருடங்கள் வாசிக்காம லிருந்தார் என்று கேள்விப்பட்டிருக்கிறேன். என்ன காரணத்தினால் என்று சொல்லலாமா?

இதற்காகவா அவ்வளவு பீடிகை! நீங்கள் கேட்காவிட்டாலும் நானே அதுபற்றிப் பேசியிருப்பேன் – கலைஞன் வாசிப்பதைப் போலவே, வாசிக்காமல் இருப்பதும் சம அளவு முக்கியத்துவம் உடையதுதான். 'ஓசையும் நிசப்தமும் எதிரெதிர்த் துருவங்கள் அல்ல. ஒரே முட்டைக்குள் இருக்கும் மஞ்சள் கருவும் வெள்ளைக் கருவும் போன்றவை' என்று எங்கோ படித்திருக்கிறேன்!

ஏதோவொரு காரணத்தால் அண்ணா வாசிக்காமலிருந்தது உண்மைதான். 1947 முதல் '53வரை. பாரதம் தனது சுதந்திரத்தைக் கொண்டாடத் தொடங்கிய வருடத்தில், இவர் தனது குகைக்குள் நுழைந்துகொண்டு வாசலை அடைத்துவிட்டார். தனக்குத் தானே வழங்கிக்கொண்ட சிறைத்தண்டனை ஆறு வருடங்கள் நீடித்தது. ஆறு முழு வருடங்கள். நிகழ்த்துகலையின் எந்தத் துறையிலும், ஆறு வருடம் என்பது ஒரு தலைமுறைக் காலம் அளவுக்கு நீளமும் அழுத்தமும் கொண்டது.

வாசிக்கவில்லை என்றால் கச்சேரிகள் எதற்கும் ஒத்துக் கொள்ளவில்லை என்று மாத்திரம் அர்த்தமல்ல – வாத்தியத்தையே தொடாமலிருந்தார் என்பதுதான் உண்மை. அந்தக் காலகட்டத்தில் எத்தனைவிதமான வதந்திகள் எழுந்தன என்கிறீர்கள்? கீல்வாதம் முற்றி விரல்களை அசைக்க முடியாமலாகி விட்டது என்றார்கள். தீராத வியாதி ஏதோ தொற்றிவிட்டது என்பார்கள். எனக்கும் அவருக்கும் இடையில் மனஸ்தாபம் உண்டாகிவிட்டது என்றார்கள் – அதற்கெல்லாம் வயதாகியிருக்கவில்லை எனக்கு.

மனஸ்தாபம் உண்டானது உண்மைதான். ஆனால், அந்தச் சமயத்தில் அல்ல. அதெல்லாம் என்னுடைய முப்பதாவது வயதுக்கு அப்புறம்.

அண்ணாவுக்குச் சிக்கல் எழுந்தது, எனது பதின்பருவம் முடிந்து வாசிப்பில் விசை கூடியிருந்த காலகட்டத்தில். அவருடன் துணைவாத்தியமாக வாசிக்கத் தொடங்கியிருந்தேன். அந்த ஆறுவருட இடைவெளி, என் வாசிப்பை இன்னும் செறிவுபடுத்தி உதவியது... அவ்வளவுதான். தவிர, அந்த நாட்களில், குடும்ப நன்மை கருதி நான் தனிக் கச்சேரிகள் கொடுத்துவந்தேன்...

இன்னும் சிலர், அவருக்குப் பைத்தியம் முற்றிவிட்டது என்றார்கள், அண்ணிக்கும் அவருக்கும் மனமுறிவு ஏற்பட்டு, விவாகரத்து ஏற்பாடுகள் நடக்கின்றன என்றுகூட ஒரு

வதந்தி. அந்தப் புண்ணியவதி மாதிரி இன்னொரு ஆத்மா எங்கள் பரம்பரைக்குள் நுழைந்ததே கிடையாது – எங்கள் அம்மாவையும் சேர்த்துத்தான் சொல்கிறேன். எங்கள் அண்ணி மாதிரி இன்னொரு பெண்பிறவியைப் பார்ப்பதே அபூர்வம்தான். இப்படியொரு பிறவிமேதைக்கு மனைவியாய் வாய்த்ததால், இல்லாத அவதூறுகளையெல்லாம் பெற்றுக்கொண்டார் பாவம். அண்ணா வனவாசம் முடிந்து மீண்டும் கச்சேரி செய்ய ஆரம்பித்த மூன்றாவது வருடம் இறந்தும் போனார்.

இந்த வதந்திகளில் பெரும்பாலானவை எங்கள் தகப்பன் வழிக் குடும்பத்திலிருந்துதான் கிளம்பின என்பதையும் சொல்லத் தான் வேண்டும்.

அவருடைய விலகலுக்கு உண்மையான காரணம் என்ன?

அப்படியொரு தூய உண்மையை எந்த விஷயத்திலாவது கண்டு பிடித்துவிட முடியுமா என்ன? 'உண்மை என்ற ஒரு சங்கதியே வாஸ்தவத்தில் கிடையாது – உண்மையின் சாயல்கள் மட்டுமே உலவுகின்றன; மூல உருவம் இல்லாமல் நிழல் மட்டுமே நிலவுகிற மாதிரி' என்றுகூட ஒரு மேற்கோள் படித்திருக்கிறேன் – நீட்ஷேயா, விட்ஜென்ஸ்ட்டீனா அல்லது இருவரும் அல்லாத வேறொருவரா என்று நினைவில்லை.

அண்ணா வாசிப்பை நிறுத்தியிருந்தார் என்பது நிஜம். காரணத்தை அவரிடம் யாருமே கேட்கவில்லை – இறுதிவரை. அவர் சொன்னதாகவும் தெரியவில்லை. அற்பாயுளில் மறைந்த அவருடைய முதல் மனைவி – நான் சற்றுமுன் குறிப்பிட்ட அண்ணிதான் – மட்டும் அறிந்திருந்தாரோ என்னவோ.

நானாக யூகித்து, சில காரணங்கள் கண்டுபிடித்து வைத்திருந்தேன். அண்ணா அமரராகிவிட்டார் என்கிறபடியால் அவற்றைப் பற்றி இப்போது கூறலாம். அவர் ஜீவியவந்தராக இருக்கும்போது கூறியிருந்தால் அவதூறு என்றாகியிருக்கும். *(நீண்ட பெருமூச்சு விடுகிறார்)*

அவருடைய அந்திம காலத்தில், நான் நடப்பதும் நிற்பதும் மூச்சுவிடுவதும்கூட அவருக்கு எதிராகத்தான் என்கிற அளவு ஊதிப் பெரிதாக்கும் மனிதர்கள் அவரைச் சூழ்ந்திருந்தார்கள். குறிப்பாக, அவருடைய குடும்பமே இதில் பெரும் பங்கு வகித்தது. தனி உறவுகளைப் பொறுத்தமட்டில், அண்ணாவின் மனம் மிகவும் மிருதுவானது. வெளுத்ததெல்லாம் பால் என்று நம்புகிற வெகுளி மனம். அந்தந்த வேளையின் கொந்தளிப்பை மட்டுமே வெளிக்காட்டிவிட்டு உடனடியாக அடங்கிவிடுவது.

சீனக்களிமண் மாதிரி வெண்மையும் மென்மையும்

கொண்டிருந்த அந்த மனத்தில், எனக்கென்று இருந்த பகுதியைத் திட்டம் போட்டுக் கட்டிதட்ட வைத்தவர்கள் யார்யார் என்பதை நான் நன்கு அறிவேன். அவர்களுக்கு எதிராக ஒரு துரும்பைக் கிள்ளிப்போடக்கூட நான் முயன்றதில்லை – முயலவும் மாட்டேன். ஆனால், வட்டியும் முதலுமாகத் திருப்பியளிக்கக் காத்திருக்கிறது காலம் என்பதையும் அறிவேன். *(முகம் கடுமையாகச் சிவக்கிறது)*

அவசியமற்ற கேள்வியைக் கேட்டு உங்களைப் புண்படுத்தி விட்டேனோ என்று குற்ற உணர்வு கொள்கிறேன்...

அட. எங்கள் குடும்பத்தின் பிரச்சினைக்கு நீங்கள் என்ன செய்வீர்கள் பாவம். பேட்டி என்று வந்துவிட்டால் நானாவிதமான கேள்விகள் வருவதுதான் சரி. அப்போதுதானே முழுமையாக இருக்கும்! *(முகம் மெல்ல சரளமாகிறது)*

ஆக, அண்ணாவின் மௌனத்தைப் பொறுத்தவரை, குடும்ப உறுப்பினர்களுக்கும் உற்ற நண்பர்களுக்கும் மாத்திரம் உண்மை நிலவரம் தெரியும். ஆரம்பத்தில் சில நாட்கள் தம்மைமீறி ஸாரங்கியை எடுத்து மடியில் வைத்துக்கொண்டு அமர்வார். வில்லைக் கையில் பிடித்த மாத்திரத்தில் குமுறிக் குமுறி அழத் தொடங்குவார். அண்ணா இப்படி அழுவதை முதன்முறையாகப் பார்த்த எங்கள் குடும்ப நண்பர் விஜய் மஞ்ரேக்கர், நெஞ்சைப் பிடித்தபடி மூர்ச்சை போட்டது என் நினைவில் பசுமையாக இருக்கிறது.

வாசிப்பை நிறுத்தியிருந்த வருடங்களில், வழக்கத்துக்கு விரோதமான மௌனத்தில் புதைந்திருந்தார் அண்ணா. உடலுக்குத்தான் ஏதோ கோளாறு என்று மற்றவர்கள் நம்புகிற மாதிரி இருக்குமே தவிர, வெளிமனிதர்களுக்கு வேறு ஒரு சான்றும் தென்படாது – அவர் ஒருவிதமான மனச் சிதைவுக்கு ஆளாகியிருந்தார் என்பதற்கு.

அப்படியா! இது புதிய செய்தி.

ஆமாம். எங்கள் குடும்ப மருத்துவரான டாக்டர் அனந்த் தேஷ்முக் அப்படித்தான் சொன்னார். ஆனால், இந்த விஷயம் வெளியில் தெரியாமல் பார்த்துக்கொண்டது அன்றைய எங்கள் குடும்பத்தின் மன உறுதிக்கும் ஒற்றுமைக்கும் ஒரு சாட்சியம்.

அந்த நாட்களில் உங்கள் சகோதரரின் நடவடிக்கைகள் பற்றிச் சொல்ல முடியுமா?

எங்களை மாதிரிக் கலைஞர்களுக்கு அதிகாலைப் பொழுதுகள் இன்றியமையாதவை. சக மாந்தர் தலையணையையோ இணையையோ இறுக்கி அணைத்து உறக்கத்தில் சொக்கிக்

கிடக்கும் போது நாங்கள் பட்டப்பகலில்போல விழித்திருப்போம்! பகல் பொழுதின் குளறுபடிகள் துவங்குவதற்கு முன், எங்கள் அந்தரங்க உலகில் வெகுதூரம் பிரயாணம் போயிருப்போம்.

அந்த பிரம்மவேளையில் அண்ணா வாயைப் பிளந்து கொண்டு உறங்கத் தொடங்கினார். ஏதோ, அரசு அலுவலகத்தில் கடிகாரப்படி ஊழியம் செய்கிறவர் மாதிரி, ஒன்பது மணி சுமாருக்கு மத்தியானச் சாப்பாட்டை டப்பாவில் எடுத்துக் கொண்டு தெருவில் இறங்கிவிடுவார். ஆரம்பத்தில் இது எங்களுக்கு பீதியைக் கிளப்பியது. அவர் அறியாமல் பின் தொடர்ந்து பார்த்துவர என்னை அனுப்புவார்கள்.

வீட்டிலிருந்து ஏழெட்டு ஃபர்லாங் தொலைவில் ஒரு பூங்கா உண்டு. 'சமூக விரோதச் செயல்கள் சகஜமாக நடக்கும் இடம்' என்ற புகழ் வாய்ந்தது. அங்கே சென்றதும், புல்தரையில் தோள்துண்டை விரித்துப் படுத்துவிடுவார் அண்ணா. பெரும்பாலும், தூங்க மாட்டாராம். ஒரே இடத்தில் வெறித்த பார்வையுடன், வெயில் கூசும் ஆகாயத்தைப் பகல் முழுக்கப் பார்த்துக்கொண்டு படுத்திருக்கிறார் என்று பூங்காவின் காவலரிடம் விசாரித்து அறிந்தேன்.

இருட்டும் வேளையில் வீடு திரும்புவார். ஈஸிசேரில் சாய்ந்து உட்கார்ந்து மோட்டுவளையை வெறிக்கத் தொடங்குவார். பூங்காவில் விடுத்துவந்த ஆகாயத்தின் மிச்சத்தை எங்கள் வீட்டு விதானத்தில் பார்க்கக் கிடைத்ததோ என்னவோ.

ஆறே மாதத்தில் இருமடங்கு பெருத்துவிட்டார். கண்களில் பீழையும், உதட்டோரங்களில் எச்சில் நுரையும் தேங்க ஆரம்பித்தன. அதன் பிறகு பூங்கா விஜயத்துக்குத் தடை விதிக்கப்பட்டது. 'இதே ரீதியில் போனால், நரம்பு மண்டலம் நிரந்தரமாகத் தொய்ந்துவிடும், பிறகு ஸாரங்கியை நினைத்துக் கூடப் பார்க்க முடியாது' என்று திரு. தேஷ்முக் அறிவித்தார். அவருடைய சிபாரிசின்படி நாங்கள் சந்திக்கச் சென்ற உளவியல் நிபுணர்கள் தெரிவித்த அபிப்பிராயமாம் அது – எங்கள் குடும்பம் கனவில்கூடச் சகித்துக்கொள்ள முடியாத சங்கதி.

அம்மாவும் அண்ணியும் அவரை அழைத்துக்கொண்டு க்ஷேத்திராடனம் கிளம்பினார்கள். ஆஜ்மிர் தர்ஹாவில் தொடங்கி, இந்தியா முழுவதும் பல்வேறு ஸ்தலங்கள். உங்கள் மாநிலத்தில்கூட ஓர் அருவிக்கரைக்குக் கூட்டிப் போனார்கள்.

குற்றாலமோ?

பெயர் நினைவில்லை. நீங்கள் சொல்வதுவாகக்கூட இருக்கலாம். பாரதத்தின் தென்கோடியில் உள்ள இடம் என்பது நிச்சயம். அது

ஒரு சங்கிலித்தொடர் மாதிரி. ஒரு ஸ்தலத்துக்குப் போவீர்கள். அங்கே உங்களுக்கு நிகராக வதைபடும் சஹிருதயரைச் சந்திப்பீர்கள். அவர் இன்னொரு ஸ்தலத்தைப் பரிந்துரைப்பார். பதிலுக்கு நீங்கள் ஒரு ஸ்தலத்தையும், அங்கு உங்களுக்குக் கிடைத்த நம்பிக்கை மற்றும் ஆசுவாசத்தையும் அவருக்கு விவரித்துவிட்டு அவர் சொன்ன இடத்தை நோக்கிக் கிளம்பிவிடுவீர்கள்.

உங்கள் சகோதரர் எதிர்ப்புத் தெரிவிக்கவில்லையா? பொதுவாக, இதுபோன்று உளச்சிக்கல் பீடித்தவர்கள் முழுமையாக ஒத்துழைக்க மாட்டார்களே?

அந்த ஒரே ஆறுதல்தான் எங்களை வழிநடத்தியது. அண்ணாவின் மனத்தில் சிதையாமல் மீந்திருந்த பகுதிக்கு, நடைமுறை உண்மைகள் புரிந்துதான் இருந்தன என்றே நினைக்கிறேன். அது ஏன், ஹிமான்ஷு எங்கள் இல்லத்துக்கு வந்திருந்த சமயத்தில் அவர் இயல்பாக இருக்கிற மாதிரித்தானே நடந்துகொண்டார். அவனுடைய வாசிப்பு பற்றி அபிப்பிராயமும் சொன்னாரே.

ஆமாம், அவருடைய அபிப்பிராத்தை நீங்கள் சொல்லும் போது, இப்படி ஒரு சிக்கலுக்கு ஆட்பட்டிருந்தார் என்ற சந்தேகம்கூட எழவில்லை எனக்கு...

பின்னே? அந்தப் பயலும்தான், தற்கொலைக்குத் தயாராகிறான் என்றால், அதன் விதை எவ்வளவு காலத்துக்கு முன் மனத்தில் விழுந்திருக்கும்? அவனும் சாதாரணமாகத்தானே நடந்து கொண்டான்..?

ஆக, அண்ணா ஏதோ பொறியில் சிக்கியவர் மாதிரி ஆகியிருந்தார். உபரியாக, தமது தற்போதைய ஸ்திதியையும், தாம் இருந்திருக்க வேண்டிய ஸ்திதியையும் ஒப்பிட்டு உள்ளூறக் குமைந்துகொண்டிருந்தார் என்றும் எனக்குப் பட்டது.

வீட்டுப்பாடத்தைச் செவ்வனே செய்துவிட்டு பள்ளிக் கூடத்துக்கு ஒழுங்காகப் போகும் சிறுவனின் முகபாவத்துடன் மற்றவர்கள் சொல்கேட்டு அவர் நடப்பதைப் பார்த்திருக்கிறேன், சில நாள். அந்தச் சமயங்களில் அம்மாவை ஊட்டிவிடச் சொல்லி அடம் பிடிப்பார். இரவில் வீட்டுக்குள் நடப்பதற்கே துணை கேட்பார். உள்ளூர்க் கோவில்களுக்கு அழைத்துச் செல்லும்போது, அண்ணியின் கையைப் பிடித்துக்கொண்டு பவ்யமாக உடன் செல்வார்.

வேறு சில சமயங்களில், வேறு மாதிரி மனிதராகிவிடுவார். பிறந்ததிலிருந்தே தனியாக இருந்தவர் மாதிரி – தாயார், மனைவி, தம்பி என்று யாரையுமே அதற்குமுன்பு பார்த்ததே கிடையாது என்கிற மாதிரி – விட்டேற்றியாக ஆகிவிடுவார். நாம் கூப்பிட்டால்

அநேகமாகத் திரும்பியே பார்க்க மாட்டார் – பார்த்தாலும் அந்தக் கண்களில் தெரியும் வெறுமையை நம்மால் தாங்கிக் கொள்ள முடியாது. தனியறையில் அண்ணாவுடன் படுத்திருந்த அண்ணி, ஒருமுறை நள்ளிரவில் வெளியே வந்து அம்மாவின் மடியில் முகம் புதைத்துக் குமுறியதும் நினைவு வருகிறது.

பிறகு எப்படிக் குணமாயிற்று?

அது ஒரு மாயம் போல நிகழ்ந்தது அம்மணி.

ஆறுவருடங்கள் வாத்தியத்தையே தொடாமல் இருந்த மனிதர். திடீரென்று ஒருநாள் அதிகாலையில் எழுந்தார். நான் முழுநேரத் தொழில்முறைக் கலைஞனாகவோ, வயலின் மட்டுமே வாசிப்பவனாகவோ ஆகியிராத காலகட்டம் அல்லவா? எங்கள் குடும்ப நியதிப்படி, ஸாரங்கியில் பயிற்சி மேற்கொண்டிருந்தேன். முகம் கழுவிவிட்டு பூஜையறையை நோக்கி அண்ணா போவது நான் இருந்த இடத்திலிருந்தே தெரிந்தது. ‘அவர் கலவரமடைந்து விடாதவண்ணம் கவனித்துக்கொண்டேயிருக்க வேண்டும்’ என்பதுதான் எங்களுக்கு டாக்டர்கள் கொடுத்திருந்த அறிவுரை.

வாசிப்பை நிறுத்தாமல் பார்த்துக்கொண்டிருந்தேன். துர்க்கையின் முன்னால் நிதானமாக நமஸ்கரிக்கிறார் அண்ணா. சில விநாடிகள் அதே நிலையில் கிடக்கிறார். மீண்டும் எழுந்து வரும்போது நடையில் விசை கூடியிருக்கிறது. என்னை நோக்கி வந்தார்.

எதிரில் சம்மணமிட்டு அமர்கிறார். கையை ஏந்தலாக நீட்டுகிறார். மறுபேச்சின்றி வாத்தியத்தை அவரிடம் ஒப்படைக் கிறேன். சாவதானமாகத் தோளில் சாய்த்துக் கொள்கிறார்.

இரண்டாவது முறை வில் ஏறித் தாழும்போது, பீலுவின் சாயல் தென்பட்டுவிடுகிறது. ஸ்வரங்கள் கொட்டத் தொடங்குகின்றன. சிறு தூறலாக ஆரம்பித்து அடைமழை கொட்டத் தொடங்குகிறது. எவ்வளவு நேரம் என்கிறீர்கள்? முழுசாக ஒன்றே முக்கால் மணிநேரம். என் வாழ்நாளில் அப்படியொரு பீலுவை நான் கேட்டதில்லை. ஆறுவருடமும் இந்த ராகத்தின் லட்சணங்களைத்தான் தேடி அலைந்துகொண்டிருந்தது மாதிரி ஒரு சாந்தம் அண்ணாவின் முகத்தில் நிலவுகிறது. மூடிய கண்களிலிருந்து ஓயாமல் கண்ணீர் சொரிந்து, குர்த்தாவின் முன்பகுதி ஈர உடை மாதிரி நனைந்திருக்கிறது.

ஆறு வருடங்களுக்கு முன்னால் விட்ட இடத்திலிருந்து, அதைவிட அமோகமாகப் பாய்ந்து பெருகிய புனல் அன்று எனக்குள் விளைவித்த ஆச்சரியம் என் ஆயுட்காலம் முழுக்க என்னைவிட்டு அகலாது. வருடக்கணக்கான இடை

வெளியாயிற்றே; ஒரு ஸ்வரம் பிறழ வேண்டுமே, ஒரு இடத்தில் சுருதி பிசகவேண்டுமே, வில்லின் வீச்சில் சிறு தடுமாற்றமாவது தென்பட வேண்டுமே...

ம்ஹும். ஆறுவருடமும் வாத்தியத்தைத் தொடாமலே சாதகம் மட்டும் நடந்துவந்திருந்த மாதிரி அப்படியொரு பிடிப்பு. ஆனால், ஆனால், என்னைப் போன்ற வெறும் வித்வானுக்கும், அண்ணாவைப் போன்ற மேதைக்கும் உள்ள வித்தியாசம் அதுதானே!

உங்கள் குடும்பத்தின் எதிர்வினை என்ன?

இதில் கேட்டுத் தெரிந்துகொள்ள என்ன இருக்கிறது. *(என் முகத்தை உற்றுப் பார்க்கிறார். பார்வையில் கனிவு ததும்புகிறது.)* அவர்தான் மேதை. எங்கள் குடும்பத்தின் பிற உறுப்பினர்கள் எல்லாருமே சாமானியர்கள்தாமே! அன்று பெருகிய கண்ணீரைச் சேகரித்திருந்தால் பீப்பாய்கள் நிரம்பியிருக்கும். 'மதுக் குடத்தில் என் கண்ணீரை நிரப்புகிறேன் – அது தரும் அலாதியான போதை கருதி' என்று தொடங்குகிறது ஒரு பாரசீகக் கவிதை. நீங்கள் வாசித்திருக்கிறீர்களோ?

இல்லை. கவிதை வாசிப்பில் அவ்வளவு பரிச்சயமில்லை எனக்கு. உங்கள் சகோதரர் சிக்கியிருந்ததும் விடுபட்டதும் பற்றிச் சில காரணங்களை நீங்கள் யூகித்து வைத்திருந்ததாகச் சொன்னீர்கள்...

ஆம். நினைவிருக்கிறது. சிறுபிள்ளைபோல நடந்துகொண்டார் என்று சொன்னேனல்லவா. அதில்தான் முதல் காரணத்துக்கான தடயம் இருக்கிறது என்பது என் நம்பிக்கை. ஒழுங்காகப் பள்ளி சென்றுகொண்டிருந்த, வகுப்பில் முதல்வனாக வந்து கொண்டிருந்த பையனைத் திடீரென்று நிறுத்திவிட்டார்கள். முழுநேர இசைக்கலைஞனாகும்படி நிர்ப்பந்தித்தது குடும்பத்தின் பொருளாதார நிலை. எனக்கும் அண்ணாவுக்கும் பத்து வயது வித்தியாசம் என்று சொன்னேனல்லவா . . .

ஆமாம்.

என்னுடைய இரண்டாவது வயதில் தகப்பனார் அகால மரணமடைகிறார். தமக்கென்று எதுவும் சேர்த்துக்கொள்ளாமல், கூட்டுக் குடும்பத்தின் பொதுநிதியில் சம்பாத்தியத்தைக் கொண்டு சேர்த்த புண்ணியவான் அவர். 'மிகமிக வெகுளியான மனிதர், இசை தவிர வேறெதுவும் அறியாதவர்' என்று சொல்லி என் அம்மா கண்ணீர் மல்குவார்.

புகுந்த வீட்டிலேயே தொடர்ந்து வசிக்கத்தான் அம்மாவுக்கு

விருப்பம். தந்தையாரின் உழைப்பு முழுவதும் அங்கேதானே சேகரமாகியிருந்தது? பூர்விகச் சொத்தில் தம் குழந்தைகளுக்கு உரிய பங்கை இழந்துவிடக் கூடாது என்று கருதியிருக்கலாம் அவர்.

ஆனால், இசையில் மேன்மையை எட்டிய அளவு, கண்ணியத்திலும் பெருந்தன்மையிலும் உயராத குடும்பம் அது. கிட்டத்தட்ட எங்களை விரட்டியடித்தது என்றே சொல்ல வேண்டும். வெறுங்கையுடன் நின்ற எங்களுக்குப் புகலிடம் அளித்தது தாயாரின் பிறந்தகம்தான்.

அடைக்கலம் கொடுத்துவிட்டதே தவிர, தாயாரின் குடும்பத்தில் நிலவிய அரசியல், தந்தைவழிக் குடும்பத்துக்குக் கொஞ்சமும் சளைத்ததல்ல. பெரிய குடும்பங்களில் இது சகஜம்தானே. தாய்மாமன்கள் – அவர்கள் நாலுபேர் – கூடி முடிவு செய்து எங்களைத் தனியாகக் குடியமர்த்தினார்கள்.

இதற்கு இன்னொரு காரணமும் உண்டு. தகப்பனாரின் குடும்பத்துக்கும் தாயார் குடும்பத்துக்கும் இருந்த மிகமுக்கியமான வேறுபாடு அது. வறுமை. இங்கே அவரவர் பாட்டுக்குப் போதுமான அளவு மட்டுமே வருமானம். மேடைக் கலைஞர்களாக மலர்ந்தவர்கள் அநேகமாக இல்லை என்றே சொல்லலாம். பாரம்பரியமாக இசைத் தொடர்பு உள்ளவர்கள் அல்ல – இடையில், சந்தர்ப்பவசத்தால் இந்தத் துறைக்குள் தடுக்கி விழுந்தவர்கள். மாமன்களில் இருவர் இசைஞர்களாகவும், மற்ற இருவர் துணி மில் குமாஸ்தாக்களாகவும் வாழ்க்கை நடத்தினார்கள்.

அக்கம்பக்கச் சிறார்களுக்கு இசைப் பயிற்சி கொடுப்பதும், ஆரம்ப – நடுநிலைப் பள்ளிகளில் இசையாசிரியராக இருப்பதும் மட்டுமே என் மாமன்களுடைய இசைச் செயல்பாட்டின் உச்சம். எங்களைப் பராமரித்த மாமா ஸ்ரீ சியாம சரண் சுக்லா மாத்திரம் அகில இந்திய வானொலியில் நிலையக் கலைஞராகப் பணியாற்றினார். என் அண்ணனின் மேதைமையை இனங் கண்டவர் அவர்தான்.

ஓ.

அண்ணா தமது இருபத்தியாறாவது வயதுமுதல் முப்பத்திரண்டு வயதுவரை சிக்கியிருந்த புதைகுழியின் ஆரம்பச் சறுக்கல் அங்கேதான் இருக்கிறது. இரண்டாவது ஃபாரம் படித்துக் கொண்டிருந்த அண்ணா பள்ளிக்குப் போவது நின்றது. முழுநாள் சாதகம். இரண்டே வருடங்கள். தான் ஒரு மேதை என்பதையும், அந்த வயதிலேயே முன்னணிக் கலைஞராக ஆவதற்குரிய அருகதை கொண்டவர் என்பதையும் நிருபித்துவிட்டார் அண்ணா. ஆனால்,

அதற்கு அவர் கொடுத்த விலைதான் அதிகம்.

என்ன அது?

தன்னியல்பாக மலர்ந்திருக்க வேண்டிய வாலிபப் பிராயத்தை ஆறுவருடங்கள் முன்னதாகவே சுமக்க நேர்ந்தது.

உபரியாக, இன்னொரு சங்கடமும் இருந்தது. கச்சேரிகளுக்கு ஏற்பாடு செய்வதும், துணையாகச் செல்வதும் மாமாதான். பையனுக்குக் கிடைக்கும் வரவேற்பைப் பார்த்து, தமது வேலைக்கு ஒழுங்காகப் போவதையும் குறைத்திருந்தார். உண்மையில், 'இன்னும் சில வருடங்கள் குப்பை கொட்டிவிட்டு ராஜினாமா செய்யப் போகிறேன்' என்று சொல்லிக்கொண்டிருந்தார். வருமானத்தில் அறுபது விழுக்காடு அவருக்கும், நாற்பது எங்களுக்கும் என்று அம்மாவுடன் ஒப்பந்தம்.

பதினாலு வருடம். ஸ்ரீராமர் வனவாச காலம். இதற்கிடையில் எங்கள் வாழ்க்கைத்தரம் ஓரளவு உயர்ந்திருந்தது. மாமாவின் குடும்பம் எங்களைவிடவும் வசதியாகிவிட்டிருந்தது. அண்ணாவுக்குத் திருமணம் நடந்தேறி இரண்டு வருடங்கள் ஓடியிருந்தன.

ஒருநாள், மாமாவைத் தலைநிமிர்ந்து பார்த்து, 'இனி கச்சேரிகள் ஒத்துக்கொள்ள வேண்டாம்' என்று அறிவித்தார் அண்ணா. 'ஏன்?' என்று பெரும் பதட்டத்துடன் கேட்டார் மாமா. அம்மா அமைதியாக இருந்தார். அண்ணா பதில் சொல்லாமல் நகர்ந்துவிட்டார்.

ஆக, பனிரண்டாவது வயதில்தான் பறிகொடுத்த பால்யத்தை இருபத்தாறாம் வயதில் மீட்டு மீண்டும் அணிந்து கொண்டார் அண்ணா என்றுதான் தோன்றுகிறது. சரியாக, மிகச் சரியாக ஆறுவருடங்கள் ஒரு குழந்தைபோலவே வாழ்ந்து விட்டு, மீண்டும் வாலிப வயதுக்குள் புகும் முடிவை எடுத்தார் என்பதுதான் என் கருத்து.

பிரமாதமாக இருக்கிறதே!... ஆனால், இப்படியோர் இளம் மேதை வாசிப்பிலிருந்து ஒதுங்குவதைப் பத்திரிகைகள் பெரிது படுத்தவில்லையா?

இரண்டு விஷயங்களை நீங்கள் அறிந்துகொள்ளவேண்டும். ஒன்று, ஒரு மேதை வாசிக்காமலிருப்பதைப் பற்றி நிஜமான கரிசனம் கொள்கிறவன் ஆத்மார்த்தமான ரசிகன்தான். அவன் பத்திரிகையில் எழுதமாட்டான். தனது இழப்பைத் தனிமையில் ருசிப்பதிலேயே திருப்தி அடைந்துவிடுவான்.

இரண்டாவது, வெளிப்படையாக அறிவித்துவிட்டு அண்ணா

ஒதுங்கவில்லை என்பதால், பத்திரிகைகளுக்கு அது ஒரு செய்தி அல்ல. வெளிப்படையாக அறிவித்திருந்தாலுமே, ஒரு நாள் செய்தி அது. நாளைய செய்தி வந்தவுடன், இது பின்னிருக்கைக்குப் போகும். அடுத்தநாள் டிக்கிக்கு. அதற்கும் அடுத்த நாள் வண்டியில் இடமிருக்காது! *(சிரிக்கிறார்)*

ஆக, இழந்துவிட்ட பால்யம் குறித்த ஏக்கம்தான் உங்கள் சகோதரரின் மனப்பீடிப்புக்குக் காரணம் என்கிறீர்கள்...

அது ஒரு காரணம். இரண்டாவதுதான் இன்னும் முக்கியமானது. அது ஒரு நீண்ட கதை. *(பெருமூச்சு விடுகிறார்)*

கைபேசியில் ஓர் அழைப்பு வருகிறது. என் கேள்விகளுக்கு பதில் சொல்லும்போது புதைந்திருந்த ஞாபகக் கிடங்கிலிருந்து மீண்டு தற்போதுக்கு வந்துசேரச் சிரமப்படுகிறார் ஸ்ரீ தீட்சித் என்று பட்டது. தீர்க்கமான தெளிவான வாக்கியங்களில் என்னுடன் பேசி வந்தவர் சரியான வார்த்தைகள் கிடைக்கவே தடுமாறுகிற மாதிரி இருந்தது.

ஓரிரு நிமிடங்கள்தாம் பேசினார். அதற்குள் நெற்றி வியர்த்துவிட்டது. விதானத்தில் ஒரே இடத்தை வெறித்தவாறு வேகமாகப் பேசி முடித்து விட்டார். ஜுர்த்தாவின் நெஞ்சுப்பகுதியில் கைபேசியைத் துடைத்தபடி திரும்பி என்னைப் பார்த்துச் சிரித்தபோது வெகுநேரம் பேசிவிட்ட ஆயாசம் இருந்தது முகத்தில்.

தொண்டையைச் செருமிக்கொண்டு தொடர்கிறார் ...

... கட்டாக்கில் ஓர் இசைவிழாவுக்குப் போயிருந்தோம். முதல் நாள் இரவு கடைசி நிகழ்ச்சியாக ஓர் இளம்பெண் ஆடினாள். குறிப்பு வசதிக்காக அவள் ஆடியது ஒடிஸ்ஸி என்றும், அவளுடைய பெயர் மிருணாளினி சத்பதி என்றும் வைத்துக் கொள்வோம். *(புன்சிரிப்பு)* அடுத்தவர்களின் அந்தரங்கம் அல்லவா. ஜாக்கிரதையாக இருக்க வேண்டாமா!

இன்னும் பிரபலமாக ஆகியிராதவள். ஸோனல் மான்சிங், மல்லிகா சாராபாய், சந்திரலேகா போல தேசியப் புகழும் சர்வதேசியப் புகழும் பெற நியாயம் கொண்டவள். ஆடிக்காட்ட வேண்டியதில்லை – அவள் மேடையில் வந்து நின்ற மாத்திரத்திலேயே உங்களுக்கு இது புரிந்துவிடும்.

மின்னலை நாமெல்லாம் ஆகாயத்தில்தானே பார்த்திருக்கிறோம்? அன்று கட்டாக் ரசிகர்களுக்கு

மேடையில் பார்க்கக் கிடைத்தது. அவளுடைய பாதங்களின் விசைக்கு ஈடுகொடுக்க தாளவாத்தியங்களும், நட்டுவாங்கமும் திணறின. 'அவ்வளவு துரிதமாக ஆடியும் துளிகூட வியர்க்காமல் மேடை முழுவதையும் ஆக்கிரமித்தது மனிதப் பிறவி அல்ல – காணாமல் போன காதலனைத் தேடி தேவலோகத்திலிருந்து பூமிக்கு விஜயம் செய்த கந்தர்வப் பிறவியேதான்' என்று மறுநாள் ஒரு தினத்தாளில் எழுதியிருந்தார்கள். சத்தியமான கருத்து. அதில் ஒரு தகவல் மாத்திரம் விடுபட்டுவிட்டது – அந்த தேவதை தன் காதலனைக் கண்டுபிடித்துவிட்டாள்! *(குறும்பாகச் சிரிக்கிறார்)*

மேடையின் வலதுபுறத்தில் எங்களுக்கு இருக்கை ஒதுக்கியிருந்தார்கள். பக்கவாட்டில் அவளைப் பார்க்கும்போது, மின்னலாகவும், மனிதப்பிறவியாகவும் மாறிமாறிப் பார்க்கக் கிடைத்தது – நாட்டியத்தின் பகுதியாய் தபலா மற்றும் பக்வாஜ் கலைஞர்களிடம் அவள் கண்ணால் குறிப்புணர்த்தும் சந்தர்ப்பங்களில்.

எனக்குப் பதினாலு வயது. என்னைச் சுற்றிலும் சாவகாசமாகத் திறந்துகிடந்த புற உலகத்தில், பெண்களின் சதவீதம் திடீரென அதிகரித்துவிட்ட மாதிரி உணரத் தொடங்கியிருந்த பிராயம். அந்தப் பெண்மணியின்மீது பதிந்த பார்வையை மீட்க முடியாமல் தவித்தேன். ஆனால், அக்கம்பக்கத்தில் இருந்த கிழவர்களுக்கும் அதே நிலைமைதான். சபை கிறங்கிக் கிடந்தது.

அடுத்ததும் இறுதியானதுமான நிகழ்ச்சி அண்ணாவினுடையது. அவருடைய முகத்தில் பரவியிருந்த உணர்ச்சிக் கொந்தளிப்பைப் பார்த்தால், அவரால் வில்லைக் கையிலேயே எடுக்க முடியாதோ என்று சந்தேகமாக இருந்தது. முதல் சில நிமிடங்களுக்கு அவர் தத்தளித்தது கண்கூடாகத் தெரிந்தது. அவையோருக்கு இதுவொன்றும் தெரிந்துவிடாத வண்ணம் சுருதி கூட்டிக்கொண்டே இருந்தார் அண்ணா. பிரடைகளை முன்னும் பின்னுமாகத் திருகியும், சுத்தமாக சுருதி சேர்ந்திருந்த என்னுடைய வாத்தியத்தைப் பின்னால் திரும்பி வாங்கிக் கலைக்கவும் மீண்டும் கூட்டவுமாகத் தடுமாறினார்.

சௌமித்ரா பாயி தமக்குள் ஆழ்ந்தவர் மாதிரி தலைகுனிந்து அமர்ந்திருக்கிறார். ஓரிரு தடவை சபையையும், அண்ணாவின் முகத்தையும் மாறிமாறிப் பார்க்கிறார். எங்கள் குழுவின் நிர்வாகியாக வந்திருந்த மாமாவுக்கு இப்படி ஒரு நாடகம் நடப்பதே தெரியுமா என்று தெரியவில்லை – அவர் யாருடனாவது நின்று அடுத்த நிகழ்ச்சிக்கு அஸ்திவாரம் போட்டுக்கொண்டிருக்கலாம், அல்லது அமைப்பாளர்களுடன் சன்மானம் மற்றும் தங்கும் வசதி குறித்து சில்லறைத் தகராறில் ஈடுபட்டிருப்பார்.

தம்பூரா போட வந்திருந்த உள்ளூர்க்காரர்கள் இருவரும் ஒருவரையொருவர் பார்த்து நமட்டுப் புன்முறுவல் பூப்பதைக் கண்டேன். இவருடைய கோமாளித்தனங்களை மௌனமாக அவர்கள் வேடிக்கை பார்க்கிறார்கள் என்பது எனக்குள் ஒருவிதமான கூச்சத்தை உண்டுபண்ணியது. ஆனால், அவர்களுக்குத்தான் காரணம் தெரியாதே என்று சமாதானப்படுத்திக்கொண்டேன் – அல்லது, தெரிந்தே இருந்ததோ.

ஒருவழியாக, சுருதி சேர்ந்துவிட்டது! தமக்குத்தாமே தலையாட்டிக்கொண்டார் அண்ணா. வில்லை எடுத்து, தந்திகளில் அழுத்தமாய் ஒருதடவை தீற்றுகிறார் – என்றென்றைக்குமான சுருதி முன்வரிசையில் வந்து உட்கார்ந்தது. ஒப்பனை கலைத்து வந்த முகம் இன்னும் பேரழகாக இருந்தது. வாழ்நாள் மொத்தத்தையும் அர்ப்பணிக்கும் அருகதை கொண்ட முகம் அது. கலைஞர்களுக்கு ஒதுக்கப்பட்டிருந்த இடத்தில் அல்லாது, நேரெதிரே அந்தப் பெண்மணி அமர்ந்ததற்கு என்ன காரணம் என்று நான் திகைத்துக்கொண்டிருக்க, அண்ணாவின் வாத்தியம் ஆலாப்பில் முன்னேறிப் போனது – அனிச்சையாகப் பின்தொடர்ந்தது எனது வாத்தியம்.

அன்று அண்ணா வாசித்த விதம் முற்றிலும் வேறு மாதிரி இருந்தது. அப்படியொரு ஆவேசத்தை அவரிடம் நான் பார்த்ததே கிடையாது. தன்னைப் பீடிக்க வந்திருக்கும் எதனிடமிருந்தோ தப்பி ஓடிவிட முனைபவர் மாதிரிப் பாயத் தொடங்கினார். அல்லது, தம்மிடமிருந்து விலகி ஓடும் உயிர்த்தாதுவைத் துரத்திப் பிடிப்பதற்காகப் பாய்ந்தாரோ!

ஜனசம்மோகினி. எதிரில் இருக்கும் மோகினியின் அந்தரங்கத்தைத் தீண்டுவதற்காகவே அந்த ராகத்தை எடுத்தாரோ என்று தோன்றுகிறது. தொடர்வதற்கு எனக்கு மூச்சுத் திணறியது. தம்பூராக்காரர்கள் முகத்தில் முன்பு கேலிச் சிரிப்பின் மந்தகாசம் படர்ந்திருந்த இடத்தில் இப்போது மிரட்சி வந்து மேவிவிட்டது.

அண்ணா ஒரே ஒரு ஜென்மத்துக்காகத்தான் வாசித்துக் கொண்டிருக்கிறார் – அதன் முகத்தில் அபூர்வமான கிறக்கம் பொலிகிறது. மூடிய இமைகளுக்கு உட்புறம் இந்த ஸாரங்கி மேதையை அவள் இறுக்கிக்கொள்வது புலனாகிறது. பரவசம் தாளாமல் கண்ணீர் உருள்கிறது, அவளது அபாரமான கன்னங்களில்.

கச்சேரி முடிந்து இறங்கிவரும்போது, அந்தப் பெண்மணி ஓடோடி வந்தாள். யாருமே எதிர்பார்க்காத வகையில், அண்ணாவின் காலில் விழுந்தாள். இவர் கைகட்டி அமைதியாக நிற்கிறார். ‘நான்தான் இதை எதிர்பார்த்தேனே’ என்கிற மாதிரி.

நல்லவேளை, அவள் பிரபலமாகியிருக்கவில்லை. இவரளவு புகழ் பெற்றவளாயிருந்தால், அடுத்தநாள் தலைப்புச் செய்தியாய் இருந்திருக்கும் அது.

எங்கள் நிகழ்ச்சிக்கு மறுநாள் இரவு எங்களுக்கு ரயிலில் டிக்கெட் போட்டிருந்தார்கள். அண்ணா தீர்மானமாகச் சொன்னார்: 'நான் விழா முடிகிறவரை இருந்துவிட்டு வரப் போகிறேன். இருக்கிறவர்கள் இருக்கலாம். போகிறவர்கள் போகலாம்.'

மற்றவர்கள் மாதிரி நான் முடிவெடுக்க முடியுமா? அவருடைய தம்பி அல்லவா? சிறுவன் வேறு. பிற்பாடு தோன்றியது – 'நானும் ஊர் திரும்புகிறேன்' என்று சொல்லியிருந்தால் அண்ணா சந்தோஷப்பட்டிருப்பார் என்று! *(சிரிக்கிறார்)*

1800களின் ஆரம்பத்தில் பிறந்து, சந்நியாசியாக வாழ்ந்து, முப்பதாவது வயதில் மறைந்த சங்கீத மஹான் அபிநந்த ஜேனாவின் நூற்றைம்பதாவது ஜன்மதின விழா அது. பதினைந்து நாட்கள் நடந்தது. இரண்டாவது நாளிலேயே இவர்கள் உறவு பூத்துவிட்டது.

ஓ.

தினசரி சாயங்காலம் முதல் கச்சேரிக்கே முன் வரிசையில் ஆஜராகி விடுவார் அந்தப் பெண்மணி. அண்ணா, கலைஞர்களுக்காக ஒதுக்கப்பட்ட இடத்தில் வந்து அமர்ந்துவிடுவார். பொதுவாக, பிறருடைய வாத்தியக் கச்சேரிகளைப் பொறுமையாக உட்கார்ந்து கேட்கும் வழக்கம் அண்ணாவுக்கு எப்போதுமே இருந்ததில்லை. 'அவர்களுடைய பாணியையும் வாசிப்பையும் பற்றிய விமர்சனம் உள்ளுக்குள் ஓடிக்கொண்டே இருக்கும்போது கள்ளமில்லாமல் ரசிக்க முடிவதில்லை' என்பார். ஆனால், இந்தக் கச்சேரிகளுக்கு வந்தது சங்கீதத்துக்காக அல்லவே!

சைகைகளாலும் பார்வையாலும் இவர்கள் ஓயாமல் உரையாடியதை என்னைத் தவிர எத்தனைபேர் கவனித்தார்கள் என்று தெரியவில்லை. இவர்களும், வேறெதையும் பொருட்படுத்தும் மனநிலையில் இல்லை.

காலை நேரங்களில் அண்ணா காணாமல் போய்விடுவார். அதிகாலையில் சாதகம் முடித்துவிட்டு, நன்றாக விடிந்தபிறகு ஓரிரு மைல்கள் நடை போவது அவருடைய வழக்கம்தான். நடனமணிக்கும் நீண்டதூரம் வாக்கிங் போகிற பழக்கம் இருந்தது பிற்பாடு தெரியவந்தது!

விழா முடிந்து ஊர் திரும்புகிறோம். அதிர்ஷ்டவசமாக ரயிலில் இடம் கிடைத்துவிட்டது. பிரயாணத்தின்போது, புதிது

புதிதாக போல்களும் தான்களும் உருவாக்கி எனக்கு அவற்றை வாய்மொழியாகப் பயிற்றுவிக்கவும் செய்வார் அண்ணா. அந்த முறை, மௌனமாக வந்தார்.

மறுநாள் காலை ஆறு மணிக்கு புசாவல் ஜங்ஷனில் வண்டி நிற்கிறது. மேல்தட்டுப் படுக்கையிலிருந்து இறங்கி வருகிறேன். ஜன்னலோரம் வெறித்துப் பார்த்துக்கொண்டு அமர்ந்திருந்த அண்ணா, உரத்து முனகினார். மனத்தில் உதித்த வாக்கியம் வாய்தவறி உதிர்ந்துவிட்ட மாதிரி இருந்தது.

அவசரப்பட்டுவிட்டேன்.

தமது குரல் தமக்கே கேட்டதில் விழித்துக்கொண்ட மாதிரி உடம்பு விதிர்க்க என் முகத்தை பார்த்தார். பிறகு தம்முடைய மௌனத்துக்குத் திரும்பிவிட்டார்!

அந்த வாக்கியத்துக்கு என்ன அர்த்தம்?

அதை நாம் எப்படிச் சொல்ல முடியும். அந்தராத்மாவின் குரல் மாதிரி ஒலித்த வாக்கியம் அல்லவா? அபூர்வமான ஆன்மிகப் பொருள்கூட ஏதாவது இருக்கலாம். சிரிக்காதீர்கள். நான் விளையாட்டாகச் சொல்லவில்லை!

அதிலும் என் அண்ணா போன்ற மேதைகளின் மனத்தில் ஓடும் ஒவ்வொரு வாக்கியத்துக்கும் ஒன்றுக்கு மேற்பட்ட அர்த்தங்கள் இருக்கும் என்று நான் நிஜமாகவே நம்புகிறேன்.

ம்.

அவருக்குத் திருமணமாகி இரண்டு வருடங்கள் ஆகியிருந்தன. அண்ணியை மாதிரி அழகும் சாந்தமும் கனிவும் அறிவாற்றலும் உள்ள இன்னொரு பெண்மணியை நீங்கள் பார்க்க முடியாது.

அப்படியிருந்தும் நீங்கள் குறிப்பிட்ட நடனமணியிடம் உங்கள் சகோதரருக்கு ஈர்ப்பு உண்டானது ஏன்?

இதென்னம்மா கேள்வி. மனித மனத்தின் விசித்திரங்களுக்குக் காரணம் கண்டுபிடிப்பது என்று தொடங்கிவிட்டால் அதற்கொரு முடிவுண்டா?

முதலாவது உறவு அண்ணாவின் மனத்துக்கு இதமானதாக இருந்தது என்பதற்கு நானே உயிருள்ள சாட்சி. ஆனால், இரண்டாவது உறவு அவருக்கு அளித்த நிறைவு எந்தவிதமானது என்பதை அவரிடம் யார் கேட்டுத் தெரிந்துகொள்ள முடியும்?

நியாயம்தான்.

ஊர் திரும்பியபின் எப்போதும்போலவே நடந்துகொண்டார்

அண்ணா. யாருக்கும் தெரியாத ரகசியம் ஒன்று கைவசம் இருக்கும் பெருமிதத்துடன், நான் அவரறியாமல் அவரை வேவு பார்த்துக்கொண்டிருந்தேன்! *(புன்னகைக்கிறார்)*

ஓரிருமுறை அடிக்குரலில் தொலைபேசியில் பேசினார் என்பதைத் தவிர உபரியாய் ஒன்றுமே நடக்கவில்லை. மரைன் ட்ரைவுக்கும், மஹாலக்ஷ்மி கோவிலுக்கும் அண்ணியுடன் போய் வருவதும் நிற்கவில்லை.

ஓ.

ஆனால், நடனமணியுடன் அண்ணாவுக்கு ஏற்பட்டது அமர காதல் என்பது இரண்டு விஷயங்களால் ஊர்ஜிதமானது.

சொல்லுங்கள்.

முதலாவது, ஆரம்பித்த சுருக்கிலேயே அது முடிந்தும் போனது. ஆமாம், இளம் நடனமணி மிருணாளினி சத்பதி, புவனேஸ்வரத்தில் நிகழ்ச்சி முடித்துவிட்டு சொந்த ஊருக்குத் திரும்பும் வழியில் கார் விபத்தில் உடல் சிதைந்து இறந்துபோனார்.

அடடே..?

ஆனால், இது அண்ணாவின் உள்ளுணர்வில் முன்பே தெரிந்து விட்டது போலும். அன்று மஹாலக்ஷ்மி கோவிலிலிருந்து திரும்பி வந்த அண்ணி அம்மாவிடம் சொன்னது இப்போது போல ஒலிக்கிறது:

> ஏனோ தெரியவில்லை, சந்நிதியில் நின்று முக்கால் மணி நேரத்துக்குக் குறையாமல் அழுதார் உங்கள் பிள்ளை.

வழக்கமாக, தமது கணவர் பற்றி மாமியாரிடமோ பிறரிடமோ ஒரு வாக்கியமும் பேசியறியாதவர் அண்ணி. ஒருவேளை, அவருடைய உள்ளுணர்வும் ஆழமானதோ என்னவோ.

மறுநாள், செய்தித்தாள்களில் அந்த விபத்து பற்றி வெளியாகியிருந்தது. எப்போதுமே, என் வீட்டில் முதன்முதலில் செய்தித்தாளைப் பிரிப்பவன் நான்தான். இன்றுவரையில் அந்த வழக்கம் தொடர்கிறது. மூன்றாம் பக்கத்தில் அந்தச் செய்தியையும், மிருணாளினியின் ஸ்டாம்ப் சைஸ் புகைப்படத்தையும் பார்த்தவன், அதிர்ந்துவிட்டேன். ஆனால், செய்வதற்கு ஒன்றுமில்லை. காரணம், இரண்டாவதாக செய்தித்தாளைப் புரட்டுபவர் எப்போதுமே அண்ணாதான்.

அதிர்ச்சியடைந்திருப்பாரே?

இல்லை. எல்லா நாளும் போலவே, உணர்ச்சியற்ற முகத்துடன்

செய்தித்தாளை விரித்து முழுக்க மேய்ந்து முடித்தார். வழக்கம் போல நிதானமாக மடித்து, கையால் நீவி டீப்பாய் மீது வைத்தார். எழுந்து குளியலறைக்குப் போனார். தினமும் அதிகாலையில் குளித்துவிட்டு சாதகம் தொடங்குகிறவர். அன்றும் சாதகம் முடித்துவிட்டுத்தான் தினத்தாளைப் பிரித்தார். ஏனோ, மீண்டும் குளிக்கப் போனார்.

திரும்பி வந்தவர் அதே அண்ணா இல்லை. பத்து மணி சுமாருக்கு மாமாவிடம் அறிவித்துவிட்டார் – இனி கச்சேரிகள் ஒத்துக்கொள்ள வேண்டாமென்று.

ஆக, அவருடைய ஆறு வருட விலகலுக்கு இதுதான் அழுத்த மான காரணம் என்று கொள்ளலாமில்லையா?

அப்படிக் கூற வரவில்லை. நான் முன்னமே குறிப்பிட்ட பல காரணங்களும் உண்டுதானே. ஒரு குறிப்பிட்ட பதநிலை நோக்கி அவருடைய மனம் தொடர்ந்து நகர்ந்து வந்திருக்கலாம் –சிகரமாக இப்படி ஒன்று நடந்துவிட்டது வசதியாக ஆகியிருக்கலாம்.

அவருடைய மௌனத்தை நான் பெரிதாகக் கருதவில்லை – அதன்பிறகு நிகழ்ந்த எழுச்சிதான் என்னைப் பொறுத்தவரை முக்கியமானது. என் அண்ணாவின் மேதைமைக்கு உறுதியான சான்றாக விளங்குவதும் அதுதான்.

ம்.

இறுதியாக இன்னொன்றும் சொல்லத் தோன்றுகிறது. அந்த ஆறு வருடங்களில் என்னுடைய வாசிப்பு ஸ்திரப்பட்டதைச் சொல்லவேண்டும். குடும்பத்தின் பொருளாதார நிலை காரணமாக, நான் தனியாகவே நிகழ்ச்சிகள் கொடுக்க வேண்டி வந்தது. அதற்கு முன்னரே நாலைந்து வருடங்கள் அண்ணாவுடன் இணைந்து வாசித்து வந்திருந்தேன் என்பதால், மேடையில் வாசிப்பதற்கு நான் அவ்வளவாகப் பிரயாசைப்படவில்லை.

தவிர, என் அண்ணா போல மாபெரும் கலைஞன் அல்லவே நான்? இசை விழாக்களில், ஆரம்பநிலைக் கலைஞர்களுக்கான நேரத்திலேயே எனக்கு நிகழ்ச்சிகள் ஒதுக்குவார்கள். அந்த ஸ்லாட்டுகளில் இசைப்பவர்களுக்கு ரசிக மனங்களில் இயல்பாகவே ஒருவிதச் சலுகை இருக்கும் – 'பிஞ்சுதானே, பாவம்' என்று!

ஆனால், அண்ணா போன்ற மேதைகளின் வாழ்வில் ஒவ்வொன்றுக்கும் ஒரு ஆழமான அர்த்தம் இருக்கும். அரிஸ்டாட்டி லின் அவதானம் என்பதாக எங்கோ வாசித்திருக்கிறேன் – 'மழை பெய்வதற்கான காரணங்களில் ஒன்று, ஆடுமாடுகளின் பசியைப்

போக்குவது' என்று! அந்த வகையில், அண்ணாவின் மௌனம், என்னைத் தனிக்கலைஞனாக உருவாக்குவதற்காகவே வந்து சேர்ந்த மாதிரித்தானே.

இப்படி எதுவும் நடந்திராத பட்சத்திலும் நீங்கள் பிரபல இசைஞராக ஆகித்தான் இருப்பீர்கள், ஜீ.

நான் மறுக்கவில்லை. ஆனால், அதற்கான தைரியம் எனக்குள் வளர்ந்த காரணத்தைச் சொல்கிறேன், அவ்வளவுதான்.

பேசிக்கொள்ளாத ஒப்புதலுடன் ஒருவித அமைதி கவிந்திருக்கிறது அறைக்குள். நான் அடுத்த கட்டக் கேள்விகளை யோசித்துக் கொண்டிருப்பது போல அவரும் அடுத்து வரவிருக்கும் கேள்விகளை ஊகித்துக்கொண்டிருக்கிறாரோ என்னவோ. ஜன்னல் வழியாகத் தெரியும் சமுத்திரத்தை வெறித்துக்கொண்டு அமர்ந்திருக்கிறோம். புறவுலகத்தையும் எங்களையும் பிரிக்கும் கனத்த திரைக்குப் பின்னால், அவரவர் ஓட்டுக்குள், ஒடுங்கிப் பதுங்கிய மாதிரி உணர்கிறேன்.

தொலைவில், வெண்மணல் பரப்பின் வெயில் பளபளப்புக்கு அப்பால், அலைகள் உதித்து உதித்து மறிகின்றன. அசாத்தியமான பரிமாணங்கள் கொண்ட கிண்ணத்தில் நிரம்பிய நீலத் திரவத்தை, அமானுஷ்யமான கரங்கள் ஓயாமல் கடைவதுபோலத் தென்படும் சலனம். படுக்கை வசமான வெண்ணிற நாடாக்கள் தோன்றி உயர்ந்து தமக்குள்ளேயே அமிழ்ந்து மறையும் காட்சியில் நானும் அமிழத் தொடங்கும் போது, ஸ்ரீ தீட்சித் தொண்டையைச் செருமும் ஒலி கேட்கிறது . . .

சற்று ஓய்வெடுத்துக்கொள்கிறீர்களா அம்மா? என் மருமகளின் அறை காலியாகத்தான் இருக்கிறது. குட்டித் தூக்கம் வேண்டுமானாலும் போடலாம்...

இருக்கட்டும்... (என்று புன்சிரிக்கிறேன். அவரும் இணைந்துகொள்கிறார்) உங்களுக்கு ஓய்வு தேவையாக இருக்கிறதோ?

இல்லை அம்மா. உடல் சோர்ந்தாலும் மனம் சோராத ஆசாமி நான். இத்தனை வருடங்களில் நினைவழிந்து தூங்கியது மிகமிகக் குறைவு. இடையில், இது ஒருவேளை மனவியாதியோ என்று மருத்துவரிடம் போனதும் உண்டு. அண்ணாவுக்கு வைத்தியம்

பார்த்த அதே அனந்த் தேஷ்முக்கிடம்தான். அவர் தெளிவாகச் சொல்லிவிட்டார்: ‘கலைஞர்களுக்கும், காதலர்களுக்கும் இது இயல்பான விஷயம்தானப்பா...’

உபரியாக, சிறு இடைவெளிவிட்டு, அந்தப் பட்டியலில் இன்னொரு வகையையும் சேர்த்தார் –

> ...உளப் பிறழ்வு உள்ளவர்களுக்கும்தான். ஆனால், உனக்கு அந்த மாதிரிச் சிக்கல் ஒன்றும் இல்லை.

நான் விடவில்லை; இசை எங்கள் வம்சாவளியில் வருகிற மாதிரி பித்தமும் இந்தத் தலைமுறையில் ஆரம்பித்திருக்கிறதோ என்னவோ.

இல்லை டாக்டர்... அண்ணாவை மாதிரி...

அட, அவன் விஷயமே வேறே. உன் சங்கதி வேறே...

பிறகு அவர் நிதானமாக விளக்கினார்:

> ...அவனுடைய பிரச்சினை இன்னதென்றே தெரியாமல் போனது அப்பனே. அவன் எந்த நிலையிலும் மனத்தைத் திறக்கக் கூடியவனும் கிடையாது. உன் விஷயம் அப்படியில்லை, சொந்தக் காலில் நின்று, யாருக்கும் குறைந்தவனல்ல என்று உலகத்துக்கு நிரூபிக்கும் நிர்ப்பந்தம் இருக்கிறது உனக்கு. அதை இந்தவிதமாகச் சுமக்கிறாய். அவ்வளவுதான். உனக்கென்று ஓர் இடமும் கீர்த்தியும் ஸ்தாபிதமான பிறகு...

யாருமே என்ன நினைப்போம்? சகஜநிலை வந்துவிடுமென்று தானே? டாக்டர் தேஷ்முக் வேறு மாதிரியான பிறவி. அவர் இப்படி முடித்தார்:

> ... அதைத் தக்கவைத்துக்கொள்வதற்கான பதட்டம் வந்து சேர்ந்திருக்கும். ஆனால், அதற்குள் இந்த நிலை பழகி விட்டிருக்கும் என்று வைத்துக்கொள்!

வந்தவனை வெறுங்கையுடன் அனுப்ப வேண்டாமென்றோ என்னவோ, கொஞ்சம் வைட்டமின் மாத்திரைகளைக் கொடுத்து அனுப்பிவிட்டார்!

அவர் உங்கள் குடும்ப மருத்துவர் அல்லவா?

ஆமாம். ஆனால், உளவியல் நிபுணரை எங்கள் குடும்ப வைத்தியராக வைத்திருந்தோம் என்பதற்கு அழுத்தம் கொடுத்துப் பதிவு செய்துவிட மாட்டீர்களே! *(இருவரும் சிரிக்கிறோம்)*

ஓர் உபகதையும் இருக்கிறது அம்மணி. விசித்திரமான கதை. டாக்டர் தேஷ்முக், அடுத்த இரண்டாம் வருடம் சித்த

சுவாதீனமிழந்தார். ஆறுமாதம் போலச் சங்கிலியில் பிணைந்து கிடந்துவிட்டு, ஒரு நாள் நள்ளிரவில் காலமானார். காரணம் என்னவென்று நினைக்கிறீர்கள்?

சொல்லுங்கள் . . .

யாரோ கற்றுக்குட்டி ஜோசியன் அவருக்கு மரணதசை நெருங்கி விட்டது என்று ஆரூடம் சொல்லியிருக்கிறான். மனிதர் நிலை குலைந்துவிட்டார். இத்தனைக்கும் அவருக்கு வயது என்ன தெரியுமோ? எண்பது! *(சில கணங்கள் தியானம் போலக் கண்களை மூடி இருக்கிறார்)* மரணம் அவரை நெருங்கிய விதத்திலிருந்து நான் ஓர் உண்மையை அறிந்துகொண்டேன். ஒருபோதும் நமக்கு சாவே இல்லை என்ற ரகசியமான நம்பிக்கைதான் ஒவ்வொரு மனிதனையும் உந்தும் சக்தியாக இயங்குகிறதுபோல. அல்லது, தம்முடைய மரணம் காத்திருக்கிறது என்பது இயல்பாகவே எல்லாருக்கும் மறந்து போய்விடுமோ!

உந்தும் சக்தி என்று நீங்கள் குறிப்பிட்டதைத் தொடர்ந்து, இன்னொரு பக்கம் நகரலாம். இசைத்துறையில் உங்களுக்கென்று தனித்துவமான பெயரைச் சம்பாதித்திருக்கிறீர்கள். இந்த இடம்வரை உங்களை உந்தி வந்த விசை எது?

முதலில், நீங்கள் சொல்வதுடன் ஓரளவுக்கு உடன்படுகிறேன். 'ஹரிசங்கர் தீட்சித் என்று ஒரு ஆள் இருக்கிறான்; வயலின் வாசிக்கக் கூடியவன்' என்பது நிறையப்பேருக்குத் தெரிந்திருக்கிறதுதான். இன்னொரு பாரசீகக் கவிதை வரி நினைவு வருகிறது –

உன் கைக் குவளையில் மதுவும்
என் கைக் குவளையில் அன்பும் – இரண்டும்
தரும் போதை ஒன்றன்றோ!

அந்த வகையில் பார்த்தால் என் கைக் குவளையில் நிரம்பியிருப்பது ஹிந்துஸ்தானி சங்கீதம் என்று சொல்லலாம். ஆனால், நான் கையில் வைத்திருக்கிறேன் என்பதாலேயே என்னுடையதாகிவிடாத மது அது!

இந்த இடம்வரை உந்திவந்த விசை என்று ஓரிரண்டை மட்டும் சொல்லிவிட முடியாது அம்மணி. இவ்வளவு நேரம் நாம் பேசி வந்த சங்கதிகள் அத்தனையுமே உந்துவிசையாகி உதவியவைதாம். நாளைக் காலை சாதகத்துக்கு அமரும்போது, இப்போது நாம் பேசுவதிலிருந்து ஏதாவது ஓர் அம்சம்கூட உத்வேகத்தின் பகுதியாக ஆகலாம்!

நான் அவ்விதம் கேட்கவில்லை — குறிப்பாக, நேரடியாக உங்கள் இசை மலர்ச்சியுடன் தொடர்புடைய விஷயங்கள் அல்லது நபர்கள் என்று...

சொல்லலாம். முப்பது வயதுவரை உபவாத்தியமாக ஸாரங்கி வாசித்து வந்தபோது, அண்ணா வாசிப்பதை நகலெடுப்பதுதான் என் வேலையாக இருந்தது. ஒரு ராகத்தின் ராஜபாட்டையில் அவர் விரையும்போது, அக்கம்பக்கம் தென்படும், நான் மட்டுமே பார்க்கக் கிடைக்கும் அற்புதக் காட்சிகளை வெளிப்படுத்த வாய்ப்பு இருக்காது. அதாவது, கண்மூடி அணியாத, ஆனால் கனைக்க மட்டும் தெரிந்த குதிரை மாதிரி! *(புன்னகைக்கிறார்)*

ஆக, ஸாரங்கியை விடுத்து வயலினுக்கு மாறியது முதல் உந்துதல். 'நான் எழுப்ப வேண்டிய ஒலியை வந்தடைந்துவிட்டேன்' என்ற உணர்வு உடனடியாகத் தொற்றிவிட்டது.

அது ஒரு முக்கியமான கட்டம் என்று தோன்றுகிறது...

ஆமாம். என்றாலும், ஆரம்ப நாட்களில் என்னுடைய வாசிப்பு பற்றி எனக்கே பெரிய சிலாகிப்பு எதுவும் கிடையாது. இந்நிலையில், ஸ்ரீ மல்லிகார்ஜுன் மன்ஸூர் ஒரு தகவல் சொன்னார். ஜெய்ப்பூர்–அட்ரோலி கரானாவின் பிதாமகர் அல்லாதியா கானுடைய புதல்வர் மஞ்ஜி கானிடம் இரண்டு வருடம் போலப் பாடம் கேட்டவர், மல்லிஜி. மஞ்ஜி கான் அகாலமாய் மரணமடைந்த பிறகு, அவருடைய சகோதரரான புர்ஜி கானிடம் கற்கத் தொடங்கினார். இதற்கிடையில் மல்லிஜியின் முதல் இசைத்தட்டு வெளியானது. பெரியவர் அதைக் கேட்டுப் பார்க்க வேண்டும் என்று இவர் ஆசைப்பட்டார். புர்ஜி கானிடம் ஒரு பிரதியைக் கொடுத்து, தகப்பனாரிடம் போட்டுக் காட்டக் கோரினார். புர்ஜி தட்டை முடுக்க முயலும்போதெல்லாம், கிழவர் தடுத்து நிறுத்திவிடுவார். 'கேட்டுவிட்டாரா?' என்று அடிக்கடி கேட்கும் மல்லிஜியிடம் புர்ஜி ஏதாவது நொண்டிச் சாக்கு சொல்லிச் சமாளிப்பார். தாளமுடியாமல் ஒருமுறை புர்ஜி தன் தகப்பனாரிடம் காரணம் கேட்டாராம். ததும்பும் கண்களுடன் கிழவர் சொல்லியிருக்கிறார்:

> இவன் பாட ஆரம்பித்தவுடனே அந்தப் பயல் மஞ்ஜி ஞாபகம் வந்துவிடுகிறதடா.

சொல்லும்போது மல்லிஜியின் கண்கள் கலங்கியிருந்தன. எனக்கும் கண்கள் கலங்கிவிட்டன.

பிறந்ததுமுதலே கிடைக்காமல் போன தகப்பன் பாசத்தை விடவும் அதிகமாக உறுத்தியது வேறொரு விஷயம். இறந்த மகனுக்காகக் கலங்கும் தகப்பன் எங்கே – உயிருடன் இருக்கும் சகோதரனை வெறுத்து விலக்கிவிட்ட சகோதரர் எங்கே? இந்த மனிதருக்கு நான் யார் என்று காட்ட வேண்டாமா?

அவ்வளவுதான், ஒரு மாயப் பிசாசு எனக்குள் உயிர்த்து

விட்டது. எந்நேரமும் என் பிடரியில் கைவைத்துத் துரத்தத் தொடங்கியது. அடுத்த சில வருடங்களுக்கு வயலின் என் உடம்பின் பகுதி ஆனது. விழித்திருக்கும் நேரமெல்லாம் அதனுடன்தான் கழியும். ஒரு சில நாள் இருபது மணிநேரமெல்லாம் சாதகம் செய்திருக்கிறேன்.

இந்தக் கட்டத்தில் வேறொன்று நடந்தது. வில்லைக் கையில் எடுத்தவுடன் ஹிமான்ஷு என் எதிரில் வந்து அமர்ந்துவிடுவான். இன்னும் இன்னும் என்று என்னைத் தூண்டிக்கொண்டே இருப்பான். கை சோர்கிறது என்று எனக்குத் தோன்றும் தருணத்தில், கேலியாகச் சிரிப்பான். ‘இவ்வளவுதானா!?’ என்கிற மாதிரி. காதலியால் சீண்டப்பட்ட காதலன் போல ஆகிவிடுவேன். மூர்க்கம் அதிகரிக்கும். பலவேளைகளில், நானும் அவனும் மாறிமாறி வாசித்திருக்கிறோம். அதாவது, நான் அடுத்து வாசிக்க வேண்டியதை அவன் வாசித்துக் காட்டுவான். அப்படியே வாசிக்க நான் முயல்வேன். பார்க்கிறவர்களுக்கு, ‘என்ன இது, கொஞ்ச நேரம் வாசிக்கிறான்; கொஞ்ச நேரம் சும்மாயிருக்கிறான் – புத்தி பேதலித்துவிட்டது போல’ என்றுதான் பட்டிருக்கும்! ஆனால், ஹிமான்ஷுவின் பிம்பம் எனக்குள் அன்றும் சரி, இன்றும் சரி உயிர்த்துடிப்புடன் இருக்கிறது என்பது அவர்களுக்கு எப்படித் தெரியும், பாவம்.

ஆனால், மற்றவர்களுக்குத்தான் மேற்படிக் குழப்பம். ஊர்மிளாவுக்கு அல்ல. என் உயிரின் பகுதியாகவே மாறி விட்டிருந்தாள் அவள். என்னுடைய அறைக்குள் நான் தனியாக அமர்ந்திருக்கும்போது, அடையாளம் இல்லாத தேவதை, தேநீரோ, சிகரெட் பாக்கெட்டோ, தண்ணீரோ தீரத்தீர நிரப்புவதற்காக மட்டுமே வந்துபோன நாட்கள் அவை. என் இசை வாழ்வின் கதவு முழுக்கத் திறந்தது அந்தக் காலகட்டத்தில்தான் என்றே சொல்வேன்.

ஆனால், இன்னொன்றையும் சொல்ல வேண்டும், என் ஊர்மிளா என்னுடன் சகஜமாகப் பேச அஞ்சிய நாட்களும் அவைதாம். கள்வெறியேறிய கரடியுடன் வாழ்க்கை நடத்த வேண்டி வந்ததே என்று அவள் உள்ளூறப் புழுங்கவும் செய்திருக்கலாம்.

அல்லது, காத்திருக்கும் எதிர்காலத்தை முன்னுணர்ந்து உள்ளூற உவகையும் கொண்டிருக்கலாம் . . .

மிகச் சரியாகச் சொன்னீர்களம்மா. ஊர்மிளா அப்படிப்பட்ட பெண்தான். பார்க்கப் போனால், உறவுகளின்மீது எனக்கிருந்த நம்பிக்கை மங்கிவிடாமல் பாதுகாத்த ஜென்மம் அவள். உடன் பிறந்தவராய் இருந்தும் என்னைத் தொலைவிலேயே வைத்திருந்த அண்ணன் ஒருபுறம்; ஏதோ ஓர் அத்துவானத்திலிருந்து வந்து

சேர்ந்து, வந்த நிமிடத்திலிருந்து என்னை விரோதியாய்ப் பார்க்கத் தொடங்கிவிட்ட அண்ணி மறுபுறம்; அதே அத்துவானத்திலிருந்து வந்தும், என்னைத் தன் உயிரின் மறுபாதியாய் நடத்திய ஊர்மிளாவைத்தான் இப்போது உங்களுடன் பேசிக்கொண்டிருக்கும் ஹரிசங்கர் தீட்சித் என்ற வயலின் வாத்தியக்காரனின் நிஜமான தாய் என்று சொல்லவேண்டும்! *(குரல் கரகரக்கிறது)*

தாரமாகவும் எனக்கு ஒரு குறையும் வைக்கவில்லை அவள். நள்ளிரவுவரை பேய்மாதிரி வாசித்துக்கொண்டிருந்துவிட்டு, வியர்வை அடங்குவதற்கு முன்பாகவே படுக்கைக்கு வந்து அவளை எழுப்புவேன். வாசித்து வாசித்து உடம்பு சோர்ந்திருக்கும். மனத்தில் அதிகப்படியான தினவு வந்து சேர்ந்திருக்கும்.

இன்முகத்துடன் எழுவாள். இயல்பாகச் சென்று முகம் கழுவி வாய் கொப்பளித்துத் திரும்புவாள். பேரழகாக இருப்பாள் அப்போது! . . . இதையெல்லாம் உங்களிடம் சொல்கிறேனே என்று இருக்கிறது. எல்லா முனைகளையும் திறந்து வைத்திருக்கும் சந்தர்ப்பத்தில், என் ஊர்மியின் தியாகத்தையும், பரிவையும் மட்டும் ஏன் மறைக்க வேண்டும்?

உண்மையில், அவள் போன பிறகு என் இல்லத்தின் வெளிச்சமே போய்விட்ட மாதிரித்தான் இருக்கிறது அம்மணி . . .

(பார்வையை வேறுபுறம் திருப்பிக்கொள்கிறார். கண்கள் லேசாகப் பனித்திருக்கின்றன.)

காலடியோசை கேட்கிறது, நல்லவேளையாக. சமையல்காரப் பெரியவர் ஸ்ரீ வித்தல்பாய் பட்டேல். கையில் ஏந்திய தட்டில் தின்பண்டங்களும் தேநீர்க் கெட்டிலும். என்னைப் பார்த்துப் புன்னகைத்துக்கொண்டே தட்டை டீப்பாயில் வைக்கிறார்.

குரல் கொடுத்திருந்தால் நாங்களே வந்திருப்போமே பாயீ?

என்று ஆதரவாகச் சொல்கிறார் ஸ்ரீ தீட்சித்.

அதனாலென்ன? இந்தக் குழந்தையின் முகத்தை இன்னொருதடவை பார்க்கலாமே என்றுதான்.

என்று பொக்கைவாய் திறந்து சிரிக்கிறார்.

என் மூன்றாவது பெண் நந்தினியின் சாயல் இல்லை? அவள் ஜெர்மனியில் இருக்கிறாளம்மா . . .

என்று மீண்டும் என்னைப் பார்க்கிறார். நான் புன்னகைக்கிறேன்.

பாயீ, உங்களுக்காவது மகள் மாதிரித்தான் இருக்கிறார்.

எனக்கு மகளே ஆகிவிட்டாராக்கும்!

என்னுள் ஆழத்தில் ஒரு குமிழி சட்டென்று வெடிக்கிறது. பொங்கும் மனத்தை அடக்க முடியாமல், எழுந்து கிழவர்கள் இருவரின் பாதங்களையும் தொட்டுக் கண்ணில் ஒற்றிக் கொள்கிறேன். தலைதொட்டு ஆசி வழங்குகிறார்கள். திரும்பி என் இடத்தில் அமரும்போது அந்த அறை முழுவதும் பிரியத்தால் நிரம்பிவிட்ட மாதிரி உணர்கிறேன்.

கிழவர் கீழிறங்கிப் போனபிறகு, சில நிமிடங்கள் நிலவும் நிசப்தத்தைக் கலைக்கும் விதமாக ஸ்ரீ தீட்சித் செருமிக் கொள்கிறார்.

ஆனால், நியூட்டனின் மூன்றாம் விதி தெரியுமல்லவா . . ! சிறு வயதில் ஒழுங்காகப் படித்த குழந்தைமாதிரித்தான் இருக்கிறது அம்மணி உங்கள் முகம்! *(முகத்தில் புன்னகை திரும்புகிறது)*

தெரியும்!

எதிர்வினையை உருவாக்கிய மூலவினை ஓய்ந்துவிட்டால் என்ன ஆகும்? கடந்த மூன்று மாதங்களாக அப்படி ஒரு தொய்வை உணர்கிறேன். ஒவ்வொரு கச்சேரிக்கும் முன்னதாக, என் மணிப்பர்ஸில் நிரந்தரமாக வைத்திருக்கும் அண்ணாவின் படத்தை ஓரிரு நிமிடங்கள் பார்த்துக்கொண்டிருப்பேன். ‘ஆமாம், இன்றைக்கும் நிரூபிக்கப் போகிறேன் பார்’ என்று எனக்குள் ஒரு வீம்பு சுழன்றெழும்.

‘நேரடியாக இல்லாவிட்டாலும், என்னைப் பற்றிய செய்திகள் உன்னை எட்டாமலா இருக்கும்’ என்று சதா எனக்குள் ஒரு வெம்மை கனன்றுகொண்டே இருந்தது. இயற்கை அதில் நீர் ஊற்றி அவித்துவிட்டது. இனி, யாரை எதிர்த்து நான் யுத்தம் செய்வேன்? என் கை ஆயுதம் வெறும் உலோகத்துண்டு ஆகிவிட்டதே? என் இனிய விரோதி இல்லாத இசையுலகம் முழுக்க வேறாகிவிட்டதே எனக்கு? *(எழுந்து மெல்ல நடந்து ஜன்னல் அருகில் சென்று நிற்கிறார். உயர்ந்திருக்கும் பார்வை ஆகாயத்தை வெறிக்கிறது. மெல்ல மணல்வெளியை நோக்கித் தாழ்கிறது. ஓரிரு கணங்கள். சடாரென்று என் பக்கம் திரும்புகிறார்)*

இப்படி ஒரு வாசகத்தை எங்கோ படித்திருக்கிறேன் – ‘விரிந்திருக்கும் மணல் பரப்பிலிருந்து ஒரேயொரு துகளை எடுத்து விட்டாலும், இந்தப் பிரபஞ்சம் முன்பிருந்த அதே பிரபஞ்சம் அல்ல’ என்று.

நான் நடப்பதற்குத் தரையாய் இருந்து உதவிய மணல்பரப்பே காணாமல் போய்விட்டதே இப்போது.

(மீண்டும் மௌனத்தில் ஆழ்கிறார். சில நிமிடங்கள்

காத்திருந்துவிட்டு, முன்பைவிடத் தழைந்த குரலில் கேட்கிறேன்.)

ஹரிஜீ, இன்னும் ஒரு கேள்வி பாக்கியிருக்கிறது. உசிதமானது தானா என்ற தயக்கமும் இருக்கிறது.

தயக்கம் எதற்கு அம்மணி? தாராளமாகக் கேளுங்கள்.

இதுவரை நீங்கள் பேசிவந்த விதத்திலிருந்து என்னால் முடிவு கட்ட முடியாத விஷயம் ஒன்று. உங்கள் சகோதரர் மேல் உங்களுக்கு இருப்பது பிரியமா, கோபமா?

(நெற்றி சுருங்கி நீள்வரிகள் உதிக்கின்றன) அதெப்படியம்மா, எந்த உறவைப் பற்றித்தான் அவ்வளவு கறாராகச் சொல்ல முடியும். அப்படிக் கறுப்பும் வெள்ளையுமாக, தீர்மானகரமாகப் பிரிந்து கிடக்கிறதா எல்லாம்? பார்க்கப்போனால், எனக்குள் அவர் சம்பந்தமாக என்னதான் இருக்கிறது என்று தெரிந்துகொள்வதற் காகத்தானே இவ்வளவு விரிவாகப் பேசிக்கொண்டிருக்கிறேன்!

ஸ்ரீ ஹரிசங்கர் தீட்சித்தின் இல்லத்தில் வளர்ப்புப் பிராணிகள் அதிகம். இரண்டு பாமரேனியன்கள், ஒரு லாப்ரடார், இவர்களுடன் இணக்கமற்றதுபோல சற்று விலகியே இருக்கும் ஒரு டாபர்மேன், நடக்கவிடாமல் குறுக்கே பாயும் நாலைந்து பூனைகள், முற்றத்தில் திரியும் வான்கோழிகள் நாலைந்து என்று. இவை ஒவ்வொன்றுடனும் தனித்த நட்பு கொண்டிருக்கிறார் ஹரிஜி. நாங்கள் இருவரும் படியிறங்கி வந்த மாத்திரத்தில் சகலமும் அவரைச் சூழ்கின்றன. டாபர்மேன் மட்டும் உணர்ச்சியற்ற முகத்துடன் தள்ளி நின்று பார்த்துக்கொண்டிருக்கிறது. ஹரிஜி குனிந்து ஒவ்வொரு பிராணியையும் தொட்டபடி நடக்கிறார். தோட்டத்து ஊஞ்சலை நெருங்குகிறோம்.

சென்று அமர்வதற்காகக் காத்திருந்த மாதிரி, பாய்ந்து ஓடி வருகிறது டாபர்மேன். ஹரிஜியின் முழங்கால்கள் மீது முன்னங்கால் இரண்டையும் பதித்து வேகமாக மூச்சிரைக்கிறது. செல்லமாக ஓரிரு தடவை குரைக்கிறது. முனகல் போல ஒலி எழுப்புகிறது. இவர் பொறுமையாக அதன் நெற்றியை வருடிக்கொடுக்கிறார். சில கணங்கள். கறாரான குரலில் 'go' என்கிறார். அது திரும்பி ஓடுகிறது.

ஹரிஜீ, ஸ்ரீ ஹிமான்ஷு மித்ரா பற்றிச் சொன்னீர்கள். வேறு நண்பர்கள் பற்றி...

அம்மணி, சாதாரணமாக மற்றச் சிறுவர்களைப் போல வளர்ந்தவனில்லை நான். சர்க்கஸ் குழுவில் பிறந்து வளர்ந்தவனுக்குப் பிராணிகளுடன் நட்பு இருக்கிற மாதிரி, எனக்கும் இசைக் கலைஞர்களுடன்தான் நட்பு. பதினாலு வயதுவரை மட்டுமே நான் பள்ளிக்கூடம் போனேன். அம்மாவுக்கு என்னை நிறையப் படிக்க வைத்து

மத்திய அரசாங்க அதிகாரியாக ஆக்க வேண்டுமென்று ஆசை. விரும்பிய பிரகாரம் எதுவுமே நடக்க இயலாத வரம் வாங்கி வந்த பிறவி அது.

அந்தச் சமயத்தில், அண்ணாவுக்குக் கச்சேரி வாய்ப்புகள் நிறைய வந்துகொண்டிருந்தன. உதவியாளர் வைத்துக்கொள்ளுமளவு வசதி சேர்ந்திருக்கவில்லை; ஆக, அண்ணா போகுமிடங்களுக்கெல்லாம் உடன் போகவும், அவருக்கு ஒரு கையாள் மாதிரி இருக்கவும் என்னை நியமித்தார்கள் என்று முன்னமே சொன்னேன் அல்லவா? நான் அப்போதே ஸாரங்கியில் தேர்ச்சி பெற்றிருந்தேன் என்பது ஓர் உபரி வசதியாகிவிட்டது.

இவ்வளவு காலம் கழித்து, இன்று திரும்பிப் பார்த்தால், இசை தவிர்த்து எனக்கு வேறு உலகமே இருந்ததில்லையோ என்று தோன்றுகிறது.

பள்ளி நண்பர்கள் பற்றிச் சொல்லுங்களேன்.

பள்ளி வாழ்க்கை, யாரோ கண்ட கனவை யாரோ சொல்லக் கேட்டு அறிந்த சம்பவத்தொடர் மாதிரி, வெகு தூரத்தில் இருக்கிறது அம்மணி. அநேக வருடங்கள் கடந்துவிட்டன என்பது மாத்திரம் காரணமில்லை. உணர்ச்சிபூர்வமாக ஞாபகத்தில் தங்காத நாட்கள் அவை. இன்னும் கொஞ்சம் தொடர்ந்திருக்கலாமே என்ற ஏக்கம்தான் அந்த நாட்களைப் பற்றி மீந்திருக்கும் ஒரே உணர்வு.

ஆனால், இரண்டு விஷயங்களைக் குறிப்பாகச் சொல்ல வேண்டும். ஒன்று, பள்ளிக்கூடம் செல்வதை நிறுத்தினாலும், கற்பது நிற்கக் கூடாது என்பதில் அண்ணா உறுதியாக இருந்தது. ஊரில் இருக்கும் நாட்களில் வீட்டுக்கு வந்து பாடம் நடத்த ஓர் ஆசிரியரை நியமித்தார். சாம்பாஜி ராவ் என்ற அந்த ஆசிரியர்தாம் இன்று எனக்கு இருக்கும் ஆங்கில அறிவுக்குக் காரணமானவர்.

இரண்டாவது, என் பள்ளிக்கால நண்பன் சந்தோஷ் ஆம்ரே. அவன் என் நண்பனானதே ஒரு சுவாரசியமான சம்பவம்.

சொல்லுங்கள்.

எனது மாமா சியாம சரண் சுக்லா அகில இந்திய வானொலியில் பணியாற்றினார் என்று சொன்னேனல்லவா, தம்முடன் ஒருநாள் நிலையத்துக்கு அழைத்துச் சென்றார். அங்கே தகப்பனாருடன் வந்திருந்தான் சந்தோஷ். அவரும் என் அப்பாவை மாதிரி சுர்பஹார் கலைஞர்தாம். ஆனால், என்னை மாதிரிக் கண்டிப்பான சூழ்நிலையில் வளர்ந்தவன் அல்ல அவன். இங்குமங்கும் ஓடுவதும், யாரிடமாவது திட்டு வாங்குவதும், அது குறித்த பெருமிதம் பொங்க முகத்தை வைத்துக்கொள்வதும் என்று சுறுசுறுப்பாக இருந்தான்.

அன்றைக்கு ஏதோ இசைப்பதிவு இருந்தது. என் மாமாவும், சந்தோஷின் தகப்பனாரும் சேர்ந்து வாசிக்க வேண்டிய தொகுப்பு. சம வயது அல்லவா, இருவரையும் கோத்துவிட்டு, 'வெளியில் விளையாடுங்கள்' என்று அனுப்பினார்கள். சேர்ந்து விஷமங்கள் செய்யத் தொடங்குமுன் நாங்கள் அறிமுகப்படுத்திக் கொண்டோம் – பயல் எங்கள் பள்ளியில் படிப்பவன்தான்! கோபால்தாஸ் திலக்தாஸ் பள்ளி பிரம்மாண்டமானது. மூன்றாம் ஃபாரத்துக்கே ஆறு செக்ஷன்கள் உண்டு. ஒவ்வொன்றிலும் அறுபதுக்குக் குறை யாத மாணவர்கள். நான் ஏ. அவன் ஈ. இந்த ஒரு தகவலில் நாங்கள் ஆத்ம நண்பர்களாகிவிட்டோம்!

ம்!...

ஆனால், அவன் தொடர்பாக எனக்குள் அழுத்தமாக இருக்கும் ஞாபகம் பள்ளி வாழ்க்கை சம்பந்தப்பட்டது அல்ல. அதுவும் இசையோடு தொடர்புடையதுதான். சில சமயம் நான் ஆச்சரியப்பட்டுக்கொள்வது உண்டு. இசையின் தீண்டல் இல்லாத ஒரு கணம்கூட எனக்கு வாய்க்கவில்லையோ என்று!

சரிதான்.

அவனுடைய அப்பாவும் திடீரென்று இறந்து போனார். ஆனால், அவர் ஒருநாள் திடீரென்று இறந்துபோவார் என்பது எல்லாருக்கும் முன்பே தெரியும்.

நீங்கள் சொல்வது விளங்கவில்லை...

ஆமாம். அவர் மொடாக் குடியர். படிக்கட்டு மாதிரி அடுத்தடுத்து ஐந்து குழந்தைகள் இருப்பதோ, பள்ளிக்கூட வாசலைக்கூட மிதிக்காதவள் தமது மனைவி என்பதோ, கைக்கும் வாய்க்கும் கச்சிதமாக இருக்குமளவு மட்டுமே அகில இந்திய வானொலியில் கிடைத்த சம்பாத்தியம் இருந்தது என்பதோ எதுவுமே அந்த மனிதருக்கு உறைத்திருக்கவில்லை. ஈர்க்குச்சி மாதிரி இருப்பார். நிரந்தரமாக அழுக்கு மண்டிய ஜிப்பா. சற்றே வேகமான நடை. அவரைக் கடந்து போகும்போதெல்லாம் துளைத்த சாராய வாசனையை இப்போதுகூட நினைவுகூர முடிகிறது!

ம்.

ஆயிற்றா, அவர் இறந்து போகிறார். மறுநாளே குடும்பம் தெருவுக்கு வந்துவிட்டது. 'ஒண்ட இடமில்லாமல், அடைமழையில் குஞ்சுகளுடன் திரியும் கோழி மாதிரி இருந்தார் அம்மா' என்று சந்தோஷ் சொன்னான், ஒருமுறை. இவன்தான் மூத்தவன், பாவம். ஆனால், ஒரே நாளில் உச்சபட்சத் துயரம் கவிந்த மாதிரி, ஒரே நாளில் சுபிட்சமும் வந்து சேர்ந்தது அந்தக் குடும்பத்துக்கு என்பதுதான் பேராச்சரியம்.

ஓ!

அன்றாடச் சாப்பாட்டுக்கே திண்டாட்டம் என்ற நிலைமை. தொய்ந்த முகத்துடன் பள்ளிக்கு வரத் தொடங்கினான் சந்தோஷ். மதியச் சாப்பாட்டுக்கு வெறும் தால்கூட இல்லாது, வறட்டு ரொட்டியைப் பொட்டலம் கட்டிக் கொண்டுவருவான். எங்கள் குடும்பம் ஓரளவுக்கு ஸ்திரப்பட ஆரம்பித்திருந்த சமயம். அம்மாவிடம் மன்றாடி, தினசரி அவனுக்கும் சேர்த்து நான் ஸப்ஜி கொண்டு வருவேன். 'மாமாவுக்குத் தெரியக் கூடாது' என்ற நிபந்தனையுடன் அம்மா இதற்கு ஒத்துக்கொண்டிருந்தாள்.

ஒருநாள் சந்தோஷ் பள்ளிக்கு வரவில்லை. நான் சிறுவனல்லவா, பெரிய பயங்களை உருவாக்கிக்கொள்ளத் தெரியாத பிராயம். மறுநாளும் அவனைக் காணோம். 'சரி, வறுமையின் காரணமாக ஊரைவிட்டே போயிருப்பார்கள்' என்று நினைத்துக் கொண்டேன். மூன்றாவது நாள் சந்தோஷ் வந்தான். முகத்தில் புதிய பிரகாசம் வந்து சேர்ந்திருந்தது. 'என்ன விஷயம்' என்று கேட்டேன். அவன் சொன்னதை என்னால் மட்டுமல்ல, யாராலுமே நம்பியிருக்க முடியாது.

என்ன நடந்ததாம்?

அதிகாலையில் எழுந்திருக்கிறான். முந்தின நாள் குடும்பமே பட்டினி. இவன் குளித்து முடித்து, பளிச்சென்று தயாரானான். தாயாரை அழைத்து சுர்பஹாரைத் தூக்கித் தோளில் வைக்க உதவும்படி கேட்டுக்கொண்டான். தாய் பதறினாள் – பையன் இதையும் கொண்டு விற்கக் கிளம்புகிறானோ என்று.

> வேண்டாம் சந்தோஷ். உன் அப்பாவின் ஞாபகார்த்தமாக அது மட்டும் நம்முடன் இருந்துவிட்டுப் போகட்டும்.

இவன் தெளிவாகச் சொன்னான்:

> மாஜீ, இதை நான் விற்கவும் மாட்டேன். அடமானம் வைக்கவும் மாட்டேன்.

சொல்லிவிட்டு விறுவிறுவென்று இறங்கி நடக்க ஆரம்பித்துவிட்டான். இந்த இடத்தில் நான் இரண்டு விஷயங்கள் சொல்ல வேண்டும். வாசிப்பதற்கு மட்டுமல்ல, சுமப்பதற்குமே கடுமையான வாத்தியம் சுர்பஹார். முற்காலத்தில் பெண்கள் அதை வாசிக்கக்கூடாது என்று தடையிருந்ததாகச் சொல்வாராம் தாத்தா. 'கடுமையான பளு என்பதனால்தான் இருக்கும்' என்பார் அண்ணா. இந்தப் பயலுக்குப் பனிரெண்டு வயது. அகில இந்திய வானொலி நிலையம் இவர்கள் வசித்த இடத்திலிருந்து எட்டு கிலோ மீட்டர் தொலைவு. சுமந்துகொண்டே நடந்து

போய்விட்டான்.

இரண்டாவது விஷயம், இவன் சுர்பஹார் வாசிப்பான் என்பது எனக்கே அதுவரை தெரியாது. அவன் சொன்னதில்லை. எங்கள் குடும்பம் மாதிரியே அவர்கள் வீட்டிலும் குழந்தைகளுக்கு இசை போதிப்பார்கள் போலிருக்கிறது. பள்ளிக்கூடத்தில் நானும் அவனும் பேசிக்கொள்ளும்போது, ஸோஹினி என்றும் பிலாவல் என்றும் ராகங்களின் பெயர்கள் அடிபட்டதுண்டு. சரி, இசைஞரின் மகன் அல்லவா, இதுகூடத் தெரிந்திருக்காதா என்று நினைத்துக்கொள்வேன்! *(புன்னகைக்கிறார்).*

காவலாளி நிலையத்துக்குள் விட மாட்டேனென்றார். 'வாசிக்க அழைத்திருக்கிறார்கள்' என்று இவன் புளுகியிருக்கிறான். அவர் நம்பினாரா தெரியவில்லை, சின்னப் பையன், இவ்வளவு பெரிய சுமையுடன் நிற்கிறான் என்று அனுதாபம் கூடப் பட்டிருக்கலாம், உள்ளே அனுமதித்துவிட்டார். நேரே நிலைய இயக்குனரின் அறைக்கு வழிகேட்டுப் போய்விட்டான் இவன். அவர் இவனிடம் கறாராகச் சொல்கிறார்:

> மேஜராகாதவர்களை வேலைக்கு எடுத்துக்கொள்ள முடியாது தம்பி.

இவன் துடுக்காகப் பதில் சொல்லியிருக்கிறான்:

> வாசிப்பில் மேஜராகிவிட்டால் போதாதா, ஸர்?

அவர் சிரித்துவிட்டாராம். வெகுநேரம் வாதம் நடந்திருக்கிறது. கடைசியில் ஒப்பந்தத்தை எட்டினார்கள். இவன் வாசித்துக் காண்பிப்பது; வித்தை போதவில்லை என்று அவர் அபிப்பிராயப்பட்டால், பிறகு ஒரு கணம்கூடத் தொந்தரவு செய்யாமல் வெளியேறிவிட வேண்டும். பதில் நிபந்தனை போடும் இடத்திலா இருக்கிறான் நம் ஆள்!

வாசிக்கத் தொடங்கியிருக்கிறான். கால் மணி நேரத்துக்குப் பிறகு, இயக்குனரின் கன்னத்தில் கண்ணீர் வழியத் தொடங்கியதாம். இவன் என்னிடம் சொல்கிறான்:

> ஹரி, நான் ஏதோ வாசிப்பேன்தான். ஆனால், நேற்று நான் வாசித்தது எனக்கே புதுசாக இருந்தது. 'அப்பாவின் ஆன்மாதான் உனக்குள் புகுந்திருக்க வேண்டும் சந்தோஷ்' என்று ராத்திரி அம்மா சொன்னாள். 'நம்மையெல்லாம் தத்தளிக்கவிட்டுப் போனாரில்லையா, அதற்குப் பரிகாரம் செய்வதற்காக வந்திருப்பார்' என்று சொல்லி அழுதாள். ஆனால் ஒன்று, அந்த மாதிரி வேறு யாராவது வாசிக்கக் கேட்டிருந்தால் நானுமே இளகியிருப்பேன். இயக்குனர்

எழுந்துவந்து என்னை அணைத்துக்கொண்டார். எனக்கு என்ன தோன்றியது தெரியுமா ஹரி?

சொல்லு.

அப்பாடா, இன்றிரவு சாப்பாடு கிடைத்துவிடும்.

அவன் சொல்லும்போது நான் கண் கலங்கிவிட்டேன். பாய்ந்து இறுக்கிக் கட்டிக்கொண்டேன். அவர் இவனை ஜூனியர் ஆர்ட்டிஸ்ட்டாகச் சேர்த்துக்கொள்ளச் சம்மதித்துவிட்டார் என்பதைத் தனியாகச் சொல்ல வேண்டுமா என்ன!

அதன் பிறகுதான் தான் இன்னாருடைய மகன் என்பதையும், சாப்பாட்டுக்கு வீட்டில் எதுவுமே இல்லை என்றும் அவரிடம் தெரிவித்திருக்கிறான்.

அவர் பதறிவிட்டாராம். தம்முடைய பாக்கெட்டில் இருந்த மொத்தப் பணத்தையும் இவனிடம் கொடுத்திருக்கிறார். பத்து ரூபாய். நாற்பதுகளின் கடைசியிலான பத்து ரூபாய்! நிலைய வாகனத்தில் இவனை வீடுவரை கொண்டுவிட ஏற்பாடு செய்திருக்கிறார். இவன் வரும் வழியிலேயே அரை மூட்டை கோதுமை மாவு வாங்கிக் கொண்டு வந்தானாம்! பொறுப்பான பயல்!... இந்த சமாசாரத்தை என் அம்மாவிடம் சொன்னபோது இயல்பாக பதில் சொன்னாள்:

> பகவான் அப்படி யாரையும் கைவிடுவாரா என்ன. ஒரு கதவு மூடினால், அடுத்த கதவை அவரே திறந்து கொடுப்பார்.

மூடவிருந்த இன்னொரு கதவு என்ன என்று என் அம்மாவுக்குத் தெரியாது. வேலை கிடைத்துவிட்ட செய்தியைச் சொன்னதும் சந்தோஷின் அம்மா குமுறிக் குமுறி அழுதாளாம். பிறகு சொல்லியிருக்கிறாள்:

> நல்ல காரியம் செய்தாய் மகனே. இன்றைக்கு ராத்திரிக்கு நான் போட்டுவைத்திருந்த திட்டமே வேறு.

தாயும் தமையனும் அழுததைப் பார்த்து, குஞ்சு குளுவான்களும் விபரம் புரியாமல் உடன் அமர்ந்து அழுதிருக்கிறார்கள்.

கேட்கவே சங்கடமாக இருக்கிறது... நீங்கள் சொல்வதை வைத்துப் பார்க்கும்போது அவர் மிகப் பெரிய கலைஞர் என்பது புரிகிறது. ஆனால், அவருடைய பெயரையே நான் கேள்விப்பட்டதில்லையே! தவிர, நாற்பது ஐம்பதுகளில் இசைத்தட்டு வெளியீடு சகஜமாக நடக்க ஆரம்பித்துவிட்டதே, அவருடைய பதிவுகள் எதையும்கூட நான் கேள்விப்பட்டதில்லை.

நியாயமான கேள்வி. ஆனால், நியாயமேயற்ற சமாசாரங்களைத்

தான் பதிலாகச் சொல்ல வேண்டியிருக்கிறது அம்மணி. ஹிந்துஸ்தானி இசையுலகம், எல்லாரும் நினைப்பது போல, திறந்த மைதானம் ஒன்றும் அல்ல. ஆரம்ப நாட்களிலிருந்தே – அதாவது, இசையை விற்க முடியும் என்று ஆனதிலிருந்து – இரண்டு தரப்புகளின் கையில்தான் மொத்த ஆளுகையும் இருக்கிறது. பிராமணர்கள், இஸ்லாமியர்கள். இந்த இரண்டு தரப்பிலிருந்துதான் சாதனையாளர்கள் வந்திருக்கிறார்கள், இசையின் உச்சத்தை நோக்கிய பயணம் நடந்திருக்கிறது என்பதில் மாற்று அபிப்பிராயத்துக்கே இடமில்லை; ஆனால், இவர்களின் குழு மனோபாவத்தை மீறி ஒரு புது இசைஞன் களத்தில் வந்துவிட முடியாது என்பதுதான் உண்மை.

இவர்களின் அரசியலுக்கு ஈடுகொடுக்க முடியாதவர்கள் வெளியேறத்தான் வேண்டும். அல்லது, இருட்டில் கிடந்து புழுங்கிச் சாக வேண்டியதுதான். இங்கிருந்து தப்பித்தால் போதும் என்று ஓடி, மதறாஸ் திரையுலக வட்டாரத்தில் நிம்மதியாக அமர்ந்துவிட்ட வாத்தியக் கலைஞர்கள் பலரை நானே அறிவேன்.

இந்த இடத்தில் ஒரு சம்பவம் ஞாபகம் வருகிறது. உங்களுக்கு ஓம்கார் பிரஸாத் நய்யாரைத் தெரியுமல்லவா.

ஆஹா. நிச்சயமாக.

லதா மங்கேஷ்கருடன் இணைந்து பணியாற்றாத ஒரே ஹிந்தி இசையமைப்பாளர் ஓ பி மட்டுமாகத்தான் இருப்பார். மொஹம்மத் ரஃபியை விட்டு விலகினார். பின்னாட்களில் ஆஷா போன்ஸ்லேயுடன் தகராறு. அவரளவு சுதந்திரமான, சமரசமற்ற, தன்னம்பிக்கையுள்ள மனிதரை நான் பார்த்ததில்லை. என் அண்ணா மூலமாக அறிமுகமாகி, என்னுடைய நெருங்கிய நண்பரானவர்.

அவரைப் பார்க்க ஒருமுறை போயிருந்தேன். புதியவரான குரலிசைக் கலைஞர் ஒருவரைத் தமது இசையமைப்பில் பாட வைத்திருந்தார் ஓ.பி. குறிப்பிட்ட கலைஞர் ஆணா பெண்ணா என்றுகூடக் குறிப்பிட மாட்டேன். மற்றவர்களின் அந்தரங்கம். அதைப் பற்றி நாம் உரையாடுவது புறணி என்று ஆகிவிடும். ஆனால், விஷயத்தைச் சொல்வதில் தவறில்லை. ஓ.பி.யும் நானும் பேசிக்கொண்டிருந்தபோது, தொலைபேசி அழைப்பு வந்தது. அப்போதைய உச்ச நட்சத்திரம் ஒன்றின் நேர்முக உதவியாளர். மேற்சொன்ன தென்னிந்திய இசைஞருக்குத் தொடர்ந்து வாய்ப்பளித்தால், ஓ.பி.யின் இசையமைப்பில் உச்ச நட்சத்திரம் பாட மாட்டார் என்று மிரட்டியது. சுபாவத்தில் இனியவரான ஓ.பி.. அன்று உதிர்த்த வசவு வார்த்தை மிகவும் நயமானது – பிரசுரிக்கத்தான் முடியாது! *(சிரிக்கிறார்)*

ஆக, இதுமாதிரியான தனிநபர் மிரட்டல்களும், கோஷ்டி அரசியலும் இல்லாத துறை ஒன்று இந்தியாவில் இருக்க முடியுமா என்ன! சந்தோஷ் ஆம்ரேவுக்கு உபரித் தகுதி ஒன்றும் இருந்தது. சமூகத்தின் கீழ்த்தட்டு சாதியிலிருந்து வந்தவன் அவன்.

ஆகாஷ்வாணியின் சேகரிப்புகளில் இவனுடைய பதிவுகள் நிறைய இருக்கக் கூடும். ஆனால், அவர்கள் ஒரு விஷயத்தில் உறுதியாக இருக்கிறார்கள் – தங்களிடம் உள்ள தொகுப்புகள் பூசணம் பிடித்து வீணானாலும் ஆகட்டும் – பொதுச் சந்தைக்கு அனுப்புவதில்லை என்று. அரசியல்வாதிகளுக்குக் கொஞ்சமும் சளைத்தவர்களல்ல அதிகாரிகள்.

ஆனால், என்னிடம் ஒரு பதிவு இருக்கிறது. மஹாத்மா இறந்ததையொட்டி, ஆகாஷ்வாணியின் மும்பைக் கேந்திரம் துக்கம் அனுசரித்தபோது, இவனும் ஒரு அரைமணி நேரம் தனியாக வாசித்தது. அங்கே பணிபுரியும் ஒரு நண்பரிடம் சொல்லி வாங்கி வைத்திருக்கிறேன். ஆனால், அதை பகிரங்கமாக வெளியிட முடியாது.

ஏன்?

அவனுடைய அனுமதியில்லாமல் எப்படி வெளியிடுவது? அவன் தான், இருபதாவது வயதில் காணாமல் போனவன், பின்னர் திரும்பி வரவேயில்லையே.

அட!

ஆமாம் அம்மணி. இவனுக்கு அடுத்த தம்பி பெரியவனாகி, அவனுக்கு மும்பை மாநகர நிர்வாகத்தில் ஒரு வேலையும் கிடைத்த மாத்திரத்தில் திடீரென்று ஒருநாள் சந்தோஷ் ஆம்ரே காணாமல் போய்விட்டான். என்ன ஆனான், எங்கிருக்கிறான், இருக்கிறானா – என எந்தத் தகவலும் கிடையாது.

ஹிந்துஸ்தானி இசையுலகம்தான் எத்தனை நஷ்டங்களைப் பார்த்திருக்கிறது!

நீங்கள் சொல்வது வாஸ்தவம்தான். ஆனால், சந்தோஷ் ஆம்ரே போனதை மிகப் பெரிய நஷ்டம் என்று நான் குறிப்பிட மாட்டேன். ஒரு நண்பனை நான் இழந்தது உண்மை. ஆனால், அவனைப் பெரிய மேதை என்றெல்லாம் சொல்ல மாட்டேன். தொடர்ந்து வாசித்திருக்கும் பட்சத்தில் என்னவாகியிருப்பான் என்பதை நாம் யூகிக்கவும் முடியாது. மற்றபடி, சுத்தமான வாசிப்பு உள்ளவன். அவ்வளவுதான். என்னிடம் உள்ள பதிவைப் போட்டுக் காட்டுகிறேன் – கேட்டுப் பாருங்கள். பிறகு நீங்களே ஆமோதிப்பீர்கள்.

அந்தி மெல்ல மெல்ல முற்றி வருகிறது. வெளியில் படர்ந்திருந்த மாய மஞ்சள் ஒளி சிறுகச் சிறுகக் குறைந்து கருமை பூணுகிறது. மாளிகை முன் உள்ள சாலையில் வாகனங்களின் பரபரப்பு வெகுவாகக் குறைந்துவிட்டது. தேநீர் கொண்டு வைக்கும் பணியாள், இயல்பாக ஸ்விட்ச்சைப் போட்டுவிட்டுப் போகிறான். ஜன்னலுக்கு வெளியில் பரந்த இருளின் முன்னிலையில், அறைக்குள் பாயும் குழல் விளக்கொளி அபத்தமான பிரகாசத்துடன் தென்படுகிறது. என் எண்ணவோட்டத்தை அறிந்தவர் மாதிரி, நிதானமாக எழுந்து செல்கிறார் ஸ்ரீ தீட்சித். குழல் விளக்கை அணைத்து விட்டு, சுவரில் பதித்த அலங்கார விளக்கைப் போடுகிறார். மெலிதான மஞ்சள் வெளிச்சம் கசிகிறது அதிலிருந்து.

வயலின் என்பது ஒரே வாத்தியமல்ல என்பது தொடர்ந்து கேட்பவர்களுக்கு எளிதில் புரிந்து விடும் விஷயம்தான். உதாரணமாக, வி ஜி ஜோக் வாசிக்கும் போது, அது நாட்டுப்புற வாத்தியம் போல, கச்சா ஒலி எழுப்புகிறது. என். ராஜம் வாசிக்கும்போது, ஏகப்பட்ட அரை ஸ்வரங்களுடன், தொய்வான தொனியில், ஹிந்துஸ்தானி சங்கீதத்துக்காகவே உருவான வாத்தியம் மாதிரித் தெரிகிறது. டி கே தத்தாரின் வாசிப்பில்,நாம் கேட்பது ஹிந்துஸ்தானியா, கர்நாடக சங்கீதமா என்ற மயக்கம் உண்டாகிறது... நீங்கள் உங்களைப் பொருத்திப் பார்க்கும் இடம் என்ன?

என்னுடைய வாசிப்பைத்தான் கேட்டிருக்கிறீர்களே. நீங்களே வகைப்படுத்திச் சொல்லலாமே! *(சிரிக்கிறார்)*

நீங்கள் சொன்ன வித்தியாசங்களெல்லாம் எல்லாருக்குமே தோன்றுமா, அல்லது உங்களுடைய பிரத்தியேக கவனத்தின் பலன்களா என்பது

விவாதத்துக்குரிய விஷயம். உதாரணமாக, கர்நாடக சங்கீதம் கேட்டறியாத செவிகளுக்கு ஸ்ரீ தத்தாரின் வாசிப்பு என்னவாகக் கேட்கும் என்று எப்படிச் சொல்வது!

என்னைப் பொறுத்தவரை, அண்ணாவிடம் கற்க ஆரம்பித்த காலத்தில் அவர் அறிவுறுத்திய ஒரு கோட்பாடு உண்டு. ‘வாத்தியம் தனியாக, இசை தனியாக ஒலிக்கக் கூடாது’ என்பார் அவர். அதாவது, ராகத்தின் சாந்நித்தியம் மட்டுமே கேட்பவரிடம் சென்று சேர வேண்டும் – வித்வானின் சாமர்த்தியம் அல்ல. ‘அப்புறம் சர்க்கஸ்காரர்களுக்கும், இசைக்கலைஞனுக்கும் பேதம் இல்லாமல் போய்விடும்’ என்பார்.

ஆக, சுநாதமான ஒலியை எழுப்ப மட்டுமே கருவியில் நமக்கிருக்கும் பாண்டித்தியம் பயன்படலாம். மற்றபடி, சுத்தமான சங்கீதத்தைச் சுமந்து செல்லும் வாகனம் மட்டுமே அது என்ற தெளிவு இருக்க வேண்டும். இதை அவர் ஸாரங்கி வாசிப்புக்குச் சொன்னார். நான் வயலினுக்கும் அதையே பின்பற்றுகிறேன். எனக்கென்று விசேஷ பாணியை உருவாக்கிக் கொள்ளவோ, கடைப்பிடிக்கவோ முயன்றதே கிடையாது. ஹிந்துஸ்தானி சங்கீதம்தான் என் பாணி!

சொந்த அண்ணாவிடம்தான் கற்றீர்கள் என்றாலும், குருகுல வாசம் என்றுதான் உங்கள் இசைப் பயிற்சியைச் சொல்ல வேண்டும் அல்லவா? அவரைத் தவிர வேறு ஆசிரியர்களிடம் பயின்றதுண்டா?

ஆரம்பத்தில், என் தாய்மாமா சியாம சரண் சுக்லாவிடம் கொஞ்சநாள் பயின்றேன். அரிச்சுவடிப் பாடத்தை மட்டும். அதாவது, ஸாரங்கியை மடியின் முன்பு எப்படி நிறுத்திக் கொள்வது. வில்லை எப்படிப் பிடிப்பது, எந்த அளவு அழுத்தம் கொடுத்து வாசிப்பது, ஸ்வர வரிசையின் ஆரோகண அவரோகணங்கள் என்பதையெல்லாம்.

எண்ணெய் போடாத கீல் திறந்து மூடுவது, கதவிடுக்கில் வால் சிக்கிய எலியின் வீறல், துருப்பிடித்த தகரத்தில் மொண்ணை ஆணியால் கீச்சுவது, எதிர்பாராத கணத்தில் அடிவாங்கிய குழந்தையின் அலறல் *(குலுங்கிச் சிரிக்கிறார்)* என்பது மாதிரியான ஓசைகளெல்லாம் ஒருவாறு அடங்கி, ஸாரங்கியின் நாதம் வெளிப்பட ஆரம்பித்த பின்னர், அவர் என்னை அண்ணாவிடம் ஒப்படைத்தார்.

அண்ணாவுக்கு அந்த நாட்களில் என்னிடம் இருந்த பிரியத்தை நினைத்தால் இப்போதும் மயிர்க்கூச்செடுத்துவிடும். கண்முன்னால் கடவுள் தோன்றி, “ஒரே ஒரு வரம் மட்டும் கேள்;

வழங்குகிறேன்" என்று உறுதி சொன்னால், அண்ணாவுடன் சாதகம் தொடங்கிய அந்தக் காலகட்டத்துக்குத் திரும்பப் போய்விட வேண்டும் என்றுதான் வேண்டுவேன்.

அதிகாலையிலேயே எழுந்துவிடுவார். அவருடைய தலைமாட்டில் இருந்த ஃபெவ்ரெ லுபா கடிகாரம் நாலு மணிக்கு எழுப்பிவிடும். அவர் மனநலம் குன்றியிருந்த நாட்களில் கூட, அது நாள்தவறாமல் எழுப்பத்தான் செய்தது... சுமார் இரண்டு மணி நேரம் தனியாக சாதகம் செய்துவிட்டு, என்னைத் தொட்டு உலுக்குவார். தாமே தூக்கி நிறுத்துவார். தோளில் ஏந்தி பல்துலக்கக் கொண்டு போவார். சுவாமி படத்தின் முன் நிறுத்தி விபூதி பூசிவிடுவார்.

வாத்தியத்தைத் தொட்டுக் கண்களில் ஒற்றிக்கொண்டு, சரஸ்வதி வந்தனம் சொல்ல வேண்டும். உரத்த குரலில். பிறகு, தனியாக ஒரு கால் மணிநேரம் ஸ்வர வரிசை வாசிக்க வேண்டும். அவர் தொடையில் தாளம் தட்டிக்கொண்டு அமர்ந்திருப்பார்.

வாசிக்கும்போது தவறு செய்தால்!...

ம்ஹூம். வாய்ப்பேயில்லை. அந்தக் காலகட்டம்தான் மாமாவுடன் முடிந்துவிட்டதே. வலுவான இசைப் பின்னணியும், வம்ச ரத்தமும் இருக்கும் பட்சத்தில் ஒரு வருடம் என்பது மிக நீண்ட காலகட்டம். அதற்குள், வாத்தியத்துடன் உங்களுக்கு ஒருவித நெருக்கம் உருவாகியிருக்கும்.

பிறகு, என்னை நிறுத்தச் சொல்லிச் சைகை காட்டிவிட்டு, தமது வாத்தியத்தை எடுத்துக்கொள்வார். ஏதாவது ஒரு தும்ரி தொடங்கும். அதில் எனக்கொரு ஆணை இருந்தது – வில்லைக் கீழே கிடத்திவிடவேண்டும்; வாத்தியத்தைக் கிடத்தக் கூடாது. அது என் தோளில், வாசிக்கும் வாக்கில், சாய்ந்து நிற்க வேண்டும்.

நான் அண்ணாவின் வாசிப்பை உன்னிப்பாகக் கேட்டுக் கொண்டிருப்பேன். முழுத் தும்ரியையும் வாசித்து முடித்த பிறகு, எனக்கான பாடமாக இரண்டாம் முறை வாசிக்கத் தொடங்குவார்.

ஸ்தாயியின் – உங்கள் மரபில் பல்லவி என்பீர்கள் –இரண்டாவது வரியை மட்டும் அவருடன் சேர்ந்து வாசிக்க வேண்டும். உதாரணமாகச் சொன்னால், 'காக்கரு... ஸஜனீ' என்ற முதல் வரியை அண்ணா மட்டும் வாசிப்பார். 'ஆயேன பாலம்' என்ற இரண்டாவது வரியை அவர் எடுக்கும்போது நான் இணைய வேண்டும். அந்த ஒரு வரி மட்டும்தான். கிட்டத்தட்ட இரண்டு மாதங்கள், ஒரு தும்ரியின் ஒரே ஒரு வரியை மட்டும் திரும்பத் திரும்ப வாசிக்க வேண்டும். நாள்பட நாள்பட அதில் சங்கதிகள் விழத் தொடங்கும்.

இப்போது யோசிக்கும்போது தோன்றுகிறது. 'தனியாக உட்கார்ந்து அந்த ஒரு வரியை சாதகம் செய்' என்று சொல்வதை விட, இந்தவிதமான பயிற்சி எவ்வளவு அனுகூலமானது. முதல் வரியில் அவர் உருவாக்கும் விந்யாசங்களும் என் ஆழ்மனத்தில் பதியும். காலப் பிரமாணம் வெகு சுத்தமாக என் விரல்களிலும், கவனத்திலும் படியும் . . . தாளமும் ஸ்வரமும் பிசகாமல் அவருடன் இணைய வேண்டுமே என்று என் மனம் எந்த விநாடியிலும் தயாராக இருக்கும்.

இரண்டாவது மாத முடிவில், முதல் வரிக்குப் பிரமோஷன் கிடைக்கும்! *(சிரிக்கிறார்)*

இப்படி இரண்டு மாதங்களுக்கு ஒரு வரி என்ற ரீதியில் கற்றால், எத்தனை வருடம் ஆகும் ஒரு பந்திஷ் கற்று முடிவதற்கு?!

அவசரப்பட்டுவிட்டீர்கள் அம்மணி. முதல் இரண்டு மாதங்களில் இருந்த ஹரிசங்கர் அல்லவே, இரண்டாவதுகட்டத்தில் முதல் வரியை வாசிக்கத் தொடங்கியவன்?

பார்க்கப் போனால், ஆறாவது மாதம் முதலே, ஃபெவ்ரெலுபா என்னையும் எழுப்ப ஆரம்பித்துவிட்டது! ஆனால், அவ்வளவு அதிகாலையில் எழ இயலாத வயதாயிற்றே? அண்ணா வாசிக்கும்போது சும்மா உட்கார்ந்திருப்பேனா, தூக்கம் கண்ணை அமட்டும். தோளில் கிடத்திய ஸாரங்கியை இறுகக் கட்டிக்கொண்டு அயர்ந்துவிடுவேன். எங்கோ வெகு தொலைவில், வெகு ஆழத்தில் அண்ணாவின் வாசிப்பு ஒலித்துக் கொண்டிருக்கும். என் ஆழ்மனத்தின் சுவர்களில் பட்டுப்பட்டுப் பதிவான ஒலி அது.

உறக்கச் சடைவில் தலை ஆடுமோ என்னவோ, வில்லின் குச்சத்தால் என் காது மடலைச் சீண்டுவார் அண்ணா. திடுக்கிட்டு விழிப்பேன். பிரியமாக என்னைப் பார்த்துச் சிரிப்பார்! பின்னாட்களில் அவர் என் முகத்தைப் பார்க்கவே மறுப்பார் என்று கனவுகூடக் கண்டதில்லையே நான்..? *(தமக்குள் அமிழ்ந்து ஓரிரு கணங்கள் மௌனமாகிறார்)*

அண்ணாவின் இசைப் பாடம் சொல்லச் சொல்ல சுவாரசியமாக வளரக்கூடியது. இந்தியாவுக்குள் ஏகப்பட்ட பயணங்கள் சேர்ந்து போயிருக்கிறோம். பகல் நேர ரயில் பிரயாணம் எங்கள் இருவருக்குமே பிடித்தமானது. ஜன்னல் வழியே விரியும் வெட்டவெளியைப் பார்க்கப் பார்க்க, தம்முடைய சித்தமும் விரிந்துகொண்டே போவதாகச் சொல்வார் அண்ணா. புதிய புதிய போல்களும் தான்களும் அவருடைய கற்பனையில் உருவாகும். தமக்குத்தாமே பலமுறை சொல்லிப் பார்த்து, உறுதிப்பட்டதும் எனக்கும் சொல்லித்தருவார்.

வாத்தியக் கலைஞனுக்கு வாய்ப்பாட்டு தெரிந்திருப்பது எவ்வளவு அவசியம் என்பதை உணர்த்திய சந்தர்ப்பங்கள் அவை. அடிபிறழாமல் திருப்பிச் சொல்லவேண்டும். இது பெரிதில்லை. ஆறு மாதங்கள் கழித்து ஒருநாள் அதிகாலையில், 'ஹரி, அன்றைக்கு ஜெய்ப்பூரிலிருந்து வரும்போது சந்திரகௌன்ஸில் ஒரு தான் சொன்னேனே, அதைத் திருப்பிச் சொல்லு பார்ப்போம்' என்பார்! மறந்துவிட்டது என்றால் கோபித்துக்கொள்ளப் போவதில்லை. ஆனாலும் நம்முடைய ஞாபகசக்திக்கும், இசை ஆர்வத்துக்கும் விடுக்கப்படும் சவால் அல்லவா அது?

உங்களுக்கு நினைவிருக்குமா!

பின்னே. அவற்றில் பலவும் இன்றுவரை பசுமையாக நினைவிருக்கின்றன. பார்க்கப்போனால், எந்தப் பிரயாணத்தில் அவருக்கு உதித்தவை என்றுகூட அநேகமாகச் சொல்லிவிட முடியும்.

ஆச்சரியம்தான்.

இதில் ஆச்சரியப்பட ஒன்றுமே இல்லை அம்மா. அண்ணா உருவாக்கிய போல் – தான்களும், ஸர்கம் – தான்களும் அவ்வளவு தனித்துவமானவை. வேறெங்குமே அவற்றைக் கேட்க முடியாது. ஒரு சுவாரசியமான விஷயம் நினைவுக்கு வருகிறது. ரவி ஷங்கர் ஜீக்கும், விலாயத் கான் ஜீக்கும் டெல்லியில் நடந்த இசைப்போட்டி கேள்விப்பட்டிருக்கிறீர்களா?

ஆகா, 1950இல் ஜாங்க்கர் இசைவிழாவில் நடந்ததுதானே? கிஷன் மஹராஜ், அலி அக்பர் கான் இருவரும் உடன் வாசித்தார்கள். பாபா அலாவுதீன் கான் சபையில் உட்கார்ந்து கேட்டார் என்று சொல்வார்களே.

அதேதான். அந்தக் கச்சேரியில், விலாயத் கான் ஜீ வாசித்த சில போல்களை அதே விதத்தில் ரவி ஷங்க்கர் ஜீயினால் வாசிக்க இயலாமல் போனது என்று வதந்தி கிளம்பியது. என் அண்ணாவும் அந்த விழாவுக்குப் போயிருந்தார். எனக்குப் பதினைந்து வயது. என்னையும் அழைத்துப் போனார். சர்ச்சைக்குரிய அந்த போல்களைவிடப் பலமடங்கு ரசமான, வாசிக்கக் கடினமான, கேட்பதற்கு ரம்மியமான போல்களை என் அண்ணா உருவாக்கியிருக்கிறார்! அவற்றை நாங்கள் இணைந்து வாசித்துமிருக்கிறோம்.

ஓ!

முன்னமே சொன்ன மாதிரி, என் முன் கடவுள் தோன்றி, ஒரே ஒரு வரம் மட்டும் கேட்டுப் பெறலாம் என்று சொல்வாரானால், அந்த நாட்களுக்குத் திரும்பிப் போகச் செய்யுங்கள் என்றுதான்

கோருவேன். என்ன, பூமி பல ஆயிரம் தடவைகள் எதிர்ப்புறமாகச் சுழல வேண்டியிருக்கும். போகட்டுமே. யாருக்கும் எதுவும் கெட்டுவிடாது!

நான் வாலிபனான பிறகும், ஏன், திருமணம் முடிந்த பிறகும்கூட, கச்சேரி முடிந்து திரும்பியபின், அண்ணாவுக்கு முதுகு அமுக்கி விடுவேன். கன்றியிருக்கும் தோள்பட்டையை மிருதுவாகப் பிடித்து விடுவேன். பதிலுக்கு அண்ணா எனக்கு ஏகப்பட்ட கதைகள் சொல்வார். குடும்பக் கதைகள், இசைக் கதைகள். அந்த வேளைகளை என்னால் மறக்கவே முடியாது.

நிறையப் பயணங்கள் செய்திருக்கிறீர்கள். பயணமும் இசையும் கலந்து உங்கள் நினைவில் மறையாமல் மீந்திருக்கும் நிகழ்ச்சி ஏதாவது உண்டா!

(சற்று யோசிக்கிறார்) இல்லாமலென்ன, நிறைய இருக்கின்றன. இரண்டு சம்பவங்கள் உடனடியாக நினைவில் மேலெழுகின்றன.

சொல்லுங்களேன்.

ஒருமுறை, ராஜஸ்தானிலிருந்து ரயிலில் திரும்பிக் கொண்டிருக்கிறோம். என்ன காரணம் என்று ஞாபகமில்லை, ரயில் பலமணி நேரம் தாமதமாக வந்துகொண்டிருக்கிறது. வழக்கமாக அண்ணா இரண்டாம் வகுப்பில் பயணம் செய்யத்தான் விரும்புவார். முதல் வகுப்பில் டிக்கெட் போடச் சொன்னால், சன்மானத்தைக் குறைத்துவிடுவார்கள் என்று சொல்வார். அந்த நாட்களில், குடும்பத்துக்குப் பணம் மிகவும் தேவைப்பட்டது... அந்த முறை ஏனோ, மூன்றாம் வகுப்பில்தான் இடம் கிடைத்திருந்தது.

ரயிலில் கசகசவென்று கூட்டம். வெயில் அதிகமில்லை என்பதுதான் ஒரே ஆறுதல். காலை சுமார் பத்தரை மணியிருக்கும். இருபுறமும் கட்டாந்தரையாய் விரிந்திருக்கும் வெட்ட வெளியைக் குறுக்கே வகிர்ந்து மந்தமாக நகர்கிறது ரயில். திடீரென்று ஒரு பாடும் குரல் கேட்டது.

வெட்டவெளியின் தீர்மானமற்ற திசையிலிருந்து அதன் ஒலி எங்கள் பெட்டிக்குள் நுழைந்தது மாதிரி இருந்தது. என்னோடு ஏதோ பேசிக்கொண்டிருந்த அண்ணா சட்டென்று நிறுத்தினார். சொன்னால் நம்ப மாட்டீர்கள், நடந்து கிட்டத்தட்ட ஐம்பத்தைந்து வருடங்களாகியும் அந்த நாளும், அண்ணா அடைந்த பரபரப்பும், அந்தக் குரலில் பொங்கிய சங்கீதமும், அது பொழிந்த துயரமும், துக்கம் இசையாக மாறும்போது கேட்பவருக்குள் கிளர்த்தும் பரவசமும் என்று அந்தத் தருணம் எனக்குள் இப்போதுபோல ஞாபகமிருக்கிறது.

பாகேஸ்வரியின் கச்சா வடிவப் பாடல் அது. அபூர்வமான

மெழுகுக் குரல். காலங்காலமாய் மனிதர்கள் நடந்து பதப்பட்ட கோவில் படி மாதிரி வழுவழுப்பு. பாடகனின் வயதைத் தீர்மானிக்க முடியவில்லை – உச்சஸ்தாயியிலும் பிசிறாத, சுவாசம் அடைக்காத, வலிமை குன்றாத இளம் குரல் மாதிரியும் இருக்கிறது; அனுபவத்தின் பரப்பில் ஓடிக் கனிந்து முற்றிய முதுகுரல் மாதிரியும் இருக்கிறது. இந்த யுகம் முடியும்வரை இந்த ஒரே பாடல் இதே குரலில் தொடர்ந்துவிடாதா என்று உள்ளுக்குள் ஏக்கம் பரவுகிறது... என்ன அப்படிப் பார்க்கிறீர்கள்?

நீங்கள் வர்ணிப்பதைக் கேட்கும்போது எனக்கும் அதைக் கேட்கவேண்டும் போலிருக்கிறது...

சரிதான். எங்குமே பதிவு பெறாமல் போன அபூர்வ சங்கீதம் அல்லவா அது. மறுபடியும் கேட்கவியலாமல் இருப்பதுதானே அதன் பெறுமானமே!

அந்தக் குரலை அவ்வளவு வசீகரமாக்கியது எது என்று இப்போது யோசித்தால், மூச்செடுக்கிற விதமாய் விழுந்த இடைவெளிகளை நிரப்பிய ஏக்தாராவின் ஒலி என்று தோன்றுகிறது. நீங்கள் ஏக்தாரா பார்த்திருக்கிறீர்களல்லவா?

ஓ. சுரைக்குடுக்கையில் நட்ட மூங்கில் கழியின் போக்கில் இழுத்துக் கட்டிய ஒற்றைத்தந்தி வாத்தியம்தானே. எங்கள் ஊரில் துந்தனா என்பார்கள்...

அதுவேதான். ஏக்தாராவுக்கு 'கின்னரி வீணை' என்றும் ஒரு பெயர் உண்டு. நிஜமாகவே தேவலோக வாத்தியம் மாதிரி ஒலித்தது அன்று.

வண்டியின் வேகம் இன்னமும் குறைகிறது. ஏதோ கிராமத்து ரயில் நிலையத்தில் நின்றேவிட்டது. பாடலும் நின்றுவிட்டது. அண்ணா விறுவிறுவென்று எழுந்து வேகமாக இறங்கினார். பக்கத்துப் பெட்டியைப் பார்த்துக் கிட்டத்தட்ட ஓடினார். இதற்குள், 'எஞ்ஜினில் கோளாறு, வண்டி கிளம்ப இன்னும் இரண்டு மணிநேரமாவது ஆகும்' என்று ரயில்வே உத்தியோகஸ்தர் ஒருவர் ஒவ்வொரு பெட்டியாய் அறிவித்துக்கொண்டு போனார்.

ஜன்னலருகில் குரல் உரத்துக் கேட்டது. 'ஹரி, என் வாத்தியத்தை எடு.' திரும்பிப் பார்த்தேன். அண்ணாவின் அருகில் ஒரு கிழவர் நின்றுகொண்டிருந்தார். வலது கையில் ஏக்தாரா. இடதுகை அண்ணாவின் பிடியில் சிக்கியிருந்தது. கண்களில் அபாரமான மிரட்சி. கிஸ்மிஷ் பழம் போல வற்றி உலர்ந்து சுருங்கிய சருமம். இடுப்பில் அழுக்குக் கச்சம். மேலுடம்பைப் போர்த்திய ஓவர்கோட்டுக்குள், வெளிறிய முழுக்கைச் சட்டை. கழுத்திலிருந்து ஒரு சிறு தகரடப்பா தொங்கியது. வலது தோளில், நிறமிழந்த துணிப்பை.

வாத்தியத்தை எடுத்துக்கொண்டு இறங்கினேன். நடைமேடையில் சம்பிரமமாய் உட்கார்ந்தார் அண்ணா – ஆமாம், அவ்வளவு நாசூக்கான, அரசாங்க மேலதிகாரி மாதிரியான பாவனைகள் கொண்டவரும், எப்போதுமே தூய வெள்ளை உடை அணிபவருமான அண்ணா. கிழவரையும் அமரச் சொன்னார். ஓரிரு நிமிடங்களில் சுருதி சேர்ந்துவிட்டது. ரயிலில் இருந்து இறங்கிய கூட்டம் இதற்குள் சூழ்ந்து நின்றது.

கிழவரின் பாட்டுக்கு உற்சாகமாய்ப் பக்கவாத்தியம் வாசித்தார் அண்ணா. முதல் இரண்டு பாட்டுகளுக்குக் கிழவரிடம் ஒருவிதக் கூச்சமும் தயக்கமும் இருந்தது. கூட்டம் பற்றிய கூச்சம் அவருக்கேது? மாபெரும் வாத்தியக் கலைஞன் தமக்குப் பக்கவாத்தியம் வாசிக்க வாய்க்காதவராகத்தானே இருந்திருப்பார் – அதுநாள்வரை! அண்ணாவின் மேதைமைதான் முதல் ஸ்வரம் விழும்போதே புலப்பட்டுவிடுமே! ஆனால், மூன்றாவது பாடலிலிருந்து அண்ணாவை சரளமாகக் கடந்து போக ஆரம்பித்தார் அந்தக் கிழவர்.

என் வாழ்நாளில் நான் கேட்ட அதி உன்னதமான கச்சேரிகளில் ஒன்று அது. நாட்டுப்புற இசையின் சொரசொரப்பும், நயமான ஸாரங்கியின் வழுவழுவென்ற அனுசரணையும் என அன்று கேட்ட மெட்டுக்களில் சில இன்னும் என் செவிகளுக்குள் பத்திரமாய் இருக்கின்றன... *(ஒரு மெட்டை வாய்விட்டு முணுமுணுக்கிறார். தமிழ்நாட்டில் என் இளம் வயதில் கேட்ட 'ஏரு பூட்டிப் போவாயே... அண்ணே, சின்னண்ணே' என்ற பாட்டின் சாயலில் ஒலிக்கிறது அது!)*

உங்கள் விவரிப்பே ஒரு கச்சேரி மாதிரித்தான் இருந்தது...

நன்றியம்மா. அன்றைய கச்சேரியின் மூன்று சிறப்பம்சங்களைச் சொல்லாமல் விடக்கூடாது.

முதலாவது, நாலாம் ஐந்தாம் பாடல்களுக்கு நடுவில் என் அண்ணா கண்ணசைத்து என்னைக் கூப்பிட்டார். அருகில் சென்று குனிந்தேன். அவர்கள் இருவரின் முன்னால், அஜ்மீரில் அண்ணாவுக்குப் போர்த்திய சால்வையை எடுத்துவந்து விரிக்கச் சொன்னார்.

கச்சேரி முடிந்தவுடன், சால்வையோடு கிழவரிடம் கொடுத்து விட்டார். பயணிகள் மனமுவந்து கொட்டிய சில்லறைகள் எப்படியும் ஐம்பது ரூபாயாவது தேறியிருக்கும்.

இரண்டாவது, தமது குர்த்தாப் பையிலிருந்து ஐம்பது ரூபாய் எடுத்து, தம்முடைய சன்மானமாகக் கொடுத்தார். கிழவரின் கைகள் எப்படி நடுங்கின தெரியுமா அப்போது!

மூன்றாவது, விசையாய்க் கச்சேரி நடந்துகொண்டிருக்கும் போது, நிலைய மேலாளரும் கார்டும் அண்ணாவின் அருகில் தயங்கித் தயங்கி நெருங்கினார்கள். எஞ்ஜின் சரியாகிவிட்டதாம்.

> இந்தப் பாடல் முடிந்து எல்லாரும் மீண்டும் ரயிலேறும் வரை பொறுத்திருங்கள். பிறகு கிளம்பலாம்.

என்றார் அண்ணா. ஜனங்களுக்கும் அதில் ஆட்சேபணை இல்லை. பத்து நிமிடம் கழித்து வண்டி கிளம்பியது... அது சரி, என்ன பேச ஆரம்பித்து இந்த இடத்துக்கு வந்து சேர்ந்தோம்?

உங்கள் அண்ணாவிடம் பாடம் கேட்டது பற்றிச் சொல்ல ஆரம்பித்தீர்கள்...

ஆமாம். வாத்தியத்தை அறிவதற்கும் அடிப்படை இலக்கணத்தை அறிவதற்கும் மட்டுமே நேரடி ஆசான்கள் தேவை. அதன் பிறகு, உங்கள் மனோதர்மத்தை விஸ்தரிக்கும்படியான மார்க்கத்தில் நீங்களாகப் பயணம் செய்ய வேண்டியதுதான். அன்றைக்கு அந்த நடைமேடைக் கச்சேரி முடிந்தபோது, தும்ரி வாசிப்பதன் பல நுட்பமான சமாசாரங்களை அறிந்துகொண்டிருந்தேன். அதன் பிறகும் அண்ணாவுடன் சாதகம் செய்த, அவருடன் மேடையில் வாசித்த ஒவ்வொரு நாளும் புதுப்புது விஷயங்கள் எனக்குள் சேகரமாகி வந்தன என்றே சொல்ல வேண்டும்.

பின்னாளில் ஐரோப்பிய சுற்றுப்பயணங்களும், அமேரிக்க வாசமும் அதிகரித்த பிறகு, அவர்களிடம் நிறையக் கற்றுக் கொண்டேன். உண்மையில், மேற்கத்திய மேடைகளில் தனியாக வாசிக்க ஆரம்பித்த புதிதில், ரகசியமாய் ஓர் இறுமாப்பு எனக்குள் இருந்தது. அவர்களுடைய வாத்தியத்தில், அவர்களே கண்டறியாத ரகசியங்களை, புதுவித ஸ்வரக்கோவைகளை எடுத்து வழங்குகிறோம் என்ற கிளர்ச்சி!

ஆனால், மெனுஹின் போன்றவர்களின் பரிச்சயமும், அவர்கள் உருவாக்கும் இசைக் கோலங்களும், வயலினில் நானறியாத பிரதேசங்களுக்கு இட்டுப் போயின என்பதுதான் உண்மை. மேற்கத்திய வாசிப்பில் இருக்கும் சுதந்திரத் தன்மையும், வில்லைத் தந்தியில் வெட்டிவெட்டி அவர்கள் உண்டாக்கும் புத்தொலிகளும் என்னை மிகவும் கவர்ந்தன. சில நுட்பமான வேளைகளில், மெனுஹின் வயலினின் தந்திகளை விரலால் மீட்டுவார் தெரியுமா! சொக்கிவிடுவேன் நான்! இந்திய சாஸ்திரீய சங்கீதம் போல படிக்கட்டு முறை அல்ல அவர்களுடையது. தாவியும் குதித்தும் தலைகீழாய்ப் பாய்ந்தும், அதிகமான இடைவெளிகளை விடுத்தும் வாசிக்கும் மரபு.

கீழை சாஸ்திரீய இசையும், மேற்கத்திய வில்முறையும் இணைந்து என்னென்ன சாகசமெல்லாம் நிகழ்த்த முடியும் என்பதற்கு உங்கள் ஊர் லக்ஷ்மிநாராயணா ஷங்க்கரின் வாசிப்பே சான்று தருகிறதே!

உங்களுடைய வாசிப்பிலும் அதே தன்மையைப் பார்க்கிறேன் ஜீ. ஆரம்பத்திலேயே, நானாகவே அப்படிச் சொல்ல சிறு தயக்கம் இருந்தது . . .

சரிதானம்மா! ஆனால், இன்னொரு விதமாகவும் சொல்ல வேண்டும். இசை மரபுகள், பிரதேச எல்லைகள் இவற்றுக்கு அப்பால், நிலவும் மாயப் புலம் ஒன்று இருக்கிறது. நடை முறையான, அறியப்பட்ட ஒலிகளைக் கடந்து, சொல்லப் போனால் புலன் உலகின் சகல விளிம்புகளையும் தாண்டி, அளவிட முடியாத ஏதோ ஒரு பிராந்தியத்திலிருந்து ஒரு புதிய ஸ்வரக்கோவை உங்களுக்குள் நுழைகிறது. நுழைந்த விநாடியிலேயே அதைக் கைகளுக்கு நகர்த்தி வாத்தியத்தில் நிறுவுவது நீங்கள் அல்ல – அதாவது நடைமுறை அர்த்தத்தில் நீங்கள் என நிலைபெற்றிருக்கும் வியக்தி அல்ல. ஒரு மேற்கத்திய நகைச்சுவைத் துணுக்கு – பல பத்து வருடங்களுக்கு முன்னால் பார்த்தது – நினைவு வருகிறது.

கழுத்துப் பகுதி மனித உருவமாகவும், உடல் நீளத்துக்கு வெறும் பாறையாகவும் நிற்கும் சிற்பத்தின் முன் ஒரு கையில் உளியும் மறு கையில் சுத்தியலுமாய் நிற்பவனிடம், அருகில் நின்றிருக்கும் குழந்தை கேட்கும்:

> இந்தப் பாறைக்குள் ஒரு மனித உடம்பு ஒளிந்திருந்தது உனக்கு எப்படித் தெரியும் அப்பா?

நிரந்தரமாக விரிந்துகொண்டிருக்கும் ஆச்சரியங்களில் ஒன்றை எனக்குள் விதைத்த கேள்வி அது. இதற்குச் சமமான இன்னொரு ஆச்சரியத்தையும் சொல்லி முடித்துவிடுகிறேன். நான் குறிப்பிட்ட இரண்டாவது சம்பவம்...

சொல்லுங்கள்...

பனாரஸ் தெருவொன்றில் நடந்துகொண்டிருந்தோம் நானும் அண்ணாவும். ஏதோ விசேஷ நாள் அன்று. வீதிகளில் கடுமையான கூட்டம் நெரிந்தது. அண்ணா வழக்கம்போல வேகமாக நடக்கிறார். நான் பராக்குப் பார்த்துக்கொண்டு ஓட்ட நடையாகத் தொடர்கிறேன். அப்போது என் வயது முப்பது. ஆனால், பிராயம் முற்றாத சிறுவன் ஒருவன் எனக்குள்ளிருந்தான் என்றே தோன்றுகிறது – இப்போது திரும்பிப் பார்க்கும்போது.

யாரோ என் புஜத்தைப் பற்றி நிறுத்தினார்கள். சடை சடையாய்த் திரித்த கேசத்தைத் தலைப்பாகை மாதிரிச் சுருட்டி அணிந்திருந்த, கோவணம் மட்டும் தரித்திருந்த இளைஞன். அல்லது என் கண்ணுக்கு அப்படித் தெரிந்த பிறவி. உடம்பு முழுக்க சாம்பல் நிறம் பூசியிருந்தது.

> *குரங்கை வால் தொடர்கிற மாதிரிப் பாய்கிறாயே. உன் பிரத்தியேக வாரணாசியை என்றைக்குப் பார்க்கப் போகிறாய்?*

கேட்பதற்காக மட்டுமே வந்தவன் மாதிரி என்னை விடுவித்துவிட்டுக் கூட்டத்தில் மறைந்தான். அவன் கை பிடித்த இடத்தை அனிச்சையாக முகர்ந்து பார்த்தேன். மல்லிகை மணம் வீசியது. அது நிஜம்தானா, என் பிரமையா என்று இன்றுவரை துலங்கவில்லை.

அன்றைக்கு அந்தக் கேள்வி எனக்குக் கொஞ்சமும் புரியவில்லை. அடுத்த மாதம் பார்ஸிலோனா போனோம்; பிரிந்தோம்; நான் ஆஸ்திரேலியா போனேன்; எனக்கென்று ஒரு ஸ்தானம் கிட்டியது என்று ஓடிய அடுத்த ஆறு வருடங்களில் நின்று நிதானிக்க ஒரு நொடிப்பொழுது அவகாசமில்லை.

ரோமில் ஒரு கச்சேரி. அபாரமாய் அமைந்துவிட்டது. ஐந்து நிமிடம் ஸ்டாண்டிங் ஓவேஷன் கொடுத்தார்கள் ரசிகர்கள். உள்ளூர் எழுத்தாளர் ஒருவர் எனக்கு சன்மானமும் நினைவுப் பரிசும் கொடுத்து வாழ்த்திப் பேசினார்:

> *உங்களுடைய சங்கீதத்தை நீங்கள் துழாவிச் செல்லும் வழியில், எங்களுக்கு எங்களுடைய சங்கீதத்தை வழங்கிச் சென்றீர்கள். இங்குக் கூடியிருக்கும் எழுநூறு பேரும் அவரவர் வழியில் கடந்து சென்ற ஒரே பாதையாக அமைந்தது அது. உங்களுக்கு நன்றிசொல்வது எங்களால் இயல்கிற காரியமல்ல. நீங்கள் உதிர்த்த ஸ்வரப் பொறிகளின் மினுமினுப்பு அவியாமல் எங்களுக்குள் பொத்திவைக்க முயலலாம். அது கிட்டத்தட்ட நன்றியுணர்ச்சியின் சாயலில் இருக்கலாம்...*

அறைக்குத் திரும்பித் தனியாய் இருக்கக் கிடைத்த முதல் கணத்தில் அந்த வாசகங்கள் மீண்டும் எனக்குள் ஒலித்தன. ஆனால், அவற்றை முன்வைத்த முகம், பனாரஸிக் கொச்சை இந்தி பேசுவது.

காரணமற்று எனக்குள் அழுகை பொங்கியது. சிறு குழந்தை மாதிரி விசித்து விசித்து அழுதேன். தானாக அடங்கும்வரை அழுதேன். துயரத்தின் தொலைதூரச் சாயல்கூடத் தென்படாத அழுகை அது.

எழுந்து நிதானமாக நடந்து குளிர்பதனப் பெட்டி அருகில் செல்கிறார். தண்ணீர் சீசாவிலிருந்து தொண்டைக்குழிக்குள் நீர் பாயும்போது க்ளக் க்ளக் க்ளக் ஓசை பெரிதாகக் கேட்கிறது. கிட்டத்தட்ட அரை சீசா காலியாகிறது. நீர் அருந்தும் ஓசை நிற்கவும், மின்சாரம் தடைபட்டதால் கூரைவிசிறி ஓயவும் சரியாக இருக்கிறது. அறைக்குள் அபாரமான அமைதி கவிகிறது.

தாம் முன்னர் அமர்ந்திருந்த சாய்வு நாற்காலியைத் தவிர்த்துவிட்டு, டீப்பாய்மீது உட்கார்கிறார்.

'கேள்விகளைத் தொடரலாம்' என்பது மாதிரித் தலையசைக்கிறார். கீழே யாரோ மினி ஜெனரேட்டரை இயக்குகிறார்கள். மின்சாரம் திரும்புகிறது. மீண்டும் சுழலத் தொடங்கும் மின் விசிறியின் ஓசை கொஞ்சம் வலுத்தும், சீரற்றும் இருக்கிற மாதிரிப் படுகிறது...

ஹரி ஜீ, சகோதரர்மீது அளப்பரிய பாசம் வைத்திருக்கும் நீங்கள், அவரைப் பிரிய நேர்ந்தது எதனால் என்று சொல்லலாமா?

சொல்கிறேன். கொடுங்கனவு மாதிரி நிகழ்ந்தேறி விட்ட கதை அது. விரிவாக ஒரு சந்தர்ப்பத்தில் பதிவு செய்துவிட வேண்டும் என்றே எண்ணியிருந்தேன் – இவ்வளவு காலமும். அண்ணா உயிருடன் இருக்கும்வரை அதைச் செய்யக்கூடாது என்ற பிடிவாதமும் இருந்தது. 'என்ன இருந்தாலும், தகப்பனார் ஸ்தானத்தில் உள்ளவர்; அவருடைய மனத்தைப் புண்படுத்துவானேன்' என்று தோன்றும். இப்போது, இதைவிட உகந்த சந்தர்ப்பம் கிடையாது என்று தோன்றுகிறது...

ஐரோப்பிய சுற்றுப்பயணம் முடித்துத் திரும்பியிருந்தோம். மூன்று மாதப் பயணம். வருடம்

முழுவதும் சம்பாதிக்கக்கூடிய தொகையைவிட இருமடங்கு அதிகமாக ஈட்டியிருந்தோம். ஆனால், எல்லாமே அவ்வளவு சுமுகமாக நடந்துவிட இயற்கை அனுமதிப்பதில்லை. ஊர்திரும்பிய மாத்திரத்தில் மூன்று தொடர் சம்பவங்கள் நடந்து எங்கள் குடும்பத்தின் வாழ்க்கைப்போக்கை திசை மாற்றின. ஆறுமாத இடைவெளியில் மூன்றுமே நடந்து முடிந்ததை இப்போது நினைத்தாலும் தொண்டை அடைக்கத்தான் செய்கிறது.

உங்கள் சமநிலையைக் குலைக்குமென்றால், அதை விட்டு விடலாம். வேறு விஷயத்துக்கு நகரலாம்.

நன்றியம்மா. ஆனால், பேட்டியின் ஏதோ ஒரு தருணத்தில் அந்த இடத்தைக் கடந்துதானே ஆகவேண்டும்! இந்த ஞாபகம் நெஞ்சை அடைத்தால், சொல்லிக்கொண்டே போகும்போது இன்னொன்று நினைவு வந்து நெகிழ்த்திவிடப் போகிறது; அவ்வளவுதானே. *(குரல் பழையபடி ஆசுவாசம் கொள்கிறது)*

சொல்லுங்கள்.

முதலாவதாக, எங்கள் தாயார் மாரடைப்பால் காலமானார். அதுநாள்வரை தன்னியல்பாக நடந்துவந்த கூட்டுக்குடும்பத்தின் வேரில் விழுந்த முதல் அடி அது. எங்களை மானசீகமாகப் பிணைத்திருந்த கயிறு அம்மாதான் என்பது, அவர் இறந்த பிறகுதான் புரிந்தது. அம்மாவின் சாந்நித்தியம் அகன்றதும், பரஸ்பரம் சகித்துக்கொள்ள இயலாதவர்களாக எங்கள் குடும்பத்தின் உறுப்பினர் ஒவ்வொருவரும் மாறிவந்ததைப் பலதடவை எண்ணிப் புழுங்கியிருக்கிறேன். மற்றவர்களுக்கு என்னிடமும் மாற்றம் தென்பட்டிருக்கலாம். ஆனால், அதையெல்லாம் வெளிப்படையாகப் பரஸ்பரம் புகார் சொல்லி, நேர்செய்து கொள்வதற்கான அணுக்கம் இல்லாமல் போய்விட்டது.

என் அம்மா சாமானியப் பெண் இல்லை. இறந்தவர்களின் கழுத்தில் இயல்பாகவே விழும் புகழ்மாலை போன்றதல்ல நான் சொல்வது. நிஜமாகவே, எங்களுக்காகத் தன்னைக் கரைத்துக் கொண்ட மெழுகுவர்த்தி அது. புராணகாலப் பெண் பிறவி. புகழும் செல்வமும் கொண்ட புகுந்தவீட்டிலிருந்து, ஏழ்மை பிடுங்கித்தின்னும் பிறந்தவீட்டுக்கு இரண்டு குழந்தைகளோடு திரும்பி வரும் பெண்ணின் நிலைமையை யோசித்துப் பாருங்கள்.

அவளுக்கென்று சிறப்பான தகுதி ஒன்றுமே கிடையாது –அபூர்வமான அவளது பொறுமையையும், தன் குழந்தைகள் மீது கொண்ட வாத்ஸல்யத்தையும், பிறவிக்குணமாய் அமைந்த சாந்தத்தின் கம்பீரத்தையும் தவிர. அண்ணா சம்பாதிக்கத் தொடங்கும்வரை அம்மா பட்ட அவமானங்களைத் தனியாக

இன்னொரு சந்தர்ப்பத்தில்தான் சொல்லவேண்டும். இப்போது அவற்றைப் பற்றிப் பேசக் கிளம்பினால், இந்த நேர்காணலின் சமத்தன்மை வெகுவாகக் குலைந்துவிடும். *(சில விநாடிகள் மௌனமாகிறார். முகம் சற்றுக் கனக்கிறது)*

அம்மாவைப் பற்றிச் சொல்லவேண்டிய இன்னொரு முக்கியமான சங்கதி, தானே ஒரு மிகச் சிறந்த பாடகியாய் மலர்ந்திருக்க வேண்டியவள். அவளுடைய பிறந்தகம் மிகவும் ஆசாரமானது. பெண்குழந்தைகளை அடுப்படிக்குத் தயார் செய்வதில் மட்டுமே அக்கறை கொண்டது. புகுந்த வீட்டில் வேறுமாதிரியான சூழ்நிலை. பெண்வாரிசுகள் இல்லாத பரம்பரை அல்லவா, பெண் கலைஞர்கள் உருவாவது என்ற பேச்சே நிலவாத சூழல். ஆக, திருமணத்துக்குப் பிறகும் அதே நிலைமை தான்.

அம்மா தனக்குள் உயர்ந்து ஓங்கிய சங்கீதத்தை எங்களைத் தாலாட்ட மட்டுமே பயன்படுத்தினாள். சிலவேளைகளில், உறக்கம் வராமல் தவிக்கும் இரவுகளில், இன்றும்கூட அவள் பாடிய சந்த்ரகவுன்ஸும், பாகேஶ்ரீயும், பிஹாகும் என் காதில் ஒலிக்கத்தான் செய்கிறது. இதில் ஒரு முக்கியமான விஷயத்தைக் காண வேண்டும். நான் குறிப்பிட்ட மூன்றுமே இரவு ராகங்கள். பகலில், சமையல் கட்டில் தனக்குள் பாடிக்கொள்ளும்போதும், அந்தந்த வேளைக்குரிய ராகத்தைத்தான் முனகுவாள் அம்மா!

சன்னமான, கம்பியிழை மாதிரியான குரல். பெரிய கரணங்கள் அடித்து வித்தைகாட்டும் அளவுக்குக் கற்பனை கிடையாது என்றாலும், ஒரு ஸ்வரம்கூடப் பிசகாது பாடும் ஞானம் கொண்டவள். முறையான பயிற்சியும், பாடமும் இருந்திருக்கும் பட்சத்தில், பாரதம் பெருமை கொள்ளும் பாடகியாய் மலர்ந்திருப்பாள். பாவம், 'பிரபல ஸாரங்கிக் கலைஞரின் தாய்' என்ற அந்தஸ்து மட்டுமே சம்பாதிக்க முடிந்தது. அதுபற்றி ஒருபோதும் புகார் கொள்ளாத பெருமனம்.

எங்கள் குடும்பத்தின்மீது விழுந்த இரண்டாவது பலத்த அடி, என் அண்ணா நடத்திக்கொண்ட இரண்டாவது திருமணம். முதல் மனைவி இறந்து நாலைந்து வருடங்கள் தனியாக இருந்த மனிதர், மறுமண முடிவை எப்போது, ஏன் எடுத்தார் என்பது புரியவேயில்லை. அம்மாவின் மரணம் கொடுத்த தைரியம்தான் காரணம் என்று பிற்பாடு தோன்றியது.

அப்படி ஒரு வைபவம் நடக்கப் போகிறதென்றே எங்களில் யாருக்கும் தெரியாது. 'நாளைக் காலை மஹாலக்ஷ்மி கோவிலுக்குப் போகிறோம்' என்று அண்ணா அறிவித்தபோது, நானும் சரி, என் புது மனைவியும் சரி, எங்களை அண்டிப் பிழைக்கும் நிலைக்கு மாறியிருந்த மாமன்மாரும் சரி, எங்களுக்கு வசதி வந்தபிறகு

உறவைப் புதுப்பித்துக்கொண்டு, ஒட்டுண்ணிகளாக வந்து தங்கிச் செல்லும் உறவினர்களில் அந்தச் சமயம் வந்து இறங்கியிருந்த குடும்பமும் சரி, யாருமே, எங்கள் குடும்பத் திருமணம் மறுநாள் நடக்கவிருக்கிறது என்று நினைக்கவில்லை.

கோவில் வாசலில், ஐரோப்பியச் சாயல் கொண்ட குடும்பம் நின்றிருந்தது. அது எங்களுடன் மணஉறவு கொள்ள வந்திருக்கிறது என்றும் எதிர்பார்க்கவில்லை. ஆமாம், ஃபிரான்ஸில் பிறந்து வளர்ந்த, இந்தியாவைப் பூர்விகமாகக் கொண்ட பெண்குலத் திலகத்தை இரண்டாவது மனைவியாக வரித்திருந்தார் அண்ணா.

சில தருணங்களில், உள்ளுணர்வின் கூர்மை நம்பவியலாத அளவு, தாளவும் முடியாத அளவு, அதிகரித்துவிடுகிறது. காரணம் தெரியாத துயரம் நம்மைச் சூழ்கிறது. பிற்பாடு காரணம் தெரியவரும்போது, நமது உள்ளுணர்வைப் பற்றிப் பெருமிதம் கொள்ள முடியாத அளவு துக்கம் அழுத்திவிடுகிறது. அண்ணா என் ப்ரெஞ்ச்சு அண்ணியின் கழுத்தில் மாங்கல்யம் பூட்டிய போது, அந்த வினாடியில், ஏனோ தெரியவில்லை, எனக்கும் அவருக்கும் இடையில் திரைவிழுந்தமாதிரி உணர்ந்தேன்.

வாஸ்தவத்தில், அது வெறும் திரையல்ல, இரும்புத்திரை! சரணாலயம்போல விளங்கி வந்திருந்த எங்கள் குடும்ப இல்லம், இழவுவீட்டின் தோற்றம் கொள்ளத் தொடங்கியது என் அண்ணாவின் இரண்டாவது திருமணத்துக்குப் பிறகுதான்.

மூன்றாவது அடி, இன்னும் பலமானது. பூச்செண்டுக்குள் ஒளிந்திருந்த நச்சுப்புழு போல, ரம்மியமாகவும் தந்திரமாகவும் வந்து தாக்கிய ஒன்று. அதைச் சற்று விரிவாகவே சொல்ல வேண்டும்...

சொல்லுங்கள்...

அண்ணாவுக்கு ஸ்பெயினில் கச்சேரிகள் நடத்த அழைப்பு வந்தது. அவர்தான் நானில்லாமல் கச்சேரிக்குக் கிளம்ப மாட்டாரே. அந்நிய மண்ணில் வைத்துத்தான் எங்கள் உறவின் மீது வெட்டரிவாள் விழப் போகிறது என்று யார் எதிர்பார்த்தார்? இதில் குறிப்பிட்டுச் சொல்லவேண்டிய விஷயம், சுற்றுப் பயணம், வெட்டரிவாள், இரண்டுமே ஸ்ரீ தயாநாத் பன்ஸலின் ஏற்பாடுதான். அவரைப்பற்றி ஏற்கனவே குறிப்பிட்டேன் அல்லவா?

ஆமாம்.

தயாநாத் ஜீயைப் போல வர்த்தக மூளை கொண்ட இன்னொரு இசைஞரை நான் அறிந்ததே கிடையாது. சந்திரமண்டலத்தில் கூடக் கச்சேரி ஏற்பாடு செய்துவிட முடியும் அவரால்!

ஓ!

அண்ணா மிகுந்த உற்சாகத்துடன் கிளம்பினார். நானும்தான். அவர் தமது புதுமனைவியை அழைத்துக்கொண்டும், நான் என் புதுமனைவியைத் தாய்வீட்டில் கொண்டுபோய் விட்டுவிட்டும் புறப்பட்டோம். அந்த நாட்களில் என் மனைவி ஒருவிதத் தத்துவ மனநிலைக்கு என்னை நகர்த்தத் தொடங்கியிருந்தாள்.

> நமக்கு என்று எது உண்டோ அது தானாகக் கிடைக்கும். பிறத்தியாரைப் பார்த்து ஆற்றாமைப்படும் அளவுக்கு நாம் எதிலும் தாழ்ந்து போய்விடவில்லை...
>
> இத்தனை நாள் நம்மை வழிநடத்தி வந்தது மனிதர்களல்ல – சாட்சாத் ஆண்டவனேதான். அவனுக்கு ஒரே நாளில் பார்வை பறிபோய்விடாது. நமக்கு நடக்கும் எல்லா நல்லது கெட்டதுகளையும் அவன் பார்த்துக்கொண்டுதானே இருக்கிறான்...
>
> மேகமெல்லாம் சும்மா மிதந்து போகிறது என்று நாமாக நினைத்துக்கொள்கிறோம். இன்ன இடத்தில் இன்ன நேரத்தில் பொழியவேண்டும் என்ற ரகசியத் திட்டத்துடனாக்கும் அவை நகர்கின்றன...

என்கிற மாதிரி சதா ஏதாவது தொணதொணத்துக்கொண்டே இருப்பாள். அந்தக் காலத்தில் மெற்றிக்குலேஷன் முடித்தவள். ராமகிருஷ்ண பரமஹம்ஸரின் உரைகளை ஓயாமல் படித்துக் கொண்டிருப்பாள். புதுமனைவியின் சாதாரண ஆசைகளை நிறைவேற்றுவதற்குக்கூட அண்ணாவின் கையை எதிர்பார்க்க வேண்டியிருக்கிறதே என்று நான் புழுங்கத் தொடங்கியிருந்தேன்; அவளானால், நிரந்தரமாக ஆறுதல் சொல்லிக்கொண்டிருப்பாள்.

இந்த ஸ்பெயின் பயணத்தின் முடிவில், அண்ணாவிடம் கேட்டு ஒரு கணிசமான தொகை வாங்கவேண்டும்; குலு –மணாலிக்கு ஓரிரு வாரங்கள் என் மனைவியை அழைத்துக் கொண்டு போய்வர வேண்டும் என்று நான் திட்டமிட்டிருந்தேன்.

நியாயமான ஆசை!

பார்ஸிலோனாவில் ஒரு கச்சேரி. சிறு அரங்கம். மிகப் பழமையானது. சபையினரும் குறைவுதான். இருநூற்றைம்பதிலிருந்து முன்னூறு பேருக்குள். அண்ணா என்ன நினைத்தார் என்று தெரியவில்லை. 'ஒலிபெருக்கி இல்லாமல் கச்சேரி செய்யலாமா' என்று கேட்டார். நாங்கள் 'சரி' என்றோம் – சபையும் உற்சாகக் குரல் கொடுத்தது.

வாழ்நாளில் மறக்க முடியாத கச்சேரி அது. பல இடங்களில், என்னை முழுமூச்சாக வாசிக்க விடுத்துவிட்டு

தாம் சும்மாயிருந்தார் அண்ணா. வெகுநேரம் கழித்துத்தான் இதைப் புரிந்து கொண்டேன். வழக்கம்போலப் பின் வரிசையில், தம்பூராக்காரர்களுக்கு இணையாக அமர்ந்திருந்தேனேயொழிய, முதல் வாத்தியமாக நான்தான் வாசித்தேன் – அண்ணா உபவாத்தியம் போல இசைத்தார். அவருடைய உள்ளுணர்வும் அன்று கூர்மையாக இருந்ததோ என்னவோ!

அதே மாதிரி, ஒரு மனிதராக எப்படிப்பட்டவராக வேண்டுமானாலும் இருக்கலாம் – அபாரமான கலைஞர் ஸ்ரீ தயாநாத் பன்ஸல். சுமார் அரைமணி நேரம் நானும் அவரும் சவால் –ஜவாப் என்று தனியாக வாசித்து முடித்ததும் எழுந்த கரகோஷம் இன்னும் என் காதில் ஒலிக்கிறது. என்னைத் திரும்பிப் பார்த்துக் கொண்டே அண்ணாவும் கைதட்டினார். அவ்வளவு வெளிப்படையாக அவர் என்னைப் பாராட்டியதே கிடையாது.

ம்.

அம்மா சொல்வார், 'பூமியில் இருக்கும் சகலத்துக்கும் தத்தமக்கேயான கவன நிலை உண்டு' என்று. அதாவது, அணையப் போகிற விளக்குக்கு தன்னுடைய அந்திமம் நெருங்கிவிட்டது என்று தெரியுமாம் – கடைசித் தருணத்தில் மிகப் பிரகாசமாக எரியுமாம். உதிரப் போகிற பூவும்தான் – உச்சபட்ச வாசனையை வீசுமாம்! நானும் அண்ணாவும் இணைந்து செய்த கடைசிக் கச்சேரி பிரமாதமாக அமைந்ததுக்குக்கூட இப்படியொரு காரணம் இருக்கலாம். *(குரல் கம்முகிறது. ஜெனரேட்டரின் ஒலி ஓய்கிறது. தடைபட்டிருந்த மின்சாரம் திரும்பிவிட்டது போல. சாவதானமாகச் சுழல ஆரம்பிக்கும் கூரைவிசிறியை வெறித்துப் பார்க்கிறார். மெல்ல எழுந்து சாய்வு நாற்காலிக்குத் திரும்புகிறார். முதன்முறையாக அவரது சலனங்களில் நிஜமான வயது தெரிகிற மாதிரி உணர்கிறேன்.)*

மறுநாள் இரவு விமானத்தில் கிளம்ப வேண்டும். பகல் பொழுதில், ஊர்சுற்றிப் பார்க்க அழைத்தார் பன்ஸல். ஆர்வமாகப் புறப்பட்டேன். 'சோர்வாக இருக்கிறது' என்று அண்ணா வர மறுத்தார். அவரும் புது அண்ணியும் விடுதியில் இருக்க, நானும் தயாஜியும் வெளியில் போனோம். ஊர்சுற்றுவது என்றால், கேளிக்கைத் தலங்கள், பயணிகளுக்கான இடங்கள் என்றுதானே போக வேண்டும்? தயாஜி என்னை அழைத்துச் சென்றது இன்னொரு தங்கும் விடுதிக்கு.

எதற்காக என்று நீங்கள் கேட்கவில்லையா?

கேட்காமல்? இருந்தாலும் என் அண்ணாவின் வயது கொண்ட மூத்த கலைஞர் அவர். ஓர் அளவுக்குத்தானே கேட்கமுடியும். மனம்

முழுக்க சந்தேகத்துடன் அவரைத் தொடர்ந்தேன். உங்களிடம் மறைப்பானேன், மிகுந்த கட்டுப்பாட்டுடன் ஒழுக்கமாக வளர்க்கப்பட்டவனல்லவா நான், எதிர்மறையான ஏதோ ஒன்றில் பங்கேற்கிறோம் என்ற ரகசியக் கிளுகிளுப்பும் என் மனம் முழுக்க நிரம்பியிருந்தது!

தயாஜி அழைத்துச் சென்ற விடுதி அறையில் ஐரோப்பியர் ஒருவர் இருந்தார். எங்களை வரவேற்று அமரச் சொன்னவர், என் வாழ்க்கையைத் திசைதிருப்பிய சங்கதியைச் சொன்னார்.

உலகின் பூர்வீக இசைகளுக்கான விழா ஒன்று ஆஸ்திரேலியாவில் நடக்க இருந்தது. ஆப்பிரிக்க, அரேபிய, கிழக்காசிய இசை மரபுகளைச் சேர்ந்த கலைஞர்கள் பங்கேற்க இருந்தார்கள். எங்களிடம் பேசிய திரு. தாம்ஸன் அந்த நிகழ்ச்சியின் அமைப்பாளர்களில் ஒருவர். முந்தின நாள் என்னுடைய வாசிப்பைக் கேட்டாராம். தமது ஆன்மாவைக் குளிர வைத்த வாசிப்பு என்றார்.

என்னைப் புகழ்ந்ததில் நான் கிறங்கினேன் என்பது ஒருபுறம். இது மாதிரி வாக்கியங்களுக்கெல்லாம் பொருள் எதையும் ஏற்றிப் பார்க்கத் தெரியாத பிராயத்தில் அல்லவா இருந்தேன் அப்போது? முப்பது வயதாகியும், பதினேழு வயதுப் பையனுக்குரிய மனநிலையில்தானே இருந்தேன். என் இசை குறித்த வாழ்த்தொலிகளெல்லாம் என் அண்ணாவிடம் சென்று சேர வேண்டியவை என்று நம்பிய நாட்கள். திரு. தாம்ஸன், இந்திய மரபிசை வழங்க நான் வர முடியுமா என்று கேட்டார்.

உங்கள் சகோதரரை ஏன் அழைக்கவில்லை அவர்?

இந்தக் கேள்வியை நானும் கேட்டேன். அண்ணா மாதிரிப் பெரிய கலைஞர்களை அழைக்குமளவு நிதி திரட்டுவது அவர்களுடைய அமைப்பின் சக்தியை மீறிய காரியம் என்றார். தவிர, புதிய, இளம் தலைமுறைக் கலைஞர்கள் மட்டுமே கலந்துகொள்கிற நிகழ்ச்சியாம் அது.

இப்போது யோசித்தால் தெரிகிறது – தாம்ஸனை விட பன்ஸல்தான் அன்றைக்கு அதிகம் பேசினார். அண்ணாவுடனான அவரது விரோதத்தின் முளை அப்போதே துளிர்த்திருந்திருக்கலாம். அண்ணாவின்மீது ஏவுவதற்கான பிரம்மாஸ்திரம் என்று என்னைத் தேர்வு செய்திருக்கலாம். இது ஒன்றும் தெரியாத மடையனாக நான் சம்மதம் தெரிவித்திருக்கலாம்.

நீங்கள் உடனடியாக சம்மதித்துவிட்டீர்களோ?

அப்படித்தான் அண்ணாவும் நினைத்திருப்பார். ஆனால், நான் உடனடியாக பதில் சொல்லவில்லை. ‘எனக்குக் கொஞ்சம்

அவகாசம் வேண்டும்' என்றேன். ரகசியமாக சிகரெட் பிடிக்கும் பழக்கம் என்னைத் தொற்றியிருந்த சமயம். திரு. தாம்ஸனிடமே ஒரு சிகரெட் இனாமாக வாங்கிக்கொண்டு வராந்தாவுக்கு வந்தேன். புகை வளையங்களூடே என் மனைவியின் முகம் வந்துவந்து போனது இப்போதுபோலக் கண்ணில் தெரிகிறது. 'இது மட்டும் நடந்தேறிவிட்டால், குற்ற உணர்ச்சியும் தயக்கமும் இல்லாமல் அண்ணாவிடம் பணம் கேட்கலாமே' என்பதுதான் முதன்முதலாகத் தோன்றிய சமாதானம். சிகரெட் முடிவதற்குள் மனம் தயாராகிவிட்டது. நான் தயாரித்திருந்த நான்கு நிபந்தனைகளுடன் அறைக்குள் திரும்பினேன்.

1. ஸாரங்கி வாசிக்க மாட்டேன். வயலின்தான் வாசிப்பேன். அண்ணாவுக்குப் போட்டியாளனாக நான் எந்தக் காரணத்தை முன்னிட்டும் தென்பட்டுவிடக் கூடாது அல்லவா.

2. ஒரே ஒரு கச்சேரிதான். அதன் பிறகு அண்ணாவுடன் வாசிக்கத் திரும்பிவிடுவேன்.

3. சன்மானம் பற்றி என்னிடம் பேச வேண்டியதில்லை –அண்ணாவிடம்தான் விவாதிக்க வேண்டும். அவரிடம் தான் கொடுக்கவும் வேண்டும்.

4. இப்போதே நான் ஒப்புதல் தர முடியாது. அண்ணாவின் முழு சம்மதம் பெற்றபிறகுதான் உறுதி சொல்ல முடியும். அவருடைய மனநிலையை அனுசரித்து அவரிடம் நானே கேட்டுச் சொல்கிறேன். எனக்கு ஒருவாரம் தவணை கொடுங்கள். அண்ணா வேண்டாமென்று சொல்லிவிட்டால், இந்த சமாசாரம் முடிந்துவிட்டதாகத்தான் கருத வேண்டும்.

அவர்கள் ஒத்துக்கொண்டார்களா?

கொண்டார்கள் என்றுதான் நம்பினேன். தவிர, அவர்களுக்கென்ன, அந்த அபத்த நாடகத்தின் காட்சியமைப்பு, வசனம் எல்லாம் அவர்களுடையதுதானே! முடிவு தெரியாமலா இருந்திருக்கும்?

அறைக்குத் திரும்பும் வழியில் பன்ஸலுடன் ஒரு வார்த்தை கூடப் பேசாமல் வந்தேன். ரத்த அழுத்தம் கூடிவிட்ட மாதிரி இருந்தது. சொல்லவியலாத ஒரு குறுகுறுப்பு மனம் முழுக்க நிரம்பியிருந்தது.

அறைக்கதவைத் திறந்தார் அண்ணி. அண்ணா படுக்கையில் எழுந்து உட்கார்ந்திருந்தார். வழக்கம்போலவே, உணர்ச்சியை வெளிப்படுத்தாத முகம். அதுதான் அவருடன் நான் சுமுகமாக இருக்கும் கடைசிச் சந்தர்ப்பம் என்று எனக்குக் கொஞ்சம்கூட

உறைக்கவில்லை. ஆமாம், என்னுடைய உள்ளுணர்வு எதிர்மறையான சமிக்ஞை எதையும் தரவில்லை.

தேர்வு செய்யும் உரிமையும் வல்லமையும் மாத்திரம் எனக்கு இருக்கும் பட்சத்தில் அந்த அறைக்குள் நாங்கள் நுழைந்த அந்த நிமிடத்துடன் பூமி சுழல்வதை நிறுத்தியிருப்பேன். *(பெருமூச்சு விடுகிறார். முகம் கறுத்திருக்கிறது.)*

ஸ்ரீ தயாநாத் பன்ஸல் பற்றி நான் இதுவரை குறிப்பிட்டதிலிருந்து ஒருவிதமாக அவருடைய குணபாவங்கள் பற்றி உங்களுக்குப் புரிந்திருக்குமே! அவர் வாயைத் திறந்திருக்கவே வேண்டாம் – உற்சாகமாகக் கூவினார்:

> ஷிவா, நம் ஹரிக்கு மிகப் பெரிய வாய்ப்பு ஒன்று கிடைத்தாகிவிட்டது.

அண்ணா சாவி கொடுத்த பொம்மை மாதிரி அவரையும் என்னையும் மாறி மாறிப் பார்த்தார். 'என்ன அது?' என்று வாய் திறந்துகூடக் கேட்கவில்லை. பன்ஸல் இன்னும் அதிகமான உற்சாகத்துடன் சொன்னார்:

> அவன் ஆஸ்திரேலியாவில் தனிக்கச்சேரி செய்யப் போகிறான். ஏற்பாடாகிவிட்டது.

என்னுடைய நாலாவது நிபந்தனையை நினைத்துப் பாருங்கள். அதுதான் தயாநாத் பன்ஸல்! அண்ணா என்னைப் பார்க்கிறார். பிறகு திரும்பி, அண்ணியைப் பார்க்கிறார். அண்ணியின் முகத்தில், 'நான் ஏற்கனவே சொல்லவில்லை?' என்கிற பாவம். நான் தலைகுனிந்து உட்கார்ந்திருந்தேன். அது நான் செய்த மாபெரும் பிழை என்று பின்னர் பலதடவை தோன்றியிருக்கிறது.

ஏன்?

பின்னே? அனுமதி கோரும் குரலில் பேசவேண்டிய நபர், தகவல் தெரிவிக்கும் தொனியில் அறிவிக்கிறார். அண்ணாவின் இடத்தில் நான் இருந்திருந்தால் என்ன மாதிரி உணர்ந்திருப்பேன்? எதிரியின் ஒற்றனைத் துணையென்று நம்பினோமே என்று வேதனைப்பட்டிருக்க மாட்டேன்? *(இன்னொரு பெருமூச்சு. பார்வை மீண்டும் விதானத்தில் எதையோ தேடுகிற மாதிரி அலைகிறது.)*

'நிறுத்தய்யா. என் நிபந்தனைகளை மீறிவிட்டாய். நான் வாசிக்க வர மாட்டேன்' என்று பன்ஸலை விளாசிவிட்டு, நடந்தது என்ன என்பதை அண்ணாவிடம் விளக்கியிருக்க வேண்டும். எதற்குமே தைரியமில்லாதவனாகத்தானே வளர்ந்து வந்திருந்தேன்? அல்லது, என்னுள் சுனைவிட்ட தைரியத்தின்

முதல் சொட்டு அன்றுதான் உற்பத்தியானதோ என்னவோ. அதன் தூண்டுதலால்கூட நான் மௌனமாக இருந்திருக்கலாம்!

சரிதான். உங்கள் சகோதரர் என்ன சொன்னார்?

அவரா. குரலில் எந்த உணர்ச்சியும் வெளிப்படாதபடி பேசுவதில் அவர் எவ்வளவு கெட்டிக்காரர் தெரியுமா அம்மணி!

தாராளமாக வாசிக்கட்டுமே.

என்றார். அத்துடன் நிறுத்தியிருந்தால் அவர் என் அண்ணாவே இல்லை. என் தலையில் இடியாக இறங்கிய அடுத்த வாக்கியத்தையும் சொன்னார்:

இனி அவன் தனியாக மட்டும் வாசித்தால் போதும்.

அவ்வளவுதான். ஒரே வாக்கியம். உடன் பிறப்பு, முப்பது வருடம் உடன் இருப்பு என்பதெல்லாம் ஏதோ வெறும் சம்பிரதாயத்துக்கு நடந்தவை என்கிற மாதிரி முடிந்துவிட்டது... *(முன்பைவிட ஆழத்திலிருந்து, இன்னும் நீளமான பெருமூச்சு வெளியேறுகிறது.)* மிகுந்த பிரயாசையுடன் குரலெழுப்பி,

அண்ணா . . .

என்று ஆரம்பித்தேன். அவர் ஒரே வார்த்தையில் பதில் சொன்னார்:

கெட் அவுட்.

(முகத்தில் கருமையாக தீவிரம் படிகிறது. சில நிமிடங்கள் அவகாசம் கொடுத்துவிட்டு, கேள்வியைத் தொடர்கிறேன்.)

ஹரிஜீ, வேறொரு விஷயம் கேட்கத் தோன்றுகிறது...

கேளுங்கள்.

வருடக்கணக்காக ஸாரங்கி வாசித்துக் கொண்டிருந்தீர்கள். ஒரேயொரு முடிவில் எப்படி உங்களால் வயலினுக்குத் திரும்ப முடிந்தது? இரண்டு கருவிகளினதும் வாசிப்புமுறை உட்பட சகல அம்சங்களும் வெவ்வேறு என்று நீங்களே சொன்னீர்களே?

அது இன்னோர் ஆச்சரியம் அம்மணி. தயாஜீயிடமும் திரு. தாம்ஸனிடமும் ஒத்துக்கொண்டுவிட்டேனே தவிர, என்னால் வயலினை எடுத்து வாசிக்க முடியுமா, அதிலும் ஒரு சர்வதேச நிகழ்ச்சியில் இடம்பெறும் அருகதை கொண்ட வாசிப்பாக இருக்குமா என்றெல்லாம் மனம் குழம்பிக்கொண்டுதான் இருந்தது. உபரியாக, 'சாபம் கொடுக்கிற மாதிரிச் சொல்லி விட்டாரே அண்ணா' என்ற புழுக்கம் வேறு. விமானத்தில் திரும்பி

வரும்போது, என்னை இதற்கு முன்னால் பார்த்ததே கிடையாது என்கிற மாதிரி அண்ணா நடந்துகொண்டார்.

ஊருக்குத் திரும்பியும் ஒரு வாரத்துக்குமேல், பித்துப் பிடித்தவன் மாதிரி இடிந்துதான் உட்கார்ந்திருந்தேன். அப்போது தான், ஊர்மிளா என்னை பாபாவின் ஸ்தலத்துக்கு வற்புறுத்திக் கூட்டிப்போனாள். இறுதிவரை, எனக்குக் கிடைத்த சகலமும் அவருடைய அருள்தான் என்று சொல்லிக்கொண்டேயிருந்தாள்.

எனக்கும் அதில் ஆட்சேபமில்லை. ஏதோவொரு மாயப் புலத்தின் ஆசி இல்லாமல், நான் அதிகம் புழங்காத வாத்தியத்தில் அவ்வளவுதூரம் வாசிக்கத் தொடங்கியிருக்க முடியாது. ஆக, இன்று உள்ள ஹரிசங்கர் தீட்சித் நிஜம் என்பதை யாரும் மறுக்கவும் முடியாது. இங்கே வந்து சேர்ந்த மார்க்கத்துக்கு மட்டும் அவரவர் மனப்போக்கில் காரணம் கண்டுபிடிக்கலாம். ஊர்மிக்கு அது பாபாவேதான் என்று நம்பிக்கை.

உங்களிடம் பாபா பற்றிச் சொன்னேனோ?

இல்லையே . . .

ஹஸரத் பாபா என்று எல்லாரும் சொல்வார்கள். லோனாவாலாவில் அவருடைய சமாதி இருக்கிறது. ஜீவ சமாதி. ‘சந்நிதானத்துக்குப் போன மாத்திரத்தில் நம் உடம்புக்குள் மின்சாரம் ஓடுகிற மாதிரி உணர்வோம்’ என்பாள் என் மனைவி.

ஹரிஜீ, நான் ஒருமுறை குறுக்கிடலாமா?

தாராளமாக.

நீங்கள் பக்திமானா, நாத்திகரா?

நம்பிக்கையின் ஆழம் முழுவதையும் இந்த இரண்டு எல்லைகளுக்குள் அடக்கிவிட முடியும் என்று நான் நினைக்கவில்லை அம்மணி. ‘கடவுள் என்பது மனிதகுலத்துக்கு மட்டுமே உரிய சிறப்பு நம்பிக்கை அல்லவா’ என்று ஒருமுறை ஹிமான்ஷுவிடம் சொன்னேன். ‘வாஸ்தவம்தான், எருமைமாடும் கொசுவும் குற்ற உணர்ச்சி தரக்கூடிய விஷயங்களைச் செய்வதில்லையே. தவிர, சக பிராணிகளுக்கு அவை இழைக்க நேரும் தீங்குகள் எதுவும் திட்டம்போட்டு நடப்பவை இல்லையே. அப்புறம் அவர்களுக்கு எதற்குக் கடவுள்’ என்றான் அவன்.

சரிதான்.

உங்கள் கேள்விக்கு நேரடியான பதில் சொல்வதென்றால், ஆரம்ப நாட்களில் மிகப் பெரிய பக்திமானாக இருந்தேன். அம்மா எங்களை வளர்த்த விதம் அப்படி. இரவில் படுக்கையில் சென்று

அமர்ந்ததும், சுலோகம் சொல்லிவிட்டுத்தான் கண்ணை மூட வேண்டும்.

> ராமம் ஸ்கந்தம் ஹனுமந்தம் வைனதேயம் ப்ருகோதரம்
> யஸ்மரேன் நித்யம் துர்சொப்பனம் நஸ்ய நஸ்யதே.

(ராகத்துடன் ஒப்பிக்கிறார். முகம் குழந்தைபோலாகியிருக்கிறது.)

காலையில் பல் துலக்கியதும் நேரே பூஜைப் படங்களின் முன்னால் நின்று வணங்கிவிட்டுத்தான் மறுவேலை. 'அவருடைய பார்வை மட்டும் நம்மீது வீழாமலிருந்தால் இந்நேரம் மண்ணோடு மண்ணாகியிருப்போம்' என்பாள் அடிக்கடி. ஆனால், கடவுள் எங்களை அந்நாட்களில் ஓரக்கண்ணால்தான் பார்த்துக் கொண்டிருந்தார் என்று சொல்லலாம்! *(புன்னகைக்கிறார்.)*

பின்னர், அண்ணா மனத்தொய்வுக்கு ஆளான சந்தர்ப்பத்தில், என் குடும்பம் பக்திக்குள் மூச்சுத்திணற மூழ்கியது. நான் தனியாகப் பயணங்கள் செய்து வாசிக்கத் தொடங்கிய நாட்கள். முகத்தில் மீசை அரும்பிய மாதிரியே, எனக்குள் தனிமையும், கடவுள்மீது அவநம்பிக்கையும் அரும்பின. 'இத்தனை கோடி ஜனங்கள் இருக்கும்போது என் வீட்டுப் பூஜைப் படத்தில் வந்துதான் உட்காரப் போகிறாராக்கும்' என்று ஹிமான்ஷுவிடம் கேட்டேன். அவன் சர்வசாதாரணமாகச் சொன்னான்:

> கைதட்டல் வாங்கத் துடிக்கும் நாத்திகப் பேச்சாளன் மாதிரி உளறுகிறாயே. வணங்கப் போகிறவன் மனத்தில் அல்லவா அவர் இருக்கிறார்? தன் மனத்துக்குத் தானே நினைவுபடுத்திக்கொள்ள வசதியாகத்தான் இது மாதிரிச் சின்னங்களும், குறியீடுகளும்.
>
> அதாவது, என் மனத்துக்கு என் மனமே நினைவூட்டும் என்கிறாய்.
>
> ரொம்பச் சரி. விதண்டாவாதமாகப் பேசினாலும், கச்சிதமாகத்தான் சொல்கிறாய். மனம் சுழலும் அச்சு ஒன்று இருக்கிறது – ஒவ்வொரு ஜீவராசிக்குள்ளேயும். மனம் என்ற அமைப்பின் பின்னணியில் நானும் எருமைமாடும் வெவ்வேறு. ஆனால், நான் சொல்லும் அச்சின் பின்னணியில் சகல ஜீவராசிகளும் ஒன்றேதான். ஆக, மனம் தனக்குத் தானே நினைவுபடுத்திக் கொள்வதில்லை. மேற்படி

அச்சு மனத்திடம் பேசும் சந்தர்ப்பம் அது.

அவன் என்ன சொல்ல வருகிறான் என்பது உங்களுக்குப் புரிகிறதா?

புரிகிற மாதிரியும் இருக்கிறது, புகைமூட்டமாகவும் இருக்கிறது. தொடர்ந்த ஒரு சிந்தனைப் போக்கின் விளைவாக உருவான வாக்கியங்கள் என்பது மட்டும் புரிகிறது.

சரியாகச் சொன்னீர்கள். இதில் ஒருபோதும் புரியாத இன்னொரு பரிமாணமும் இருக்கிறது. இப்பேர்ப்பட்ட ஆழ்ந்த நம்பிக்கைகள் கொண்ட ஹிமான்ஷு தற்கொலை செய்துகொண்டு இறந்தான் என்பதும், அவநம்பிக்கைவாதியாய் இருந்த நான் இத்தனை வருடங்களை ஆரோக்கியமாய்க் கழித்து, பேரும் பணமும் சம்பாதித்து, இதோ உங்கள்முன் பேசிக்கொண்டிருக்கிறேன் என்பதும் வேடிக்கையான முரண்தானே!

உங்கள் சகோதரருக்குக் கடவுள் நம்பிக்கை உண்டா?

வாலிபப் பிராயத்திலேயே ஒரு சொல்லை அடிக்கடி பயன்படுத்துவார் அண்ணா. தாம் ஒரு *agnostic* என்று சொல்லிக் கொள்வார். அதாவது, 'கடவுள் நம்பிக்கை' என்ற வாதத்தையே பொருட்படுத்தாதவராம் அவர். அந்த நாட்களில் இது ஒரு ஃபேஷன். ஜவாஹர்லால் நேருவில் தொடங்கி ஒரு பெரும் இளைஞர் கூட்டமே இப்படிச் சொல்லிக்கொண்டு அலைந்தது. ஆனால், தமது கடைசி நாட்களில் அண்ணா பக்திமானாய் ஆகிவிட்டார் என்று கேள்விப்பட்டேன். அதுபற்றி எனக்கு ஆச்சரியமும் இல்லை. அந்திம நாட்கள் நெருங்கும்போது உங்கள் வாழ்வை முழுக்க மறுபரிசீலனை செய்வீர்கள். ஒருவிதமான கையாலாகாத நிலையை எட்டுவீர்கள். சரணடைவதைத் தவிர வேறு வழியில்லை!

நியாயம்தான் . . . பழைய இடத்துக்குத் திரும்புவோமா? நீங்கள் ஏதோ ஒரு மகானின் சமாதி பற்றிச்சொல்லிக்கொண்டிருந்தீர்கள்.

ஆமாம். நினைவிருக்கிறது . . .

(ஸோஃபாவின் மேல் விளிம்பை ஒட்டிச் சுவரில் பதித்திருக்கும் அழைப்பு மணிப் பொத்தானை அழுத்துகிறார்.)

கனத்த மௌனம் நிலவுகிறது. கீழ்த்தளத்தில் எங்கிருந்தோ 'ஜிந்தகி ஏக் சஃபர்' என்று கிஷோர் குமாரின் குரல் பாடுகிறது. அவருடைய முகத்தோடு ஏனோ பண்டிட் ரவிஷங்கரின் முகமும் நினைவு வந்துவிடும் எனக்கு – எப்போதுமே. மோவாய், மூக்கு, நெற்றி, முன்வழுக்கை, சுருள்முடி என்று சகலமும் பொருந்திப் போகும் முகங்கள்.

ஸ்ரீ ஹரிசங்கர் தீட்சித்தின் முகத்தைப் பார்க்கும் போது முகமது ரஃபியின் முகம் நினைவு வருகிறது. சற்றே பெரிய, உருண்டையான முகம். மொழுக்கென்ற பிடி மூக்கு. முழுவழுக்கையான தலையின் உச்சியிலிருந்து வழுக்கி விழும் ஜீவராசிகள் பற்றிக் கொள்ள உதவுவதற்காகவே மீந்திருக்கிற மாதிரி, காதுகளின் பின்புறம் தொடங்கி, பின் மண்டை வரை விளிம்பு கட்டியிருக்கும் நரைமுடி வரப்பு. பின்னாலிருந்து பார்த்தால் ஸரோட் மேதை அலி அக்பர் கான் போன்றே இருக்கும் உருவம்.

அழைப்பு மணியின் ஒலி கேட்டு மேலேறி வரும் பணியாளிடம், 'திராட்சை ஜூஸ்...' என்றவாறே என்னிடம் திரும்பி, 'உங்களுக்கு?' என்கிற மாதிரி முகம் உயர்த்துகிறார். சம்மதமாகத் தலையாட்டுகிறேன். '...இரண்டு கிளாஸ்' என்று முடிக்கிறார்.

பதிவுக் கருவியை அழுத்தத் தயாராகிறேன்.

சொல்லுங்கள் ஜீ...

ஹஸரத் பாபா பற்றிச் சொல்ல ஆரம்பித்தேன் இல்லையா?

ஆமாம்.

அவரைப் பற்றி ஊர்மிளா வழக்கமாகச் சொல்லும் கதை ஒன்றை முதலில் சொல்லி விடுகிறேன்.

சித்தரஞ்சன் பாணிக்கிரஹி என்ற முழுப்பெயர் கொண்ட சி ஆர் பாணிக்கிரஹியை அநேகருக்குத் தெரிந்திருக்கும். ஹிந்துஸ்தானி இசை வட்டாரத்தில், எங்களுக்கு முந்தின தலைமுறையின் சிகரங்களில் ஒருவர் அவர். சாதாரணக் குழந்தையாகப் பிறந்து, ஆறாவது வயதில் அம்மை நோய்க்குப் பார்வையைப் பறிகொடுத்தவர்.

ஆச்சர்யகரமான விஷயம், பார்வைபோன மாத்திரத்தில், அவருக்குள் இசையின் ஊற்று திறந்து கொண்டது. முறையான பயிற்சியும், ஆசிரியரும் இல்லாமலே மகத்தான இசைக்கலைஞனாக உருவானார். பெரும்பாலும் பந்திஷ்கள் பாடமாட்டார். ராக ஆலாபனை மட்டும்தான். மூன்று நாட்கள், நாலு நாட்கள் நிறுத்தாமல் ஆலாப் நிகழ்த்தக்கூடியவர் என்பார்கள். சஞ்சாரியும் கூட.

இருபதாவது வயதில், லோனாவாலாவுக்கு ஒருமுறை வந்திருக்கிறார். பாறை ஒன்றில் அமர்ந்தவர் என்ன உணர்ந்தாரோ. அந்த இடத்தின் காற்றோ, அரவமற்ற தனிமையோ, பாபா வழங்கிய அகத் தூண்டுதல்தானோ, அதிகாலையில் பாட ஆரம்பித்தவர், சாயங்காலம்வரை நிறுத்தாமல் பாடிக் கொண்டிருந்தார்.

திடீரென்று இன்னொரு குரல் இணைந்து கொண்டதாம். இவருடைய குரலுடன் ஒட்டிப் பிறந்த இரட்டைப் பிறவி மாதிரி. அதன் வருகையை ஆச்சரியமாக உணர்ந்தாராம். கொஞ்ச நேரத்தில், ‘அது தன் சுதந்திரத்தைக் குலைக்கிறது’ என்று எண்ணியிருக்கிறார். ‘இது எப்படி உங்களுக்குத் தெரியும்’ என்று கேட்காதீர்கள். ‘ஆன்மாவின் குரல்’ என்ற தலைப்பில் பாபாவின் ஜீவிய சரிதம் வெளியாகியிருக்கிறது. அதில், பாபாவின் பக்தர்களான பிரபலஸ்தர்கள் விவரித்த சம்பவங்களையும் சேர்த்திருக்கிறார்கள். நீங்கள்கூடப் படித்துப் பார்க்கலாம். சுவாரசியமான புத்தகம்.

ஆயிற்றா, அந்தக் குரல் தன்னுடன் தொடர்வது பிடிக்காமல் ஆனபிறகு, தாமே உத்தேசித்திராத இடங்களுக்குக் குரலை நகர்த்தியிருக்கிறார். இவருடைய அந்தரங்கம் போல அந்த மறுகுரலும் சர்வசாதாரணமாக இணை தொடர்ந்திருக்கிறது. சடாரென்று நிறுத்தினாராம். அதே வினாடியில் மறுகுரலும் நின்றது. இவருக்கு, இது மானுடக் காரியம் அல்ல என்று பட்டது. சன்னமான குரலில் விசாரித்தார். பாபா தாம் யாரென்று சொன்னார். அவருடைய கீர்த்தி அப்போதே பெரிதாகப் பரவியிருந்தது.

பாணிக்கிரஹி நொறுங்கிப் போனாராம். கேவிக்கொண்டே அவரிடம் முறையிட்டிருக்கிறார்.

மஹான் என் எதிரில் இருந்தும், அவரைக் காண முடியாத பாவியாகிப் போனேனே.

என்று அரற்றியிருக்கிறார். பாபா இரண்டு தேர்வுகளை முன் வைத்தாராம்.

ஒன்று, பாபாவை ஒரு கணம் தரிசிக்கலாம்; பிறகு பழைய இருளுக்குத் திரும்பிவிட வேண்டும். அல்லது, பார்வையை நிரந்தரமாக மீட்டுக்கொள்ளலாம்; ஆனால், இசை போய்விடும். 'எது உன் ஆசை?' பாணிக்கிரஹி யோசிக்காமல் பதிலளித்தார்:

பாபாவை ஒரு கணம் தரிசித்தால் போதும்.

பாபா வழங்கினார். ஆனால், பார்வை மீண்டும் போகவில்லை. இவருடைய மனஉறுதியைப் பரிசோதிக்கவே அப்படிக் கேட்டதாகச் சொன்னாராம்.

குழந்தைகளுக்கான மாய மந்திரக் கதை மாதிரி இல்லை?! ஆனால், இந்தக் கதையைக் கேட்ட மாத்திரத்தில் எனக்குப் பிடித்துவிட்டது. ஒரே காரணம்தான்; இதில் சம்பந்தப்பட்டிருப்பது ஓர் இசைக் கலைஞன் என்பது. அதைவிட, அவன் தன் பார்வையை மீட்டுக்கொள்வதைக் காட்டிலும், இசையைப் பெரிதாக எண்ணியிருக்கிறான் என்பது! *(புன்னகைக்கிறார்)*

எல்லா மொழிப் பிரதேசத்திலும் இதுமாதிரிக் கதைகள் இருக்கும் போல ஜீ. முன்னர் நீங்கள் குறிப்பிட்ட உங்கள் மூதாதை மாதிரி, எங்கள் மாநிலத்திலும், நாக்கை அறுத்துக் கடவுளுக்குக் காணிக்கையாக்கியவர் கதையெல்லாம் உண்டு...

சரிதான். மானுடப் புலத்தை மீறிய சக்தி இருக்கிறது என்பதை நம்பவைக்க, நம்பமுடியாத புனைவுகளைத்தான் பின்ன வேண்டியிருக்கிறது! போகட்டும், பாபாவைப் பற்றி இன்னும் சொல்லவில்லை அல்லவா?!

போன நூற்றாண்டின் இறுதியில் சமாதியான மகான் அவர். முழுப் பெயர் ஹஸரத் மொய்ன் – உத் – தீன் பாபா. என் மனைவி அவரது தீவிர பக்தை. நேரம் கிடைக்கும்போதெல்லாம் போய் வருவாள்.

பார்ஸிலோனாவிலிருந்து மனமுடைந்து திரும்பியிருந்தேனா. உடம்பும் வெகுவாகச் சோர்ந்திருந்த நாட்கள். அண்ணா குடும்பம் கீழேயும், என் குடும்பம் மேலேயுமாக ஒரே வீட்டில் குடியிருந்தோம் அப்போது. மாடிப்படியில் என் சலனம் தென்பட்டவுடனே, எழுந்து தன் அறைக்குள் போய் விடுவார் அண்ணா. கதவை ஓங்கி அறைந்து சாத்துவார். நான் நிலைகுலைந்து போவேன். மேற்கொண்டு கால் எடுத்து வைக்க முடியாதபடி உறைந்து நிற்பேன்.

மூத்தவன் ஷியாமுக்கு மூன்று வயது. சதா என் காலைச் சுற்றியே திரிவான். அடிக்கடி வெளிநாடு போய்விடுகிற தகப்பனில்லையா. ஊர் திரும்பிய நாளிலிருந்து, முகத்தை நக்கத் துடிக்கும் செல்ல நாய்க்குட்டி போல அலைபாய்வான். படிக்கட்டின் உச்சியில் நான் திக்பிரமை பிடித்து நிற்கிறேன், குழந்தை ஓடிவந்து என் காலைக் கட்டிக்கொண்டான்.

நான் மூடன். அண்ணாவின் கதவு என் முகத்தில் கொடுத்த அறையை அந்தப் பிஞ்சின் முதுகுக்கு இடம்பெயர்த்தேன். என் வாழ்நாளில் ஒரு குழந்தையை நான் அடித்த ஒரே சந்தர்ப்பம் அது.

நல்லவேளை, கை இறங்கிப் பதிந்த மாத்திரத்தில், சுதாரித்துக் கொண்டுவிட்டேன். என் குழந்தை அழவில்லை. நம்ப முடியாமல் என்னை அவன் பார்த்த அந்தப் பார்வையும் 'இப்படிச் செய்துவிட்டாயே' என்று அதில் தொக்கி நின்ற ஆதங்கமும் இப்போது நினைத்தாலும் என் முதுகுத்தண்டு கூசிவிடும்.

அவசரமாக அவனைத் தூக்கி அணைத்துக்கொண்டேன். அப்போதுதான் மெல்ல விசும்பினான். அவன் நெஞ்சுக்கூட்டுக்குள் உயர்ந்திருந்த படபடப்பை என் நெஞ்சில் உணர்ந்தேன். இருவர் கண்ணிலும் நீர்கோத்தது. இதற்குள் வராந்தாவுக்கு வந்திருந்த என் மனைவி குழந்தையை என்னிடமிருந்து நிதானமாக வாங்கினாள். குழந்தை குரலெடுத்து அழத் தொடங்கினான்.

அன்றிரவில்தான் என்னை பாபாவின் ஸ்தலத்துக்கு வர வேண்டுமென்று இரண்டாம் தடவை கோரினாள் ஊர்மிளா.

முதல் தடவை..?

எங்களுக்குத் திருமணமான புதிதில். பாபாவின் இடத்துக்குப் போய் அவரிடம் ஆசீர்வாதம் வாங்க வேண்டுமென்று சொன்னாள். 'அவ்வளவு சக்திமானாக அவர் இருந்தால் நான் எந்த இடத்தில் இருந்தாலும் ஆசீவதிப்பார்' என்று துடுக்காகப் பதில் சொல்லிவிட்டேன். ஆனால், இந்த முறை ஏதாவது செய்து என்னைக் காப்பாற்றிக்கொண்டுவிட வேண்டும் என்று பதற்றமடைந்திருந்தேன். வாசிப்பு, இசை, சம்பாத்தியம் இதையெல்லாம் விடுங்கள். சுயக் கட்டுப்பாடு உள்ள மனிதப் பிறவியாகவாவது வாழ்க்கையைத் தொடர வேண்டாமா?

உடனடியாகச் சம்மதித்துவிட்டீர்கள்...

ஆமாம். அவளுக்கும் இதில் ஆச்சரியம் ஒன்றுமில்லை. உகந்த தருணமாகப் பார்த்துத்தானே வலையை வீசியிருக்கிறாள்! மறுநாளே வாடகைக் கார் அமர்த்திக்கொண்டு லோனாவாலா போனோம். அங்குள்ள புத்த குகைகளுக்குச் சற்றுத் தள்ளி

இன்னொரு குன்றில் இருந்தது ஹஸரத் பாபாவின் சமாதி. அடேயப்பா! என்னவொரு கூட்டம் என்கிறீர்கள்.

வரும் வழியிலேயே அவரது வாழ்க்கைச் சரித்திரத்தை விரிவாகச் சொல்லியிருந்தாள் ஊர்மிளா. 'ஹஸரத்' என்றால் கிட்டத்தட்ட 'மகாசந்நிதானம்' என்றுபொருள். அராபிய முஸ்லிம்கள் இந்தச் சொல்லைப் பயன்படுத்துவதில்லை. பாபா பிறப்பால் இஸ்லாமியராக இருந்து, மதம் கடந்த நிலையை எட்டிய சாதகர். அவருக்கு எல்லா மதங்களிலும் பக்தர்கள் உண்டு.

அவருடைய ஜீவ சமாதி இருக்கும் ஸ்தலம் என்று சொல்லப்பட்ட அறைக்கு, நாலுபுறமும் கம்பி அழிகளே சுவராக நின்றன. இடைவெளிகள் வழியாக ஜனக்கூட்டம் எறியும் பூக்களும் காசுகளும் தரையெங்கும் சிதறிக் கிடக்கும். நான் பார்த்த போது, விலை உயர்ந்த கைக்கடிகாரங்களும், பொற்சங்கிலிகளும், மோதிரங்களும்கூடக் கிடந்தன.

பின்னாட்களில், பாகிஸ்தானிய கவ்வாலிப் பாடகர் நுஸ்ரத் ஃபத்தே அலிகான் பாடும்போது இதே விதமான காட்சியைக் கண்டு மயங்கியிருக்கிறேன். அவருடைய மடியிலும், அவரைச் சுற்றிலும், இப்படித்தான் டாலர் நோட்டுகளும் ஆபரணங்களும் நாணயங்களும் சிதறிக் கிடக்கும். இங்கிலாந்தில் நடந்த ஒரு கச்சேரியில், முதல் வரிசையில் என் அருகிலிருந்த ரசிகர் மிகுந்த பணிவோடு எழுந்து சென்று அலிகானின் காலடியில் தமது ரோலக்ஸ் வாட்சைக் கழற்றிச் சமர்ப்பித்ததைக் கண்டேன்!

பாபாவின் சமாதி அறைக்குள் மதியம் ஒரு முறையும் இரவில் ஒரு முறையும் ஆட்கள் நுழைந்து பூச்செண்டால் திரட்டிக் காணிக்கைகளைச் சேகரிப்பார்கள். தவழ்ந்து சென்று தான் அந்தப் பணியைச் செய்வார்களாம் – பாபாவின் ஸ்தலத்தில் கால்படக் கூடாது என்று. நான் சென்ற சமயத்தில் ஒரு சர்தார் இரண்டடங்குல நீள தங்கக் கிர்ப்பான் காணிக்கை செலுத்தியதைப் பார்த்தேன்.

என் மனைவி மனமுருகிப் பிரார்த்தித்தாள். திடீரென்று தன் கையிலிருந்த பொன்வளையலைக் கழற்றி பாபாவின் ஸ்தலத்துக்குள் வீசினாள்.

என் மனத்தில் முழுக்க முழுக்க வெறுமை படர்ந்திருந்தது. உண்மையில், சிறுகச்சிறுக எவ்வளவு தற்சார்பு உள்ளவனாக நான் மாறி வந்திருக்கிறேன் என்பதை உணரக் கிடைத்த சந்தர்ப்பம் அது. பிரார்த்தனைக்கான வாக்கியங்களை மனத்துக்குள் உருவாக்க முனைகிறேன் – புகை படர்வது மாதிரி அவற்றின் மீது அவநம்பிக்கை படிகிறது. அதன் சாம்பல் படலத்தைப் பார்த்து அச்சம் துளிர்க்கிறது. மிகமிகக் கலவையான உணர்ச்சிகளில் சிக்கி அலைபாய்கிறேன்.

கன்னங்களில் நீர் வழிய கண்மூடி அருகில் நின்றிருக்கும் ஊர்மிளாவைப் பார்க்கும்போது பொறாமையாக இருக்கிறது. மாயப் பிரசன்னத்தின் வசம் சொந்தக் கவலைகளை ஒப்படைத்து அடைக்கலமாகிவிடும் மார்க்கம் எவ்வளவு இதமானது.

சுற்றிலும் பார்க்கிறேன் – துக்கம் தோய்ந்த முகங்கள் வருகின்றன. மன்றாடி வெளிறுகின்றன. தன்னியல்பாக மலர்கின்றன. வெளியேறும் ஒவ்வொரு முகத்திலும் நிம்மதியின் ஒரு ரேகையைப் பார்க்கிறேன். அவ்வளவுதான். வந்தாகிவிட்டது; ஒப்புவித்தாகி விட்டது – இனி அவர் பார்த்துக்கொள்வார். உள்ளுக்குள் ஓங்கியிருக்கும் மமதையும் தன்முனைப்பும் முற்றாக வடிந்து பணிவின் சிகரத்தில் மனிதர்கள் நின்று மீள்கிறார்கள்.

அப்படி ஓர் ஆறுதல் கிடைக்குமென்றால் கடவுள் இருந்து விட்டுப் போகட்டுமே. 'அவருடைய பெயரால் மதங்களும், அவற்றின் பெயரால் போர்களும் வருகின்றன– பொது அறம் உருவாகாமல் தடுப்பது மதங்கள்தாம்' என்றெல்லாம் பேசுவது தர்க்கபூர்வமாக நன்றாய்த்தான் இருக்கிறது. ஆனால், எல்லா விஷயங்களுக்கும் சமூக – அரசியல் பார்வை ஒன்றுதான் வழியா? கடவுளுக்கான உளவியல் தேவையைப் பரிசீலிக்க வேண்டாமா? சகமனிதர்கள் வழங்க முடியாத ஆறுதலை ஒரு வியக்தி வழங்குகிறது என்றால் நல்லதுதானே.

பார்க்கப்போனால், இசையும் அதைத்தானே செய்கிறது... எஞ்சியிருக்கிற ஒரே பரிகாரம் நம்பிக்கை மட்டும்தான் என்று ஆகிவிட்டால், அது மூடநம்பிக்கையாகக்கூட இருக்கட்டுமே. என்ன கெட்டுவிட்டது..?

திடீரென்று தொழில்முறைப் பேச்சாளன் மாதிரிப் பொழிந்து தள்ளிவிட்டேனோ அம்மணீ!!

நான் அவ்விதமாய் நினைக்கவில்லை ஜீ. சமூக வாழ்வின் பல்வேறு அங்கங்கள் பற்றி கலைஞர்கள் என்ன கருதுகிறார்கள் என்பது முக்கியம் என்றுதான் கருதுகிறேன்.

அன்று நாங்கள் வீடு திரும்பும்போது, விசித்திரமான ஓர் உணர்வு ஏற்பட்டது. நானும் மனைவியும் மட்டும்தான் போயிருந்தோம். மூத்தவனை, வீட்டோடு இருக்கும் பணிப் பெண்ணின் பொறுப்பில் விட்டுச்சென்றிருந்தோம். காரின் பின் ஸீட்டில் அமர்ந்திருக்கிறோம். ஊர்மிளா உறங்கிவிட்டாள். போகும்போது பேசிக்கொண்டே வந்தவள். முகம் நிர்மலமாக இருக்கிறது – அகம் நிச்சிந்தையாகி விட்டதன் சான்றுபோல!

சற்றே மேடாக உயர்ந்த சாலையின் போக்கில் உச்சிக்குச் சென்று மறுபுறம் வேகமாக இறங்குகிறது கார். அடிவயிற்றில் சிறு

தொய்வு. மறுகணம் மின்அதிர்ச்சி போன்ற ஒன்று என்னைத் தாக்கிய உணர்வு. கண்கள் கலங்கி விட்டன. மனம் சட்டென்று லகுவாகிவிட்டதை உணர்ந்தேன். போகும்போது இருந்த கனம் முற்றாக இறங்கிவிட்டது. உடலற்று அமர்ந்திருக்கிற மாதிரி அவ்வளவு லேசாக இருக்கிறது.

வாழ்வின் இன்னொரு பிராந்தியத்துக்குள் நுழைந்து விட்டேன் என்கிற மாதிரி இருந்தது.

பாபாவின் அருள் என்று நினைத்தீர்களோ?

ஊர்மிளா அப்படி நேரடியாகப் பொருத்திப் பார்த்தாள். அப்படிப் பார்க்கத் தேவையில்லை என்றே நான் நினைக்கிறேன். மேற்சொன்ன உணர்வு ஏற்படுவதற்கான பதநிலை நோக்கி நான் சிறுகச்சிறுக நகர்ந்து வந்திருக்கலாம். என் வீட்டின் கழிப்பறையிலேயேகூட அது நிகழ்ந்திருக்கலாம். பாபாவின் ஸ்தலத்திலிருந்து திரும்பும்போது அப்படி நிகழ்ந்தது முழுக்கத் தற்செயலாகவேகூட இருக்கலாம்.

இருக்கட்டுமே. தற்செயல்களை அப்படியே விட்டுவிடுவதில் என்ன தயக்கம்? காரணத்தைக் கண்டுபிடித்துவிட்டால் தற்செயலின் மர்மத்தை அறிந்துவிட்டதாகி விடுமோ? அறிந்து தான் என்ன செய்யப் போகிறீர்கள்? திரும்ப இதையே நிகழ்த்திப் பார்த்துக்கொள்ள முயல்வீர்களா? அது முடியுமா? ஒருவேளை நிகழ்த்தவும் முடிந்தால் அதற்குப் பெயர் தற்செயலா? அல்லது, மற்றவர்களுக்குப் பரிந்துரை செய்வீர்களோ? அவர்களும் நீங்களும் ஒன்றா என்ன? அவரவர் மலை அவரவருக்கு. மலை என்பது வெறும் மண் – பாறைக் குவியல் மட்டும்தானா? பூமி குளிர்ந்த நாளில் குவிந்த ரகசியம் அல்லவா அது! *(நெற்றியில் பரவலாக வியர்வை முத்துக்கள் பூத்திருக்கின்றன. ஜன்னலுக்கு வெளியே வெறித்துப் பார்க்கிறார். தொலைவில் அலையாடும் கடல்மீது பார்வை சற்று நேரம் நிலைக்கிறது)*

இந்தப் பார்வை நன்றாக இருக்கிறது...

நன்றியம்மா..! ஆனால், இந்த அத்தியாயம் அத்துடன் முடிந்து விடவில்லை. அதே நாளில் மிக முக்கியமான இரண்டு சம்பவங்கள் நடந்தன. ஒன்று, மதியம் சிறு தூக்கம் போட்டு எழுந்த என் மனைவி தனக்குத் தலைசுற்றல் இருப்பதாக என்னிடம் சொல்லிக்கொண்டிருக்கும்போதே வயிறு குமட்டி வாஷ்பேஸின் அருகில் ஓடினாள். குடும்ப மருத்துவரிடம் போனோம். அவர் எங்களை மகிழ்ச்சியில் ஆழ்த்திவிட்டார். ஆமாம், ஊர்மிளாவின் வயிற்றுக்குள் வருண் வந்துசேர்ந்திருந்தான்!

இரண்டாவது...

அன்றிரவு நான் ஒரு கனவு கண்டேன். அதற்கு முன்னும்பின்னும் எத்தனையோ கனவுகள் வந்துபோயிருக்கின்றன. சிலவற்றுக்கு நேரடியான அர்த்தங்களைக் கண்டுபிடிக்க முடிந்திருக்கிறது. பலவற்றுக்கு முடியவில்லை. அவற்றுக்கெல்லாமும் ஆழ்மனத்தில் வலுவான காரணங்கள் இருந்திருக்கத்தான் செய்யும். அவற்றில் அநேகமும் இயல்பாக மறந்துபோய்விட்டன. ஆனால், இந்தக் கனவு சாதாரணமானதில்லை.

அதன் ஒவ்வொரு அம்சமும் எனக்குப் பசுமையாக நினைவிருக்கிறது. என்றாலும் என் ஞாபகத்திலிருந்து சொல்லப் போவதில்லை. மறுநாள் காலை என் நாட்குறிப்பில் விரிவாகப் பதிந்து வைத்திருக்கிறேன். தேதியும் வருடமும் என்றும் மறக்காது. வரிக்குவரி அந்தப் பதிவை வாசித்துக் காட்டத்தான் ஆசையாய் இருக்கிறது. முழு ஆயுட்காலத்துக்கான தன்னம்பிக்கையை ஒரு – ஒரேயொரு – கனவு வழங்கிவிட முடியுமானால் அது எவ்வளவு முக்கியமானதாக இருக்க வேண்டும்! அல்லது, அதைக் கண்ட மனம் எவ்வளவு பூஞ்சையாக இருந்திருக்க வேண்டும்!! *(சிரிக்கிறார்)*

தயவுசெய்து வாசித்துக் காட்டுங்கள்...

நிச்சயம். ஆனால், அதற்கு முன்னால் இன்னொரு விசித்திரத்தைச் சொல்ல வேண்டும்.

ம்...

பார்ஸிலோனாவிலிருந்து திரும்பினேனா. அண்ணாவும் புது அண்ணியும் ஒரு காரிலும், நானும் ஸ்ரீ சாட்டர்ஜீயும் இன்னொரு காரிலும் வீடு திரும்பினோம்.

தபலா மேதை சௌமித்ரா சாட்டர்ஜீயைத்தானே குறிப்பிடுகிறீர்கள்?

அவரையேதான். எங்களை வரவேற்பதற்காக ஆரத்தித் தட்டுடன் வாசலில் வந்து நின்றிருந்தாள் என் மனைவி. அவளை வேகமாகத் தாண்டிக்கொண்டு உள்ளே சென்றார்கள் அண்ணாவும் அண்ணியும். நானும் ஸ்ரீ சாட்டர்ஜீயும் நின்றோம். ரத்தநிற ஆரத்திக் கரைசலைப் பார்த்தபோது, முதன்முதல் முறையாக, எனக்குள் அச்சம் ஊறியது. நான் மாடிக்கும், ஸ்ரீ சாட்டர்ஜீ கீழ்த்தளத்தில் அவருக்கென்று எங்கள் வீட்டில் இருந்த அறைக்குமாகச் சென்றோம். பின்னாலேயே வந்த என் மனைவி, நான் குர்த்தாவைக் கழற்று முன்பே கேட்டாள்:

உங்களுக்கும் அண்ணாவுக்கும் ஏதாவது பிரச்சினையா?

நான் பதில் சொல்லவில்லை. சொல்ல வேண்டுமா என்ன?

அவளுக்கே தெரிந்துவிட்ட விஷயத்தைத்தானே கேட்கிறாள். மேற்கொண்டு விவரங்கள் சொல்ல வேண்டும் – அவ்வளவுதானே. ராத்திரி வரை காத்திருக்கட்டுமே.

இரவில் எங்கள் படுக்கையறையில் அன்று நிலவிய உணர்ச்சிகளை விவரிக்கவே முடியாது. நம்பிக்கையும், பயமும், காதலும், கண்ணீரும், தழுவலும், ஆறுதலும் என்று எல்லா நிற மேகங்களும் அன்று அறைக்குள் மிதந்தன! முடிவாக அவள் சொன்னாள்:

> விடுங்கள். நீங்கள் சண்டை போட்டுப் பிரியவில்லையே. தவறான ஒரு சொல்கூட உங்களிடமிருந்து உதிரவில்லையே. பிறகெதற்கு நீங்கள் வருந்த வேண்டும். ஒரு கதவு அடைத்தால், இன்னொரு கதவு தானாகத் திறந்துவிட்டுப் போகிறது...

அமரராகியிருந்த என் அம்மாவே நேரில் வந்து பேசுவதுபோல இருந்தது எனக்கு.

இப்போதும் நான் பதில் சொல்லவில்லை. ஊர்மிளாவின் குரலும், அதன் த்வனியும், அவளுடைய வார்த்தைகளும் எனக்கு வேண்டியிருந்தன. அவற்றில் இருந்த குளுமை பெரும் ஆறுதலாக என்மீது சொரிந்தது. ஆனாலும், ஒரு விஷயம் உறுத்தியது. அண்ணாவைப் பீடித்திருப்பது தற்காலிகக் கோபம்தான் என்றே நான் நினைத்தேன். ஸ்ரீ சாட்டர்ஜீயும் அப்படித்தான் அபிப்பிராயப்பட்டார். இவள் ‘பிரிவு’ என்ற வார்த்தையை உபயோகிக்கிறாளே? ஆனால், ஊர்மிளாவின் மதிப்பீடு என்றுமே தவறாகியதில்லை.

சரிதான்.

அன்றிரவிலும் நான் ஒரு கனவு கண்டேன். நெருக்கடியிலிருந்து விடுபடுவதற்கு என் ஆழ்மனம் எப்போதுமே இந்த உபாயத்தைக் கடைப்பிடித்திருக்கிறது என்றுதான் இப்போது தோன்றுகிறது.

...நெடுஞ்சாலையோரம் ஒரு கறுப்பு அம்பாஸிடர் நின்றிருக்கிறது. பின்ஸீட்டில் சாய்ந்து அமர்ந்திருக்கிறார் அண்ணா. கதவு திறந்துதான் இருக்கிறது. நான் சிறுநீர் கழிப்பதற்காக இறங்கியிருக்கிறேன். அருவி மாதிரிப் பொழிந்துகொண்டே இருக்கிறது. நிமிடக்கணக்காகிறது – மணிக்கணக்காகவும் இருக்கலாம். நிற்கும் வழியாய்த் தெரியவில்லை. அடிக்கடி அண்ணாவைத் திரும்பிப் பார்க்கிறேன். அவர் பொறுமையிழந்து கொண்டிருப்பது தெரிகிறது. இயற்கை உபாதையைப் பாதியில் எப்படி நிறுத்த முடியும்.

திடீரென்று, என் முதுகுப்புறம் கதவு ஓங்கி அறைபடும் ஓசை. திரும்பிப் பார்க்கிறேன் – கார் வேகமெடுக்கிறது. மூத்திரத்தை நிறுத்தவும் முடியாமல், நிம்மதியாக நிற்கவும் முடியாமல் காரின் பின்னால் ஓடுகிறேன் – வண்டியிழுக்கும் காளைபோல, வளைகோடாக சிறுநீர்த் தடம் பதித்துக் கொண்டு.

ம்ஹூம். கார் பறந்துவிட்டது. அநாதை போல விசித்துக் கொண்டு நிற்கிறேன். கடந்து செல்லும் வாகனங்கள் நிர்த்தாட்சண்யமாக விரைகின்றன... வியர்த்து உலுக்கி விட்டது. படுக்கையில் எழுந்து அமர்கிறேன். எனக்கு முன்னால் என் மனைவி எழுந்து உட்கார்ந்திருக்கிறாள்!

என்னாயிற்று?

என்று கேட்டேன். அவள் சொல்கிறாள்:

> ஒரு கறுப்புக் காரைத் துரத்திக்கொண்டு நீங்கள் ஓடுகிற மாதிரிக் கனவு கண்டேன்... தூக்கம் கலைந்து விட்டது.

அட!

அப்படித்தான் எனக்கும் இருந்தது. ஒரே கனவை ஒரே சமயத்தில் இரண்டு பேர் காண்பதை எந்தக் கணக்கில் வைக்க? தற்செயல்தான் என்றாலும், அதற்கான நேரடிக் காரணம் இருந்தாலும், இதில் தர்க்கத்துக்குள் அடங்காத, பொருள் விளங்காத ஒரு முனை இருக்கிறது அல்லவா?

இறை அனுபவம் மாதிரித்தான், இதுவும் ஒருவித ஆன்மிக அனுபவம் போல என்று தோன்றியது. உண்மையில், கனவு என்பதே உங்கள் கைமீறி நடக்கும் சங்கதி என்பதால், அதற்கு ஓர் ஆன்மிகப் பரிமாணம் உண்டு என்று வாசித்திருக்கிறேன். என் விஷயத்தில் உபரியாக ஓர் உள்மடிப்பும் சேர்ந்துவிட்டதல்லவா?

பிறகு என்ன செய்தீர்கள்? உங்கள் துணைவியாரிடம் விவரித்தீர்களா?

பளிங்கு போன்ற மனம் அது. வீணாகக் கலக்குவானேன். எனக்கும் சொல்வதற்கோ செய்வதற்கோ அந்தத் தருணத்தில் எதுவுமே இல்லை – என் மனைவியைப் பிரியமாக அணைத்துக் கொள்வதைத் தவிர! *(குழந்தைபோலச் சிரிக்கிறார். முகம் பேரழகாகப் பொலிகிறது!)*

இன்னொரு கனவு பற்றிய குறிப்பை வாசித்துக் காட்டுகிறேன் என்று சொன்னீர்கள்...

நினைவிருக்கிறது அம்மணி... *(என்றபடி எழுந்து தம்முடைய மடிக் கணிப்பொறியை மேஜையிலிருந்து எடுத்து மடியில் கிடத்தி முடுக்குகிறார்)*

நாட்குறிப்பு என்று குறிப்பிட்ட ஞாபகம்...

ஆமாம். அறுபத்தைந்தில் அண்ணாவைப் பிரிய நேர்ந்தது. அதற்கு ஐந்து வருடம் முன்பே நாட்குறிப்பு எழுதும் பழக்கம் தொடங்கியிருந்தது. 2001வரை கையால்தான் எழுதி வந்தேன். அந்த வருடம் அமேரிக்காவிலிருந்து விடுமுறைக்கு வந்திருந்த மூத்தவன், எனக்கு ஒரு கம்ப்யூட்டர் வாங்கிக் கொடுத்தான். அது கொஞ்சம் கொஞ்சமாக வளர்ந்து, லேப்டாப்பாக மாறி விட்டது. நானுமே, ஆரம்பத்திலிருந்து, என் நாட்குறிப்புகளை ஆங்கிலத்தில்தான் எழுதி வந்திருந்தேன்.

பொதுவாகவே, மின்னணு சாதனங்கள்மீது எனக்கு ஆசை அதிகம்! என்னுடைய பிரயாணப் பைக்குள் துணிமணிகளுக்கு ஈடாக இந்த மாதிரி சாமான்கள் கிடக்கும். பாட்டுக் கேட்பதற்கு, புத்தகம் படிப்பதற்கு, சினிமா பார்ப்பதற்கு, சேகரித்தவற்றைச் சேமித்து வைப்பதற்கு என்று விதவிதமான சாதனங்கள் வைத்திருக்கிறேன். சமகாலத்துடன் இயைந்து நகர்வதற்கு இதுவும் ஒரு வழி அம்மணி. முதுமையை 'சற்று ஒதுங்கியிரு' என்று சொல்லும் வழி! *(சிரிக்கிறார்).* ஒரே வேலையாக உட்கார்ந்து என் நாட்குறிப்புகளைக் கணிணிக்குள் ஏற்றி விட்டேன். ஊர்மிளாவும் கொஞ்சம் உதவினாள். அவளுக்கும் மின்னணு சாதனக் கிறுக்கைத் தொற்ற வைத்திருந்தேன்!

இந்தப் பதினோரு வருடங்களாக, நாட்குறிப்புகளை நேரடியாகவே தட்டச்சு செய்து வருகிறேன். மனம்சோரும் நாட்களில் ஏதாவது ஒரு வருடக் குறிப்புகளைப் படிக்க ஆரம்பிப்பேன். யாரோ எழுதியதைப் படிக்கிற மாதிரி உணர்வு தட்டும். அப்போது நிகழ்ந்த சம்பவங்களினூடாக வேறொரு மனநிலையுடன் நடமாடக் கிடைக்கும். 'அட, எதையெல்லாம் தாண்டி வந்திருக்கிறோம்!' என்று ஆச்சரியம் படியும். மனம் சுலபமாகப் பழைய நிலைக்கு மீண்டுவிடும்!

வேறு யாரோ படிப்பதற்காகத்தான் இவ்வளவு விரிவாகவும் நிதானமாகவும் நேர்த்தியாகவும் எழுதியிருக்கிறோமோ என்று சந்தேகமும் தட்டும்!

(மீண்டும் சிரிக்கிறார். இதற்குள் கணினியில் அவர் தேடியது கிடைத்துவிட்டது – அவருடைய முகபாவனையில் தெரிகிறது. ஆனால் கணித்திரையிலிருந்து பார்வையை அகற்றி, என்னை நோக்கிப் பேசத் தொடங்குகிறார்)

...ஆரம்பத்திலிருந்தே, என்னை எப்படியாவது முழுமையான பக்திமானாக ஆக்கிவிட வேண்டும் என்று ஊர்மிளா துடிப்பாள். அண்ணாவின் பிரிவு என்னை வதைத்த நாட்களில், எனக்கும்

அவள் இழுத்துச் செல்லும் விதத்திலெல்லாம் உடன்பட விருப்பமாய்த்தான் இருந்தது. அந்த நாட்களில் தனியாகவோ, வீட்டிலோ இருப்பது சிரமமான காரியம். அதிலும், காலையில் நான் வயலினை எடுத்துக்கொண்டு சாதகத்துக்கு அமர்கிற அதே வேளையில் கீழேயிருந்து ஸாரங்கி ஒலிக்க ஆரம்பித்து விடுமா, மனம் கூம்பிவிடும். வயிற்றுக்கும் நெஞ்சுக்கும் இடையில் ஒரு தொய்வு விழுந்த மாதிரி உணர்வேன்.

என்னையும் அறியாமல் ஸாரங்கி ஒலியில் அமிழ்வேன். அது ஆலாப்பை முடிக்கும்வரை காத்திருந்துவிட்டு, ஜோட் ஜாலா என்று முன்னேறும்போது விசுவாசமான நாய்க்குட்டி மாதிரி என் வயலினில் தொடர ஆரம்பித்துவிடுவேன். நான் உத்தேசித்ததை வாசித்துப் பார்க்கும் ஞாபகமே இல்லாமல் போய்விடும்.

ஊர்மிளா என் சங்கடத்தைக் கவனித்துவிட்டாள் போலிருக்கிறது. ஒருநாள் சாயங்காலம், வீட்டுக்கு வந்திருந்த புதிய ஆளுடன் பேசிக்கொண்டிருந்தாள். வீட்டுத் தரகராம். வேறு இடம் போய்விட்டால் ஒழுங்காக சாதகத்தைத் தொடர முடியும் என்றுதான் எனக்கும் தோன்றியது. முறையாக ஒத்திகை பார்க்காது மேடையேறும் பட்சத்தில், முதன்முதலாக வயலினில் தனிக் கச்சேரி செய்து சர்வதேச அளவில் அவமானம் சம்பாதித்து விடுவேன் என்று அஞ்சத் தொடங்கியிருந்தேன்.

'அண்ணாவுடன் சமரசமான பிறகு இந்த வீட்டுக்கே திரும்பிவிட்டால் போகிறது' என்று நானாக சமாதானம் செய்துகொண்டேன்.

அன்று இரவு தரகர் பற்றிக் கேட்டேன். சௌமித்ரா பையாவுடன் இதுபற்றிக் கலந்தாலோசித்ததாகவும், அவருக்கும் இந்த ஏற்பாட்டில் ஒப்புதல்தான் என்றும் ஊர்மிளா சொன்னாள். 'வீடுமாற்றியவுடன், ஒரு நடை ஹரித்வார் போய்வர வேண்டும்' என்றும் சொன்னாள்.

ஹரித்வாருக்கு நான் ஏற்கனவே பலமுறை போயிருக்கிறேன். ஹர்கீபவ்டியின் கங்கை பனியாறு போல இருப்பாள். முதல் முழுக்குப் போடும்வரை குளிரைக் காட்டி மிரட்டுவாள். இரண்டாம் மூன்றாம் தடவை அமிழ்ந்து எழும்போது வெது வெதுக்கத் தொடங்குவாள். பிறகு அவளை நீங்க மனம் வராது. தாயாரின் அணைப்பில் கிறங்கிக் கிடப்பது மாதிரித்தான். நீர்த் தாவரம் போலாகி விடும் மனமும் உடம்பும். யாராவது பறித்துத்தான் வெளியில் எடுக்க வேண்டும். அந்த முறை ஊர்மிளா சற்றுக் கோபமாகவே அதட்டினாள்:

இப்படித் தண்ணீரிலேயே கிடப்பதற்காகவா ஹரித்வார்

வந்திருக்கிறோம்? இன்னும் மலையேறி இறங்க வேண்டாம்? நேரம் போய்க்கொண்டிருக்கிறதா இல்லையா?

அவள் கவலை அவளுக்கு. எப்போதுமே, நான் ஹரித்வார் போவது கங்கையில் முழுக்குப் போடுவதற்காக. அவள் வருவது, மானஸா தேவியைப் பிரார்த்திப்பதற்காக. வில்வபர்வத மலையில் வீற்றிருக்கும் மானஸா தேவி 'அபிலாஷைகளைப் பூர்த்தி செய்பவள்' என்று பெயர் பெற்றவள். அதை மனப்பூர்வமாக நம்புகிறவள் ஊர்மிளா. கோரிக்கையை வைக்கும் விதமாக, கோவில் வளாக மரத்தில் கயிறு கட்டுவாள். நிறைவேறியதும், கயிறை அவிழ்ப்பதற்காக ஒருமுறை போகவேண்டும் என்பாள். கோவிலுக்கு அவள் போகும்போதெல்லாம் நானும் போயிருக்கிறேன். பெரும்பாலும், சந்நிதியில் நிற்கும்போது மனம் வெறுமையாகத்தான் இருக்கும்.

அன்று மானஸா தேவியிடம் இரண்டு பிரார்த்தனைகளை முன்வைத்து நானும் கயிறு கட்டினேன். இரண்டையும் பூர்த்தி செய்திருந்தால், ஊர்மிளா மாதிரி நானும் பூரண பக்திமானாக ஆகியிருப்பேன். ஆனால், தேவி என் ஒரு பிரார்த்தனையை மட்டும்தான் நிறைவேற்றினாள் . . .

அவற்றைச் சொல்லலாமா?

பின்னே? ஒன்று, ஆஸ்திரேலியத் தனிக் கச்சேரியில் நான் சிறப்பாக வாசித்துப் பெயர் சம்பாதிக்க வேண்டும். இரண்டாவது, அண்ணாவின் மனம் இளகி, நான் மீண்டும் அவருடன் இணைந்துவிட வேண்டும். தேவி என்ன செய்தாள் என்பது தான் உங்களுக்கே தெரியுமே? *(கசப்புடன் புன்னகைக்கிறார்)*

சரி, குறிப்பை வாசிக்கிறேன், கேளுங்கள். *(சரளமான ஆங்கிலத்தில் அவர் வாசிப்பதை என் கருவி பதிவு செய்கிறது. நான் அவரையே பார்த்துக்கொண்டு அமர்ந்திருக்கிறேன். கலவையான உணர்வுகள் மாறிமாறிப் படிந்து விலகுகின்றன அவரது முகத்தில் – எனக்குள்ளும்தான்.)*

...நேற்றிரவு ஒரு கனவு. ஹர்கீபவ்டியில் மூழ்கி எழுந்து ஈரம் சொட்டச் சொட்ட நிற்கிறேன். கால்கள் வேர்பிடித்த மாதிரித் தரையில் ஊன்றியிருக்கின்றன – லேசாக நகர்த்தவும் முடியாதபடி. ஆனால், எனக்கு தேவியைப் பார்த்தாக வேண்டும். என் அபிலாஷையை அவளிடம் சொன்னால்தானே அவள் பூர்த்தி செய்வாள். காலை நகர்த்தாமல் மலையேறுவது எப்படி. துக்கம் முட்டுகிறது. அருகிலேயே ஊர்மிளா நிற்கிறாள்.

ம். வாருங்கள். நின்றுகொண்டே இருந்தால் எப்படி மலையேறுவது? இருட்டுவதற்குள் இறங்க வேண்டாமா?

என்று வேகப்படுத்துகிறாள். நடைமறந்தவன் மாதிரி நான் பிரமித்து நிற்கிறேன். அருகில் ஒரு வண்டி வந்து நிற்கிறது. அதில் என்னைத் தூக்கி அமர்த்துகிறாள் ஊர்மிளா. ‘இவ்வளவு மெல்லிய உடம்புக்குள் இத்தனை வலுவா’ என்று வியந்தபடி உட்கார்கிறேன். குதிரையில் போன்று இரண்டு புறமும் கால்போட்டு அமர்ந்திருக்கிறேன். ஏற்றி அமர்த்திவிட்டு, உடன் நடந்துவருகிறாள்அவள்.

மலையேறுகிறது என் வாகனம். அதை யார் இழுத்துச் செல்கிறார்கள், உலோகமா மரமா – எதனால் ஆனது, தேய்ந்து நகர்கிறதா சக்கரங்கள் கொண்டதா என்றெல்லாம் எதுவுமே விளங்கவில்லை. உடம்பு அலுங்காமல் சவாரி போய்க் கொண்டிருக்கிறேன். திடீரென்று மானஸா தேவியின் சந்நிதியில் நிற்கிறேன். எப்படி அங்கு வந்தேன், வாகனத்திலிருந்து இறங்கி நடக்க எப்படி முடிந்தது என்றெல்லாம் தெரியவில்லை. விழித்திருக்கும் போதுதான் கேள்விகள் உற்பத்தியாகின்றன. கனவில் மனம் மிகவும் கீழ்ப்படிதலுள்ளதாகி விடுகிறது. எதிர்ப்பின்றி ஆட்படுகிறது.

தேவியிடம் என் பிரார்த்தனைகளை வைக்கிறேன். அவை என்ன என்று ஞாபகமில்லை. ஆனால், உரத்த குரலில், அக்கம் பக்க பக்தர்கள் திரும்பிப் பார்க்குமளவு உரத்த குரலில், நான் பிரார்த்திக்கப் பிரார்த்திக்க ஓலமிட்டு அழுகிறாள் ஊர்மிளா.

அவசரமாகக் காட்சி மாறிவிட்டது. வில்வ தீர்த்த மலையிலிருந்து நீல பர்வதத்துக்குப் போகிறேன். சண்டி தேவி இருக்கிறாள் அங்கே. சும்பநிசும்பர்களை வதம் செய்த மகாசக்தி. இந்த மலையிலிருந்து நேர்கோட்டில் மறுமலைக்குப் போகிறேன். ஊர்மிளா உடன் வரவில்லை. மானஸியைப் பார்க்கச் சுமந்து வந்த அதே வாகனத்தில் சவாரி செய்கிறேன். இரண்டு மலைகளுக்கும் இடையிலான பள்ளத்தாக்கை விமானம் போலக் கடக்கிறது என் வாகனம். கீழே, வெகு ஆழத்தில் படர்ந்திருக்கும் பசுமையை மனம் குளிர நிரப்பிக்கொள்ளும் போதே அந்த ஆச்சரியமும் தட்டுப்பட்டு விடுகிறது. என்னால் நம்பவே முடியவில்லை.

ஆம், என்னைச் சுமந்துசெல்வது ஒரு வயலின். முழுக் குதிரைப் பரிமாணமுள்ள வயலின். இறக்கை விரிக்காமல், யந்திர ஓசையில்லாமல், பக்கவாட்டில் புரளாமல் நேராக எதிர்மலை நோக்கிப் போய்க்கொண்டே இருக்கிறது. இப்போது தான் கவனிக்கிறேன். அனிச்சையாக நான் கால்களை மாற்றி மாற்றி அசைத்து இவ்வளவு நேரமும் பெடல் செய்துகொண்டே இருந்திருக்கிறேன். என் கால்கள் ஓயாதவரை நான் விழ மாட்டேன் என்று தைரியம் பிறக்கிறது. *(முகத்தை உயர்த்தி என்னைப்*

பார்க்கிறார். வாசிப்பை நிறுத்திக் கணினியை மூடிவிட்டுப் பேசத் தொடங்குகிறார்.)

இந்த இடத்தில் என் நெஞ்சில் கனத்த எதுவோ வீழ்ந்தது. ஊர்மிளாவின் கைதான்! மெதுவாக அதை அகற்றிவிட்டு, கட்டிலை விட்டு எழுந்தேன். காலைச் சுற்றி நடந்துவந்து, ஊர்மிளாவுக்கு மறுபுறம் அவள் வயிற்றில் காலைப் போட்டுப் படுத்திருந்த ஷ்யாமின் நெற்றியில் அலுங்காமல் முத்தமிட்டேன். சிகரெட் பாக்கெட்டை எடுத்துக்கொண்டு பின்புறம் போனேன். நாங்கள் இருந்தது மாடிப் போர்ஷனில் என்று முன்னமே சொன்னேனே?

ஆமாம்...

கொல்லைப்புற மரங்களின் உச்சியில் இருட்டு அடர்ந்திருந்தது. அந்த நேரத்தில் நான் பின்புறம் போனதே கிடையாது. மரம் முழுவதும் திடீரென்று ஒளிப்புள்ளிகள் பூத்துவிட்ட மாதிரி இருந்தது. புல்லரிக்க வைக்கும் காட்சி. ஒரே சமயத்தில் நூற்றுக்கணக்கான மின்மினிகள் எழுந்து பறக்கிற மாதிரி. எனது பிரமையாகக்கூட இருக்கலாம். ஆனால், என் திகைப்பெல்லாம் அகல்வதற்கான சமிக்ஞை கிடைத்தே விட்டது என்று தோன்றியது.

பொதுவாக, திருட்டுத்தனமாகத்தான் சிகரெட் பிடித்து வந்தேன் அல்லவா? வீட்டில் குடித்த முதல் சிகரெட்டை அப்போதுதான் பற்றவைத்தேன்!

மறுநாள் காலையில் வயலின் வாசிக்க உட்கார்ந்தவன், முந்தின நாள் இருந்த ஹரிசங்கர் அல்ல. *(ஆழ்ந்த பெருமூச்சு விடுக்கிறார்)*

ஆமாம், அதுநாள்வரை, பிரக்ஞைபூர்வமாக ஒவ்வொரு ஸ்வரமாக எடுத்துத் தொடுத்துக்கொண்டிருந்தவன் அல்லவா, இப்போது எனக்குள் ஜலப்பிரவாகம் போல ஸ்வரங்கள் பெருக்கெடுத்தோடுவதை உணர முடிந்தது. பிரவாகத்தின் விசையில் மிதந்து செல்வது மாத்திரமே போதும், மெனக்கெட்டு ஏதும் செய்ய வேண்டியதில்லை என்று தோன்றியது. மனத்தில் உதிக்கும் கற்பனை அக்கணமே விரலுக்கு இடம் பெயர்ந்தது. வாத்தியத்தின்மீதான குறைந்தபட்ச கவனத்தை மட்டும் மீத்துக் கொண்டு, இஷ்டம் போலத் திரிய ஆரம்பித்தது என் அகம்.

ஒவ்வொருமுறை வாசிக்கத் தொடங்கும்போதும், நடைமுறை வாழ்வில் புழங்கும் ஹரிசங்கர் தீட்சித் காணாமல் போவதும், இன்னாரென்றே தெரியாத ஒருவனின் உடம்புக்குள் நான் புகுந்துகொள்வதும் சகஜமாக நிகழத் தொடங்கியது அன்றிலிருந்துதான்.

சுவர்க்கடிகாரத்தின் கீழ்ப்பகுதியில் உள்ள சிறு கதவு திறக்கிறது. பொம்மைக்குருவி வெளியில் வந்து சிறகசைக்காமல் நின்று 'குக்... குக்...' என்று ஏழு முறை சத்தம் கொடுத்துவிட்டு உள்ளே பின்வாங்குகிறது. கதவு மூடிக்கொள்கிறது. 'அட, ஏழாகி விட்டதா!' என்றவாறு எழுந்து தொலைக் காட்சியை முடுக்குகிறார். ரிமோட்டின் உதவியுடன் தாண்டித் தாண்டிச் சென்று செய்திச் சானல் ஒன்றில் நிலைக்கிறார். அதில் ஏழடிக்க இன்னும் நாற்பது விநாடிகள் இருக்கிறது.

சர்ச்சைகளுக்குப் பெயர்போன செய்தித்தாள் ஒன்றின் விளம்பரமும், திரையின் கீழ்மூலையில் டிஜிட்டல் கடிகாரமும் ஒன்றாக ஓடி முடிந்தவுடன், செய்திகள் தொடங்குகின்றன. சற்றே அதிகப்படியான உதட்டுச்சாயத்துடன், இமைக்காத கண்களுடன், கனத்த முத்துக்கள் கோத்த மாலையும், பருத்திப் புடவையுமாய் இருக்கும் இளம்பெண், சற்று அலட்சியமான புன்னகையுடன் வாசிக்கத் தொடங்குகிறாள்.

தலைப்புச் செய்திகளைக் கண்கொட்டாமல் பார்க்கிறார் ஸ்ரீ தீட்சித். பிறகு, தொலைக்காட்சியில் பார்வையை நாட்டியவாறு என்னிடம் பேசுகிறார். எந்தெந்த சானலில் என்னென்ன விதமாக செய்தி சொல்கிறார்கள், நிகழ்வுகளை அலசுவதற்கு முக்கியத்துவம் தரும் சானல் எது, பரபரப்பை முதன்மைப்படுத்தும் சானல் எது, ஒவ்வொரு சானலின் அரசியல் சார்பு என்ன என்கிற மாதிரி மிகச் சில வாக்கியங்கள். சில நிமிடங்களில் எழுந்து தொலைக்காட்சியை நிறுத்துகிறார்.

பேட்டி தொடர்கிறது...

ஹரி ஜீ, கலைஞர்களுக்கு, அதிலும் நிகழ்த்துகலைத் துறைகளைச் சேர்ந்தவர்களுக்கான சமூகப் பொறுப்புணர்ச்சி பற்றி நிரந்தரமான விவாதம் உண்டு. நீங்கள் என்ன நினைக்கிறீர்கள்?

இதற்கு நேரடியாக என்ன பதில் சொல்வது. நிகழ்த்துகலை என்ற பொதுச் சொல்லின் போதாமையைப் பற்றித்தான் முதலில் பேச வேண்டும். கருத்துகளை, சம்பவங்களை, நேரடி மனிதர்களின் சாயைகளை அங்கமாகக் கொண்ட நாடகம், நாட்டியம், நாட்டுப்புறக் கூத்து போன்றவற்றையும், முழுக்க முழுக்க அரூபமான இசையையும் ஒரு தட்டில் வைத்துப் பார்ப்பதே பொருத்தமில்லாத காரியம் என்றுதான் தோன்றுகிறது. அதிலும், வார்த்தைகளை கொஞ்சமும் கணக்கிலெடுக்காது, தூய ஒலியின் மூலம் உணர்வுகளைக் கையாள முயலும் கருவியிசையை எந்தக் கணக்கில் வைப்பது?

பார்க்கப் போனால், இசை என்ற மகாவடிவமே மிகுந்த பொறுப்புணர்ச்சி உள்ள ஒன்றுதான். மனப்போக்கில் விட்டேற்றியாக எழும் ஓசையல்லவே அது. ஏகப்பட்ட நிபந்தனைகளும், மென்மை குறித்த தரவுகளும் கொண்ட புலம். அபாரமான பயிற்சி ஒழுங்கையும், மனக் கட்டுப்பாட்டையும் கோருவது. அதுபோக, சக மனிதனை அவனுடைய அன்றாடத்தின் நெருக்கடிகளிலிருந்து விடுவித்து ஆசுவாசமடையச் செய்யும் நிவாரணியல்லவா இசை? அதை வெறும் கேளிக்கை என்று கருதுகிறவர்களிடமிருந்துதான் இத்தகைய கேள்விகள் பிறக்கின்றன. மன்னிக்க வேண்டும், நான் உங்களைச் சொல்லவில்லை..!

இதில் வேடிக்கை என்னவென்றால், பொறுப்புணர்ச்சி இருந்தேயாக வேண்டிய மனிதர்களை நாம் கேள்வி கேட்டு நிர்ப்பந்திப்பதில்லை. கூச்சமின்றி ஓட்டுப் போட்டுவிட்டுத் திரும்பிவிடுகிறோம். அவர்களும் ஒருமுறை பதவிக்கு வந்து விட்டால், இருபத்தேழு தலைமுறைக்கான சொத்தைச் சேர்த்து விடுகிறார்கள் – நடைபாதையில் வாழ்க்கை நடத்துபவனுக்குப் போய்ச்சேர வேண்டியது அல்லவா அவையெல்லாம்?

மாறாக, தத்தமது உலகத்தினுள் அமிழ்ந்து கிடக்கும் தீங்கற்ற ஜீவன்களைப் பார்த்து 'பொறுப்புணர்ச்சி இருக்கிறதா உனக்கு?' என்று மிரட்டுகிறோம். எழுத்தாளனைப் பார்த்து இந்தக் கேள்வி கேட்டால் அர்த்தமுண்டு – அவன் கருத்துக்களோடு சம்பந்தப்பட்டவன். நாமானால், ஓவியனையும், நாட்டியக் கலைஞனையும் இந்த மாதிரிக் கேள்விகளால் வதைக்கிறோம். என்ன மாதிரி அறிவுஜீவி ஆய்வுமுறை இது? வயலின் பிறப்பிக்கும் ஸ்வரக் கோவைகளில் சமூகம் எங்கேயிருந்து வந்தது!

கேள்வியை நான் சரியாக வடிவமைக்கவில்லை என்று நினைக்கிறேன்...

சொற்களை மாற்றிப் போடுவீர்கள், அவ்வளவுதானே? நீங்கள் கேட்க உத்தேசித்தது தெளிவாகத் தெரியத்தானே செய்கிறது?

என் தகப்பனார் பற்றிச் சொல்லும்போது, அவர் திலகர் மீதும் அவரது கொள்கைகளின் மீதும் அபாரமான பிடிப்புடையவர்; ஒவ்வொரு கச்சேரியிலும் தேஷ் வாசிப்பார் என்று சொன்னேனல்லவா. இப்படித்தான் கலைஞன் தனது சார்பை அல்லது சார்பின்மையை வெளிப்படுத்துவான். கொஞ்சம் வசதியானவன் என்றால், வெள்ள நிவாரணத்துக்கும் புயல் நிவாரணத்துக்கும் நிதி அளிப்பான். கூடுதல் வசதி இருந்தால் தாராளமாக அள்ளிக் கொடுப்பான்! (சிரிக்கிறார்)

என்னைப் பொறுத்தவரை, ஒரு விஷயத்தில் தெளிவாக இருக்கிறேன் – என்றோ பிறந்து, என்றென்றைக்குமாய் பிரவகிக்கப் போகும் ஜீவநதி என்றே சங்கீதத்தை உருவகிக்கிறேன். வரும் வழியெங்கும் ஏகப்பட்ட உபநதிகள் கலந்திருக்கின்றன. என் பங்குக்கு நானும் சில குவளைகள் கொண்டு சேர்க்கிறேன். உப்புத்தண்ணீர் நதியாக ஓடி எங்காவது பார்த்திருக்கிறீர்களா?

நான் செவிகளுக்கு இதமற்ற ஓசைகளைக் கிளப்பிப் புண்படுத்துகிறவன் இல்லை. இசை வழங்குகிறவன். சுநாதமான ஒலிக் கோவைகளை பிரபஞ்சத்தின் ஒலித் தொகுப்பில் கொண்டு சேர்க்க முயல்கிறவன். இதைவிடப் பொறுப்பான காரியம் எதுவும் இல்லை – நான் செய்வதற்கு.

இன்னொரு விதமாகவும் சொல்லலாம். புதிய ஒலி என்று எதுவுமே பிறப்பதற்கில்லை – பிரபஞ்ச அமைப்பில் ஒலித் தாதுக்களின் முழுத்தொகுப்பும் முன்னமே உருவாகி நிலைபெற்றிருக்கிறது. நீங்கள் முனைந்து அவற்றைச் சலனமுறச் செய்கிறீர்கள். அவ்வளவுதான். சரளைக்கல்லில் உருளும் இரும்புச் சக்கரமும், கிணற்றடி உத்தரத்தில் தொங்கும் கப்பியும், இதோ, பேரோசை எழுப்பிக்கொண்டு சாலையில் பறக்கும் வாகனங்களும் என்று எல்லாமே பிரபஞ்ச சங்கீதத்தின் பகுதிதாம். தண்டவாளத்தில் முரட்டுத்தனமாக ஓடி மறையும் ரயில் சக்கரங்களின் ஒலி ஒரு பார்வைக்கு கடூரமாகப் படுகிறது – பிரபஞ்சத்தின் பார்வையிலோ, அது இன்னொரு ஒலி; அவ்வளவுதான்.

என்னை மாதிரி ஆட்கள் என்ன செய்கிறோம், நயமாக, கேட்கும் செவிகளுக்கும் மனங்களுக்கும் சாந்தத்தை வழங்கும் விதமாக மேற்சொன்ன ஒலித்தாதுக்களை அசைக்க முயல்கிறோம்.

நீங்கள் சொல்வது தெளிவாகப் புரியவில்லை...

சற்றுக் கடினம்தான். கோவிலுக்குப் போகிறீர்கள். சாவதானமாகத் தொங்கிக் கொண்டிருக்கிறது ஆலாட்ச மணி. அதனுள் ஒலி உறங்குகிறதா இல்லையா. அதாவது, ஒலியை நிகழ்த்தத் தேவையான சகலமும் அதனுள் இருக்கிறது. ரீங்கரிக்கத் தோதுவான வெண்கல உடம்பு, பக்கவாட்டில் மோதி அதிரவைக்க ஏதுவான நாவு, அதிர்வுகளை வாங்கி மிதக்க அனுமதிக்கும் திறந்த வெளி, சலனமுற்றுச் சுமந்து செல்லக் காத்துச் சூழ்ந்திருக்கும் காற்றணுக்கள் என்று அதன் அமைப்பிலேயே ஒலி உறைந்திருக்கிறது. நீங்கள் செய்யவேண்டியதெல்லாம், மணியின் நாவை அதன் உடம்புடன் ஒருமுறை மோத வேண்டியது மாத்திரம்தான்.

'கோவில்மணி மீது அமர்ந்திருக்கும் பட்டாம் பூச்சி' என்று ஒரு ஜென் வரி நினைவு வருகிறது...

மிகச் சரியாகச் சொன்னீர்கள். பூச்சி மிரளாத வண்ணம் மணியை அதிர்விக்க முடியுமா என்பதுதான் இசைக் கலைஞன் முன்பு உள்ள மிகப் பெரிய சவால் – கேட்கும் ஆன்மா துன்புறாத விதத்தில் உங்களால் இசை நிகழ்த்த முடியுமா என்பது.

சுருக்கமாக, பிரபஞ்ச வெளியில் நாதத்தின் அணுக்கள் நிரம்பிக்கிடக்கின்றன. இசைஞன் அவற்றைத் தீண்டி உயிர் பெறச் செய்கிறான். உடம்புகளுக்குள் பொதிந்திருக்கும் உயிர்ச் சக்தியுடன் கலக்கப் புறப்படுகின்றன அவை – கிரியா ஊக்கி போல. தூய சங்கீதத்தை வழங்குகிற கலைஞனை, பிராணவாயு அடைத்து வைத்திருக்கிற உருளை என்றே நான் கருதுகிறேன். வீழும் அபஸ்வரம் ஒவ்வொன்றும் ஒரு யூனிட் கரியமில வாயு என்று இதை வளர்த்துக்கொள்ளலாம். ஆன்மாவைத் துன்புறுத்தும் வாயுத் துகள். சைலன்ஸர் சரியாகப் பொருத்தப்படாத ஆட்டோவின் அலறல் போல.

ஆக, சமூகப் பொறுப்புணர்ச்சி என்பதை, சக மனிதனுக்குத் துன்பம் விளைவிக்காமல் இருப்பது என்கிற சுருக்கமான அர்த்தத்தில்தான் புரிந்துகொள்கிறேன். இதைவிடுத்து, ஒரு தப்படி வேகம் கொண்டாலும் என்ன நடக்கும் என்பதற்கு ஓர் உதாரணம் சொல்லட்டுமா?

சொல்லுங்கள்.

'76 – அக்டோபர். கல்கத்தாவில் ஓர் இசைவிழாவில் பங்கேற்க என்னை அழைத்திருந்தார்கள். அரங்கக் கச்சேரிகள். ஆயிரம் பேர் வரைதான் கூட முடியும். நாலு மணிக்கு ஆரம்பித்துப்

பத்து மணிக்கு முடித்துவிட வேண்டும் என்று காவல் துறை கறாராகச் சொல்லியிருந்ததாம். இவர்களானால், ஒரு நாளுக்கு ஐந்து கச்சேரிகள் என்று தீர்மானித்திருந்தார்கள். ஒரு கலைஞருக்கு ஒன்றேகால் மணி நேரம்தான் அவகாசம் இருக்கும். இதில் ஒருவர் இறங்கி மற்றவர் வந்து அமர்வதிலேயே பத்து நிமிடத்துக்கு மேல் போய்விடும். த்ருபத் கலைஞரானால் சுருதி கூட்டுவதற்குப் பத்து நிமிடம்; சில கலைஞர்கள் இரண்டு தம்பூரா, மடியில் ஒரு குட்டித் தம்பூரா என்று மூன்று சுதிக்கருவிகள் வைத்துக்கொள்வார்கள். நூறு சதவீதம் சுருதி கூடும்வரை அவர்களால் ஆரம்பிக்கவே முடியாது, பாவம்.

ஆக, முக்கால் மணி நேரம்தான் ஒரு கச்சேரிக்கு. என்னவொரு அபத்தம் பாருங்கள். ஆனால், அதிகாரிகளைச் சொல்லிக் குற்றமில்லை. 'தேசத்துக்கு மாபெரும் நெருக்கடி வந்திருக்கிறது' என்று அரசாங்கம் அறிவித்துவிட்டது. அதிகாரிகள் என்ன செய்வார்கள் – ஏதோ, தங்களால் முடிந்த அளவு மற்றவர்களுக்கு நெருக்கடி அளிக்கவும், நெருக்கடியை அதிகரிக்கவும் செய்வார்கள். சர்க்கார் சொன்னதை நிரூபிப்பது அவர்கள் பொறுப்புத்தானே! இல்லாவிட்டாலும், அரசாங்க இலாகாக்களில் நிர்வாகிகளைவிடவும் வெறும் அச்சக் கடத்திகள்தானே எண்ணிக்கையில் அதிகம். வேறென்ன? *(உரத்துச் சிரிக்கிறார்)*

இந்த மாதிரி நேரப் பிரச்சினை உள்ள கச்சேரிகளை 'இசைத்தட்டுக் கச்சேரிகள்' என்பார் அண்ணா. 'நேரடி இசையின் சாவகாசமும், விஸ்தாரமும் இல்லாத வெறும் பாத்திகள்' என்று விளக்குவார்.

மேற்படி நிபந்தனைகள் அனைத்தும், கல்கத்தாவில் சென்று இறங்கியபிறகுதான் எனக்குத் தெரியவந்தது. என்ன செய்வது என்று நான் தவித்துக்கொண்டிருக்கும்போது, தபலாக் கலைஞன் ஷிக்கார் தவான் ஒன்று செய்தான். உடனடியாக, தன் உதவியாளரை அனுப்பி ஓர் எலுமிச்சம்பழம் வாங்கிவரச் சொன்னான். *(முகத்தில் குறும்பு படர்கிறது.)*

எதற்கு?

சொல்கிறேன். பழத்தில் ஓட்டை போட்டு வலதுகை ஆள்காட்டி விரலில் தொப்பிபோல மாட்டிக்கொண்டான். அதற்கு முன்பு, சவர பிளேடால் லேசாகக் கீறிக்கொண்டான் – நகத்தின் கீழ்ப் புறத்தை ஒட்டி. அவ்வளவுதான். மனச்சாட்சிக்கு விரோதமாகக் கச்சேரி செய்யும் விபத்திலிருந்து தப்பித்துவிட்டான்!

நீங்கள் சொல்வது எனக்குப் புரியவில்லை...

அதுதானம்மா, ஒருமணி நேரம் போல எலுமிச்சம்பழத்தைச்

செருகி வைத்திருந்தால், தோல் ஒருவிதமாகச் சுருங்கி விகாரமாகத் தெரியுமல்லவா! கீறின காயத்தைப் பெரும் ரணமாக ஆக்கிக் காட்டவும் செய்யும். நகச்சுற்றி வந்த கலைஞனை வாசித்தே ஆகவேண்டும் என்று வற்புறுத்துவார்களா என்ன?

நல்ல யுக்தியாக இருக்கிறதே?

ஷிக்கார் தவான் அப்படிப்பட்ட ஆசாமிதான்! அவனுடன் வாசிப்பது ஒரு தனி அனுபவம். உற்சாகமான கலைஞன். முதல் ஐந்து நிமிட ஆலாப்பிலேயே நமது அன்றைய மனநிலையை உள்ளுணர்ந்து விடுவான். நமது மானசீகம் வழி நடத்தும் விதமாக நாம் செல்லும் இடங்களுக்கு, தடங்கலே இல்லாமல் உடன் வருவான். சிலநேரம் நமக்குச் சற்று முன்னாகவே அங்கு சென்று காத்திருக்கவும் செய்வான். அவனையும் அவன் வாசிப்பையும் பார்க்கும்போது, விஷமக்காரக் குழந்தையை நைச்சியம் பண்ணி மேடைக்கு அழைத்து வந்து அமர்த்தியிருக்கிற மாதிரித் தோன்றும். விட்டால் எழுந்து தெருவுக்கு ஓடிவிடத் தயாராயிருக்கும் குழந்தை!

ஷிக்கார் இயல்பிலேயே சற்று விஷமக்காரனும்தான் – ஒலிபெருக்கி தொந்தரவு செய்தால், ஒலி அமைப்பாளனைப் பார்த்து, தபலாவுக்குச் சுதி கூட்டும் சுத்தியலை ஓங்கிக் காட்டுவான் – 'மண்டையை உடைத்துவிடுவேன்' என்கிற மாதிரி. சபை ஆர்ப்பரிக்கும் – ஒலிபெருக்கியின் ரோதனையை மறந்து!

அதுசரி, அந்த விழாவை நீங்கள் எப்படி சமாளித்தீர்கள்?

செய்வதற்கு என்ன இருக்கிறது, கலைஞர்கள் அத்தனை பேருக்கும் ஒரே சமயத்தில் நகச்சுற்றி வர முடியுமா! உள்ளூர்க்காரனான கற்றுக்குட்டிக் கலைஞன் சகிதம் மேடையேறினேன். இருபது நிமிட ஆலாப். ஸ்டுடியோவில் வாசிக்கிற அதே அழுத்தத்துடன் வாசித்து முடித்தேன். ஆயிரம் பேர் கூடியிருக்கிறார்கள். அவர்களுடைய ஏமாற்றத்துக்கு அவர்களும் பொறுப்பில்லை, நானும் பொறுப்பில்லை என்று தோன்றியது. அதை வாய்விட்டுச் சொல்லிப் பதிவு செய்ய ஆசையாய் இருந்தது. ஒலிபெருக்கியில் சொன்னேன்:

> இசை என்பது இரவின் சங்கதிதானே. இரவு முழுவதும் வாசித்தால் என்ன குடி முழுகிவிடும். இருபது நிமிடத்தில் ஆலாப்பை முடிப்பதற்கா இவ்வளவு ஏற்பாடுகள், இவ்வளவு கலைஞர்கள், இவ்வளவு ரசிகர்கள். கலையைப் பார்த்து பயப்படுவதற்கு என்ன இருக்கிறது. நன்றி அரசாங்கமே, நன்றி.

இதில் 'தன்யவாத் சர்க்கார்!' என்று சொல்லும்போது என்னையுமறியாமல் குரல் உயர்ந்துவிட்டது. இதையெல்லாம்

உற்றுக் கவனித்து, நடவடிக்கை எடுத்து, தேசத்தைக் காப்பாற்ற என்று தனி அதிகாரிகள் நியமனமாகியிருந்தார்கள் அந்நாட்களில். விசுவாசமான அதிகாரிகள். விசுவாசத்துக்கு நேர்விகிதத்தில் ரொட்டித்துண்டும் பெருத்துக்கொண்டே போகும் என்பதை அறிந்தவர்கள். இந்த அரசு போய் இன்னொரு அரசு வந்தாலும் தங்களது ரொட்டிக்குத் தட்டுப்பாடு வராமல் பார்த்துக் கொள்ளும் திறமைசாலிகள்.

உங்களுக்கு இடைஞ்சல் வந்ததா என்ன?

வராமல் இருக்குமா? மறுநாள் காலை, நான் தங்கியிருந்த அறைக்குப் போலீஸ் வந்துவிட்டது. தேசம் அறிந்த கலைஞனில்லையா நான்; என்னைக் கவுரவிக்கும் விதமாக, மஃப்டியில் வந்தார்கள். சுமார் ஒரு மணிநேரம் என்னிடம் 'நட்பு ரீதியாக' பேசிக்கொண்டிருந்தார்கள். என்னுடைய நண்பர்கள் யார், என்னுடைய அக்கறைகள் என்ன, கடந்த ஆறு மாதங்களில் நான் யார்யாரைச் சந்தித்தேன் என்கிற மாதிரித் துருவிக் கொண்டிருந்தார்கள். சாதாரணமாகப் பார்க்கிறவர்களுக்கு, இப்படித்தான், என்னைப் பேட்டி எடுக்கிறார்கள் என்று தோன்றியிருக்கும்!

'எல்லாக் கட்சிகளிலும் எனக்கு ரசிகர்கள் இருக்கிறார்கள், எல்லா அலுவலகங்களிலும் ஓர் இசைப் பிரியர் இருக்கத்தானே செய்வார்' என்கிற மாதிரி நான் பதில் சொல்லிக்கொண்டிருந்தேன்.

வந்திருந்த அதிகாரிகளில் ஒருவர் நிஜமாகவே இசை அறிந்தவர் மாதிரி இருந்தார். பிலாவலுக்கும், பிஹாகுக்கும் வித்தியாசம் தெரிந்திருந்தது அவருக்கு. அவர்தான், போகும்போது, எனக்கு அறிவுறுத்திவிட்டுப் போனார்:

> இனிமேல், கச்சேரிகளில் வாசிக்க மட்டும் செய்யுங்கள். பேசுவதை நிறுத்திவிடுங்கள்.

நீங்கள் என்ன பதிலளித்தீர்கள்!

பிறவிக் குறும்பு சும்மாயிருக்க விடுமா? நான் பதிலுக்குக் கேட்டேன்:

> வணக்கம் சொல்வதற்கும், ராகங்களின் பெயர்களை அறிவிக்கவும் அனுமதி உண்டு அல்லவா?

அவர்?!

என்ன சொல்வார் பாவம். தீர்க்கமாக முறைத்துவிட்டுக் கிளம்பினார். மறுநாள் முதல், அரசாங்கச் செலவில் எனக்கு ஒரு பாதுகாவலர் வரத் தொடங்கிவிட்டதை உணர்ந்தேன். சீருடையில் இருக்கமாட்டார். ஆனால், உங்களை நிழல் மாதிரி ஓர் ஆள்

பின்தொடர்ந்தால் புரியாமல் போகுமா?

‘என்ன செய்துவிட்டேன் என்று இப்படி வேவு பார்க்கிறார்கள்?’ என்று எரிச்சலாக இருக்கும். நிச்சயம் இது பிரதம மந்திரியின் கட்டளையாக இருக்காது. அவருக்குக் கீழுள்ள உள்துறை மந்திரி அல்லது மத்திய அரசின் செயலாளர் மட்டத்தில்கூட இப்படியான ஆணைகள் பிறக்காது. விசுவாசத்தை நிரூபிக்கக் கிளம்பிவிடும் இடையாட்களும் கடையாட்களும் செய்வதுதானே?

ஆனால், இதெல்லாம் எழுபத்தைந்தாவது வயதில் புரிகிற சங்கதிகள். அப்போது என் வயது நாற்பத்திரண்டு. ‘இன்னமும் இளைஞன்தானா, முதுமைக்குள் நாலைந்து எட்டுகள் எடுத்து வைத்தாயிற்றா’ என்பது சுயநிர்ணயம் ஆகாத பிராயம்.

விதவிதமான எதிர்வினைகள் மனத்தில் தோன்றும். ‘ஒரு சாதாரண இசைக்கலைஞனால் உங்களுக்கோ, தேசத்துக்கோ என்ன ஆபத்து வந்துவிடும்?’ என்று பிரதமருக்குக் கடிதம் எழுதலாமா? பத்திரிகையாளர்களைக் கூட்டி முறையிடலாமா? அல்லது, மேற்கத்திய இசையுலகத்தில் இதை ஒரு மாபெரும் பிரச்சினையாய் எடுத்துப் போகலாமா? இந்த அபத்தம் முடியும்வரை இந்தியாவில் கச்சேரி செய்வதில்லை என்று அறிவித்து விடலாமா? ஜிட்டு கிருஷ்ணமூர்த்தி அப்படித்தானே செய்தார். நெருக்கடிநிலை விலக்கிக்கொள்ளப்படும்வரை, தமது வருடாந்தர இந்திய விஜயத்தை மேற்கொள்ளவில்லையே?

வேடிக்கையாக, ஒருநாள் தோன்றியது – என்னை உளவு பார்க்கும் காவலரை அழைத்து விருந்துபசாரம் பண்ணினால் என்ன . . ! இந்த இடத்தில் மனம் சுதாரித்துக்கொண்டது.

அவரை நான் அடையாளம் கண்டுவிட்டேன் என்று ஆனால் என்ன நடக்கும்? ‘சரியானபடி மறைந்து வேவு பார்க்கவில்லை’ என்று அவருக்கு ஒரு மெமோ கிடைக்கலாம். இந்த ஆள் சரியில்லை என்று வேறு ஆள் அந்த இடத்தில் வந்து அமரலாம். அல்லது, உச்சமாக, அரசாங்கப் பணியாளரின் வேலைக்குக் குந்தகமாக நடந்துகொண்டேன் என்று நான் கைதாகக் கூட வாய்ப்பிருக்கிறது! *(மனம் விட்டுச் சிரிக்கிறார்)*

அது போகட்டும், என்னை ஒரு காவலர் பின் தொடர்கிறார் என்றால் அது அவருடைய உத்தியோகம்; செய்கிறார். நான் ஏன் அவரையே கவனித்துக்கொண்டிருக்க வேண்டும்? . . . என்னுடைய உத்தியோகம் அது அல்லவே? ஆக, அவர் என் சுதந்திரத்தைப் பறிக்கவில்லை; நானாகத்தான் பறிகொடுக்கிறேன். எல்லாருக்குமே இப்படித்தானே!

அப்புறம் அவரைக் கவனிப்பது தன்னியல்பாக நின்று போனது. அவருக்கும் என் வயதுதான் இருக்கும். இப்போது பணி ஓய்வுபெற்று நிம்மதியாக இருக்கலாம். யார் கண்டது, வாசிக்கும் பழக்கம் உள்ளவர் என்றால், இந்த உரையாடலைக் கூட வாசிக்கலாம். நாங்கள் இருவரும் விரோதம் கொள்வதற்கு ஒரு, ஒரேயொரு, காரணமாவது உண்டா என்ன!

என் தொழில் சார்ந்தும் சில வேளைகளில் உளவாளி போலத்தான் செயல்பட வேண்டியிருக்கிறது. அரசு விவகாரங்களைப் பற்றித் துருவக் கிளம்பும்போது விரோதிகள் தாமாகவே உருவாகவும் செய்கிறார்கள்!...

இந்தியச் சூழ்நிலையே அப்படிப்பட்டது அம்மணி.

ஆமாம். இதில் மதமும் சேர்ந்துகொள்ளும்போது, இன்னும் விசித்திரமான சமாசாரங்கள் நடந்துவிடுகின்றன ...

மதத்தைக் கலப்பதும் தன்னிச்சையாக நடப்பதில்லை அம்மா. அதற்குப் பின்னால் உள்ள தனிநபர் உளவியல் பற்றியும்; காரணம் தெரியாது ஆட்பட்டு இரையாகும் கூட்ட உளவியல் பற்றியும் தனியாகத்தான் ஆராய வேண்டும்.

கலைஞனின் சமூகப் பொறுப்புணர்வு என்று கேட்டீர்களே, பாரதப் பிரிவினைக்கு முன்பும், பின்பும், இந்திய சாஸ்திரீய உலகில் உஸ்தாத்களும் பண்டிட்களும் இணைந்தேதான் பணிபுரிந்திருக்கிறார்கள். 'இவருக்கு அவர் வாசிக்க மாட்டார்' என்பது மாதிரியான ஒரு செய்திகூடக் கேட்டிருக்க மாட்டீர்கள். தனிப்பட்ட விரோதங்கள் ஓரிரண்டு இருந்திருக்கலாம். மற்றபடி, இசைஞர்களுக்குள் இந்த மாதிரியான அடையாளங்களும் அவற்றிலுள்ள பேதங்களும் செல்லுபடியாவதில்லை. அரசியல்வாதிகளைவிடவும், சமூகத்தின் சமத்தன்மை பற்றி ஓயாமல் விசனப்படும் ஆர்வலர்களைவிடவும், இசைக்கலைஞர்கள் பொறுப்பானவர்கள் என்பதற்கு இதைவிட வேறென்ன சான்று வேண்டும்?

ஆனால், இசைஞன் என்று குறிப்பாகச் சொல்வதுகூடப் பிசகுதான். கலைஞன் என்று பொதுவாகச் சொல்ல வேண்டும். பிரச்சாரம் செய்யாத கலைஞன். என் அபிமான மராத்தியக் கவிஞர் காசிராம் ராணேவின் கவிதை வரிகள் இப்படிப் போகும்:

> நிறமெதுவானால் என்ன
> மணமெதுவானால் என்ன,
> பூ என்றும் பூதான். மட்கி
> உதிர்ந்த பின்னும்
> பூவேதான் அது.

இதன் எதிரொலி மாதிரி இன்னொரு வரியும் நினைவு வருகிறது. ஆனால், இது ஒலிக்கு முன்பே விளைந்த எதிரொலி! ஏதோ ஒரு நூற்றாண்டில் இருந்த யாரோ ஒரு சூஃபி ஞானியின் வாக்கு என்று படித்தது.

வரப்புகளுக்குக் கீழே, தரை ஒன்றாகவே இருக்கிறது.

ஆனால், இவ்வளவு விவேகமுள்ள புலம், தன்னியல்பான மன உறுதியோடு இருக்க இயலாமல் போகும் காலகட்டங்களும் வரத்தான் செய்கின்றன.

உதாரணமாக...

முன்பே குறிப்பிட்டேனே, பாரதத்தின் அந்தராத்மாவில் வெட்டு விழுந்த மாதிரி நடந்த பிரிவினைக் காலம்? அந்தச் சமயத்தில் சாமானியர்கள் மாதிரியே இசைஞர்களும் சஞ்சலமுறத்தான் செய்தார்கள். இங்குள்ள இசைமேதைகள் பலரும் பாக்கிஸ்தான் போய்விட்டார்கள்... அநேகருக்கு இங்கிருக்கத்தான் விருப்பமாம். காரணம், இஸ்லாமியர், இந்து என்ற பேதமின்றி, உடன்பிறந்தவர்கள் போலப் பழகி வந்தவர்கள்; இசை என்று தனியாக ஒரு மதம் உருவாகிவிட்டதாகவும் தாங்கள் அதைத் தழுவியவர்கள் என்றும் நிஜமாகவே நம்பியவர்கள். நாமறிந்த உதாரணங்களே எவ்வளவு இருக்கின்றன. பாபா அலாவுதீன் கானின் புதல்வி அன்னபூர்ணா தேவியாய்ப் பிறக்கிறார். ரவி ஷங்கரை மணக்கிறார். அம்ஜத் அலிகான் சுபலக்ஷ்மியை மணந்து, தாம் உருவாக்கும் ராகத்துக்கு மனைவியின் பெயரையே சூட்டுகிறார்!

ஆனால், சமூகம் வற்புறுத்துகிறது. மதத்தின் பெயரைச் சொல்லி 'வா, வா, என்னோடு வந்துவிடு' என்று அழுத்திச் சொல்கிறது புதிய நாடு. பிறந்த நாடோ, 'ஆமாம். போ, போ. போய்விடு' என்று விரட்டுகிறது. எல்லையோரம் அத்தனை கொலைகள் நடந்தபிறகு யாருக்குமே அதைரியம் தட்டத்தானே செய்யும்?

ஆக, போய்விட்டார்கள். ஆனால், அங்கே அவர்கள் எதிர்கொள்ள நேர்ந்த வதைகள் வேறுவிதமானவை. பூர்விக தேசத்துக்கு எதிரான குரோதம் கொழுந்துவிட்டு எரிந்த காலகட்டம். தேசத்துக்கு எதிராக மட்டுமல்ல, மதத்துக்கு எதிராகவும்தான். என்னவோ, இந்தியா முழுவதும் ஒரே மதம்தான் நிலவுகிறது என்கிற மாதிரி. இவ்வளவும் எதற்காகச் சொன்னேன், இசைக் கலைஞர்களுக்கு பாகேஸ்வரி, சிவரஞ்சனி என்று இந்துக் கடவுள் பெயர் கொண்ட ராகங்களைப் பாடக் கூடாது என்று தடை விதித்தார்களாம்! அத்தோடு, அவற்றுக்கெல்லாம் இஸ்லாமியப் பெயர் சூட்ட வேண்டும் என்று ஆலோசனை வேறு!

இந்த இடத்தில்தான் தீன் சகோதரர்களை[1] ஞாபகப்படுத்திக் கொள்ள வேண்டியிருக்கிறது. மூத்தவரான கியாஸுத்தீன் ஒரு வானொலிப் பேட்டியில் சொன்னாராம்:

> என்ன பெயரில் பாடினால் என்ன, சிவமத் பைரவிக்கு உள்ள ஸ்வரங்களும் பாவமும் மாறிவிடுமா?

அவர்களின் இன்னொரு சிறப்பையும் சொல்ல வேண்டும். தாக்குர்தாஸ் ஃபவுண்டேஷன் நிறுவியிருக்கும் 'நாத சம்மான்' விருதை அறிவீர்களல்லவா?

நிச்சயமாக. நாலு வருடத்துக்கு ஒருமுறை வழங்கப்படுவது... பத்து லட்ச ரூபாய் சன்மானம் அல்லவா?

முதல் வருடம் தீன் சகோதரர்களுக்குத்தான் வழங்கப்பட்டது. பொதுவாக, சர்ச்சை இல்லாத விருதே கிடையாது அல்லவா. ஆனால், தீன் சகோதரர்களுக்குக் கிடைத்த விருதை, தங்களுக்கே கிடைத்த மாதிரி எல்லாரும் கொண்டாடினார்கள். சகோதரர்கள் இன்னும் சிறப்பான காரியம் செய்தார்கள். விருதுத் தொகையைச் சரிபாதியாகப் பிரித்து, ராவல்பிண்டியிலுள்ள ஹஸ்ரத் பாரி இமாம் தர்ஹாவுக்கும், பனாரஸின் விஸ்வநாதர் கோவிலுக்கும் வழங்கிவிட்டார்கள். இதை வெறும் சமூக உணர்வு என்று கொள்ளக் கூசுகிறது. மாட்டவும் மாட்டேன். பெயரும் உருவமும் அற்ற சிருஷ்டிகர்த்தாவுக்கு அவர்கள் செலுத்த விரும்பிய நன்றியாகவேகூட இருக்கலாம்! இத்தனைக்கும், தங்கள் இறுதி நாட்கள்வரை, வாடகை வீட்டில் கூட்டுக் குடும்பமாக வசித்தவர்கள் இருவரும்.

அட! இது நான் கேள்விப்படாத செய்தி.

அவர்களுடைய பொருளாதார நிலைமை ரொம்பப் பேருக்குத் தெரியாது அம்மணி. நம் காலத்தில் வாழ்ந்த ஸூஃபி ஞானிகள் என்றுதான் அவர்களைச் சொல்ல வேண்டும். நான் குறிப்பிட்ட வானொலிப் பேட்டியில் கியாஸுத்தீன் ஸாஹேப் சொன்ன இன்னொரு வாக்கியமும் நினைவு வருகிறது:

> நாங்கள் அர்ப்பணிக்கும் இசையை ஏற்கும் இறைவன் நிஜமாகவே அருவமானவன். அவன் எங்களையும் அறிவான், எங்கள் கைகளைப் பிணைக்கும் கயிறுகளையும் அறிவான்... அறுத்தெறிந்து விடுவிக்க ஒரு கணம் போதும் அவனுக்கு...

---

1. கியாஸுத்தீன் – நியாமுத்தீன் சகோதரர்கள். இந்தூரில் பிறந்த வாய்ப்பாட்டுக் கலைஞர்கள். பாபா அலாவுதீன் கானின் சமகாலத்தவர்கள். பிரிவினையின் போது பாகிஸ்தானில் சென்று குடியேறினார்கள்.

என்ன ஒரு தெளிவு!

பின்னே? இப்படி ஒரு தெளிவு இல்லாமல், இசையில் அவர்கள் எட்டிய சிகரங்களை எட்ட முடியுமா என்ன! அவர்கள் பாடி ஒரு தோடியை நேரில் கேட்டிருக்கிறேன். '56இல். இன்னமும் எனக்குள் ரீங்கரித்துக்கொண்டிருக்கிறது. தோடி வாசிக்க வேண்டும் என்று நினைத்த மாத்திரத்தில், அவர்கள் பறந்து சென்ற தடமும் அதைக் கேட்டபோது எனக்குள் கிளர்ந்த ஆனந்தமும் ஞாபகம் வந்துவிடும். அவர்களுடைய பிடிகளைத் தாண்டி ஒரு இம்மி நகரவும் கற்பனை ஒத்துழைக்காது. பலன் என்ன என்று நினைக்கிறீர்கள்?

சொல்லுங்கள்.

இன்றுவரை மேடையில் நான் தோடி மட்டும் வாசித்ததே கிடையாது! தீன் சகோதரர்களுக்கு என் வழியில் நான் செய்யும் வழிபாடு இது!

மாடிப்படியில் காலடியோசை ஏறி வருகிறது. பணியாள் உச்சிப்படியில் நின்று ‘சாப்பாடு தயார்’ என்று அறிவிக்கிறார். ‘போவோமா?’ என்பது மாதிரித் தலையசைக்கிறார் ஸ்ரீ தீட்சித். சம்மதமாய்த் தலையாட்டுகிறேன். இருவரும் இறங்கிச் செல்கிறோம்.

அவருடனான நாலாவது நாள் மதிய உணவு. இதற்குள் சாப்பாடு அறையும் அதை நிரப்பியிருக்கும் பொருட்களும் என் கண்ணுக்கும் மனத்துக்கும் சுவாதீனமாகியிருக்கின்றன.

பத்துப்பேர் வரை விசாலமாக அமர்ந்து சாப்பிடும் நீள அகலம் கொண்ட சாப்பாட்டு மேஜை. பளபளக்கத் துலக்கப்பட்ட எவர்சில்வர் பாத்திரங்கள். நடுவில் ஒரேயொரு சிறு பானை மட்டும் தாமிரத்தில். பதார்த்தங்கள் மூடிகளை மீறி மணக்கின்றன. எதிரெதிர் நாற்காலிகள் முன்பு வெள்ளித்தட்டுகள். அருகில் தூய வெண்ணிறத்தில் சதுரத் துணிகள்.

நாங்கள் சாப்பிடுவதை நிலைவாசலில் சாய்ந்து நின்று வேடிக்கை பார்க்கிறார் ஸ்ரீ வித்தல்பாய்.

ஸ்ரீ தீட்சித் நிதானமாக உண்கிறார். சாப்பிடும் போது பேசும் வழக்கம் இல்லை அவருக்கு. நிச்சிந்தையான முகம். சாப்பாட்டைத் தவிர வேறெதிலுமே கவனம் செல்லாத வெறுமை. அவ்வளவு பெரிய சாப்பாட்டு அறையில் காற்றுப்போல நிசப்தம் நிரம்பியிருக்கிறது.

குறைவாகத்தான் சாப்பிடுகிறார். எதையும் விலக்காமல், எனக்குச் சமமாகச் சாப்பிடுகிறார் – அவருடைய ஆரோக்கியத்துக்குச் சாட்சியம் போல. கிழவரின் சமையலில் நாளுக்கு நாள் ருசி அதிகரிக்கிற மாதிரிப் படுகிறது. இவ்வளவு

அபாரமான காலாகண்ட் நான் சாப்பிட்டதேயில்லை. அதில் மட்டும் இன்னொன்று கேட்டு வாங்கிக்கொள்கிறார் ஸ்ரீ தீட்சித்.

ஹரி ஜீ, வாசிக்கும்போது உங்களுடைய மனநிலை எப்படியிருக்கும் என்பதை விளக்க முடியுமா?

சாப்பிடும்போது உங்கள் மனநிலை எப்படியிருக்கும் என்பதை உங்களால் விளக்க முடியுமா? *(சிரிக்கிறார். நானும்தான்!)* விளையாட்டாகச் சொல்லவில்லையம்மா – நான் இப்படி யோசித்துப் பார்த்ததே கிடையாதே! என்றாலும், கேட்டு விட்டீர்கள். முயற்சி செய்து பார்க்கவேண்டியதுதான்.

முதலில், அன்றாடம் நடக்கும் சமாசாரம் என்பதால் அதுபற்றி விசேஷமான சிந்தனை எதுவும் இருக்காதே? பொதுவான ஒரு கவனம் இருக்கும். சிந்தக்கூடாது; தொடுகறியை எப்போது எடுத்துக்கொள்வது; எவ்வளவு; தீரும்போது மீண்டும் நிரப்பிக்கொள்வது எப்படி; எந்தெந்தப் பக்குவத்தில் உள்ளதை எந்த அளவு மெல்ல வேண்டும் *(கேலியாகப் புன்னகைக்கிறார்)* என்பதெல்லாம் உங்கள் அனிச்சையில் பதிவாகியிருக்குமல்லவா? வாசிப்புக்கும் அதேதான்!

ஸ்வரஸ்தானங்களில் அழுத்தம் தரும் இடது கைவிரல்களிலும், வில்லை இயக்கும் வலதுகையிலும், இரண்டு கைகளுக்குமான ஒத்திசைவிலும் மெல்லிய கவனம் செயல்படும். மற்றபடி, ராகத்தின் லட்சணம், எல்லைகள் குறித்து சற்றுக் கூடுதலான அக்கறை இருக்கும். சபையின்மீது கூர்மையான அவதானம் இருக்கும். நேரம் பற்றிய பிரக்ஞை கொஞ்சம் இருக்கும். இது எல்லாமே, துருதுருவென்று இருக்கும் மேல் மனத்தின் நடவடிக்கைகள்.

அதற்கும் சற்றுக் கீழ்த்தளத்தில், மனத்தின் தன்னிச்சையான போக்குவரத்துகள். வாசிப்புக்குச் சம்பந்தமில்லாதவை. உதாரணமாக, 'முன் வரிசையில் அமர்ந்து கேட்கும் அந்த விமர்சகன்தானே, புதிதாய் வெளிவந்திருக்கும் நம் ஸிடி பற்றி டைம்ஸ் ஆஃப் இந்தியாவில் மோசமான மதிப்புரை எழுதியவன்; இவ்வளவு அழகியாய் இருக்கிறாள் – ஏன் இப்படி கோரமாய் உதட்டுச்சாயம் பூசியிருக்கிறாள்' என்பது மாதிரி. ஆலாப்பின் ஆரம்பக் கட்டத்தில் பார்வை கவர்ந்துவரும் காட்சிகளுக்கு எதிர்வினை மாதிரி இப்படித் துணுக்குகள் ஓடிக்கொண்டிருக்கும். ஆலாப் சூடு பிடிக்கும்போது இந்தத் தளத்தில் ஒருவிதமான நிச்சலனம் உண்டாகிவிடும் என்று நினைக்கிறேன். ஒருவிதமான தனிமை கவிந்துவிடும். நானும் என் வாசிப்பும் மட்டுமே என்கிற மாதிரி. இருட்டில் ஒற்றையடிப்பாதை நடையில் உடன் வரும் துணையைப் போல தபலாவின் ஒலி கேட்டுக்கொண்டிருக்கும். நம்

உடம்பின் ரீங்காரம் மாதிரி தம்பூராவின் ஒலியும் தான்... உங்கள் கேள்விக்கு ஓரளவாவது பதிலளித்திருக்கிறேனோ?

நிச்சயமாக. ஆனால், என் கேள்வியை இன்னும் சற்று மாற்றிக் கேட்டிருக்கலாமோ என்று தோன்றுகிறது . . .

கேளுங்களேன்.

கர்நாடக இசை வல்லுநர் ஒருவரைப் பேட்டி கண்டபோது, ராகத்தின் ஸ்வரூபத்தைப் பார்த்தபடியே தான் பாடுவதாகத் தெரிவித்தார்—தெளிவான உருவமாக அல்லாது, புகைமூட்டமான ஒரு வடிவமாகப் புலப்படுமாம். அதுபோல விசேஷமான காட்சிகளோ, தரிசனங்களோ உங்களுக்கு நிகழுமா என்று கேட்கிறேன் . . .

அவர் சொல்வதை நான் மறுக்கப் போவதில்லை. அவரவர் மனத்தின் பதநிலை, இசைக்கு வெளியில் அவர்களிடம் நிலவும் நம்பிக்கைகள், அவர்களே ஒருபோதும் அறியமுடியாத ஆழ்மனப் பதிவுகள் போன்றவை சார்ந்து சில பிம்பங்கள் உருவாகத்தான் செய்யும். இசையை 'தெய்வீகமானது, தெய்வத்துக்கு அர்ப்பணமாவது' என்று சொல்லாத ஒரேயொரு த்ருபத் கலைஞரைக்கூட நான் இதுவரை சந்தித்தது கிடையாது. அவர்கள் தங்கள் இசையை வளர்த்துக்கொள்வதே இப்படியொரு நம்பிக்கையின் வழியாகத்தான் என்னும்போது, நம்மைப் போன்ற வெளியாட்கள் கேள்வி கேட்பதற்கு என்ன இருக்கிறது?

உண்மையில், நானுமே ஒரு புத்தகத்தில் வாசித்தேன் –ஒவ்வொரு மொழியிலும் *word beings* என்ற சொல்லுயிர்கள் உலவுவதாக. உதாரணமாக, 'நான்கு தலைகளும் மூன்று வாலும் ஒரேயொரு கண்ணும் உள்ள ஜீவராசியை எதிர்கொள்கிறான் ராஜகுமாரன் – மந்திரவாதியிடம் மாட்டிக்கொண்ட இளவரசியை மீட்பதற்காகப் போகும் வழியில்' என்று ஒரு குழந்தைக்கதை இருக்கிறது என்று வைத்துக்கொள்வோம். ஜீவராசிக்கு ஒரு பெயரும் சூட்டியாகிவிட்டது. ஆனால், அந்தச் சந்தர்ப்பத்தைத் தவிர வேறெங்கும் அது புழங்க முடியாது. வாசிக்கும் ஒவ்வொரு குழந்தையும் தன் மனத்தில் ஒரு பிம்பத்தை உருவாக்கிக்கொள்ளத்தானே செய்யும்? காமிக்ஸ் என்றால் வரைந்து காட்டியிருப்பார்கள். எழுத்தாகப் படிக்கும் போது?

இதே வழியில், நீங்கள் சொன்ன உதாரண புருஷரின் மனத்திலும் பிம்பங்கள் உருவாகியிருக்கலாம். அவர் காணும் ஸ்வரூபங்களில் ஆண் – பெண், வயது, உடைகள் மற்றும் அணிகலன்கள் போன்ற வேறுபாடுகள் உண்டா; கொஞ்சம் வர்ணிக்க முடியுமா என்றெல்லாம் கூடக் கேட்டுப் பார்க்கலாம்!

(சிரிக்கிறார்) இந்த மாதிரிக் கேள்விகளின் தொந்தரவிலிருந்து தப்பிக்கத்தான், அவரே 'புகைமூட்டம்' என்று சொன்னாரோ என்னவோ? என்னை மாதிரி அற்ப மனங்கள் சும்மா விடுமா? புகையின் மூட்டத்திலும் வண்ண, வடிவ வேறுபாடுகள் உண்டுதானே? என்று மேலும் குடைந்து தொலைக்கும்!

இசையமைப்பாளர் ரவீந்திர ஜெயின் இருக்கிறாரே –தென்னிந்தியாவிலும் தெரிய வந்தவர்தானே அவர்? உங்கள் மொழியில் அறிமுகம் ஆகியிருக்கிறாரோ?

இல்லை. மலையாளத்தில் மட்டும் இரண்டு படங்கள் செய்திருக்கிறார். ஆனால், சிட்ச்சோருக்கு அவர் அமைத்து கே ஜே ஜேசுதாஸ் பாடிய 'கோரி தேரா காவ்ம் படா ப்யாரா' தமிழ்நாட்டிலும் பிரபலமாகத்தான் இருந்தது — எண்பதுகளின் ஆரம்பத்தில். தமிழகத்திலுள்ள மலையாளப் பாடல் ரசிகர்களுக்கு, 'சுஜாதா'வில் அவர் அமைத்த 'தாலிப்பூ — பீலிப்பூ'வை நிச்சயம் தெரிந்திருக்கும்!

அவருக்குப் பிறவியிலேயே பார்வை கிடையாது என்பது உங்களுக்குத் தெரிந்திருக்குமே?

நீங்கள் சொல்ல வருவது புரிகிறது. அப்படியென்றால், இசை வித்தகராவதற்கு வெறும் ஞாபகசக்தி மட்டும் போதும் என்றல்லவா ஒரு பாமர மனம் புரிந்துகொள்ளும்?

அதெப்படியம்மா அப்படிச் சொல்வேன்? நாள்தவறாமல் உட்கார்ந்து பயிற்சி செய்வது மனனம் செய்யும் பொருட்டுத்தான் என்று யாராவது எண்ணுவார்களா? பயிற்சியின் விளைவாக உங்களுக்குக் கிடைக்கும் பலன் என்னவென்றால், மேல் ஷட்ஜமத்தையும் கீழ் பஞ்சமத்தையும் நீங்கள் தேடிக் கண்டுபிடிக்க வேண்டியதில்லை – சைக்கிள் ஓட்டும் வித்தை உங்களுக்குள் படிகிற மாதிரி ஸ்வரங்களும் குறிப்பிட்ட ஒரு ராகத்தின் விளிம்புகளும் உங்கள் அனிச்சை இயக்கத்தின் பகுதியாய் மாறிவிடும்.

ஆனால், இப்படி நிர்ணயமாகியிருக்கிற ஒரு பிரதேசத்தில் உங்களுக்கான பிரத்தியேக சாலைகளையும் சந்துகளையும் கண்டுபிடிக்க முனைவது நீங்களே மேற்கொள்ளும் அசல் அலைச்சலின் வழியாகத்தான். ஞாபகசக்தி செயல்பட இயலாத பிராந்தியம் இது. இந்த இடத்தில்தான் வித்வான்களுக்கும் கலைஞர்களுக்குமான வித்தியாசம் உதிக்கிறது. பழகின பாதையில் கட்டுச்சோற்று மூட்டையுடன் அன்றாடம் அலுவகப் பணிக்குச் சென்று திரும்புபவர்களையே நான் வித்வான் என்று குறிப்பிடுகிறேன்...

காட்சிகளும் ஒலிகளும் அற்று ஒரு கணம்கூட மனித மனத்தால் இருக்க முடியாது என்று சொல்வார்கள்...

நீங்கள் சொல்வது வாஸ்தவம்தான். ஆலாப்பின் ஆரம்ப நிலைகளில் மனத்தின் கூர்மை சற்றுக் குறைவாகத்தான் இருக்கும். சதுப்பு நிலத்தில் கணுக்கால் ஆழம்வரை இறங்கும்போது இருக்கும் அளவில் மட்டுமே. ஆனால், தொடர்ந்து நகரும்போது, புற விஷயங்கள் மெல்ல மெல்ல கவனத்திலிருந்து அகன்று, ராகத்தின் ஆழத்துக்குள் புதையத் தொடங்குவேன்.

முழுக்க அமிழ்ந்த பிறகு உங்களுக்கு உள்ளும் புறமும் நீர் நிரம்பிவிடுகிற மாதிரி, த்ருத்தின் போது எனக்குள் ராகம் மட்டுமே நிரம்பியிருக்கும். அதி த்ருத் வாசிக்கும் சமயங்களில் என்னையும் ராகத்தையும் தவிர வேறெதுவுமே இல்லாத மாதிரி ஒரு வெறுமையை உணர்வேன். உடலைத் தன்னிச்சையாக இயங்கவிட்டுவிட்டு மனம் விலகிக்கொள்ளும் தருணம் அது. ஒருவேளை இதைத்தான் இசையின் ஆன்மிக அனுபவம், தியான நிலை என்றெல்லாம் சொல்கிறார்களோ என்னவோ!

இதெல்லாம்கூட, நீங்கள் கேட்டதால் நான் உருவகித்துச் சொல்கிறேன். இப்படித்தான் நிஜமாகவே நடக்கிறதா என்று கேட்டால் தயங்கத்தான் செய்வேன். ஏனென்றால், ஒவ்வொரு முறை வாசிப்பதும் தனித்துவமான அனுபவம்தான். ஒரே விதமாகத்தான் காரியங்கள் நடக்கிறது என்று பொதுமைப்படுத்திச் சொல்வதற்கில்லை.

இது அத்தனையும், வாசிப்பவன் விஷயத்தில். கேட்கிறவர் மனத்தில் என்ன நடக்கிறது என்று அவர்களைத்தான் கேட்க வேண்டும்!

"இசையை நிகழ்த்துபவர்தாம் அதன் முதல் ரசிகர்" என்று நீங்களே குறிப்பிட்ட ஞாபகம்...

உண்மைதான் அம்மணி. நீங்கள் ஜிட்டு கிருஷ்ணமூர்த்தி படித்திருக்கிறீர்களோ?

ஓரளவு.

அவர் ஒரு பரிவர்த்தனையை மூன்றாகப் பிரிக்கிறார். *The teacher, the taught and the teaching itself* என்று. இசையையும் அதேவிதமாகப் பகுக்கலாம். வழங்குபவன், துய்ப்பவன், இசை என. நுட்பமான ஒரு கணத்தில் முதல் இரண்டும் விலகிக் கொண்டு, மூன்றாவது மட்டுமே சாந்நித்தியமாகி இருக்கும் தருணம் வாய்க்கும்.

அதாவது, நீங்களே இசையாகிவிடுவீர்கள் என்கிற மாதிரி...

அதெல்லாம் பெரிய வார்த்தையம்மா. எப்பேர்ப்பட்ட மேதை பற்றியும் இவ்வளவு கனத்த வாக்கியத்தைச் சொல்லக் கூடாது. அவர் நிகழ்த்திக் காட்டியது போகவும் மிச்சம் இருக்கக்கண்டு தானே அடுத்த தலைமுறை எழுந்து வருகிறது!

சரிதான்.

ஆனால், கேட்கிறவர்களுக்குத் தேர்வுகள் நிறைய இருக்கிறது –அவர்கள் இசையின் உருவத்தை இயக்குபவர்கள் இல்லை என்பதால்.

உதாரணமாக, ஸ்வரக் கோவைகளின் ஒழுங்கு பற்றிய கவலையே இல்லாமல், தங்கள் மனத்தில் உருவாகும் பிம்பத்தில் தோய்ந்து கிடக்கலாம் அவர்கள்.

கேட்பதற்கும் பார்ப்பதற்கும் நேரடித் தொடர்பே இல்லாமல் கூட...

மானசீகமாகப் பார்ப்பதை விட்டுவிட்டீர்கள்..! ஆக, அவர்களுக்கு இப்படியொரு சுதந்திரம் இருக்கிறது. தனக்குள் மூழ்கிக் கிடப்பதற்கான ஊக்கியாக இசையைப் பயன் படுத்திக்கொள்ளலாம். பக்கத்தில் இருப்பவர் கைதட்டும்போது நாமும் விழித்துக் கொண்டு கை தட்டினால் போகிறது! *(இருவரும் சிரிக்கிறோம்)*

அவரவர் மன அமைப்பைப் பொறுத்து அமைகிறவை அல்லவா இந்த பிம்பங்கள். நாக்பூரில் ஒரு பெண்மணி நான் வாசித்த கலாவதியைக் கேட்டபோது, கைக்குழந்தையை மடியில் கிடத்திக் குளிப்பாட்டுவதுபோல உணர்ந்ததாகச் சொன்னார். அந்த அம்மாள் போனபிறகு வந்த குஜராத்தி வணிகர், ‘பிரம்மாண்டமான ஆலயத்தில் ஒவ்வொரு கதவாகத் திறந்து கொண்டே சென்று கர்ப்பக்கிரகத்துக்குள் நுழைவது போல இருந்தது’ என்று அதே வாசிப்பைச் சொன்னார். ஆம்ஸ்டர்டாமில் ஓர் ஐரோப்பியர் என் வாசிப்பைக் கேட்டபோது, ஆல்ப்ஸில் நடக்கிறது மாதிரி உணர்ந்தாராம்.

நைஜீரிய இளைஞன் ஒருவன் சொன்னதைத்தான் உச்சமானதாகக் கருதுகிறேன். அவன் சொன்னான் – அதி துரித காலத்தில் நான் வாசித்தபோது, ‘வில்லும் அம்பும் கையுமாய், புதர்களினூடாக கஸலைத் துரத்திக்கொண்டு ஓடுவது மாதிரி இருந்தது’ என்று. இத்தனைக்கும் அவன் ஒரு குளிர்பான நிறுவனத்தின் உதவிப் பொது மேலாளன்! அமேரிக்காவில் பிறந்து வளர்ந்தவன். விடுமுறைக்கு மட்டும் தாய்நாடு சென்று திரும்புகிறவன்! ஆழ்மனத்துக்கும் கீழே இருக்கிற படுகையில் புதைந்து கிடக்கும் பூர்வீகப் படிவங்களைக்கூடக் கிளறிவிடும்

வல்லமை இசைக்கு இருக்கிறது என்றுதானே இதற்கு அர்த்தம்!

வாசிக்க ஆரம்பித்த நாட்களிலிருந்த அதே மனநிலைதான் இன்றும் தொடர்கிறதா?

சுவாரசியமான கேள்வி அம்மணி. நான் இப்படியெல்லாம் யோசித்து என் உட்புறம் குனிந்து பார்த்துக்கொண்டதேயில்லை! ஆனாலும், வாசிக்கும்போது நிலவும் மனநிலையில் பெரிய மாற்றம் எதுவும் நேரவில்லை என்றுதான் சொல்லத் தோன்றுகிறது.

ஆரம்பத்தில் இருந்ததைவிட, வளர்ச்சியின் போக்கில், வில்லுக்கும் மனத்துக்குமான ஒத்திசைவு இன்னும் சரளமாகியிருக்கிறது என்று சொல்லலாம். இதன் காரணமாக, சிந்தையில் உதிக்கும் எதுவும் அதே விசை, அழுத்தத்துடன் வாத்தியத்துக்கு இடம்பெயர்வது சாத்தியமாகியிருக்கிறது. அபூர்வமான, முன் யோசித்தே இராத ஒரு சங்கதி வாத்தியத்தில் பிறக்கும்போது 'அட!' என்று சுயபிரமிப்புக் கொள்வது அநேகமாக நின்றே போய்விட்டது. அதற்காக அபூர்வ சங்கதிகள் விழுவது நின்றுவிட்டது என்று எடுத்துக்கொள்ளாதீர்கள்! *(சிரிக்கிறார்)* அதுமாதிரி அபூர்வங்கள் நிகழும்போது கிடைக்கும் லாகிரிக்காகத்தானே வாசிக்கிறோம்; இதில் ஆச்சரியத்துக்கு என்ன இருக்கிறது என்று மனம் சமாதானம் கொண்டுவிட்டது.

உச்சபட்ச வேகத்தில் வாத்தியமும் மனமும் இசைந்து பறக்கும் தருணங்களில் வில், கை, தந்தியை அழுத்தும் விரல்கள் என்றெல்லாம் தனித்தனியாக இல்லாது எங்கிருந்தோ எங்கோ பயணம் செய்யும் ஒலியலைகளை இடையில் நின்று கேட்கிறவனாக என்னை அடிக்கடி உணர்கிறேன் இப்போதெல்லாம் –ஆகாய விமானத்தை வேடிக்கை பார்க்கும் சின்னஞ்சிறுவனை மாதிரி. இசை தன்னைத்தானே நிகழ்த்திக்கொள்வதை செயலற்ற மகிழ்ச்சியுடன் தரிசித்தபடி.

ஆனால், மேடையில் வாசிக்கும்போது அல்ல, அதற்கு முன்பும் பின்பும் என்னவிதமான உணர்ச்சிகள், எண்ணங்கள் எனக்குள் நிலவுகின்றன என்பதுதான் இதைவிட சுவாரசியமாகவும், ஹரி சங்கர் தீட்சித் என்கிற நபரின் சொந்தச் சமாசாரங்களாகவும் தென்படுகின்றன. வாசிக்க எவ்விதம் தயாராகிறேன், வாசித்து முடிந்ததும் எனக்குள் முறுகியிருக்கும் கயிறு எவ்விதம் எதிர்ப்புறம் சுழன்று தளர்கிறது என்பதெல்லாமும் முக்கியம்தான்!

அவற்றைப் பகிர்ந்துகொள்ளலாமா?

தாராளமாக... கச்சேரி நாளில் வழக்கத்தைவிடச் சீக்கிரம் எழுந்துவிடுவேன். செவிகளில் ஒருவிதக் கூர்மை அதிகரித்துவிட்ட மாதிரி இருக்கும். அதிகாலைப்பொழுதின் நிர்மலமான அமைதிப்

பரப்பில் ஒவ்வொரு ஒலியாகச் சொட்டி குமிழிகளையும் வளையங்களையும் உருவாக்குவதை மனம் வேடிக்கை பார்க்கத் தொடங்கும். எதுவுமே பழையது அல்ல – புத்தம் புதிய காக்காய், முதன்முறையாகக் காதில் விழும் சைக்கிள் மணி, ஜன்னலோரம் சலசலக்கும் மரக்கிளை அந்தக் கணம்தான் பிறந்து உயர்ந்தது என்கிற மாதிரி. மெல்லமெல்லப் படரும் வெளிச்சம் ஒலியால் ஆனது மாதிரித் தென்படும்.

இது சிறுகச்சிறுக வளர்ந்துகொண்டே போய், உதாரணமாக, ஒரு தேக்கரண்டி கைதவறி விழும் ஒலி, இடியோசையின் முழக்கம் மாதிரிக் கேட்கும். கிரிக்கெட் வீரனுக்கு சதம் அடித்த பிறகு தன்னை நோக்கி வரும் ஒவ்வொரு பந்தும் கால்பந்து அளவு பெரிதாகத் தென்படுமாமே – அதுமாதிரி.

ஒலியின் அதீதப் பரிமாணங்களுக்குள் விரிந்துகொண்டே போகும் பகல் பொழுதை, நான் இதுவரை பார்த்ததேயில்லையே என்று வியப்பாய் இருக்கும். ஒழுங்கற்றுப் பீய்ச்சும் ஓசையின் பிரவாகத்துக்கு எதிர்க்குரல் மாதிரி என் வயலினைப் பாட வைப்பேன். நாதத்தின் தடங்களில் போக்குவரத்து நிகழ்கிறது. ஒலி இசையாகப் பிரவகிக்கும்போது, புறவுலகம் தன்னை மறந்து கட்டுப்படுகிறது...

கொஞ்சம் அதிகமாகப் பேசுகிறேனோ?

கவித்துவமாக இருக்கிறது என்று நினைத்தேன்!...

சரிதான். இருக்கட்டுமே. இந்தவிதமாகவும் இசை பற்றிப் பேச முடியும் என்பதாக இருக்கட்டும்!

சரி, அதேவிதமான மனநிலையுடன்தான் அந்த நாள் கழியுமா?

பெரும்பாலும். அதிகாலையில் எனக்குள் மலர்ந்த அந்த ஜீவன் வாடிவிடாமல் பார்த்துக்கொள்ள வேண்டும் என்பதில் கவனம் சற்றுக் கூடுதலாக இருக்கும். பகல்முழுவதும் பாதுகாத்து வைத்ததை, மேடைக்குச் சென்று அமர்ந்ததும், முழுமையாகத் திறந்துவிடுவேன். விடுதலை அடைந்த சிட்டுக்குருவி அவையெங்கும் பறந்து செவிகள்தோறும் முத்தமிட்டுத் திரியும்!

கச்சேரி முடிந்த பிறகு மனநிலை எப்படி இருக்கும்?

திரு. தாம்ஸன் ஏற்பாடு செய்த ஆஸ்திரேலியக் கச்சேரி முடிந்த பிறகு இருந்த மனநிலை பசுமையாக நினைவிருக்கிறது. சரத்தும் நானும் ஒருசேர முடித்து ஒருவரையொருவர் பார்த்துப் புன்னகைக்கிறோம். வயலினையும் வில்லையும் கீழே வைத்து விட்டு அவனை நோக்கி என் வலதுகையை நீட்ட, அவன் அதைத் தொட்டுக் கண்களில் ஒற்றிக்கொள்கிறான். அவையோர் எழுந்து

நின்று கைதட்டத் தொடங்கினார்கள். எனக்கு உடம்பெங்கும் மயிர்க்கூச்சமெடுத்து, எழுந்து நின்றேன். சரத்தும்தான்.

அந்த முறை தம்பூரா மீட்ட ஊர்மிளாவையே அழைத்துப் போயிருந்தேன் – மேடையில் மட்டுமின்றி பிற நேரங்களிலும் பக்கபலமாய் இருப்பாள் என்று. மூவரும் கைகூப்பி, ஜப்பானிய முறைப்படி இடுப்பை வளைத்து, அவையை வணங்கி வணங்கி நிமிர்கிறோம். பின்னால் ஊர்மிளா மெலிதாக விசிக்கும் சப்தம் கேட்டது. கண்ணில் என் உணர்ச்சிகள் பெருகி வழிந்துவிடாதபடி சமாளிக்கப் பெரிதும் சிரமப்பட்டேன். என்னுடைய கணக்குக்கு, நாலைந்து யுகங்கள் நீடித்தது அந்தக் கரகோஷம்!

முதல்தடவையாக, எனக்கே எனக்கான, எனக்கு மட்டுமேயான கரகோஷத்தைக் கேட்கிறேன். மனம் கொள்ளாமல் ததும்பினேன்.

அதற்குப் பிறகு அந்த ஒலி பழகிவிட்டது. பின் வந்த நாட்களில், திரைக்குப் பின்னால் தேடி வந்து பாராட்டும் ரசிகர்கள் அதிகரித்தார்கள். ஒப்பனை அறை வாசலில் காவல் போட்டுத் தடுக்கும் அளவுக்குக் கூட்டம் அதிகரித்தது. நான் இயல்பாகத்தானே வாசிக்கிறேன், இதில் இவ்வளவு பாராட்டுவதற்கு என்ன இருக்கிறது என்ற ஆச்சரியம் உள்ளுக்குள் ஊறியவாறிருக்க, அவர்கள் சொல்வதைப் புன்னகை மாறாமல் கேட்டுக்கொண்டிருப்பேன்.

எதிர்பார்த்ததைவிட வாசிப்பு பிரமாதமாக அமைந்து விட்டது என்று நானே உணரும் நாட்களில், பொது மேடையில் அம்மணமாய் நின்று திரும்பிய மாதிரி ஒரு கூச்சம் நிரம்பியிருக்கும் மனத்தில். அடுத்த நாலைந்து நாட்களுக்கு யாரும் வந்து சந்திக்காதிருந்தால் நன்றாய் இருக்குமே என்று ஏக்கமாய் இருக்கும். எங்கே, நாலைந்து நிமிஷம்கூட அப்படியொரு தனிமை வாய்க்காதே. வரிசையாக வந்து கைகுலுக்கவும், கையெழுத்துக் கேட்கவும் ஆரம்பித்துவிடுவார்களே!

பின்னாட்களில், சலனமில்லாமல் ரசிகர்களை எதிர் கொள்ளும் கலை கைவந்துவிட்டது. கச்சேரி முடிந்த மாத்திரத்தில், பூசணிக்காயைப் போல மனத்தை இரண்டாக வகிர்ந்து, என் அந்தரங்கத்தை ஒரு பாதியிலும், ரசிகர்களுக்குத் தேவைப்படும் முகபாவனையை மறு பாதியிலும் வைத்துக்கொள்ளப் பழகி விட்டேன்!

இதே ரீதியில் இன்னொரு கேள்வி. மற்றவர்களுடைய கச்சேரி களைக் கேட்கும்போது உங்கள் மனநிலை எப்படியிருக்கும்?

ஆஹா. இதிலும், ஆரம்பத்திலிருந்து இன்றுவரை ஒரே மாதிரியான

மனநிலை நிலவியது கிடையாது. அண்ணாவுடன் பயணம் செய்த நாட்களில் அவர் கேட்கும் கச்சேரிகளை மட்டுமே கேட்டிருக்கிறேன்...

அவர் வாசிக்காதிருந்த வருடங்களில் தனியாகப் பயணம் செய்தீர்களல்லவா?

அண்ணாவை மாதிரிப் பிறவிக் கலைஞன் இல்லையம்மா நான். பயிற்சியின் காரணமாக இசைஞனானவன். அசுரத்தனமான பயிற்சியின் காரணமாகத்தான் இன்றுள்ள நிலையை எட்டியிருக்கிறேன். இசை என்ற அடர்வனத்துக்குள் அண்ணா போன்றவர்கள் யானை என்றால், நானெல்லாம் ஈசல் மாதிரி!

அவையடக்கம் காரணமாகச் சொல்கிறீர்கள் ஜீ! உங்கள் இசைக்கு அடிமையாகிக் கிடக்கும் பலரை நேரடியாக அறிவேன். நானே ஒரு முன்னுதாரணம்தான் — இல்லாவிட்டால் இத்தனை ஆவலுடன் பேட்டி காண வந்திருப்பேனா?

சரிதான். அவரவர் அபிப்பிராயம் அவரவருக்கு! *(சிரிக்கிறார்)* அண்ணாவின் சுகவீனம் காரணமாகத் தனியாக வாசிக்கப்போன நாட்களில், நான் சிறுவனல்லவா. பெரும்பாலும் முதல் கச்சேரியாக வாசிப்பேன் – வாசித்து முடிந்ததும் ஊர்சுற்றப் போய்விடுவேன். அபூர்வமாகப் பொருந்தி உட்கார்ந்து கேட்டது என்றால் ஹிமான்ஷுவின் கச்சேரிகளைத்தான்.

இரண்டாம் கட்டத்தில், அண்ணாவைப் பிரிந்து வாசிக்க ஆரம்பித்த காலகட்டத்தில், மனம் முதிர்ந்திருந்தது. பிறர் வாசிப்பதைக் கேட்கும்போது என்னுடைய கற்பனை செறிவடைவது புரிந்தது. பிரபலமடையத் தொடங்கியபோது மற்றவர்களின் கச்சேரியைக் கேட்பது கட்டாயமாகிவிட்டது. ‘ஹரிசங்கர் தீட்சித் பாதியில் எழுந்து போய்விட்டார்’ என்பது ஒரு விமர்சன அபிப்பிராயமாகத் தென்பட்டுவிடுமல்லவா! வராமலே இருந்து விட்டார் என்றால் குரோதம் உண்டாகும்!

இசையைக் கேட்க ஆரம்பித்த மாத்திரத்தில், அதிலும் பீம்ஸென் ஜீ, ஐஸ்ராஜ் ஜீ, கிஷோரி தாய் போன்ற மேதைகளைக் கேட்க அமர்ந்ததும், மனத்தில் அபூர்வமான அமைதி கவிந்துவிடும். இசை சம்பந்தமாக எனக்குள் ஸ்திரப்பட்டிருக்கும் நம்பிக்கைகளும், ஞாபகங்களும், விரலில் ஒட்டியிருக்கும் ஸ்வர அனிச்சைகளும் எல்லாம் ஆவியாகி, உருவமற்ற பிரம்மாண்டம் ஒன்றின் முன் செயலற்று அமர்ந்திருப்பேன். இப்படியொன்றை நிகழ்த்திவிடுவதால்தானே அவர்களை மேதைகள் என்கிறோம்?

கசடுகள் ஒவ்வொன்றாகப் பொசுங்கி, சுத்தமாகக் கழுவி விடப்பட்ட மொஸைக் தரை மாதிரி ஆகிவிடும் மனம். பார்க்கப்

போனால், எல்லா நேரங்களிலும் இசைஞனாகவே இருந்து வந்திருக்கும் நான், காதில் விழும் ஒவ்வொரு ஒலிக்கும் ஸ்வர அடையாளம் தர இயலுமளவு கற்று வைத்திருக்கும் நான், இசை என்றால் என்னவென்றே தெரியாத, ஒலியின் மாண்பில் புதைய மட்டுமே அறிந்த, எளிய மனமாக மாறும் வரத்தை அருள்கிற கடவுள்கள்தாம் மேற்சொன்ன மேதைகள்.

அதிலும் தீன் சகோதரர்களின் த்ருபத் சங்கீதத்தைக் கேட்கும் அநுபவத்தை சிறப்பாகச் சொல்ல வேண்டும். நீங்கள் கேட்டிருக்கிறீர்களோ?

ஓரிரு இசைத்தட்டுகள் கேட்டிருக்கிறேன்...

த்ருபத் சங்கீதத்துக்கும் மற்ற வகைகளுக்கும் உள்ள முக்கியமான வேறுபாடு என்று இதைத்தான் சொல்லுவேன்: மற்றவைகளை இசைத்தட்டில் கேட்டாலே நிறைவு கிடைத்துவிடும். ஆனால், பதிவு செய்த த்ருபத் வேறு; நேரில் கேட்பது வேறு. நான் எப்போதுமே நேரில் கேட்கத்தான் பிரியப்படுவேன்.

தீன் சகோதரர்களுடையது போன்று விஸ்தாரமான, அழுத்தமான ஆலாப்பை நான் வேறு எவரிடமும் கேட்டதில்லை. உண்மையில், அவர்கள் கீழ்ஸ்தாயியில் எடுக்கும்போது, என்னுடைய நாபியிலிருந்து அந்த ஒலி கிளம்பி வருகிற மாதிரி உணர்ந்ததுண்டு.

முதலில் சிந்தனை கரைந்து, பின்னர் சிந்தையே கரைந்து, இறுதியில் உடம்பற்று அமர்ந்திருக்கிற மாதிரி உணர்வு தட்டும். அந்த நிலையிலிருந்து மீண்டுவர மனம் எளிதில் உடன்படாது. ஆனால், சங்கீதம் ஓய்ந்தபிறகு மீளத்தானே வேண்டும். எதிர்மறை உணர்வுகள் ஒட்டுமொத்தமும் காலியாகி அன்பால் நிறைந்த பாத்திரம் மாதிரி உணர்வேன். இதைத்தான், த்ருபத் கலைஞர்களும் நேயர்களும் 'பக்தி' என்று குறிப்பிடுகிறார்களோ என்று பலதடவை யோசித்துப் பார்த்திருக்கிறேன்.

ஆக, என் சொந்த அனுபவத்தில், இசை கேட்டலின் உச்சம், த்ருபத் கேட்பதுதான்.

ஜீ, சற்று விலகி ஒரு கேள்வி... உங்கள் சகோதரரின் வாசிப்பை ரசிகர்களுடன் அமர்ந்து கேட்டிருக்கிறீர்களா?

அட! நீங்கள் கேள்விகளை உருவாக்கும் விதம் அற்புதமாக இருக்கிறதம்மா!

நன்றி...

அண்ணாவின் ஒரேயொரு கச்சேரியைத்தான் அப்படிக்

கேட்டிருக்கிறேன். அன்று காலைத் தினசரியில் விளம்பரம் பார்த்தேன். ஏனோ, அவருடைய முன்னிலையில் போய் இருக்க வேண்டும் என்று பரபரப்பாகிவிட்டது. ஊர்மிளாவிடம்கூடச் சொல்லாமல், கடைசி நேரத்தில் புறப்பட்டுச் சென்றேன். என் துரதிர்ஷ்டம், அமைப்பாளர்களில் ஒருவர் அரங்கத்தின் வாசலில் நின்றுகொண்டிருந்தார்.

டிக்கெட்டுக்குக் காசு வாங்கமாட்டேன், முன்வரிசையில் தான் அமர வேண்டும் என்றெல்லாம் வற்புறுத்தத் தொடங்கி விட்டார். 'தயவுசெய்து, கடைசி வரிசையில் இடம் ஒதுக்கித் தாருங்கள்' என்று மன்றாடிக் கேட்டுக்கொண்டேன். 'நான் வந்திருக்கும் தகவல் அண்ணாவுக்குத் தெரிந்துவிட வேண்டாம்' என்றும் கெஞ்சிக் கேட்டுக்கொண்டேன். தனியாக என் பெயருக்கு முக்கியத்துவம் உருவாகி வந்த காலகட்டம். பத்திரிகையாளர் எவராவது பார்த்துவிட்டால் வீணாக ஒரு சர்ச்சை கிளம்புமே என்று ஒரு திடீர் எண்ணம் துளிர்விட்டது. வேறு யாரையாவது அனுப்பி டிக்கெட் வாங்கியிருக்கலாமே என்று ஒரு பின்யோசனை தோன்றி, மானசீகமாகத் தலையில் அடித்துக்கொள்ளவும் செய்தேன்!

ரசிகர்கள் யாரும் அடையாளம் பார்த்துவிடக் கூடாது என்பதால், கச்சேரி ஆரம்பித்து சுமார் கால்மணிநேரம் கழித்து உள்ளே சென்று அமர்ந்தேன்.

ஆனால், நான் போயிருக்கக் கூடாது.

எவ்வளவு பிரயாசைப்பட்டும் மனத்தைச் சமனமாக வைத்திருக்க இயலவில்லை. அவருடைய வாத்தியத்தைத் தொடரத் துடிக்கும் மானசீகத்துக்கு இசைய முடியாமல் வெறுங்கையோடு இருப்பதன் வலியை என் விரல்களால் தாள முடியவில்லை. குமுறும் உணர்ச்சிகளுடன் போராடவும் திராணியின்றி, பாதியில் எழுந்து போகவும் விருப்பமின்றி தவியாய்த் தவித்தபோது முடிவெடுத்தேன் – இனி அவருடைய கச்சேரிகளைக் கேட்பதில்லை என்று.

அவருடைய அன்றைய வாசிப்பு பற்றி என்ன தோன்றியது?

(கண்ணை மூடி ஓரிரு கணம் யோசிக்கிறார்)... ஆமாம். ஒரு வயிற்றில் பிறந்தவர்களில்லையா. அவருடைய உள்ளுணர்விலும் 'இந்தப் பயல் அரங்கத்தில் வந்து அமர்ந்திருக்கிறான்' என்று பட்டிருக்குமோ என்னவோ. இயல்பான வீச்சு இல்லை அன்றைக்கு. அல்லது, உள்ளூரப் புயல் வீசும்போது புறநிலைப் பார்வை[1]யோடு என்னால்தான் நுட்பங்களை வாங்கிக்கொள்ள

1. *Objectivity* என்ற சொல்லைப் பயன்படுத்தினார் ஸ்ரீ தீட்சித்.

முடியாமல் போனதோ... மொத்தத்தில், அந்தக் கச்சேரி அனுபவம் உவப்பானதாக என் நினைவில் தங்கவில்லை.

அவரும் நீங்களும் ஒரே விழாவில் கச்சேரிகள் செய்கிற மாதிரி நேர்ந்திருக்கிறதா?

சுமார் முப்பது வருடங்களுக்கு இந்தியாவில் வாசிப்பது என்பதே எனக்கு அபூர்வமாக இருந்தது அம்மணி. வருடத்தில் ஓரிரண்டு கச்சேரிகள் கிடைத்தால் அபூர்வம். '95க்குப் பிறகுதான் அடிக்கடி இங்கு வந்து வாசிக்க ஆரம்பித்தேன். அதனால், உங்கள் கேள்வி இந்தியப் பின்னணியில் சாத்தியமேயில்லை. அமைப்பாளர்களுக்கும் நாங்கள் பிரிந்திருப்பது தெரியும்தானே. ரிஸ்க் எடுக்க மாட்டார்கள்!

அயல்நாடுகளில் பலதடவை யதேச்சையாகச் சந்திக்க நேர்ந்திருக்கிறது. விமான நிலையத்திலோ, இந்திய தூதரகத்திலோ, அல்லது இசை விழாக்களிலேயேதானோ – சந்திக்க நேரும்போது, தமது தாயாருக்குத் தாம் ஒரே பிள்ளை என்பது போல நடந்துகொள்வார் அண்ணா. ஆரம்பத்தில், விம்மும் மனத்தை அடக்க முடியாமல் சிரமப்படுவேன். சரி, எவ்வளவு நாளைக்குத்தான் ஒரே துக்கத்தைக் கொண்டாடுவது, சொல்லுங்கள்? ஒரு வெரைட்டி வேண்டாமா? அடுத்தடுத்த துக்கங்கள் வரும்போது இது தானாகத் தேய்ந்துவிட்டது! *(சிரிப்பில் மெல்லிய கசப்பு தென்படுகிறது)*

ஆனால், உங்களுக்கு மேற்கத்திய வட்டாரங்களில் இசைப் பயணம் போகத்தான் பிடிக்கும் என்றும், இந்தியாவில் கச்சேரி நிகழ்த்த நீங்கள் விரும்புவதில்லை என்றும் வதந்திகள் உலவின அல்லவா?

(முகம் தீவிரமாகிறது) அவற்றை வதந்திகள் என்று குறிப்பிட்டதற்காக என் மனப்பூர்வமான நன்றியைத் தெரிவித்துக்கொள்கிறேன் அம்மணி. தாய்நாட்டில் புகழ்பெற வேண்டாம் என்று எவனுக்காவது தோன்றுமா? அதற்கெல்லாம் ஆழமான காரணங்கள் உண்டு – எனக்கு நானே நினைவுபடுத்திக்கொள்ள விரும்பாத காரணங்கள்.

டைம்ஸ் ஆஃப் இந்தியாவிலிருந்து ஒருவர் பார்க்க வந்திருக்கிறார் என்று இண்ட்டர்காமில் தகவல் வருகிறது. 'இதோ வருகிறேன்' என்று சொல்லிவிட்டு என்னை தர்மசங்கடமாகப் பார்க்கிறார். 'பரவாயில்லை, போய் வாருங்கள்' என்று சொல்கிறேன். 'சங்கீதம் கேட்கிறீர்களா?' என்று ஆதரவாகக் கேட்கிறார். 'ஓ...' என்று உற்சாகமாகச் சொல்கிறேன். '...உங்களுடைய வாசிப்பில் நீங்கள் மிகவும் நெருக்கமாக உணரும் ஒன்றைக் கேட்கப் பிரியப்படுகிறேன்' என்று சேர்த்துக்கொள்கிறேன்.

எழுந்து நிதானமாக நடந்து அவருடைய இசை அலமாரியைத் திறக்கிறார்.

பொறுமையாகத் தேடி ஒரு குறுந்தகடை எடுத்துச் சுழல விடுகிறார். ஆஹா என்று துள்ளுகிறது என் மனம். 'இணையும் நதிகள்' என்ற அபூர்வமான தொகுப்பு அது. பலமுறை கேட்டிருக்கிறேன். திகட்டாதது. சுருதி ஒலி அடங்கி ஷெனாயின் முதல் ஒலி எழும்வரை காத்திருந்துவிட்டு, என்னை நோக்கித் தலையசைத்துவிட்டு, படியிறங்கிச் செல்கிறார். லயம் தவறாத காலடியோசை.

ஜெய்ஜெய்வந்தி என்னும் மகத்தான தேரின் ஒரு வடத்தை அலி அகமது கானும், மற்றதை ஸ்ரீ ஹரிசங்கர் தீட்சித்தும் இழுத்துக் கொணர்ந்து அறைக்குள் நிறுத்துகிறார்கள். சுற்றிச் சுற்றி வந்து பார்த்து மாளவில்லை எனக்கு. அடுத்தது தேஷ் ராகத்தில் ஒரு தும்ரி. இறுதியாக ராம்துன் ஓடிக் கொண்டிருக்கும்போது, ஓசையில்லாமல் வந்து அமர்கிறார் ஸ்ரீ தீட்சித். உடனடியாகக் கண்கள் மூடுகின்றன. அலி அகமது கான் குழையுமிடங்களில் அவருடைய முகம் நெகிழ்வதைப் பார்க்கப் பேரழகாக இருக்கிறது. மிக நுட்பமான சங்கதி ஒன்றை ஷெனாய் உதிர்க்கும்போது, உரத்து, 'க்யா பாத் ஹெ' என்கிறார்.

அதிக நேரம் எடுத்துக்கொண்டுவிட்டேனோ அம்மணி?

நான் அப்படி நினைக்கவில்லை ஜீ.

நன்றியம்மா.

உங்களைப் பேட்டி காண வரும்போது என்னிடம் இருந்த திட்டத்தில் நீங்கள் மட்டுமே இருந்தீர்கள். ஆனால், உங்கள் சகோதரரைப் பற்றி விவரிக்க ஆரம்பித்த மாத்திரத்தில், விலகி விலகி நீங்கள் போய்ச்சேரும் இடங்கள் புதியதோர் ஆர்வத்தை எனக்குள் கிளர்த்துகின்றன. எதிரெதிர்த் துருவங்கள் போலத் தென்படும் இருவர் பகிர்ந்துகொண்ட, ஒரே வாழ்க்கையின் இரண்டு பரிமாணங்களை தரிசிக்கக் கிடைத்த மாதிரி... இந்தப் பேட்டியின் மையமான பகுதியாக அவர் விளங்குகிற மாதிரி ஒரு தோற்றம். இந்த அறையில் மௌனமாக உடன் இருந்து அவரும் எல்லாவற்றையும் கேட்டுக்கொண்டிருக்கிற மாதிரி... இந்த உணர்வின் தொடர்ச்சியாக, இன்னொரு கேள்வி. உங்கள் சகோதரருடன் உங்களுடைய உறவு சீர்கெட்டதைப் பற்றி விரிவாகச் சொன்னீர்கள். மற்றவர்களுடன் அவருடைய உறவு என்னவாக இருந்தது என்பதைப் பற்றிக் கூற முடியுமா?

தாராளமாக. ஆனால், குடும்பத்தில் மற்றவர்களுடன் அவருக்கு இருந்த உறவுநிலை பற்றி விரிவாகப் பேச எனக்கு விருப்பமில்லை. அது, அமரராகிவிட்ட அண்ணாவின் அந்தரங்கத்துக்குள் அனுமதியின்றிப் பிரவேசிப்பதாகிவிடும். ஓர் இசைஞர் என்ற முறையில் சக கலைஞர்களுடன் அவர் எப்படிப் பழகினார் என்பதைப் பற்றி வேண்டுமானால் சொல்லலாம்.

நியாயம்தான் . . .

நான் அவருடன் இருந்தவரை, அண்ணாவுக்கும் மற்றவர்களுக்கும் இடையில் ஒருவித மசகு போல நான் செயல்பட்டு வந்திருந்தேன். இது அவர் என்னை விலக்கிய பிறகுதான் தெரிய வந்தது. உதாரணமாக, ஸ்ரீ.சௌமித்ரா சாட்டர்ஜீயுடன் அவருக்கிருந்த உறவு சீர்கெட்ட விதம்.

நானே பின்னர் கேட்பதாக இருந்தேன். ஸ்ரீ சிவசங்கர் தீட்சித்துக்கு ஏறக்குறைய நாற்பத்திச்சொச்சம் வருடங்கள் பக்க வாத்தியம் வாசித்த ஸ்ரீ சாட்டர்ஜீ அவரை விட்டுப் பிரிந்தது மிகப் பெரிய செய்தியாகப் பரவியதல்லவா?

பின்னே? அஹமது ஜான் திராக்வா, அல்லா ரக்கா, கிஷன் மஹராஜ் வரிசையில் வைத்துப் பேசப்பட வேண்டியவர், அவர்கள் அளவு புகழ் பெற்றவரல்லவா ஸ்ரீ சாட்டர்ஜீ. இவர்கள் இருவரும் பிரிந்தபோது, ஹிந்துஸ்தான் டைம்ஸின் மூன்றாம் பக்கத்தில்

போட்டிருந்த தலைப்பு இன்னும் நினைவில் இருக்கிறது – *Mountains Move Apart!*

இசையுலக வட்டாரங்களில் மிகப் பெரிய பேச்சாக நிலவிய அந்தப் பிரிவு, 2000 பிப்ரவரியில்தான் நிகழ்ந்தது அல்லவா? அதைப்பற்றி வாயைப் பிடுங்க எவ்வளவோ முயன்றும், இருவரும் ஊடகங்களில் விளக்கம் தர மறுத்துவிட்டார்கள் . . .

ஆமாம். இருவருமே, உள்ளூர அந்தப் பிரிவை எண்ணி ஏங்கியிருக்கலாம். ஒரு தலைமுறைக்கால நட்பு ஆயிற்றே. அவ்வளவு சுலபமாக முறித்துவிட முடியுமா. ஸ்ரீ சாட்டர்ஜீயுமே என்னுடைய மூத்த சகோதரர் மாதிரித்தான். உண்மையில், அண்ணாவுக்கு நாலு வயது மூத்தவர். இவரைவிடவும் அவரிடம் கூடுதல் நெருக்கத்தை உணர்வேன்.

அண்ணாவின் மனோநிலை கணத்துக்குக் கணம் மாறக் கூடியது. அதன் கூர்நகங்களிலிருந்து என்னைக் காக்கும் கவசமாகச் செயல்பட்டவர் ஸ்ரீ சாட்டர்ஜீ. பின்னாட்களில், நான் வாலிபனான பிறகு, அவரைப் பாதுகாக்கும் இடத்துக்கு நான் நகர்ந்துவிட்டிருந்தேன்.

இறுதி நாட்களில், மும்பையில் என்னுடைய வீட்டில், ஆமாம், இதே வீட்டில்தான், அவருக்கென்று தனி அறை ஒதுக்கிக் கொடுத்து அவரைப் பராமரிக்கும் பொறுப்பை என் குடும்பம் ஏற்றுக்கொண்டது. அண்ணா அவருக்கு இழைத்த அநீதிக்கு வேறு என்ன பிராயச்சித்தம் செய்வது?

மரணம் நெருங்கிய மாதங்களில், ஸ்ரீ சாட்டர்ஜீயைப் பீடித்திருந்த நரம்புத் தளர்ச்சி வெகுவாக முற்றிவிட்டிருந்தது. நடுங்கும் வலதுகையை, நடுங்கும் இடதுகையால் இறுகப் பற்றி நடுக்கத்தை நிறுத்த முயல்வார். இரண்டு கைகளும் சேர்ந்து அதிர்வதைப் பார்க்க மனத்தைப் பிசையும்.

ஸ்ரீ சாட்டர்ஜீ உங்களுக்குப் பக்கவாத்தியம் வாசித்ததுண்டா?

கேட்டிருந்தால் வாசித்திருப்பார் என்பது வேறு. நான் பிரிந்த பிறகு அண்ணா தனியாகிவிட்டதாக உணரக்கூடாது என்பதில் நான் குறிப்பான அக்கறை கொண்டிருந்தேன். ஸ்ரீ சாட்டர்ஜீக்கும் அதே அபிப்பிராயம்தான்.

ஸ்ரீ சாட்டர்ஜீ எனக்கு வாசித்ததே கிடையாது என்பதற்கு, அவருடைய தன்னிலை உணர்வும் காரணமாக இருந்திருக்கலாம். அவரும் அண்ணாவும் பிரிந்த காலத்தில் அவருடைய வாசிப்பு உச்சத்தில் இருந்தது. பிரிவுக்குப் பிறகு மனம் தொய்ந்துவிட்டார். என்னுடன் வசிக்க வந்த அந்திம வருடங்களில் வெகுவாக

நலிந்திருந்தார். இறுதி நாட்களில், 'தபலா' என்ற வார்த்தையை உச்சரித்தாலே மூச்சுத் திணறும் நிலைமைக்கு வந்து சேர்ந்திருந்தார் அவர்.

எனக்கு வாசிக்கவில்லையே தவிர, என் வாசிப்பைப் பற்றிப் பெருமிதமான அபிப்பிராயம் கொண்டிருந்தார். எனது நாடித் துடிப்பாகப் பலவருடங்கள் என்னுடன் இணைந்திருந்த சரத் இனாம்தாரை என்னிடம் கொண்டுவந்து சேர்த்ததே அவர்தான்.

ஸ்ரீ சாட்டர்ஜீயிடம் சீடனாகச் சேர வந்திருக்கிறான் சரத். இவர் 'வாசித்துக் காண்பி' என்று கேட்டாராம். ஒரு மணிநேரம் போல வாசித்திருக்கிறான். 'உனக்கு இனி ஆசிரியர் தேவையில்லையப்பா, நீ பக்கவாத்தியம் வாசிக்க அருகதையுள்ள சகாதான் தேவை' என்று அவனிடமே சொல்லிவிட்டு என்னிடம் அழைத்து வந்தார். 'ஹரி, உன் அண்ணனுக்கு நான் அமைந்த மாதிரி இவன் உனக்குப் பொருந்துவான்' என்று சொல்லி அறிமுகப்படுத்தினார். அப்போதே எங்கள் இருவரையும் வாசிக்கச் சொல்லிக் கேட்டு ஆனந்தித்தார்.

ஸ்ரீ இனாம்தார் அதிக காலம் உங்களுடன் வாசிக்கவில்லையோ?

பதினைந்து வருடங்கள் என்பது அதிக காலமில்லையா அம்மணி? *(குறும்பாகச் சிரிக்கிறார்)*

அந்தப் பயல் கொஞ்சம் ஆன்மீகக் கிறுக்கு உள்ளவன். என் சமவயதுக்காரன்தான். என் மூத்த பையன் ஷியாம் பட்டப்படிப்புக்கு வரும் காலம்வரை எனக்கு வாசித்தான். தூய பிரம்மச்சாரி. உலகச் சுற்றுப் பயணத்தில் என்னுடன் எல்லா நாடுகளுக்கும் வந்து வாசித்திருக்கிறான். எனக்குள் ஒவ்வொரு நாட்டுக்கும் ஒப்பீடுகள் ஓடிக்கொண்டேயிருக்கும். உதாரணமாக, அமேரிக்காப் பயணத்தில் அமோக வருமானம் இருக்கும். யூரோப்பில், சம்பாத்தியம் குறைவு; ரசிகர்களும் தொடர்புகளும் ஏராளம் கிடைக்கும். சரத்துக்கு இப்படியான பேதங்களெல்லாம் கிடையாது. எல்லா இடத்திலும் ஒரேவிதமான அசௌகரியத்துடன் இருப்பான்!

நம்மை மாதிரி மனம்விட்டுப் பேசவும் மாட்டான். தனிமை விரும்பி. வருடத்தில் மூன்று மாதம் இந்தியாவுக்கு வந்து –வந்து என்ன செய்வான் என்று தெரியாது – திரும்புவான். ஆக, ஓர் அந்நியனுடன் ஊர்சுற்றுவதாகத்தான் உணர்வேன். ஆனால், வாசிக்க அமரும்வரைதான். மேடையில் நாங்கள் இருவரும் ஒரே உடம்பின் இரண்டு பகுதிகள் மாதிரிச் செயல்படுவோம். பொதுவாக, இணைந்து வாசிக்கும் கலைஞர்களுக்குள் சைகையாலும், குரலாலும் பலவிதமான பரிவர்த்தனைகள்

நடந்துகொண்டேயிருக்குமல்லவா, நாங்கள் பரஸ்பரம் பார்த்துக்கொள்ளக்கூட மாட்டோம். ஒரேயொரு இடத்தில் கூடப் பிசகியதில்லை.

சரத் எந்நேரமும் வலது கட்டைவிரலில் மற்ற விரல்களை ஒற்றியெடுத்து – இதோ, இந்த மாதிரி – கணக்குப் போட்டுக் கொண்டேயிருப்பான். தாளக் கலைஞனல்லவா. வித்தியாசமாகத் தோன்றாது. எனக்கு ஓரளவு அவனுடைய அந்தரங்கம் தெரியும் என்பதால், உள்ளே சுலோகம் ஏதோ பாராயணம் ஆகிறது போல என்று நினைத்துக்கொள்வேன். வஞ்சனையில்லாமல் சம்பாதித்தான். என்னுடைய சம்பாத்தியம் வீடாக, நகைகளாக, குழந்தைகளின் படிப்பாக மாறியபடி இருந்தபோது, ஒண்டிக்கட்டையான அவனுடையது என்னாயிற்று என்பது மர்மமாகவே இருக்கும்.

ஆமதாபாதின் சப்தக் விழா ஆரம்பித்த முதல் வருடத்தில் என்னுடன் வாசித்தான். அபாரமாக அமைந்தது அன்று. மறுநாள் காலையில் என்ன நினைத்தானோ, தூக்கம் கலையாத முகத்துடன் என்னிடம் வந்தான்:

> ஹரி, நான் இனி தபலா வாசிப்பதில்லை என்று முடிவு செய்திருக்கிறேன்.

என்றான். நான் ஆச்சரியப்படவில்லை. இப்படிப் பலமுறை சொல்லியிருக்கிறான். பிறகு தானாக வாசிக்க ஆரம்பித்து விடுவான். அதுபோலத்தான் என்று நினைத்தேன். ஆனால், பதினோரு மணி சுமாருக்கு என் முன்னால் மனிதரூபமாக வந்து நின்றது ஓர் அதிர்ச்சி. ஆமாம், முழுக்க மழித்த தலையுடன், காவி அணிந்து என் அறைக்குள் வந்து நின்றான் சரத். என்னையறியாமல் நான் எழுந்து நின்றுவிட்டேன். அவன் முகம் பளிங்கு போலத் தெளிவாகவும், புதியதொரு பிரகாசத்துடனும் இருந்தது.

> செல்கிறேன்.

என்ற ஒரு வார்த்தையுடன் வெளியேறிவிட்டான். எனக்குள் ஓட ஆரம்பித்திருந்த நடுக்கம் காரணமாகவா, அவன் எடுத்த முடிவின் பின்னால் இருந்த தைரியத்தைப் பார்த்துப் பொறாமையா என்று தெரியவில்லை – அவன் போன பிறகு வெறுமையாகத் திறந்திருந்த அறைக்கதவைப் பார்த்துக் கைகூப்பி நின்றேன்.

அதன் பிறகு நீங்கள் சந்திக்கவே இல்லையா?

இல்லை என்பதுதான் பொருத்தமான பதில். ஆனாலும், இன்றுவரை மனத்தை உறுத்துகிற ஒரு சங்கதி உண்டு.

என்ன அது?

சரத் என்னிடம் விடைபெற்றுச் சென்றது 1980இல். தொண்ணூற்று ஐந்தில் நான் டேரா டூன் செல்ல வாய்த்தது. மலைச் சரிவுகளில் ஜீப்பில் பயணம் செய்வது எனக்குப் பிடித்த விஷயம். நான் சென்ற வேலை முடிந்ததும், வாடகைக்கு ஒரு வண்டியை எடுத்துக்கொண்டு நண்பர்களுடன் கர்ணப்ரயாக் வரை போய் வந்தேன்.

வழியில், தேவப்ரயாக் தாண்டி ஓர் இடத்தில் வண்டியை நிறுத்தினோம். அழகிய இளம்பெண் ஒருத்தி நிர்வகித்த சாலையோர உணவகம் அது. அவளுடைய முகத்தை நிம்மதியாக ரசித்தவாறு தேநீர் அருந்த முடியாதபடி, தாடி மீசை மண்டிய முகத்துடன் ஒரு சந்யாசி வந்து அமர்ந்தார். எங்கள் டிரைவரிடம் தீப்பெட்டி வாங்கி பீடி பற்றவைத்தார். உடல் வாகு, புருவங்கள் ஏறித் தாழ்ந்தவிதம், அவருடைய நடைச்சாயல் எல்லாம், தற்போதைய வடிவத்தில் இருக்கும் சரத் இனாம்தாரே தான் அது என்று எனக்குள் பரபரத்தது.

எங்கள் கண்கள் பலமுறை சந்தித்துக்கொண்டன. ஆனால், அவருடைய பார்வையில் அசாத்தியமான வெறுமை இருந்தது. என்னுடைய தோற்றத்தில் பெரிய மாற்றம் எதுவும் கிடையாது – பாருங்களேன், அண்ணாவுடன் அந்தப் புகைப்படத்தில் இருக்கிற அதே ஆள்தான் உங்களுடன் பேசிக்கொண்டிருக்கிறான் என்பதைக் கண்டுபிடிப்பது சிரமமா என்ன?

இல்லை. உங்களுடைய முகத்தில் பெரிய மாற்றம் எதுவும் நேர்ந்துவிடவில்லை . . .

அதைத்தான் சொல்கிறேன். அவருக்குத் தெரிந்திருக்கலாம். அல்லது, அவருடைய தனிமை இழுத்துச் சென்ற விதத்தில் எத்தனையோ முகங்கள் புதைந்து காணாமல் போயிருக்கலாம். அட, அடையாளமே கண்டு அவர்தான் என்று உறுதியாகிவிட்டாலும், நாலைந்து வாக்கியங்கள் பரிமாறிக்கொள்வது தவிர என்ன நடந்துவிடப் போகிறது. இடையில் கிடப்பது சாதாரண இடைவெளியா? எல்லாவற்றுக்கும் மேல், அவருடைய ஏகாந்தத்தைக் கலைக்க எனக்கென்ன உரிமை இருக்கிறது.

அவ்வளவுதான். சில கண அல்லாட்டத்துக்குப் பிறகு மனம் சமனமாகிவிட்டது. பீடி முடிந்ததும் அவர் கிளம்பி விட்டார். சுற்றுலா மனநிலை முற்றிலும் குலைந்து நானும் வண்டியேறிப் போனேன். நான் பார்த்தது சரத் இனாம்தாரைத்தானா என்று எனக்குத் தெரியாது. என் ஆழ்மனம் சரத்தைப் பற்றி ரகசியமாக ஒரு பிம்பத்தை அடைகாத்து வந்திருக்கலாம் – இமயமலைப் பிரதேசத்தில் பார்க்கக் கிடைத்த யாரோவொரு சாதுவைப் பார்த்ததும் அது மேல்மனத்துக்கு விஜயம் செய்திருக்கலாம்

என்று – இப்போது, உங்களிடம் சொல்லும்போது –தோன்றுகிறது. ஆனால், இவற்றையெல்லாம் வெற்றுத் தர்க்கம் என்று உதிர்த்துவிடச் செய்யும் இன்னொரு விஷயமும் இருக்கிறது.

சொல்லுங்கள்.

இடது கையில் பீடி புகைய, பள்ளத்தாக்கை வெறித்துக் கொண்டிருந்த அந்த ஆள், புறப்பட முடிவு செய்த மாத்திரத்தில், மர மேஜைமீது வலது கை விரல்களால் உரத்துத் தட்டிவிட்டு எழுந்தார். முழுமையான 'போல்' அது. சரத்தை நான் சந்தித்தேனா இல்லையா என்ற மர்மத்தின் நிலவறை மாதிரி இருக்கும் ஆழ்தள மர்மமாக இன்றும் நீடிப்பது...

ஸ்ரீ சாட்டர்ஜீயுமே பிரம்மச்சாரிதான் இல்லையா?

ஆமாம். சரத்துக்கும் அவருக்கும் இருந்த ஒரே ஒற்றுமை அது. மற்றபடி, வாத்தியத்தின் நாதத்திலேயே இருவருக்கும் வித்தியாசம் உண்டு. அல்லா ரக்காவின் நாதமும், ஜாக்கீர் உசேனின் நாதமும் ஒன்றா என்ன? ஸ்ரீ சாட்டர்ஜீ பழைய தலைமுறையின் நிதானம் கொண்டவர். சற்றுத் தொய்வான நாதம் கொண்ட வாத்தியம். சரத், ஒலிப்பதிவு நுட்பங்கள் அதிகரித்த காலத்தின் முதல் தலைமுறையைச் சேர்ந்தவன். இழுத்துக் கட்டிய தபலா. பொட்டில் அறைகிற மாதிரி நாதம். சில நேரங்களில் வெண்கலம் போல ஒலிக்கும்.

ஆனால், பிரமச்சரியம் ஒற்றுமை மட்டுமல்ல, ஸ்ரீ சாட்டர்ஜீக்கும் சரத்துக்கும் இருந்த வித்தியாசங்களில் ஒன்று என்றும் அதையேதான் சொல்லவேண்டும். சரத் தன் மனத்தின் ஆழ்நீரோட்டம் எதையோ சாக்காக வைத்துத் தனியாக வாழ்ந்தவன். அவனுக்கென்று சில பயிற்சிகள் இருந்தன என்று தான் தோன்றுகிறது. அதிகாலையில் என்னுடன் சாதகத்துக்கு அமரும்போது, அவன் ஒரு மணிநேரம் போல யோகாப்பியாசம் முடித்து வந்திருப்பான். ஸ்ரீ சாட்டர்ஜீ, இசையின்மீது கொண்ட காதல் காரணமாக, ஒண்டிக்கட்டையாக வாழ்ந்தவர். அவரை மணமாகாதவர் என்றுதான் சொல்லவேண்டும். 'பிரம்மச்சாரி' *(குறும்பாகச் சிரிக்கிறார்)* என்ற சொல் சற்று அதிகப்படி!

பெண்கள் சம்பந்தமாக அவரைப் பற்றி ஏகப்பட்ட வதந்திகள் அந்தக் காலத்திலேயே இருந்தன. என்றாலும், அவற்றை வதந்திகள் என்றே நாங்கள் நம்பிவந்தோம். எங்கள் குடும்ப உறுப்பினராகவே அவரை எங்கள் குடும்பப் பெண்களும் நடத்தினர். தமது சொந்த ஊரான மித்னாப்பூரில் இருந்ததைவிட எங்களுடைய பம்பாய் வீட்டில் அவர் கழித்த நாட்கள்தாம் அதிகம்.

கச்சேரிக்கு யாராவது தேதி கேட்டால், அண்ணா அந்தத்

தேதியில் கச்சேரி ஒத்துக்கொண்டிருக்கிறாரா ஒரு வார்த்தை விசாரித்துவிட்டுத்தான் சம்மதிப்பார். அண்ணாவை ஒருமையில் விளிக்கக்கூடிய ஒரே இசைக் கலைஞர் அவர்தான். மரணம் தவிர வேறு எதுவுமே அவர்களைப் பிரிக்க முடியாது என்றுதான் நாங்கள் நம்பிக்கொண்டிருந்தோம் ஆனால், நடந்தது வேறு.

அதற்குப் பிறகுதான் நகுல் தேவ் உங்கள் சகோதரருடன் இணைந்தார் அல்லவா?

ஆமாம். அடுத்த தலைமுறைக் கலைஞன் அவன். அசாத்தியத் திறமைசாலி. ஆனால், தனது முழுக் கவனத்தையும் அமேரிக்காவில் குடியமர்வதின் மீது மட்டுமே குவித்திருந்தான். கலிஃபோர்னியாவில் வீடு வாங்குவதைத் தன் ஆயுட்காலக் குறிக்கோளாக வைத்திருந்தான். ஒருமுறை, எனக்கும் அவனுக்கும் அலி அக்பர் கான் முன்னிலையில் மிகப் பெரிய வாய்ச் சண்டை மூண்டது. அதன் பிறகு, மேற்குலகில் என்னைப் பற்றிய அவதூறுகளைப் பரப்புவதையும் தனது பிரதான பணியாக மேற்கொண்டான். இந்தப் பேட்டியை நிச்சயம் படிப்பான். உபரியாக நாலு வண்டி புழுதி கிளப்பவும் செய்வான். *(சிரிக்கிறார்)*

தமது இறுதி நாட்களில், நகுலுக்கு வசதியான நாட்களில் கச்சேரி ஒத்துக்கொள்ளுமளவு அவனுடைய ஆளுகைக்குக் கீழ் வந்துவிட்டிருந்தார் அண்ணா. அவனைப் பற்றி எங்கள் குடும்ப வட்டாரங்களில் நிலவிய அபிப்பிராயம் அத்தனை கவுரவமானது அல்ல. அமெரிக்காவில் நடந்த ஒரு சம்பவத்துக்குப் பிறகு, நகுல் தேவுடனும் அவருக்கு உறவு முறிந்து விட்டது. பின்னர் தமது வாழ்நாள் முழுக்க முதல்தரமான தபலாக் கலைஞருடன் இணைந்து வாசிக்க அண்ணாவுக்கு பாக்கியமே இல்லாமல் போய்விட்டது.

ஸ்ரீ சாட்டர்ஜீயுடன் அவருடைய முறிவுக்குக் காரணம் என்ன?

ஸ்ரீ சாட்டர்ஜீயை நான் எனது மூத்த அண்ணனாகவே பாவித்து வந்திருக்கிறேன் என்று சொன்னேனில்லையா. அண்ணா என்னை விலக்கிய காலகட்டத்தில் எனக்காக அவரிடம் வெகுவாக வாதாடியதாகப் பின்னாட்களில் என்னிடம் பலமுறை தெரிவித்திருக்கிறார். பார்ஸிலோனா சம்பவம் நடந்த அறையில் அவரும்தான் இருந்தார். அன்று மிகவும் மனச் சோர்வடைந்திருந்தார்.

நான் அவரிடம் திரும்பத் திரும்ப எடுத்துச் சொன்னேன் – அண்ணா என்னை 'கெட் அவுட்' என்று சொன்னது, அவருடைய அறையை விட்டுத்தான், வாழ்க்கையை விட்டு அல்ல என்று. அவர் அவ்விதம் நினைக்கவில்லை. அண்ணாவின் வாழ்க்கையில் இனி

எனக்கு இடம் இல்லை என்றுதான் நம்பினார் –ஊர்மிளாவைப் போலவே. இருவருமே இதயசுத்தி உள்ளவர்கள். அவர்கள் சந்தேகித்த மாதிரியே நடந்தது.

அண்ணாவை விட்டு நீங்கியதும் ஸ்ரீ சாட்டர்ஜீ நேரே என்னிடம்தான் வந்தார். அந்த இரவை என்னால் மறக்கவே முடியாது. நீங்கள் மிகவும் மதிக்கிற, உங்களுடைய நலம்விரும்பி என்று கருதுகிற, உங்களிடம் அன்பைத் தவிர வேறெதுவும் காட்டியறியாத ஒருவர், உங்களைவிடப் பதினாலு வயது பெரியவர், ஓயாமல் புலம்பி அழுகிறார். நீங்கள் சின்னாபின்னமாகிவிடமாட்டீர்கள்?

அந்தப் பிரிவுக்குக் காரணமான சம்பவம் உங்கள் மாநிலத்தில் வைத்துத்தான் நடந்தது.

அதைச் சொல்லலாமா?

நிச்சயமாக. மதறாஸில் ஒரு கச்சேரி. அண்ணாவும், ஸ்ரீ சாட்டர்ஜீயும் வாசிக்கிறார்கள். உள்ளூர்க் கலைஞர்கள் இருவர் தம்பூரா. சொல்கிறேன் என்று தவறாக நினைத்துக்கொள்ளாதீர்கள், உலகத் தரமான ஒலி வசதி உள்ள ஒரு அரங்கத்தைக் கூட உங்கள் ஊரில் பார்க்கக் கிடைக்கவில்லை எனக்கு. மேடைக்கு எதிரில் பள்ளத்துக்குள் இருக்கிற, ஒலிபெருக்குதலின் நுட்பங்கள் எதையுமே அறிந்திராத, மின்சார அறிவு மட்டுமே கொண்ட பாமரர்களுக்கு எடுத்துச் சொல்லி நமக்குத் தேவையான விதத்தில் ஒலியளவை நிர்ணயித்து முடிப்பதற்குள் அநேகமாகக் கச்சேரியே முடிந்துவிடும்!

அன்றைக்கு, வெகு அபூர்வமாக, தபலாவுக்கு வைத்திருந்த ஒலிபெருக்கியில் கோளாறு எதுவுமே இல்லையாம். ஆனால், ஃபீட்பேக் ஸ்பீக்கரில் ஸாரங்கிதான் ஓங்கி ஒலிக்கிறது. தபலாவின் ஒலி எங்கோ ஆழத்தில் கேட்கிறது. ஸ்ரீ சாட்டர்ஜீ ஒலி அமைப்பாளரைப் பார்த்து சைகை செய்கிறார் – 'கொஞ்சம் கூட்டு' என்று. அண்ணா இவரை முறைத்தாராம். பிறகு, 'கூட்டாதே' என்று அவர் சைகை செய்தார்.

இன்னொரு விஷயமும் நினைவு வருகிறது – அன்றைக்குக் காலையில், இந்திர கிஷோர் சர்மாவுக்கு கிராம்மி விருது கிடைத்த செய்தி வெளியாகியிருந்தது. கிடைத்த மாத்திரத்தில், இந்திய குருகுல முறையை 'கோவணம் துவைத்துப்போடும் கல்விமுறை' *(loin-cloth curriculum)* என்று கேலி செய்து பேட்டியளித்திருந்தான் அவன். அண்ணாவை முதுகில் குத்திவிட்டு வெளியேறிய சீடனல்லவா அவன். எல்லாரையும் ஹரிசங்கரைப் போலவே நடத்தினால் ஆகுமா? சொந்தத் தம்பி, பொறுத்துக் கொள்வான். மற்றவர்கள்?

போகட்டும், இங்கே மதறாஸில், இந்தப் புதிய விளையாட்டில் இருவரும் இறங்கி, இருவருமே நிறுத்த முடியாத அளவுக்குப் போய்விட்டது. ஒரு கட்டத்தில், ஸாரங்கி மட்டுமே கேட்கிறது. தபலாவின் ஒலி கேட்கவேயில்லை. ஸ்ரீ சாட்டர்ஜீயின் தனித்துவமான வாசிப்புக்கு பாரதம் முழுவதும் ரசிகர்கள் இருக்கிறார்கள், இன்னமும், என்பதுதான் உங்களுக்கே தெரியுமே. மதறாஸ் நேயர்கள் கூவத் தொடங்கிவிட்டார்களாம். ஸ்ரீ சாட்டர்ஜீ அவர்களை அமைதிப்படுத்தும் விதமாகக் கையசைத்திருக்கிறார். கச்சேரி முடிந்த பிறகு, அமைப்பாளர்களை அழைத்தார். முறைப்படி அறிவிக்கச் சொன்னார்:

> நாளை சாயங்காலம் இதே அரங்கத்தில், இதே வேளை, ஸ்ரீ சௌமித்ரா சாட்டர்ஜீயின் தபலாக் கச்சேரி நடைபெறும். அனுமதி இலவசம்.

அரங்க வாடகையை ஸ்ரீ சாட்டர்ஜீயே ஏற்றுக்கொள்வதாக ஏற்பாடு. மறுநாள் அவை கொள்ளாத கூட்டம் சேர்ந்துவிட்டதாம். இவர் மூன்று மணி நேரம் வாசித்திருக்கிறார். ஒரே ஒரு கலைஞர். வெறும் தபலா மட்டும். கரகோஷம் எழுப்பி மாளவில்லை சபைக்கு. மேற்கத்திய நாடுகளில் போல, வாசித்து முடிந்ததும் சுமார் ஐந்து நிமிஷத்துக்குக் குறையாமல் *standing ovation* வழங்கினார்களாம்.

> எப்படியோ, என்னுடைய ரசிகர்களுக்கு ஏமாற்றம் நேராமல் பார்த்துக்கொண்டேன் ஹரி.

என்று என்னிடம் சொன்னபோது, ஸ்ரீ சாட்டர்ஜீயின் கண்கள் கடுமையாகக் கலங்கிச் சிவந்திருந்தன.

எப்பேர்ப்பட்ட மனிதர்... இல்லை!?

சரியாகச் சொன்னீர்கள். கடும் பயிற்சியின் மூலம் ஒருவன் நல்ல வித்வானாக உருவாகிவிட முடியும். ஆனால், நல்ல மனிதனாக இருப்பது என்பது, உருவாகும் விஷயமில்லை –பிறக்கும்போதே வரவேண்டியது. இதில் விசேஷமான இன்னொரு செய்தி என்ன தெரியுமா?

சொல்லுங்கள்...

இதுபோல தபலாக் கச்சேரிகளில், தாளம் வாசிக்க அநுசரணையாக நாத வாத்தியம் ஒன்றையும் ஏற்பாடு செய்வார்கள். ஒரு வரியை மட்டுமே திரும்பத் திரும்ப வாசித்து, தாளத்தை நடத்த உதவும் விதமாக. ‘உள்ளூரிலேயே ஹிந்துஸ்தானி இசைஞர்கள் இருக்கிறார்கள், யாரையாவது தொடர்புகொள்ளட்டுமா’ என்று அமைப்பாளர்களில் ஒருவர் கேட்டாராம். ‘அப்படி எதுவும் வேண்டாம்’ என்று தெரிவித்துவிட்டார் ஸ்ரீ சாட்டர்ஜீ. தமது

பால்ய நாட்களில் தபலா தரங்கக் கச்சேரிகள் செய்தவர்தாமே அவர். 'தபலா தரங்' தெரியுமல்லவா?

எனக்குத் தெரியும்; ஓரிரு இசைத்தொகுப்புகளும் கேட்டிருக் கிறேன். பேட்டியை வாசிக்கவிருப்பவர்களில் எல்லாருக்கும் தெரியும் என்று சொல்வதற்கில்லையே. நீங்களே, உங்கள் மொழியில், அதை விவரித்தால் நன்றாக இருக்கும்...

சொல்கிறேன். தபலா தரங் என்பது ஜல தரங் மாதிரித்தான். அதில் வெவ்வேறு ஸ்வரநிலைகள் கொண்ட நீர்க்கிண்ணங்கள் வகிக்கும் இடத்தை, இதில் வேவ்வேறு கட்டைகளில் சுதி கூட்டப்பட்ட தபலாக்கள் வகிக்கும். தாயாக்கள் மட்டுமே உண்டு, பாயா என்று தனித்து ஒன்று கிடையாது. அரை வட்டமாகத் தன் முன் வரிசை கட்டியிருக்கும் தபலாக்களில் மாறி மாறி வாசித்து ஒரு ஸ்வரத் தொடர்ச்சியை உருவாக்குவான் இசைஞன். அழிந்துவரும் வாத்தியம் இது. ஆர்வமுள்ளவர்கள் விக்கிபீடியாவில் சென்று தேடலாம். யூ ட்யூபில் பார்க்கலாம். கடைசியாக இதில் மேதைமை காட்டியவர், கம்லேஷ் மைத்ரா. அவருடைய இசைத் தொகுப்புகள் ஸிடியாகவும் கிடைக்கின்றன. தேவைப்படுவோர் அமேஸான் தளத்தை நாடுக!

(வானொலி விளம்பரக் குரலில் சொல்லி முடித்துவிட்டு, குழந்தை மாதிரிச் சிரிக்கிறார். நானும் சேர்ந்துகொள்கிறேன்)

ஆனால், இப்படியொரு சமாசாரம் நடந்தது சென்னை வாசிகளிலேயே அநேகருக்குத் தெரிந்திருக்காது...

வாஸ்தவம்தான் அம்மணி. ஆனால், என் அண்ணா போன்ற மேதைகளைச் சுற்றி இருக்கும் குள்ளநரிகளுக்கு, எதை செய்தியாக வரவழைக்க வேண்டும், எதை அனுமதித்துவிடவே கூடாது, அதற்கு என்னவெல்லாம் மெனக்கெட வேண்டும் என்ற நுட்பங்கள் கச்சிதமாகத் தெரியும்.

அதன் பிறகு ஸ்ரீ சாட்டர்ஜீ உங்கள் சகோதரருக்கு வாசிக்க வில்லையா?

இவர் தயாராகத்தான் இருந்தார். என்னிடம் சொல்லிக் கொண்டே இருந்தார்:

> அவனும் உள்ளூறப் புழுங்கிக்கொண்டே இருப்பான், பாரேன். இன்றோ நாளையோ கூப்பிட்டுவிடுவான். அவனிடம் விரோதம் பாராட்ட எனக்கு என்ன இருக்கிறது.

என்று திரும்பத் திரும்பச் சொன்னார். ஆனால், நாலைந்து நாள் கழித்து இந்தியன் எக்ஸ்ப்ரஸில் விளம்பரம் வந்தது. 'ஷண்முகானந்தா ஹாலில் ஸ்ரீ சிவ சங்கர் தீட்சித்தின் ஸாரங்கி

உற்சவம். உடன் வாசிப்பவர் இளம் தலைமுறை லய மேதை நகுல் தேவ்' என்று.

ஸ்ரீ சாட்டர்ஜீ மனமுடைந்து போனார். தனிமையில் என்னிடம் அழுது புலம்பியது மாத்திரமல்லாமல், எந்நேரமும் கலங்கிய கண்களுடன், நிரந்தர மௌனத்துடன் இருந்தார். அப்போது அவருக்கு எழுபத்து நான்கு வயது.

தாளத்தில் விற்பன்னர் அவர். தனித்துவமான வாசிப்பும், தனக்கேயான ரசிகர் கூட்டமும் கொண்டவர். இந்தப் பிரிவை மறந்துவிட்டு, தொடர்ந்து வாசிக்கப் போயிருக்கலாமே?

நியாயமான கேள்விதான். ஆனால், அவர் திரும்பத் திரும்ப என்னிடம் சொன்ன வாக்கியம் இது:

> தபலாவில் எத்தனையோ வெற்றிகளை ஈட்டியிருக்கிறேன் – இருந்துமென்ன ஹரி, நாற்பது வருட நட்பைத் தோற்று விட்டேனே. அவனை எவ்வளவோ பொறுத்துக் கொண்டிருக்கிறேன். ஒரு தடவை கால் சறுக்கிவிட்டதே . . .

வயோதிகம் முற்றும்போது, நீங்கள் இழந்தவை பூதாகாரமாகத் தெரிய ஆரம்பித்துவிடுகின்றன அல்லவா? ஆனாலும், அவர் செய்த இன்னொரு செயலைத்தான் என்னால் பொறுத்துக் கொள்ளவே முடியவில்லை.

என்ன அது?

மிகச் சரியாக ஒரு மாதம் கழித்து, பத்திரிகையாளர்களை அழைத்து அறிவித்துவிட்டார் ஸ்ரீ சாட்டர்ஜீ. 'நரம்புவியாதி தொற்றியதன் காரணமாக மேடையில் வாசிப்பதை நிறுத்திக் கொள்வ'தாக. சிறிய அளவில் நரம்புத் தளர்ச்சி அவருக்கு இருந்தது வாஸ்தவம்தான். வாத்தியக் கலைஞனுக்கு வரக் கூடாத வியாதி அல்லவா அது. ஆனால், அந்தச் சமயத்தில் அது அவருடைய வாசிப்புக்குக் குந்தகமாக இருக்கவில்லை. வருஷக்கணக்காகக் கொடுத்த பயிற்சி மற்றும் வாசிப்பின் காரணமாக விரல்கள் சற்று சோர்ந்துவிட்டன என்றே நாங்களெல்லாம் நினைத்திருந்தோம். 'அதற்காக இப்படியொரு முடிவும் அறிவிப்பும் அவசியமா' என்று அவரிடம் கேட்டேன். அவர் தெளிவாகச் சொல்லிவிட்டார்:

> மனம் முழுக்க கனத்தை வைத்துக்கொண்டு மேடையேறும் தைரியம் எனக்கு இல்லை ஹரி. அதற்கான அவசியமும் வயதும்கூட இல்லை.

சரிதான். கலைஞர்களின் மனம் மென்மையானது என்பதுதானே காலம் காலமாக நிலவிவரும் நம்பிக்கை!

பண்டிட் நகுல் தேவுடன் ஸ்ரீ சிவசங்கர் தீட்சித்தின் உறவு எப்படியிருந்தது?

‘இன்னின்னாரிடம் அன்பாய் இருப்பேன், இன்னின்னாரிடம் இருக்க முடியவில்லை’ என்று ஒருவர் சொன்னால் நான் உடனடியாக சந்தேகப்பட்டுவிடுவேன். புரியவில்லை இல்லையா. அதாவது, அன்பு என்கிற ஒரு சங்கதி உங்களுக்குள் ஊறி விட்டது என்றால், பிறகு அது நபர் பேதம் பார்க்காது. மேற்சொன்ன வித்தியாசங்களை ஒரு மனம் பார்க்கிறது என்றால், அது அன்பைப் பார்க்கவேயில்லை, தன்னை மட்டும்தான் பார்த்திருக்கிறது என்றுதானே அர்த்தம்?

இன்னமும் புரியவில்லை . . .

அதைத்தான் சொல்கிறேன். நாற்பது வருட நட்பைக் கவனத்தில் கொள்ளாத மனம், புதிதாக வந்தவனை மட்டும் அனுசரித்து விடுமா என்ன? ஆனால், நெடுங்கால நண்பனுக்குள்ள பொறுமையும் நிதானமும் புதிய தலைமுறைக்காரனிடமும் இருக்காதுதானே!

ம் . . .

நியூஜெர்ஸியில் வைத்து நகுல் தேவ் என் அண்ணாவுக்குப் பாடம் புகட்டினான் என்று கேள்விப்பட்டேன். அவருடைய மொழியில், அவருக்குப் புரிகிற மாதிரிப் பாடம் அது. ‘இப்படியோர் இடத்துக்கு வந்து சேர்ந்துவிட்டாரே நம் அண்ணா’ என்று வேதனையாகத்தான் இருந்தது எனக்கு. எங்களுக்குள் எவ்வளவு தொலைவு உண்டாகியிருந்தாலும், நாங்கள் சகோதரர்கள் அல்லவா?

நகுல் தேவ் என்ன செய்தார்?

மதறாஸில் நடந்த அசம்பாவிதத்தின் மறு ஒளிபரப்பு மாதிரி நடந்திருக்கிறது அங்கு. ஆனால், இந்த முறை இறுதி வெற்றி நகுலுக்குத்தான். அவன் பாதிக் கச்சேரியில் எழுந்து போய் விட்டான் – ‘போதுமான அளவு ஒலியைப் பெருக்காவிட்டால் வாசிக்க மாட்டேன்’ என்று. மதறாஸில் ஸ்ரீ சாட்டர்ஜீ தனியாக வாசிக்க வேண்டியிருந்தது அல்லவா? அதே நிலைமை இப்போது அண்ணாவுக்கு.

ஒப்பனை அறைக்குள் சென்று அமைப்பாளர்கள் மன்றாடினார்கள். ஒன்றும் நடக்கவில்லை. கடைசியில் அண்ணாவே எழுந்து சென்று இறைஞ்ச வேண்டியிருந்தது. நகுலின் மமதை அண்ணாவுடையதுக்குக் கொஞ்சமும் சளைத்தது அல்ல. அன்றைய நிகழ்ச்சி ‘இயல்பில் தபலாக் கச்சேரியாக, ஸாரங்கி உபவாத்தியமாக இயங்க நடந்து முடிந்தது’ என்று இணைய தளங்களில் படித்தேன். வெறும் ஒலியளவில் மட்டும் இல்லையாம், வாசிப்புமே அப்படித்தான் அமைந்தது என்று எழுதியிருந்தார்கள்.

'சிங்கத்தின் கம்பீரம் எத்தனையானால் என்ன, ரிங் மாஸ்டர் இளையவன் – அவன் கையில்தான் மின்சவுக்கு இருந்தது' என்று அந்தக் கட்டுரை முடிந்திருந்தது. மிகுந்த மனச் சங்கடத்தோடு படித்தேன்.

ஆனால், அவர்கள் இருவருக்குமே அவரவர் இடங்களைக் காட்டிய சந்தர்ப்பமாய் அது அமைந்திருக்கும் என்று நினைக்கிறேன். ஒருவர் எல்லைக்குள் அடுத்தவர் அத்துமீறாமல் வேறு பல கச்சேரிகளும் செய்தார்களே!

ஏதோ புனைகதை படிக்கிற மாதிரி இருக்கிறது.

வாஸ்தவம்தான். மமதை இல்லாத ஒரு கலைஞனையும் நான் கேள்விப்பட்டதில்லை. அவனுடைய செயலூக்கத்துக்கு அதி முக்கியமான சங்கதி அது. உயிர் தரிப்பதற்குச் சாப்பாட்டின் அவசியம் மாதிரி. நான் மட்டும் பணிவின் வடிவமா என்ன? ஆனாலும், பெருந்தீனிக்காரர்களின் ஆயுள் சற்றுக் குறைவானது தானே!

இந்தப் பகுதியில் இன்னும் ஒரேயொரு கேள்வி... ஸ்ரீ இனாம்தார் விலகிப் போன பிறகு உங்களுடன் இணைந்து வாசித்த வர்கள் பற்றி...

சரத் இருக்கும்போதே என்னுடன் இணைந்து பல கச்சேரிகள் வாசித்தவன் ஷிக்கார் தவான். நாங்கள் நெருங்கிய நண்பர்களாகவும் இருந்தோம். சரத்துக்குப் பிறகு ஷிக்கார் என்னுடன் நிரந்தரமாக இணைந்தான். இயற்கை அவனை என்னிடமிருந்து பிரிக்கும்வரை. அவன் இறந்து ஆறேழு வருடங்கள் இருக்காது?

ஆமாம். 2004இல் என்று நினைக்கிறேன்.

அதற்குப் பிறகு, அவ்வப்போது வாய்க்கிறவர்களுடன் இணைகிறேன். அபிஜீத் பானர்ஜீ, யோகேஷ் சம்ஸி, விஜய் காட்டே... இந்த வயதில் யாருடனும், எதனுடனும் நிரந்தரமாக இணைவது குறித்து ஆசைகள் எதுவும் இல்லை அம்மணி... *(புன்னகைக்கிறார். வறண்டிருக்கிறது)*

நாட்கணக்காகத் தொடர்ந்து பேசிக் கொண்டிருக்கும்போது, தமது அன்றாடம் அழைப்பதன் காரணமாக, ஸ்ரீஹரிசங்கர் தீட்சித் சிலமுறை எழுந்து செல்ல நேர்கிறது. என்னிடம் நயமாக 'ஸாரி' சொல்லிவிட்டுப் போவார்.

இந்த முறை அவரைச் சந்திக்க யாரோ பிரமுகர் வந்திருக்கிறார் என்று மேலே வந்து சொன்னார்கள். இவர் எழுந்து தமது புத்தக அலமாரியை நோக்கிச் சென்றார். கனமான புகைப்பட ஆல்பம் ஒன்றை எடுத்து என்னிடம் கொடுத்துவிட்டுப் போனார்.

ஸ்ரீ சிவசங்கர் தீட்சித், பீம்ஸென் ஜோஷி, கிஷோரி அமோங்க்கர் மூவரும் புல்தரையில் நாற்காலிகள் போட்டு அமர்ந்திருக்கும் புகைப்படம் என்னைக் கவர்ந்தது. தேர்ந்த கலைஞர் யாரோ எடுத்திருக்க வேண்டும். கறுப்பு வெள்ளைப் படத்திலேயே ஒருவித முப்பரிமாண ஆழம் தெரிந்தது. மிகப் பெரிய கோ–கோ கண்ணாடியும், கையில் பிடித்த தேநீர்க் கோப்பையும், கால்மீது கால் போட்ட தோரணையும் என்று கிஷோரி என் கவனத்தை முழுசாகக் கவர்ந்தார். சற்றே மிரட்சி தொனிக்கும் பார்வையுடன் ஜோஷி. சாந்தம் பொலியும் முகத்துடன் ஸ்ரீ தீட்சித்.

நாற்பது ஐம்பது படங்கள் பார்த்திருப்பேன் – ஸ்ரீ ஹரிசங்கர் தீட்சித் வந்துவிட்டார். 'முக்கியமான பேட்டி ஒன்று கொடுத்துக்கொண்டிருக்கிறேன் – தவறாக எடுத்துக்கொள்ள வேண்டாம், அடுத்த புதன்கிழமை பார்ப்போம் என்று சொல்லி அனுப்பிவிட்டேன்' என்று சொல்லிக்கொண்டே அமர்கிறார்.

சக கலைஞர்கள் பற்றிக் கொஞ்சம் சொல்லலாமா?

கட்டாயம் சொல்லலாம். நிறையவே சொல்லலாம். சுவாரசியமான சமாசாரங்கள் நிறைய இருக்கின்றன. அதற்கு முன்னால், ஒரு சிறு குறிப்பையும் சொல்லியாக வேண்டும்.

சொல்லுங்கள்.

பொதுவாக, கலைஞர்கள் எல்லாருமே சுவாரசியமானவர்கள்தாம். ஒதுங்கி இருப்பவர்கள் முதல், கலகலவென நெருங்கிப் பழகுகிறவர்கள் வரை ஒவ்வொருவருக்குள்ளும், நடைமுறை உலகத்தைப் பார்த்து வியந்து மாளாத ஒரு குழந்தை இருக்கிறது.

நான் சொல்லும் சங்கதிகளால் அந்தக் குழந்தைமனம் நொந்துவிடக் கூடாது அல்லவா? அதனால், பெயர் சொல்லாமல் சில நபர்களையும் சம்பவங்களையும் சொல்கிறேன். நான் குறிப்பிடுகிறவர்களில் ஓரிருவர், அமரராகிவிட்டவர்கள். என்றாலும், அவர்களுடைய சந்ததி புண்படத்தானே செய்யும்?...

ஹைதராபாதில் ஓர் இசைவிழாவுக்குப் போயிருந்தேன். நாங்கள் தங்கியிருந்த அறைக்குப் பக்கத்து அறையில் உங்கள் ஊர்க் கலைஞர் ஒருவர் தங்கியிருந்தார். பெயர் சொல்ல மாட்டேன். புல்லாங்குழல் இசைஞர் என்று மட்டும் சொல்லலாம். *(புன்சிரிக்கிறார்).* பார்த்த மாத்திரத்தில் நட்புக் கொண்டு விட்டார். நாங்கள் ஒன்றாயிருந்த நாலைந்து நாட்களில், இணைபிரியாமல் இருந்தோம். சேர்ந்து சாப்பிடுவோம். சேர்ந்து நடக்கப் போவோம். நாங்கள் இணைந்து ஒரு கச்சேரி செய்வது பற்றி ஆர்வமாய்த் திட்டம் முதற்கொண்டு போட்டோம்.

ஊர் திரும்பியவுடன் அவரைத் தொலைபேசியில் அழைத்தேன். 'ஹரிசங்கர் தீட்சித்' என்ற பெயரில் தமக்கு யாரையுமே தெரியாது என்று சொல்லிவிட்டார். இருங்கள், அதற்குள் சிரிக்காதீர்கள். சரி, அவருடைய வழக்கப்படி, மிதந்து கொண்டிருக்கும் சமயத்தில் தவறாகக் கூப்பிட்டுவிட்டேன் போலிருக்கிறது என்று நினைத்தேன். மறுநாள் வேறொரு வேளையில் அழைத்தேன். 'இதுமாதிரித் தொடர்ந்து தொந்தரவு செய்தால், போலீஸுக்குப் போகவேண்டி வரும்' என்று எச்சரித்தார்.

என்னுடைய நாலு நாள் நண்பரை நான் குற்றம் சொல்ல மாட்டேன். மிகவும் இனிமையான மனிதர் என்பதில் சந்தேகமே கிடையாது. ஆனால், அவருடைய சிக்கலுக்கு இரண்டே பிரச்சினைகள்தாம் காரணம். ஒன்று, குடி. காலையில் விடிந்ததும் குடிக்க ஆரம்பித்துவிடுவார். மேடைக்குப் போகும்போது, கைத்தாங்கலாகத்தான் அழைத்துப் போகவேண்டும். பல

நாள், போன மாத்திரத்தில், 'வாசிக்க முடியாது' என்று இறங்கி விடுவாராம். 'ஒரு கச்சேரியில், முதல் ஐட்டமாக மங்களம் வாசித்தார்' என்று சொன்னார் அவருடைய உதவியாளர். கர்நாடக மரபில் கச்சேரியை முடித்துவைக்கிற சமாசாரமல்லவா அது! *(உடல் குலுங்கச் சிரிக்கிறார்)*

அவருடைய உதவியாளர் இன்னொன்றும் சொன்னார்: ஹைதராபாத் ஜனங்களுக்கு பாக்கியம் இருந்ததால் அன்றைய கச்சேரி முழுசாக நடந்ததாம். அதில் சந்தேகமே கிடையாது. பாக்கியம் எனக்கும்தான். அந்த மாதிரியான வாசிப்பு எல்லாருக்கும், எல்லா நாளும், வாய்த்துவிடாது. கிருஷ்ண பகவான் வாசிக்கும்போது பசுக்கூட்டம் கிறங்கிக் கிடக்குமாமே, அன்று ஹைதராபாத் அரங்கத்தில் ஆயிரக்கணக்கான பசுக்கள் கிறங்கிக் கிடந்தன – என்னையும் சேர்த்துத்தான்!

இரண்டு பிரச்சினைகள் என்று குறிப்பிட்டீர்கள்...

நினைவிருக்கிறது. நான் அறிமுகமாகும்போது அவருக்கு ஐம்பத்திச் சொச்சம் வயதிருக்கலாம். மணமாகாதவராய் இருந்தார். அதுதான் அவரது இரண்டாவதும், தலையாயதுமான பிரச்சினை என்று நினைக்கிறேன். உள்ளுக்குள் இசையின் பல்வேறு சாத்தியங்கள் பொங்கிப் பீறி உங்கள் சமநிலையைக் குலைத்தவாறிருக்கும்போது, லவுகீக நிலையில் உங்களுக்கான வடிகாலாக ஓர் இணை இருப்பது எவ்வளவு பெரிய ஆறுதல்?

என் அண்ணாவின் வாழ்க்கையைக் கண்கூடாக இருந்து பார்த்திருக்கிறேன். முதல் அண்ணியின் அருகாமை அவருக்கு எப்பேர்ப்பட்ட ஆசுவாசத்தைத் தந்தது தெரியுமா? அதிலும், அவர் சித்தம் குலைந்து இருந்த நாட்களில், எங்கள் குடும்ப தெய்வமான தேவியே அண்ணியின் ரூபத்தில் வந்து பிரசன்னமாயிருக்கிறார் என்று பெரியவர்கள் பேசிக்கொள்வார்கள்.

நீங்கள் இப்படிச் சொல்வதன் மூலம், பெண்ணடிமைத் தனத்துக்கு வக்காலத்து வாங்குகிறீர்கள் என்று குற்றச்சாட்டு வரக்கூடும்!

வரட்டுமே. 'தாய்வழிச் சமூகத்தைத் தந்தைவழிச் சமூகமாக மாற்றுவதற்குப் பயன்பட்ட தந்திரங்களில் ஒன்று, பெண்ணை அம்பாள் வடிவமாக ஆக்குவது' என்று நானும் படித்திருக்கிறேன். வாசிப்பதற்கு வெகு சுவாரசியமான சங்கதிகள் இவை – மர்ம நாவல் போல விறுவிறுப்பானவை. ஆனால், நெருக்கடியில் உள்ள மனத்துக்கு இந்தமாதிரிக் கோட்பாடுகள் உதவாது. பரிவும், காதலும், வாஞ்சையும் தேவைப்படும். அது ஓர் ஆண் மனத்திலிருந்து பிறப்பதைவிடப் பல மடங்கு அதிகமாகப் பெண்மனத்தில் சுரக்கிறது என்றுதான் சொல்லவந்தேன். அது

இயற்கையான ஒரு நிகழ்வு. உடல்ரீதியான காரணங்கள்கூட ஏதேனும் இருக்கலாம். யாராவது ஆராய்ந்து சொல்வார்கள்!

விடுங்கள். அந்தக் குழலிசைஞரைப் பற்றிச் சொல்ல ஆரம்பித்து வேறெங்கோ நகர்ந்துவிட்டோம். அவரைப் பற்றி வெகு சுவாரசியமான தகவல் ஒன்றைச் சொல்ல விட்டு விட்டேனே... அவர் மிகப் பெரிய வாசகர் தெரியுமோ? *(ஸ்ரீ தீட்சித்தின் கண்களில் அபரிமிதமான குறும்பு ஒளிர்கிறது)*

சொல்லுங்கள்!

அவருடைய அறையில் மேஜைமீது ஏகப்பட்ட புத்தகங்கள் அடுக்கியிருந்தது. எனக்கு சுபாவமாகவே வாசிக்கும் பழக்கம் உண்டு அல்லவா – நமக்கு ஏதாவது சிக்குகிறதா பார்ப்போம் என்று ஆவலாக அருகில் சென்று பார்த்தேன். அதிர்ந்தே போனேன். அத்தனையும் ரயில்வே அட்டவணைப் புத்தகங்கள். வெவ்வேறு மண்டலங்களில், வெவ்வேறு வருடங்களில் வெளியானவை . . . நண்பரின் குரல் முதுகுப்புறமிருந்து கேட்டது:

> ஹரி, படு சுவாரசியமாக இருக்கும். வேண்டுமானால் ஓரிரண்டை எடுத்துக்கொண்டு போ. படித்தபிறகு வேறு தருகிறேன்.

இருக்கட்டும். பரவாயில்லை.

என்று பணிவாக மறுத்துவிட்டேன். *(விழுந்து விழுந்து சிரிக்கிறார். சிரிப்பு மெல்லமெல்லத் தேய்ந்து முகம் தீவிரம் கொள்கிறது)* இதைவிடவும் வேறு சான்று வேண்டுமா என்ன – அந்த மனிதன் நிஜமான மேதை என்பதற்கு? உங்கள் உலகத்தின் நியாயங்கள், தர்க்கங்கள் எல்லாவற்றுக்கும் வெளியில், தன் பிரத்தியேகக் கிரகத்தில் வசிக்கிறவன். நடைமுறைக் காரணங்களுக்காக உங்களிடம் தொடர்புகொள்கிறான் – அவ்வளவுதான். மற்றபடி, இருவருக்கும் பொதுவான எதுவுமே இல்லை என்பதுதான் உண்மை.

இன்னொன்றும் சொல்ல வேண்டும். ‘கேட்பவருக்கு வாய்க்கும் இசை வேறு; வழங்குபவருக்குள் ஊறும் இசை வேறு. முதலாவது அமிர்தம். இரண்டாவது அமிலம்’ என்று சொல்வாராம் எங்கள் தாத்தா.

> பெரியவர் வாக்கு என்பதால் உனக்கும் சொன்னேன். ஆனால், நான் அவ்விதமாக நினைக்கவில்லை. கோபமோ பிரியமோ – அது என் அந்தரங்க உணர்வு. ஆனாலும், என் வார்த்தையாலோ, செய்கையாலோ, பாவத்தாலோ உனக்குத் தெரிந்துவிடுகிறதல்லவா. இதே மாதிரித்தான் இசை என்பதும் – நமது அந்தரங்கத்தை, பிறர் அறியத் தருவது.

என்பார் அண்ணா.

என்னுடைய அபிப்பிராயம் வேறுமாதிரியானது – உள்ளுக்குள் வேறுவிதமான ஒலியோட்டம் நிரந்தரமாக இருந்துகொண்டிருக்கும்போது, மனித மனம் எவ்வளவுதான் தாக்குப் பிடிக்கும்? அதிலும், ஒரு வாழ்நாள் முழுவதும் உள்ளுக்குள் நூதனமான மாற்று ஒலிகளும், வெளியில் மாற்றுக்குறைவான தட்டை ஒலிகளும் என்று கேட்கக் கிடைத்தால் அந்த மனம் பிளவுபடுவது இயற்கைதானே!

நியாயம்தான்.

ஆரம்ப நாட்களிலிருந்து எனக்கு நாட்குறிப்பு எழுதும் பழக்கம் உண்டு. நிறையப் பயணம் செய்ய ஆரம்பித்திருந்த நாட்கள். பாரதத்தின் இந்தக் கோடியிலிருந்து அந்தக் கோடிவரை பிரயாணம் செய்திருக்கிறேன் – அண்ணாவுடன். அந்த அனுபவங்களை விரிவாக எழுதிவைக்கவும் செய்திருக்கிறேன். அந்த நாட்குறிப்புகளைக் கிளறினால், மேற்படிக் கலைஞர் மாதிரி ஏகப்பட்டபேர் சிக்குவார்கள். பொறுமையாகத் தேட வேண்டும்!

ஹரிஜீ, உங்களுக்கு ஆட்சேபணையில்லை என்றால், அந்த நாட்குறிப்புகளை நான் பார்க்கலாமா?

அதெப்படி ஆட்சேபணையில்லாமல் போகும்? என்னுடன் நான் பேசிக்கொள்ளும்போது விபரீதமான எத்தனை சமாசாரங்கள் வெளிப்பட்டிருக்கும்! *(சிரிக்கிறார்)* அவற்றையெல்லாம் வெறுமனே மட்க விடும் திட்டம் இல்லைதான் – ஹரிசங்கர் தீட்சித்தின் மறைவுக்குப் பிறகு, உங்களை மாதிரி நல்லெண்ணம் கொண்ட நண்பர்கள் யாராவது எடுத்து சீரமைத்துப் புத்தகமாகப் போடட்டும். என்ன சொல்கிறீர்கள்?

தாராளமாக. நானே செய்வேன். அது எதற்கு இப்போது? நீங்கள் நூறாண்டு காலம் வாழ்வீர்கள் ஹரிஜீ.

அதெல்லாம் உபசார வார்த்தையம்மா. சுயமாகப் பேசவும் நடக்கவும் முடியாமல், பிறருடைய தயவில் உருளைக்கிழங்கு போல வாழ்வதில் யாருக்குத்தான் விருப்பம் இருக்கும், சொல்லுங்கள்!

(இருவரும் சிரித்துக்கொண்டிருக்கும்போதே, எழுந்து சுவரலமாரியை நோக்கிச் செல்கிறார். மூடியிருக்கும் கீழ்த் தட்டைத் திறந்து ஒரு நாட்குறிப்புப் புத்தகத்தை எடுத்து வருகிறார்.)

இது 1963ஆம் வருடக் குறிப்புகள். ஜூன் மாதத்தில் உங்கள் மாநிலத்துக்குப் போயிருந்தோம். மதறாஸில் இரண்டு கச்சேரிகள். இடைவேளையில், பாரம்பரியமான ஆங்கில நாளிதழ் ஒன்று அண்ணாவையும் உங்கள் ஊர் வித்வான் ஒருவரையும் சந்திக்க

வைத்து ஒரு கட்டுரை வெளியிட ஏற்பாடு செய்தது. ஏனோ, அந்தச் சந்திப்பு வெற்றிகரமாக நடக்கவில்லை. கட்டுரையும் வெளியாகவில்லை. 'அண்ணாவுக்கும் அந்தக் கலைஞருக்கும் அலைவரிசை கொஞ்சம்கூட ஒத்துப்போகவில்லை என்பதுதான் காரணம்' என்று என் குறிப்பில் இருக்கிறது. அவர் சொல்கிறார்:

> சங்கராபரணம் பாடும்போது, சிவ தாண்டவத்தைப் பார்த்துக்கொண்டுதானே பாடவே செய்கிறோம்?

அண்ணா முகத்தைச் சுளிக்கிறார்:

> சப்தத்தை கண்ணால் காண முடியும் என்று நான் நினைக்கவில்லை. ஒரு குறிப்பிட்ட விதமான ஒலியமைப்பு, ஒவ்வொருவருக்கு ஒவ்வொருவிதமான காட்சியை நினைவூட்டக் கூடும். அதுதானே, இத்தனை மனிதர்களை ஓர் இடத்தில் கூட்டி, மனம் கூப்பி அமர்ந்து இசை அனுபவிக்கச் செய்கிறது?

என்று பொறுமையாக பதில் சொல்கிறார். எனக்கு உள்ளூறக் குறுகுறுவென்றது. 'ஜீ, சிவபெருமான் யார் ஜாடையில் இருக்கிறார் – ப்ருத்விராஜ் கபூர் மாதிரியா, பால்ராஜ் சஹானி மாதிரியா' என்று அவரிடம் கேட்க மிகவும் ஆசைப்பட்டேன்! சந்தர்ப்பம் கருதி பெரும் பிரயாசையுடன் அடக்கிக்கொண்டேன்!

ஒரு புள்ளியிலும் ஒத்துப்போகாமல் எவ்வளவு நேரம்தான் உரையாடுவார்கள், பாவம்! நாலைந்து வாக்கியங்கள் பேசுவதும், வந்துகொண்டேயிருந்த பண்டங்களைக் கொரிப்பதுமாக, அரைநாள் கழிந்தது. அவரை நினைவுகூர்ந்து இப்போது கூறுவதற்கு இரண்டு காரணங்கள் – ஒன்று அந்தப் பாடகர் தொடர்பாக எனக்குள் இருக்கும் ஆச்சரியம்.

சொல்லுங்கள்...

சேர்ந்தாற்போல இரண்டு வார்த்தைகள் பேச இயலாத அளவு திக்குவாய் அவருக்கு. ஆனால், அவர் பாடுவதைக் கேட்டேன் – அசந்து போய்விட்டேன். ஒரு இடத்திலும் அவர் சிரமப்பட வில்லை! அபூர்வமான மனோதர்மம் கொண்ட பாடகர் அவர்.

எதற்குச் சொல்லவருகிறேன், இசைபற்றி ஒருவருக்கு இருக்கும் அபிப்பிராயங்கள் அசட்டுத்தனமானவை என்று இன்னொருவருக்குத் தோன்றலாம். ஆனால், இசையை நிகழ்த்துகிறவன், கருத்துக்களை உற்பத்தி செய்கிற அதே ஆசாமி அல்ல. இந்த இரு ஆளுமைகளுக்கான இடைவெளியில்தான் ஆன்மீகமும், தெய்வீகமும் வந்து புகுந்துகொண்டு விடுகின்றன!

அந்தப் பாடகர் சம்பந்தமாக இன்னொரு ஞாபகமும் இருக்கிறது. அன்று பேசிக்கொண்டிருக்கும்போது

எங்களுக்கெல்லாம் ஐஸ்க்ரீம் கொண்டுவந்து கொடுத்தார்கள். உங்கள் ஊரில்தான் ஜூன் மாதத்திலும் வெயில் அமோகமாக இருக்குமே! நமது கலைஞர் ஆசாரமானவர். தாம் குடித்த காபித் தம்ளரைத் தாமே கழுவிவைக்கும் சீலம் உள்ளவர். காகிதக் கோப்பையில் முதன்முறையாக ஐஸ்க்ரீம் தின்கிறார் போலிருக்கிறது – முடித்ததும் அதைக் கழுவிவைக்க வேகமாக எழுந்து சென்றார்! *(சிரிக்க ஆரம்பிக்கிறார்)*

ஹரிஜீ, வேறு பக்கம் நகர்வோமா? இசைத்துறையில் உங்கள் நண்பர்கள் பற்றிச் சொல்லுங்களேன்?

ஆரம்பத்திலிருந்து, அண்ணாவின் நிழலாகவே நான் வளர்ந்து வந்திருந்தேன். 'அவருடைய நண்பர்கள் எனக்கும் நண்பர்கள்; அவருடைய விரோதிகள் எனக்கும் அப்படியே' என்கிற மாதிரி. ஒரே ஒரு விதிவிலக்கு உண்டென்றால், ஹிமான்ஷுதான்.

அண்ணாவிடமிருந்து விலகி நான் தனியாகக் கச்சேரிகள் செய்ய ஆரம்பித்த பிறகும் எனக்கென்று நண்பர்கள் அமைய வில்லை. ஆமாம், கிட்டத்தட்ட நாற்பது வருடங்கள் ஓடியிருக் கின்றன. பால்யத்தில் அமைந்தவர்கள் மாதிரி நெருக்கமான மனிதர்கள் கிடைக்கவேயில்லை என்பது ஆச்சரியமாகத்தான் இருக்கிறது.

மற்றவர்களைக் குறை சொல்வதற்கில்லை. கோளாறு என்னிடம்தான் இருந்திருக்க வேண்டும். நான் மிகவும் நேசிக்கிறவர்கள் ஒன்று முறித்துக்கொண்டு போய்விடுகிறார்கள், அல்லது, அகாலமாக இறந்தே போகிறார்கள் என்று என் ஆழ்மனம் தானாக ஒரு செண்ட்டிமெண்ட்டல் கணக்குப் போட்டு வைத்திருந்திருக்கலாம்.

இன்னொரு காரணமும் தோன்றுகிறது. என்னிடம் நெருங்கும் யாரையும் என் அண்ணாவின் கண்கள் வழியாகப் பார்த்து அளவிட நான் முயன்று வந்திருக்கிறேன். அவரளவு ஒரிஜினலாக என்னால் பார்க்க முடியாததால் நிரந்தரமாக ஒரு தயக்கம் எனக்குள் பதிந்துவிட்டது.

ஆக, அறிமுகங்கள் நிறைய உண்டு. நண்பர்கள் கிடையாது என்பதுதான் என்னுடைய நிலை.

இந்த பதிலை நான் பதிவு செய்துகொள்ளலாமா?

பின்னே, அதற்காகத்தானே பேசிக்கொண்டிருக்கிறோம்? *(புன்சிரிக்கிறார்)* எதனால் இப்படிக் கேட்கிறீர்கள்?

இல்லை, நீங்கள் என்னவாக நினைத்தாலும், உங்களைத் தனது நண்பராகக் கருதுகிறவர்கள் இருக்கக் கூடுமே? உங்களுடைய

பதிலை அறியும்போது அவர்கள் புண்பட்டுவிட வாய்ப்புண்டு அல்லவா?

மனம் திறந்த ஒரு வாக்கியத்தால் புண்படுகிறார் என்றால், அவரை நண்பர் என்று எப்படிச் சொல்லிக்கொள்வது? *(சிரிக்கிறார்)*

இதோ பாருங்கள் அம்மணி, எனக்கு எழுபத்தைந்து வயதாகிறது. சமரசங்கள் செய்து நடைமுறை வாழ்வை சவுகரியமானதாக ஆக்கிக்கொள்ளும் நிர்ப்பந்தத்தைத் தாண்டிய வயது. நான் சொல்கிற எதையுமே தணிக்கை செய்ய வேண்டியதில்லை.

இறுதியாக ஒரு கேள்வி. உங்கள் சகோதரரின் நெருங்கிய நண்பராக — அதன் காரணமாக உங்கள் நண்பராகவும் இருந்த கலைஞர் யாராவது உண்டா?

நிச்சயமாக. அமரர் திரு. மல்லிகார்ஜுன் மன்ஸூர். நான் முன்னர் கரானாக்கள் பற்றிக் குறிப்பிட்டேனல்லவா, அதற்கான வாழும் உதாரணமாய்த் திகழ்ந்தவர். குழந்தைப் பருவத்தில் பண்டிதர் அப்பய ஸ்வாமியிடம் கர்நாடக சங்கீதம். கொஞ்ச காலம் கழித்து, க்வாலியர் கரானாவின் நீலகாந்த புவாவிடம் சிட்சை. அதற்கப்புறம், ஜெய்ப்பூர் கரானாவின் முன்னோடியான அல்லாதியா கானின் புதல்வர்கள் இருவரிடமும் பயிற்சி. அவரைப் பற்றிய குறிப்புகளில் தவறாமல் இடம் பெறும் ஒரு தகவல், ஜெய்ப்பூர் – அட்ரோலி கரானாவைச் சேர்ந்தவர் என்பது. உண்மையில், மல்லிஜியின் ரசிகர்கள் அவரிடம் சொக்கிக் கிடந்தது இதுமாதிரியான அடையாளங்களுக்காக அல்ல. அவருடைய பாணியில் கலந்திருக்கும் ஆத்மார்த்தம் காரணமாகத்தான். அஸா ஜோகியா, சிவமத் பைரவ் என்பது மாதிரியான அபூர்வமான ராகங்களை மேதமையுடன் பாடினார் என்பதற்காகவும்தான்.

அண்ணாவுக்கு நெருங்கிய சிநேகிதியாக இருந்த பேகம் அக்தரையும் சொல்லவேண்டும். என்னைவிட இருபது வயது மூத்தவரான அவரை நான் 'தீதி' என்றே அழைப்பேன். அண்ணாவுடன் எனக்குப் பிரிவு நேர்ந்தபோது, அதை மீண்டும் சீரமைத்து விட முயன்ற வெகுசில நல்ல உள்ளங்களில் அவரும் ஒருவர். தமது இறுதிக்காலம் வரை எங்கள் இருவரிடமும் தனித்தனியாகவும், உளப்பூர்வமாகவும் நெருக்கம் கொண்டிருந்தார். அவர் பற்றிய ஒரு தகவலைச் சொன்னால், எத்தகைய மனம் அவருடையது என்று புரிந்துகொள்ளலாம்.

எனது ரசிக நண்பர் ஒருவர், மத்திய அரசில் உயர்நிலை அதிகாரியாக இருந்து ஓய்வு பெற்றவர். சுதந்திர இந்தியாவின் ஆரம்ப கட்டத்தில் ஐ ஏ எஸ் அதிகாரியாகத் தேர்வு பெற்றவர். பயிற்சிக்காலத்தில் சக மாணவர்களுடன் ஒருமுறை டில்லியிலிருந்து

போபாலுக்குப் பயணம் செய்தாராம். முதல் வகுப்பு. அடுத்த அறையில் பேகம் அக்தர் இருப்பதைப் பார்த்த நண்பர்கள் அவரிடம் சென்று அறிமுகப்படுத்திக்கொண்டார்கள்.

இவர்கள் வேண்டிக்கொண்டதன் பேரில், ஓடும் ரயிலில், பக்க வாத்தியங்கள் இல்லாமல், ஒரு முழு நீள கஸல் கச்சேரியே நடத்தியிருக்கிறார்; சற்றும் தலைக்கனமில்லாதவர் தீதி.

உடல் நலம் குன்றும்வரை என்னுடைய ஆத்மார்த்த நண்பராக இருந்தவர் பீம்ஸேன் ஜோஷி. அவரைக் கடவுளாக நினைக்கும் ரசிகர்கள் உலகெங்கும் உண்டு. ஆனால், புகழின் மமதை கொஞ்சமும் தலைக்கேறாத கண்ணியவான். அடிக்கடி நாங்கள் சந்தித்து அளவளாவுவோம். இசைவிழாக்கள் பலவற்றில் சேர்ந்து கலந்துகொண்டதும் உண்டு. அவர் சம்பந்தமாக எனக்கு நிரந்தர வியப்பு ஒன்று இருக்கிறது.

என்ன அது?

அவருடைய பெயர்ப்பொருத்தம். மகாபாரதத்தின் பீமசேனனுக்கு ‘விருகோதரன்’ என்று ஒரு பெயர் உண்டு தெரியுமா?

அப்படியா!

ஆமாம். ‘ஓநாய் வயிறுடையவன்’ என்று அர்த்தம். அநியாயத்துக்குச் சாப்பிடக் கூடியவன் அவன். ஆனால், வயிற்றைப் பார்த்தால் பெருந்தீனிக்காரன் என்று தெரியாது. ஆலிலை மாதிரி ஒட்டியிருக்கும்.

பீம்ஸேன் ஜியும் அப்படித்தான். அந்த சாமான்ய உடம்புக்குள், சக்தியின் வற்றாத ஊற்று இருக்கிறதென்பதே தென்படாது...

ஓ!

ஒருமுறை தார்வாடில் ஓர் இசைவிழாவில் நாங்கள் கலந்து கொண்டோம். ஜோஷிஜீயின் சிபாரிசு காரணமாகத்தான் என்னை அழைத்திருந்தார்கள். அந்தச் சமயத்தில் நான் இந்தியா வந்திருந்தேன். சன்மானம் அதிகம் தர இயலாத ஏழை அமைப்பு அது. சங்கீதத்தின் மேலுள்ள ஆசையை மட்டுமே மூலதனமாக வைத்து நடந்தது. என் சொந்தச் செலவில் விமானமேறி கோவா சென்று அங்கிருந்து வாடகைக் கார் பிடித்துப் போய்ச்சேர்ந்தேன்.

கிட்டத்தட்ட நள்ளிரவில் வந்து சேர்ந்தது ஜீயின் குடும்பம். அவருடைய சிஷ்யனாவதற்கு ஆசைப்பட்ட ஐரோப்பிய இளைஞன் ஒருவனும் அவர்களுடன் வந்திருந்தான். சாயங்காலம் மூன்று மணிக்குக் கிளம்பினார்களாம். சுமார் நானூற்றிச் சொச்சம் கிலோமீட்டர்கள். ஜீ கார் ஓட்டுவதில் அலாதியான காதல் உள்ளவர் அல்லவா! மொத்த தூரமும் இவரேதான்

ஓட்டியிருக்கிறார். இப்போது மாதிரி ஏஸி கார்கள் புழங்காத காலம். கலைந்த தலை முழுவதும் புழுதியுடன் வந்து சேர்ந்தார்கள்.

அறைக்குப் போனார். குளியல் போட்டார். நேரே பந்தலுக்கு வந்துவிட்டார். யார்யாரோ உள்ளூர்க் கலைஞர்கள் பாடியும் வாசித்தும் கொல்கிறார்கள். முதல் வரிசையில் உட்கார்ந்து பொறுமை யாகக் கேட்டார். என்னுடைய முறை வரும் போது அதிகாலை இரண்டரை மணி. அரைத் தூக்கத்துடன் மேடையேறினேன். அவரானால், நீண்ட, நிம்மதியான தூக்கத்துக்குப் பிறகு வந்தவர் மாதிரிப் புத்துணர்ச்சியுடன் நிமிர்ந்து உட்கார்ந்திருக்கிறார். ஐந்து மணிக்குத் தொடங்கினார். கச்சேரி முடியும்போது ஏழேமுக்கால். அபாரமான கச்சேரி. அவருடைய குரல் வலுவும், மூச்சுப் பயிற்சியும், மனோதர்மமும் மனிதர்களுக்கு உரியவையே அல்ல. ராட்சஸர்கள் அல்லது யட்சர்களுக்குத்தான் சாத்தியம்!

பீம்ஸேன் ஜீயைப் பற்றிச் சொன்ன மாத்திரத்தில் அவர் வயதே கொண்ட, அவர் இறப்பதற்கு முந்தின மாதம் இறந்த, அதுல்ய மிஸ்ரா பனாரஸ்வாலா நினைவும் வருகிறது – இருவருக்கும் ஒரேயொரு வித்தியாசம்தான் உண்டு. ஜோஷிஜியின் மரணம், தேசத்தின் தலைப்புச் செய்தியானது. அதுல்யா பாயி இறந்தது என்னை மாதிரி நண்பர்களுக்கு மட்டும்தான் தெரியும். கடைசிப் பதினைந்து வருடங்கள் அதுல்யா பாயி பாடவேயில்லை என்பது மட்டும் காரணமல்ல. பாடிய காலங்களிலும் தேசியப் புகழ் பெற்றவரில்லை அவர். தவிர, அவர் பாடுவதை நிறுத்தியதற்கும், பாங் அடித்து அடித்து நுரையீரல் கெட்டு விட்டது மட்டுமே காரணம் அல்ல.

பின்னே?

ஒருநாள் அதிகாலையில் கனவு கண்டாராம். தனக்குள் நிலையாக எரிந்துகொண்டிருந்த அகல் விளக்கை யாரோ எடுத்துக் கொண்டு வெளியேறுவது மாதிரி. திடுக்கிட்டு உறக்கம் கலைந்தார். தொண்டை கட்டியிருந்தது. சாதாரணமாக அல்ல, பதின்பருவத்தைக் கடக்கும்போது சிறுவர்களுக்குக் குரல் உடையுமே அதுமாதிரி...

அதை 'மகரக்கட்டு' என்று என் தகப்பனார் குறிப்பிடுவார். 'ஆண் பாடகர்கள் எதிர்கொள்ள நேரும் மிகப் பெரிய உற்பாதம்' என்றும் சொல்வார்...

அதுவேதான். என்ன, அதுல்யா பாயிக்கு அறுபத்தைந்தாவது வயதில் நடந்தது. அவ்வளவுதான்; ஒரு சகாப்தம் சட்டென்று முடிந்துவிட்டது. 'மருத்துவர்களைப் பார்க்கலாமே' என்று

நண்பர்கள் சொன்ன ஆலோசனையை வன்மையாக மறுத்து விட்டார் பாயி. 'அவன் கொடுத்தான், அவனே எடுத்துக் கொண்டான். இதில் புகார் சொல்ல என்ன இருக்கிறது' என்று சொல்லிவிட்டார் – குரல் கரகரக்க.

அதுல்யா பாயியின் சிறப்பம்சமே அதுதான். எந்நேரமும் பேசிக்கொண்டே இருப்பது. மேடையில் பாடும்போதும்கூட, பாதிப் பாட்டில் பேச ஆரம்பித்துவிடுவார். அது அந்த ராகத்தின் இலக்கணம் பற்றி இருக்கலாம், அன்றைக்கு நிலவும் சீதோஷ்ணம் பற்றி இருக்கலாம், சாட்சாத் ஆண்டவனைப் பற்றி இருக்கலாம், முதல் வரிசை இளைஞனின் சிகையலங்காரம் பற்றிக் கூட இருக்கலாம். அதிகமில்லை, ஓரிரு வாக்கியங்கள்தாம். அவருடைய பாட்டைவிடவும் பேச்சு இன்னமும் பிரசித்தமானது. உணர்ச்சிபூர்வமாகப் பாடிக்கொண்டே இருக்கும்போது, இடையில் நிறுத்திவிட்டு ஓரிரு கணங்கள் பேசுவார். 'குவிந்து கேட்டுக்கொண்டிருக்கும் மனத்தில் நிலவுகிற அமைதி குலைந்துவிடாதா' என்று நாங்கள் கேட்டதுண்டு.

> வாஸ்தவம்தான், பாடிக்கொண்டிருக்கும்போது எனக்குள் ஒரு வாக்கியம் தோன்றுகிறதே – அதை உடனே வெளியேற்றாவிட்டால் எனக்குள் நிலவும் அமைதி குலைந்துவிடுமே, பிறகு மனப்பூர்வமாகப் பாடுவது எப்படி?

என்று திருப்பிக் கேட்பார்..!

இந்த விளக்கம் வித்தியாசமாக இருக்கிறதே!

ஆனால், அவருடைய ரசிகர்களுக்கு இது பழக்கமாகியிருந்தது. பூஜை செய்யும்போது தும்மல் வந்தால் இயல்பாகத் தும்மி விடுகிற மாதிரி, இவருடைய நகைச்சுவையை அல்லது உருக்கத்தை ரசித்துவிட்டு மீண்டும் ராகத்தின் சொரூபத்துக்குத் திரும்பி விடுவார்கள்!

குரல் உடைந்தபோது, அவர் சொன்னது இன்னமும் நினைவிருக்கிறது – 'பார்த்தாயா ஹரி, நீங்களெல்லாம் அறுபத்தைந்து என்று நினைத்துக்கொண்டிருந்தீர்கள்; வாஸ்தவத்தில் எனக்குப் பதின்மூன்று வயதுதான் ஆகிறது...' அவருடைய நகைச்சுவையின் பரம ரசிகன் நான். ஆனால், கரகரத்த குரலில், பலத்த பிரயாசையுடன் அவர் இதைச் சொன்னபோது எனக்குக் கண் கலங்கிவிட்டது...

அறையின் நுழைவாயிலுக்கு இடதுபுறம், இடுப்புயர மரப்பெட்டி நிற்கிறது; முன்புறம் முழுக்கத் திறந்த பெட்டி – காபிப்பொடி நிறத்தில், பளபளவென்று இருக்கிறது. நான்கு அடுக்குகள் கொண்டது. கீழ்த்தட்டில் கேஸட் ப்ளேயர். நாக்கமிச்சி. இரண்டாவது தட்டில் ஆம்ப்ளிஃபையர். ரோக்ஸன் கேண்டி. மூன்றாவதில் ஸிடி ப்ளேயர். ஓங்க்யோ. நாலாவது காலியாக இருக்கிறது. உச்சியில் ஒரு ரெக்கார்ட் ப்ளேயர் – ஆடியோ டெக்னிக்கா.

கடைசி மிடறு தேநீரைக் குடித்துவிட்டு, காலிக் கோப்பையை டீப்பாயில் வைக்கிறார் ஸ்ரீ தீட்சித். அவருடைய அசைவுகளில் பெரும் நிதானம். கனவில் நடக்கிற மாதிரி எழுந்து நடக்கிறார். இசைப் பெட்டிக்குப் பக்கத்தில் தானும் இடுப்புயரம் நிற்கும், இழுப்பறைகள் கொண்ட அலமாரியின் மேற்தட்டைத் திறக்கிறார். வினைல் ரெக்கார்டுகளின் வரிசையில் ஒவ்வொன்றாக விரல்கள் நகர்த்த, ஏதோவொரு குறிப்பிட்ட தட்டைத் தேடுகிற மாதிரிப் பார்வை நகர்கிறது. ஒவ்வொன்றின் மேலும் பார்வை பதியும்போது முகத்தில் பாவனைகள் மாறுவதைப் பார்க்க சுவாரசியமாக இருக்கிறது.

எடுத்துவிட்டார். ஆடியோ டெக்னிக்காவின் மூடியைத் திறந்து, இசைத்தட்டைக் கிடத்திச் சுழல விடுகிறார். அறையின் விதானத்திலிருந்து ஸ்வர மண்டலின் அழுத்தமான ஒலி சொட்டுகிறது. தொடர்ந்து இழையும் பேகம் அக்தரின் மணிக் குரல். ஆலாபனையை ஆரம்பித்த மாத்திரத்தில் எனக்குள் மகிழ்ச்சி குறுகுறுக்கிறது. இந்தப் பாட்டைப் பல தடவை கேட்டிருக்கிறேன். என் அபிமானப் பாட்டு. ஷகீல் படாயுனி எழுதி, கய்யாமின் இசையமைப்பில் பேகம் பாடிய கஸல்.

தூரு ஹெ மன்ஸில் – ராஹே(ன்) முஷ்கில் . . . ஆலம் ஹெ தனஹா . . .

கண்களை மூடி பாடலில் தோய்கிறார் ஸ்ரீ தீட்சித்.

பாடல் முடியும்வரை காத்திருந்துவிட்டு, மீண்டும் எழுந்து சென்று ஒலியளவைக் குறைத்துவிட்டு, பழையபடி வந்து அமர்கிறார். லேசாகத் தொண்டையைச் செருமுகிறார்.

ஜீ, உங்களுடைய கச்சேரிகளில் மறக்க முடியாதவற்றைக் குறிப்பிடலாமா?

இந்தக் கேள்வி கொஞ்சம் சிக்கலானது அம்மணி. இதுவரை குடித்தவற்றில் எந்தக் கோப்பைத் தேநீர் 'ரொம்ப ருசியானது?' என்கிற மாதிரி!

பன்னிரண்டாவது வயதில் மேடையேறினேன். அண்ணாவுக்கு உபவாத்தியமாக சுமார் நாலு வருடங்கள். அவர் வாசிக்காதிருந்த சமயத்தில் தனிக் கச்சேரி செய்த ஆறு வருடங்கள். அவர் மீண்ட பிறகு மீண்டும் உபவாத்தியமாக எட்டு வருடங்கள். பின்னர் வயலின் கலைஞனாக மாறி சுமார் நாற்பத்தைந்து வருடங்கள். எவ்வளவு கச்சேரி செய்திருப்பேன்! எத்தனை நாடுகள். எத்தனை பருவங்கள். எத்தனை ராகங்கள். எத்தனை பக்கவாத்தியக் கலைஞர்கள்.

சமீபத்தில் கிரிக்கெட் மேதை ஒருவரின் பேட்டியைப் பார்த்தேன். இருபத்திச் சொச்சம் நூறுகள் அடித்தவர். தம்முடைய எட்டாவது நூறில் நாற்பத்து நாலாவது பந்தில் தாம் அடித்த கவர் ட்ரைவ் பற்றி விவரித்துக்கொண்டிருந்தார்! என்னவொரு துல்லியம்! எப்பேர்ப்பட்ட ஞாபகசக்தி! இப்போதுவரை பிரமிப்பு அடங்கவில்லை எனக்கு. *(சிரிக்கிறார்)*

ஜீ, நான் குறுக்கிடலாமா?

தாராளமாக.

சற்று மாற்றிக் கேட்கிறேன். வழக்கமான பாதையில் அல்லாமல், இசைக்கும் அது தரும் கிளர்ச்சிக்கும் அப்பாற்பட்டு நிகழ்ந்த சம்பவங்கள் — கச்சேரியின்போது நடந்தவை — என்கிற மாதிரி...

எழுபத்து மூன்றில், ஜெர்மனியின் கொலோன் நகரில் ஒரு விழா. 'அனைத்துலகக் கலைச் சங்கமம்' என்ற பெயரில் நூதனமான நிகழ்ச்சிகளை ஒருங்கிணைத்திருந்தார்கள். சீட்டுக் குலுக்கியெடுத்த மாதிரி ஜோடி அமையும்! உதாரணமாக, தென்னிந்தியப் புல்லாங்குழலுக்குப் பக்கவாத்தியமாக, ஆப்பிரிக்க ட்ரம்ஸ். சீனத் தந்தி வாத்தியமான பிப்பாவுக்கு சரத் இனாம்தாரின் தபலா.

கேரளாவின் மோகினியாட்டத்துக்குப் பின்னணி இசையாக, ஜப்பானிய ஷாக்குஹாச்சியும், உங்கள் ஊர் மிருதங்கமும்.

அந்த வரிசையில் என்னுடைய வயலின் வாசிப்புக்கு ஃப்ரெஞ்சு நடனக் கலைஞன் ஒருவன் ஆடுவதாக ஏற்பாடாகியிருந்தது. ஒல்லியான இளைஞன். ரப்பரால் செய்த உடம்பு அவனுக்கு. நான் தேஷ் ராகத்தில் ஒரு தும்ரியும், பஹாடியில் ஒன்றும் வாசித்தேன். ஒரு குழுவுக்கு அரைமணி நேரம் ஒதுக்கியிருந்தார்கள். மேடையின் வலதுபுறம், நாலடிக்கு நாலடி இருந்த குட்டி மேடையில் நானும் சரத்தும். மற்றபடி மேடை முழுவதையும் அந்த ஃப்ரெஞ்சுக்காரனே ஆக்கிரமித்துக் கொண்டான்.

ஒத்திகை எதுவும் இல்லாத நிகழ்ச்சி அது. உலகமெங்கிலுமிருந்து வந்திருந்த எழுத்தாளர்கள் மற்றும் அறிவுஜீவிகளுக்காக ஏற்பாடாகியிருந்த நிகழ்ச்சித் தொடர். முன்அனுமானங்கள் இன்றி இரண்டு தனித்தனி நிகழ்த்துகலைகள் எப்படியெல்லாம் இணைய முடிகிறது என்பதே அதன் சாரம்.

என் கற்பனையில் உதிக்கும் ஸ்வரக் கோவைகளுக்கு அந்தக் கணமே அவன் அபிநயம் பிடித்து நடனமாடினான். ஒருகட்டத்தில் இரண்டுக்கும் இருந்த இடைவெளி குறைந்து கொண்டே வந்து, நான் பொம்மலாட்டக்காரன் மாதிரியும் என் விரலசைவுக்குக் கட்டுப்படும் பாவையாக அவனும் எனக்குத் தோன்றியது. 'இல்லை, என் கையிலிருப்பது மந்திரக்கோல். அதன் காரணமாகவே, பிணைக்கும் கயிறு இல்லாமல் அவனை என்னால் ஆட்டுவிக்க முடிகிறது' என்று நம்பினேன்.

நிகழ்ச்சி முடியும் தறுவாயை நெருங்கியபோது, இவ்வளவு நேரமும் நான் யூகித்தது தவறு, தனக்குத் தேவையான இசையை என்னிடம் உருவாக்கும் உத்தேசத்துடனே அவன் ஆடிக் கொண்டிருக்கிறான் – என் கற்பனையின் உண்மையான ஊற்று அவனுடைய பாதங்கள்தாம் என்று தோன்றியது. பகீரென்றது!

இது மாதிரியான புதுமைகள் ரஞ்சகமாக இருக்கும் என்பதில் சந்தேகமில்லை. ஆனால், கலையின் ஆதார நோக்கத்துக்கு அனுசரணையானவைதானா?

மிகச் சரியாகக் கேட்டீர்களம்மா. மேற்சொன்னது போன்ற சந்தர்ப்பங்கள் பலவற்றில் வாசித்திருக்கிறேன் – ஆரம்ப நாட்களில் எதையுமே மறுப்பதற்குத் துணிவிருக்காது!... ஆனால், மனம் தோய்ந்து வாசிப்பதற்கான சந்தர்ப்பங்கள் அல்ல அவை. மேற்கத்திய நாடுகளின் மிருகக்காட்சி சாலைகளில் விசித்திரமான கலப்பின மிருகங்கள் காட்சிக்கு இருக்கும். சிங்கமும் புலியும்

இணைந்து பெற்ற லைகர்; செம்மறியாடு – வெள்ளாடு தம்பதிக்குப் பிறந்த கீப்; பசுவும் காட்டெருமையும் இணைந்த பீஃப்பலோ என்று. மனித மனத்தின் குயுக்திக்கு, சிலவேளைகளில் வக்கிரத்துக்கு, இவை தீனியாக இருக்க முடியும். இதே ஜீவராசிகள்தாம் பூமிப்பரப்பு முழுவதும் இருக்கும் என்ற நிலையைக் கற்பனை செய்து பார்க்க முடியுமா? பயோ – ரிதம் என்று சொல்வார்களில்லையா, அந்த ஜீவ – லயம் கெட்டுவிடவும் வாய்ப்பிருக்கிறதோ என்னவோ!

சரிதான்!

ஆனால், நாம் யூகிப்பதை விடவும் விசித்திரமான சமாசாரங்கள் இயல்பாகவே ஒவ்வொரு தேசத்தின் நாட்டார் கலைகளிலும் இருக்கத்தான் செய்கின்றன. நம்முடைய நோக்கம் புதுமை விழைவு மட்டும்தான் என்றால் அவற்றை மீட்டெடுத்தாலே போதுமானது.

உதாரணமாக . . .

பீஹார் கிராமம் ஒன்றின் வழியாகப் போக நேர்ந்தது. ஏதோ கோவில் விழா நடந்துகொண்டிருக்கிறது. காரை நிறுத்தி விட்டோம். மேடையில் அதீதமான ஒப்பனையுடன் ஒரு பெண்ணுருவம். சம்மணமிட்டு அமர்ந்திருந்தது. ஒரேயோர் உருவம் மட்டும்தான்.

வாத்திய கோஷ்டி, மேடையின் முன்புறம், சபையின் பகுதியாக அமர்ந்திருந்தது. இவர்களின் மெட்டுகளுக்கு, அமர்ந்த நிலையிலேயே அந்தப் பெண் அபிநயம் பிடித்தாள். நிதானமாக ஆரம்பித்த நாட்டியத்தில், வாத்திய இசையின் துரிதம் கூடக்கூட அபாரமான விசையேறியது. முழுமையான நடனம் போலவே தோற்றம் கொண்டது. மெட்டுகளில்தான் என்னவொரு விந்நியாசம்! ஹாஸ்யமும் கோபமும் துக்கமும் வீரமும் என்று நானாவித பாவங்கள். நடனமணி எல்லாத் திசைகளிலிருந்தும் அடவுகளையும் முத்திரைகளையும் வாரிவாரி அள்ளி சபையின் முன் கொட்டினாள். அச்சில் சுழலும் தக்கைபோலத் தென்பட்டது அவள் உடம்பு. ஒரு கட்டத்தில் விஸ்வரூபம் எடுத்து, மேடை முழுவதும் அவள் நிரம்பினாள். மயிர்க்கூச்செரிந்தது எனக்கு.

பின்னர் விசாரித்துத் தெரிந்துகொண்டேன் – பிறப்பாலே அவள் ஓர் அலியாம். பெயர் நிரஞ்சனா என்று சொன்னார்கள்.

ஹரிஜீ, இன்னொரு பக்கம் நகர்கிறேன்... உலகெங்கும் கொடி கட்டிப் பறக்கும் மேற்கத்திய வயலின், பிரதான பக்கவாத்தியமாக அங்கீகாரம் பெற்றுவிட்ட கர்நாடக சங்கீத வயலின் — இவற்றுக்கு இடையில் நசுங்கி மூச்சுத் திணறுகிறது ஹிந்துஸ்தானி வயலின் என்கிற மாதிரி எனக்குள் ஒரு சித்திரம் இருக்கிறது. நீங்கள் அவ்வாறு உணர்ந்திருக்கிறீர்களா?

ஆரம்பத்தில் அப்படி நினைத்ததுண்டு. அதிலும் அண்ணாவிட மிருந்து பிரிந்து தனிக் கச்சேரி செய்ய ஆரம்பித்த நாட்களில், மாதம் இரண்டு மூன்று வாய்ப்புகள் கிடைத்துக்கொண்டிருந்தன. வாழ்க்கை நடத்துவதற்கு அந்த வருமானம் போதுமானதாய் இருந்தது. ஆனால், ஏதோ ஒரு மாதம் வாய்ப்பே இல்லாது போனால், தன்னியல்பாக பயம் தட்டும். ஆதரவு அதிகம் இல்லாத வாத்தியத்தைத் தேர்ந்தெடுத்துவிட்டோமே, பேசாமல் ஒரு ஸித்தாரையோ ஸரோடையோ எடுத்துக்கொண்டிருக்கலாமே; இது எவ்வளவு நாள் ஓடும் என்று தெரியவில்லையே, என்று அந்தரங்கமாக ஒரு பதட்டம் இருக்கும்.

பேசாமல் ஸாரங்கிக்குத் திரும்பிவிடலாம் என்று தோன்றவேயில்லையா?

தயாஜியும் திரு. தாம்ஸனும் எனக்கு முதல் வாய்ப்பை வழங்கிய போது நான் விதித்த நிபந்தனை அதுதான் – அந்த ஒருமுறை தவிர நான் வயலின் வாசிக்கமாட்டேன் என்பது. ஆனால், அந்த வாய்ப்புடன் அண்ணா விரோதியாகிவிட்டாரா, ஸாரங்கியை இனித் தொடுவதில்லை என்று சங்கல்பம் செய்துகொண்டு விட்டேன். என்னைப் போட்டியாளன் என்று அண்ணா கருதினால், பிறகு என் வித்தை என்னைக் கைவிட்டு விடாதா?

ஓ.

ஆனால், நான் பயந்த மாதிரி எதுவும் நடந்துவிடவில்லை. இரண்டு பேர் என் தைரியத்தை மீட்டுக்கொள்ள உதவினார்கள். ஒருவர் மானசீகமாக. உங்கள் பூர்விகம் தஞ்சாவூர்ப் பக்கம் என்று சொன்னீர்களில்லையா?

ஆமாம்...

அந்த ஊரும் பிராந்தியமும் என் மனத்தில் நீங்காமல் நிறைந்திருக்கிறது. அதற்குக் காரணமான ஒரு கலைஞரை தாஷ்கண்ட்டில் சந்தித்தேன். உங்கள் ஜில்லாதான் அவருடைய பூர்விகம். கலாசாரப் பரிவர்த்தனை நிகழ்ச்சி ஒன்றில் வாசிக்க வந்திருந்தார். அவருடைய பெயரையும் என்னால் மறக்க முடியாது. கொஞ்சம் அபூர்வமான பெயர். ஐராவதம். முஹர்சிங் கலைஞர். அந்தக் கருவியை வாசிக்கும் ஒருவரை முதல்தடவையாக நேரில் பார்க்கிறேன். அடேயப்பா, வாசிக்கக் கடினமான கருவி. கொஞ்சம் அசந்தால் நாக்கைத் துண்டித்துவிடும். அவ்வளவாகப் புழக்கத்தில் இல்லாத கருவி வேறு. 'பக்கவாத்தியக் கலைஞரான அவரே நெஞ்சு நிமிர்ந்திருக்கும்போது, தனி வாத்தியமாக வாசிக்க முடியும் வயலின் பற்றி ஏன் கவலைப்பட வேண்டும்?' என்று தோன்றியது. இரண்டாவது ஆள், நேரடியாகப் பேசியே என் அச்சத்தைப் போக்கினார்.

அவர்?...

எஸ்ராஜ் கலைஞர் குர்பச்சன் சிங். பாட்டியாலாவில் ஓர் உணவகத்தில் சந்தித்தோம். நாலு மேஜைகள் தள்ளி அமர்ந்திருந்தவர், தாமாகவே எழுந்து வந்து,

> நமஸ்தே. ஸ்ரீ ஹரிசங்கர் தீட்சித் தானே? நான் குர்பச்சன் சிங்.

என்று சொல்லிக்கொண்டே எதிர்நாற்காலியில் அமர்ந்தார். உண்மையில் நான் எவருடனும் உரையாடும் மனநிலையில் இல்லை. சற்றுமுன் தொலைபேசியில் தொடர்புகொண்டபோது, 'பெரியவனுக்கு உடம்பு சரியில்லை' என்று ஊர்மிளா தெரிவித்திருந்தாள்.

குழந்தைக்கு இன்னும் போஷாக்கு தேவையோ, அதற்கேற்ற அளவு நாம் சம்பாதிக்கவில்லையோ என்று குற்ற உணர்ச்சியில் புழுங்கிக்கொண்டு அமர்ந்திருந்தேன். ஆனால், தேடிவந்து பேசுபவரை என்ன செய்ய? ஆரம்பித்து நாலைந்து வாக்கியங்களுக்குள்ளேயே கவலை அரிக்கும் என் மனத்தைப் படித்து விட்டார் அவர். கலைஞனில்லையா?

> உங்களுடையதை விடவும் அபூர்வமான வாத்தியம் வாசிக்கிறேன். நானே கவலைப்படவில்லை. உங்களுக்கென்ன, உலகம் முழுவதும் போக வாய்ப்பு உள்ளவர்...

என்று சிரித்துக்கொண்டே சொன்னார்.

> ... உங்களுடைய வாசிப்பைக் கேட்டிருக்கிறேன். அபூர்வமான மனோதர்மம் உள்ளவரல்லவா? வாத்தியத்தின்மீது என்னவொரு சரளம் கை கூடியிருக்கிறது! வாஸ்தவமாகவே உலகத் தரமான கலைஞர் நீங்கள். கவலைப்படுவதற்கு நியாயமேயில்லை...

இன்னமும் என் முகம் சகஜமாகவில்லை என்று தோன்றியது போல.

> ...உங்களிடம் இருக்கும் வித்தைக்கு, ஹிந்துஸ்தானி ரசிகர்கள் அங்கீகரிக்காது போனால், ஒரே வருடத்தில் மேற்கத்திய இசையை நோக்கிப் போய்விடலாம். அதுவும் வசப்படவில்லையா, இருக்கவே இருக்கிறது திரையுலகம். சந்தர்ப்பங்களும் சம்பாத்தியமும் கொட்டிவிட்டுப் போகிறது...

இது நான் எதிர்பார்த்திராத சமாதானம். உடனடியாக என் மனம் சமனப்படத் தொடங்கியது. என் முகத்திலும் தெரிந்திருக்கும்தானே.

அவருக்கு அதுவும் போதவில்லை போல!

> ...என்ன, இப்போது சாவகாசமாக வாசிக்கிறீர்கள். மேற்கத்திய இசை வாசித்தால் கால் வலிக்கும்...

எனக்குப் புரியவில்லை.

> ...பின்னே, அவர்கள் நின்றுகொண்டல்லவா வாசிக்கிறார்கள்?!

சிரிக்கத் தொடங்கினார். எளிதில் தொற்றிவிடும் சிரிப்பு அது! இருவருக்குமாக அவர் சொல்லி அனுப்பியிருந்த ஆலு குல்ச்சா வந்தது. அதைத் தொட்டுக்காட்டிச் சொன்னார்:

> இதோ பாருங்கள் ஹரிஜீ. இந்தக் குல்ச்சாவின் மீது என் பெயர் எழுதியிருக்கிறதாக்கும். அதை ஒருபோதும் நீங்கள் சாப்பிட முடியாது...

அந்தக் குரலில் இருந்த பரிவும், உறுதியும், நம்பிக்கையும்தான் இன்றுவரை என்னைக் கொண்டுவந்து சேர்த்திருக்கிறது!

இன்று, உலகப் புகழ்பெற்ற கலைஞராக ஆகிவிட்ட பிறகும் ஆரம்பத்தில் இருந்த பதற்றத்தின் வண்டல் உங்களிடம் இருக்கத்தான் செய்கிறதா?

என் பொருட்டு இல்லை. ஆனால், வயலினைத் தனது வாத்தியமாக எடுத்துக்கொண்டு ஹிந்துஸ்தானி சங்கீதம் வாசிக்கக் கிளம்பும் இளைய தலைமுறையைப் பார்க்கும்போது சிறு கலக்கம் எழத்தான் செய்கிறது. 'வேறு வாத்தியமே கிடைக்கவில்லையா குழந்தை உனக்கு?' என்று உள்ளூற ஒரு கேள்வி மிதக்கிறது. பிறகு, 'என் போன்ற வாழ்க்கை உனக்கும் சித்திக்கட்டும்' என்று உளப்பூர்வமான ஆசீர்வாதமும் சொரிகிறது.

உங்களை மறுப்பதாக எண்ண வேண்டாம். என். ராஜத்தின் வம்சம் சங்கீதா சங்கர், கலா ராம்நாத், ராஜத்தின் பேத்திகள் என்று வளர்ந்துகொண்டேதானே போகிறது?

வயலின் வாசிக்கக் கிளம்பும் அத்தனை குழந்தைகளும் ராஜத்தின் குடும்பத்தில் பிறந்தவர்கள் இல்லையே அம்மணீ? *(புன்னகைக்கிறார்)*

சரிதான்..! இந்த நிலையை மாற்ற வேண்டும், அதற்கு நாம் முயற்சி மேற்கொள்ள வேண்டும் என்று உங்களுக்குத் தோன்றியிருக்கிறதா, எப்போதாவது?

தோன்றாமல் என்ன? நான் முன்பு குறிப்பிட்ட பாரதப்பவன் சங்கமத்துக்குப் பிறகு, இவ்வளவு வயலின் கலைஞர்களும், இவ்வளவு ரசிகர்களும், மகத்தான மேதைகளும் இருக்கும்போது

வயலின் வாசிப்பை ஊக்குவிப்பதற்கும் அதன் வளர்ச்சிக்கும் என ஓர் இசைப் பள்ளி தொடங்கினால் என்ன என்று தோன்றியது. கொஞ்சநாள் நீடித்திருந்த ரம்மியமான கனவு அது. கனவாக இருப்பதற்கு மட்டுமே உகந்தது. தானாகத் தேய்ந்து மங்கிவிட்டது!

ஏனோ?

முதலில், ஹிந்துஸ்தானி இசை மரபு வயலினின் வருகையைக் கொண்டாடவில்லை என்று தோன்றியது. வில்லை இழைத்து வாசிக்கும் கருவிக்கு ஒரு சிறப்பியல்பு உண்டு. மனிதக் குரலைக் கிட்டத்தட்ட நகலெடுத்து விடும் அது. கர்நாடக மரபில் அப்படிப்பட்ட வாத்தியம் ஏதுமில்லாதிருந்த நிலையில் வயலின் நுழைந்தது. இரண்டு கைகளையும் கூப்பி வரவேற்று இன்புற்றார்கள். ஆனால், ஹிந்துஸ்தானி இசையில் ஸாரங்கி வெகுகாலமாக நிலைத்திருந்தது. உபரியாக, தில்ரூபா, எஸ்ராஜ் என்கிற மாதிரிக் கருவிகள் வேறு.

இரண்டாவது, கர்நாடக மரபில் பக்கவாத்தியமாக நிலைக்கும் பேறு வயலினுக்கு இருக்கிறது. இங்கே, ஸாரங்கிக்கேகூட அந்த அந்தஸ்து இரண்டாம் பட்சமாகத்தான் வழங்கப்பட்டிருக்கிறது. அபூர்வமாகவே அதைப் பக்கவாத்தியமாக அமர்த்திக் கொள்கிறார்கள். ஹார்மோனியம்தான் பக்கவாத்திய அரசன்!

உங்களுக்கு இதில் ஒப்புதல் உண்டா!

அதெப்படி இருக்கும்? பார்க்கப்போனால், ஸாரங்கியை விடவும் திறந்த ஒலி கொண்ட, எல்லாத் தருணங்களுக்கும், எல்லாவித உணர்வு நிலைகளுக்கும் ஏற்ற வாத்தியம் அல்லவா வயலின்? எந்தவிதமான குரல் அமைப்பு கொண்ட பாடகருக்கும் துணைவர ஏற்றது. ஆனால், இதெல்லாம் என்னுடைய கணிப்புகளும் முடிவுகளும்தாமே? நான் என்ன நினைக்கிறேன் என்பதா முக்கியம்? ஹிந்துஸ்தானி சங்கீத மரபின் ஆழ்மனம் என்ன நினைக்கிறது என்பதல்லவா செல்லுபடியாகும்!

ஆரம்பித்த இடத்தைவிட்டு வெகுதூரம் நகர்ந்துவிட்டோம் ஜீ...

ஆமாம். பேச்சு இழுத்துச் சென்ற திசையில் உல்லாசமாகத் தொடர்ந்துவிட்டேன்... மறக்க முடியாத இன்னொரு நிகழ்ச்சியைச் சொல்லி முடித்து விடுகிறேன். எண்பதுகளின் ஆரம்பத்தில் என்று நினைக்கிறேன்– அல்லது எழுபதுகளின் இறுதியாகக் கூட இருக்கலாம். ஆந்திராவில் ஒரு கச்சேரிக்குப் போயிருந்தேன். கரீம்நகர் மாவட்டத்தில் ஒரு பெருந்தனக்காரர் இல்லத்தில் மணவிழா. அந்த மாவட்டத்தின் ஆட்சியராக இருந்தவர் என்னுடைய பரம ரசிகரான நண்பர். அவருடைய நண்பர் வீட்டு விசேஷத்துக்காக என்னை அழைத்திருந்தார்.

அன்று மிகவும் உற்சாகமான மனநிலையில் இருந்தேன். நினைத்த ஸ்வரம் பேசியது வாத்தியத்தில். திலக் காமோதில் ஒரு பந்திஷ் வாசித்து முடித்தபிறகு, ஆட்சியர் நண்பர் எழுந்து மேடையேறி வந்தார். என் காதருகில் குனிந்து ஒரு விண்ணப்பம் வைத்தார். சாதாரணமாக, கச்சேரியின் குறுக்கே யாராவது என்னிடம் பேச்சுக் கொடுத்தால் பிடிக்காது. மன ஓர்மையைக் கெடுத்துவிடும் என்று எண்ணம்.

அன்று மிகமிக உற்சாகமாக இருந்தேன். உடனே 'சரி' என்றேன். ஒரு சிறுவனைக் கூட்டி வந்தார்கள். அவன் என்னுடன் வாசிக்க வேண்டுமாம். அவன் கையில் வைத்திருந்த வாத்தியம் என் ஆர்வத்தைக் கூட்டியது. ஆமாம், அதுவும் என்னுடையது மாதிரித்தான். தந்திக் கருவி என்பதற்காக மட்டுமல்ல – உள்நாட்டு வாத்தியம் இல்லை என்பதாலும்தான்.

புரியவில்லை இல்லையா, அவன் வைத்திருந்த கருவி மேண்டொலின். பழைய ஹிந்தி சினிமாவில் நாட்டியப் பாடல்களுக்கு அதிகமும் உபயோகப்பட்ட வாத்தியம் அல்லவா அது? ஐரோப்பாவா, பாரசீகமா எங்கிருந்து அது பாரதத்துக்குள் வந்தது என்ற சர்ச்சை இன்னமும் ஓய்ந்த பாடில்லை. அதுவோ, இந்திய சாஸ்திரீய மேடையில் அழுத்தமாக வந்து உட்கார்ந்துவிட்டது. ஹிந்துஸ்தானி மரபிலும் அது நுழைந்தாகி விட்டது தெரியுமோ!

அப்படியா?!

ஆமாம், ஸ்நேகஷீஷ் மஜும்தார் என்ற வங்காளியர் வாசிக்கிறார். நன்றாகவே இருக்கிறது. 'மேண்டொலின் ட்ரீம்ஸ்' என்று ஒரு தொகுப்புகூட வெளியிட்டிருக்கிறார்... ஆயிற்றா, அந்தப் பையன் மேடையேறி வந்தான். என்னையும் சரத்தையும் கால் தொட்டு வணங்கிவிட்டு பவ்வியமாக உட்கார்ந்தான்.

குயுக்தியாக எனக்குள் ஓர் எண்ணம் தோன்றி, பீலுவில் ஒரு சோட்டா பந்திஷ் வாசிக்கத் தொடங்கினேன். அதே ராகத்தில் அமைந்த சினிமாப் பாட்டு – 'மோஹே பனு கட்டுபே' என்ற, மொகலே ஆஸம் படத்தில் இடம்பெற்ற பாட்டு – என் பின்மனத்தில் ஓடிக்கொண்டிருந்தது! 'நான் வாசித்ததை அடிபிறழாமல் வாசித்து சமாளிக்கப் போகிறான் பையன்' என்று உள்ளுக்குள் சிரிப்பு குமிழியிட்டது. தபலா வாசித்த சரத்தும் என்னைப் பார்த்துக் குறும்பாகச் சிரிக்கிறான்.

ஸ்தாயி முடிந்தபின், அவனை நோக்கி 'ஆரம்பி' என்று தலையாட்டினேன். அவன் கைகளைக் குவித்துவிட்டு வாத்தியத்தை மீட்டினான். சாதாரண மேண்டொலின் சத்தம் அல்ல அது.

அவ்வளவு நயமான நாதம் எழுப்ப முடியுமானால், நேர்த்தியாக வாசிக்கவும் முடியும்தான். ஆனால், அடுத்த ஓரிரு நிமிடங்களுக்கு மேடை முழுவதும் மின்சாரம் நிரம்பியது. ஆமாம், பையன் பிறவி மேதை. பீலுவையே கர்நாடக ராகத்தின் சாயலில் வாசிக்க ஆரம்பித்தான்.

எனக்குள் எழும்பியிருந்த குறும்பு தானாக அடங்கியது. அந்தப் பையனுடன் தொடர்ந்து வாசிக்க ஆவல் உண்டானது. ஆபேரி என்று கர்நாடக சங்கீதத்தில் வழங்கப்படும் பீம்ப்ளாஸியை எடுக்கட்டுமா என்று அவனிடம் கேட்டேன். கண்களை உருட்டி, தலையை அசைத்து ஒப்புதல் சொன்னான். உருவம்தான் சிறுவனுடையது. பாவனை, பார்வை எல்லாம் முதிர்ந்த கலைஞனுடையது.

அட, நான் கேட்காத அல்லது வாசிக்காத பீம்ப்ளாஸியா என்ன. ஆனால், அந்தக் குழந்தை போன பாதையும், சென்று சேர்ந்த இடங்களும், நான் முதன்முதல் தடவையாக அந்த ராகத்தைக் கேட்கிற மாதிரி உணர வைத்தது. பக்கத்தில் குன்றி அமர்ந்திருக்கும் குட்டி உருவத்துக்குள் விசுவரூபம் எடுத்து நிற்கும் கலைஞனைக் கண்டேன். சரத்தின் முகத்தில் தெரிந்த பிரமிப்பை வார்த்தைகளால் விளக்கிவிட முடியாது! எனக்குள் கனிவும் வாஞ்சையும் திரவமாகப் பெருகி நிறைந்தன. அவன் வாசிக்க வாசிக்க, கண் கசியாமல் பார்த்துக்கொள்வது பெரும் பாடாகிவிட்டது!

அவ்வளவுதான், எதிர்பாராமல் ஒரு முழுநேர ஜுகல் பந்தி நடந்து முடிந்தது அன்று. என் குமாரர்களுக்கு வழங்கும் அதே ஆசியை, அதே ஆத்மார்த்தத்துடன், அந்தக் குழந்தைக்கும் அளித்தேன்.

அந்த நிகழ்ச்சிக்குப் பதிவு இருக்கிறதா?

இல்லை. என் வாழ்நாள் முழுவதும் தொடர்ந்து வந்திருக்கும் ஆச்சரியம் அது. மிகமிகப் பிரமாதமாக அமைந்துவிட்டது என்று நான் நினைத்த எந்த வாசிப்பும் பதிவாகாமல்தான் போயிருக்கிறது...

அட!

ஆமாம், அம்மணி. இவ்வளவு ஏன், வாட்டர் லில்லி அக்கோஸ்ட்டிக்ஸ் கேள்விப்பட்டிருப்பீர்களில்லையா.

ஓ. அமெரிக்க இசைத்தட்டு நிறுவனம்தானே. விஸ்வமோஹன் பட், பண்டிட் ஜஸ்ராஜ் ஆல்பங்களையெல்லாம்கூட வெளியிட்டிருக்கிறார்களே...

அவர்களேதான். உங்கள் ஊர் எல். சுப்ரமணியத்தினுடையது

கூட வெளியாகியிருக்கிறது. இயற்கையான ஒலி ஒழுக்குக்கு எவ்வளவு மெனக்கெடும் நிறுவனம் தெரியுமா! அவர்களுடைய இசைக்கூடத்தில் என்னுடைய ஒரு தொகுப்பைப் பதிவு செய்தார்கள். முதல் ட்ராக் பிரச்சினையில்லாமல் பதிவாகிவிட்டது. இரண்டாவதாக, சிவரஞ்சனி வாசித்தேன். அவ்வளவு அற்புதமாக அந்த ராகம் என்னிடம் விஜயம் செய்ததேயில்லை. ஆனால், பதிவுக் கருவியில் ஏதோ சிக்கல். மறுபடியும் வாசிக்க வேண்டியதாகிவிட்டது. ம்ஹூம். அதெப்படி. முதல் தடவையின் தொலைதூரச் சாயல்தான் நிகழ்ந்தது. ஜென் மரபில் ஒரு வழக்கு உண்டு: 'அதே இடத்தில் இரண்டாம் தடவை மூழ்கினாலும், நீ மூழ்குவது அதே ஆறு அல்ல' என்று...

ஆனால், இதில் ஒரு கவித்துவமான நீதி இருக்கிற மாதிரித் தான் தோன்றுகிறது – எங்குமே பதிவாகாமல் போவதால்தான் அவை அபூர்வங்களாகவே நினைவில் எஞ்சுகின்றன. எனக்கு மட்டுமா, பிற கலைஞர்களுக்கும் இப்படித்தானா என்பதும் தெரியவில்லை!

அந்தப் பையனை மறுபடி எப்போதாவது சந்தித்தீர்களா!

நாலைந்து வருடங்களுக்குமுன், சிக்காகோவிலிருந்து க்ளீவ் லாண்ட் செல்வதற்காக விமான நிலையத்தில் காத்திருந்தேன். குங்குமப் பொட்டு, குர்த்தா, முழுக்க மழித்த முகம் என்று இசைக் கலைஞன் மாதிரியே இருந்த ஓர் இளைஞன் புன்னகைத்தவாறு என்னை நோக்கி வந்தான். சடாரென்று என் காலைத் தொட்டுக் கண்ணில் ஒற்றிக்கொண்டான். இப்போது மிகப் பிரபலமான கலைஞன் அவன். கனடியன் கித்தாரிஸ்ட் மைக்கேல் ப்ரூக்குடன் இணைந்து அவன் வாசித்த தொகுப்பின் குறுந்தகடை எனக்கு அன்பளித்தான்.

அந்தத் தொகுப்பின் பெயர் 'ட்ரீம்ஸ்'தானே? ரியல் வேர்ல்ட் வெளியீடு..?

(குதூகலமாகச் சிரிக்கிறார்)

நீங்கள் சொல்லும் ஆளை நான் கண்டுபிடித்து விட்டேனல்லவா!

(அவருடைய சிரிப்பு உரக்கிறது. நானும் கலந்துகொள்கிறேன்)

நடை முடிந்து திரும்பியிருந்தோம். எனக்கு வியர்வை இன்னும் அடங்கவில்லை. ஸ்ரீதீட்சித் 'நடக்கப் போகலாமா' என்று அழைத்தபோது, உடனடியாகச் சம்மதித்தது தவறோ என்று முதல் ஐந்து நிமிடங்களிலேயே தோன்றி விட்டது. இத்தனைக்கும் நான் நடைப்பழக்கம் உள்ளவள். ஆனாலும் ஈடுகொடுக்க முடியவில்லை. அவ்வளவு வேகம் அவர் நடையில் –கொஞ்சம் பிந்தினாலும் ரயில் போய்விடும் என்கிற மாதிரி. மூச்சிரைக்காமல் பேச வேறு செய்தார். எதிர்ப்படுபவர்களில் பலரும் அவருக்கு வந்தனம் கூறி, மரியாதையாக ஒதுங்கினார்கள்.

பல விஷயங்களையும் பேசிக்கொண்டு நடந்தார். மும்பையில் குடியேறிய ஆரம்ப நாட்கள், குடும்பத்தில் நிலவிய வறுமை, உதவிய உறவினர்கள், உதவ மறுத்தவர்கள், வாழ்வில் சிறுகச் சிறுக மேலேறியது, பால்யத்தில் அவருடைய விளையாட்டுகள் என்று. பதிவுக் கருவியைக் கையோடு கொண்டு வராத முட்டாள்தனத்தை நொந்துகொண்டேன்...

ஜீ, இசை தவிர்த்து உங்களுக்கு ஆர்வமுள்ள துறைகள்...

ஆர்வமாய் ஓடியாடி விளையாட வேண்டிய வயதில், மூடிய அறைக்குள் இசை பயில அமர வேண்டியதாகி விட்டது அம்மணி. ஆனால், அது பற்றி எனக்குப் புகார் எதுவும் இல்லை. சில சமயம் தோன்றும், ஒருவேளை இசைத்துறைக்குள் வராமலிருந்தால் விளையாட்டு வீரனாகியிருப்பேனோ என்று.

எல்லா விளையாட்டுகளிலுமே ஆர்வம் உண்டு – கிரிக்கெட் தவிர.

ஆச்சரியமாய் இருக்கிறது. மும்பைக்காரராக இருந்தும்...

'கிரிக்கெட் வீரர்கள் பலரை ரசிகர்களாகக் கொண்டிருந்தும்..?' என்றும் ஒரு வரி சேர்த்துக்கொள்ளலாம் *(சிரிக்கிறார்)*. ஏனோ, குழு விளையாட்டுகளில் அவ்வளவாக ஈடுபாடு இல்லை – கால்பந்து உட்பட. ரொம்ப ஆர்வம் உள்ள விளையாட்டு என்றால், டென்னிஸ். க்ராண் ஸ்லாம்கள் நாலையும் வெல்வது வீரர்களுக்குப் பெருமை என்றால், நாலையும் நேரில் பார்ப்பது ரசிகனுக்குப் பெருமைதானே . . . நான் பார்த்திருக்கிறேன்!

மெக்கன்ரோவும் அகாஸ்ஸியும் எனக்குப் பிடித்தமான வீரர்கள். சர்வீஸ் போட்டுவிட்டு வேகவேகமாக வலைக்கு அருகில் சென்றுவிடும், சிட்டுக்குருவி மாதிரிப் பாய்ந்து பாய்ந்து விளையாடும் மெக்கன்ரோ என் அபிமான வீரர். அவருக்கு அடுத்து, அகாஸ்ஸி. அவனுடைய விளையாட்டு மட்டுமல்ல, அரங்கிலும் வெளியிலும் அவன் செயல்பாடுகளில் இருக்கும் சுதந்திரப் போக்கும் எனக்கு மிகவும் பிடிக்கும்.

சினிமாவில் ஆர்வம் உண்டா?

நிச்சயம். மாற்று சினிமாவின்மேல் ஆசையே உண்டு. ரித்விக் கட்டக்கில் தொடங்கி, மணி கவுல், ஜி வி ஐயர், கோவிந்த் நிஹ்லானி, கவுதம் கோஸ் என்று சகலருடைய படங்களையும் பார்த்திருக்கிறேன். அது சரி, கலாசாரப் பெருமை மிகவும் கொண்ட, இசைத்துறையில் கொடிகட்டிப் பறக்கிற உங்கள் மாநிலத்திலிருந்து உருப்படியான திரைப்படங்கள் அதிகம் வரவில்லையே, அது ஏன்!

அப்படிச் சொல்லிவிட முடியாது ஜீ. மகேந்திரன், பாலு மகேந்திரா என்று எங்கள் மொழியிலும் மகத்தான திரைக் கலைஞர்கள் இருக்கத்தான் செய்கிறார்கள். அதிலும் இளந் தலைமுறையில் ஏகப்பட்டவர்கள் பெரும் நம்பிக்கை தருகிறார்கள்...

நீங்கள் குறிப்பிடும் இயக்குநர்களின் ஓரிரு படங்கள் நானும் பார்த்திருக்கிறேனம்மா. என் ரசிகராக வந்து நண்பரான ஸ்ரீ பாலசுப்ரமணியன் தமிழ்ப் படங்கள் சம்பந்தமாக எனக்கு அறிமுகங்கள் செய்வார். மும்பை ஐஐடியில் பேராசிரியராக இருக்கிறார் அவர். இருந்தாலும், சீரிய இந்திய சினிமாவுக்கு, அண்டை மாநிலமான கேரளம் பங்களித்த அளவு தமிழ்நாடு அளிக்கவில்லை என்பதுதானே உண்மை. இத்தனைக்கும் தொழில் நுட்பத்தில் சளைத்தவர்கள் இல்லை நீங்கள்!

மிகப் பெரிய விவாதத்துக்கு இட்டுச் செல்லக்கூடிய சமாசாரம் ஜீ இது! எங்கள் மாநிலத்தின் அரசியல் சூழ்நிலை, அதன் காரணமாக சமூகமனத்தில் உருவாகி வந்திருக்கும் மாறுபாடுகள், வணிகச் சூழ்நிலை, ஜனங்களுக்குத் திரைப் படங்களின் மீது உள்ள அதீத ஆர்வம், அதன் காரணமாக

அங்கே இந்தத் துறையில் புழங்கும் பணத்தின் அளவு என்று விதவிதமான காரணங்களை என் திரைத்துறை நண்பர்கள் அடுக்குவார்கள்... அவற்றை விவாதிக்க, இந்தப் பேட்டியின் நீளம் போதாது. நாம் விட்ட இடத்துக்கு மீண்டும் திரும்புவோம். உங்களுடைய பிற ஆர்வங்கள்...

அதுதான், மாற்று சினிமாவின் மீது பெரும் ஆசை உண்டு – நஸ்ருத்தீன் ஷாவுடன் தேடிப்போய்ப் பரிச்சயம் செய்து கொள்ளுமளவு. இந்தியத் திரையுலகம் பிறப்பித்த மகா நடிகர்களில் ஒருவர் அவர் என்பது என் கருத்து.

உண்மையில், வங்காளித் திரைப்படமொன்றுக்கு இசையமைத்துத் தரும்படி என்னை அணுகினார்கள். தோற்பாவைக் கூத்தைப் பின்னணியாகக் கொண்டு சமகால அரசியல்மீது விமர்சனம் வைக்கிற திரைக்கதை. கொழகொழவென்று பீடா குதப்பிய வாயுடன் என்னிடம் கதை சொன்ன அந்த வங்காளி இளைஞனின் முகம் இன்னும் மறக்கவில்லை எனக்கு. ஆனால், அந்தச் சமயத்தில் ஐரோப்பியச் சுற்று ஆரம்பிக்க இருந்தது. அடுத்த ஆறு மாதத்துக்கு என்னால் வேறெதிலும் ஈடுபட முடியாத நிலை. மிகுந்த வருத்தத்துடன் மறுத்துவிட்டேன்.

அவ்வளவு வருத்தப்பட்டிருக்க வேண்டாம் என்பது படம் வெளியான பிறகு தெரிந்தது. தோற்பாவை நிழற்கூத்து தனியாகவும், சமகால அரசியல் தனியாகவும் இருந்த படமாய் இருந்தது அது. பாலும் டிக்காக்ஷனும் ஒரே கோப்பைக்குள் தனித்தனியாய்த் தெரிகிற மாதிரி!

அந்த இளைஞனின் கண்களில் மின்னிய ஆர்வம் பசுமையாய் நினைவிருக்கிறது. பாவம், படமாக ஆக்கியதில் அவனுக்கு என்னென்ன நிர்ப்பந்தங்கள் இருந்ததோ?

ஆக, திரைப்பட உலகத்துடன் அந்த அளவில் முடிந்துவிட்டதா உங்கள் உறவு!

இல்லையம்மா, பார்க்கப்போனால், அண்ணா வாசிப்பதை நிறுத்தியிருந்த நாட்களில் நான் தனியாக வாசித்துக் கொண்டிருந்தேனல்லவா, அப்போது எந்த வழியில் வருமானம் வந்தாலும் ஏற்றுக்கொள்ளத் தயாராக இருந்தது குடும்பம். அந்தச் சமயத்தில் ‘ரத்தன்’ மிகப் பெரிய வெற்றி பெற்று, இந்தியா முழுவதும் அறியப்பட்ட இசையமைப்பாளராக மலர்ந்திருந்தார் ஸ்ரீ நௌஷாத் அலி. குடும்ப நண்பர் ஒருவர் மூலமாக அவருடைய தொடர்பு கிடைத்தது. ஆன், பைஜு பாவ்ரா ஆகிய இரண்டு படங்களுக்கும் அவர் இசை கோக்கும்போது நான் வாசித்திருக்கிறேன்.

பிற்பாடு, திரைப்படங்களுக்கு வேலை செய்வதில்லை என்று முடிவெடுத்த பிறகும், நௌஷாத் வேண்டிக்கொண்டார் என்பதால், அண்ணாவும் நானும் மொகலே ஆஸத்தில் பணி புரிந்தோம். ஆனால், ஏனோ அந்தத் துறையில் தொடர வேண்டுமென்று எனக்குள் விருப்பம் இல்லை.

என்ன காரணம் என்று சொல்லலாமா?

நான் சுதந்திரமாக வாசித்துப் பழகிய கலைஞனல்லவா. இசையமைப்பாளரின் நொட்டேஷன்களுக்குள் என்னை அடக்கிக் கொள்வது ஏனோ உறுத்தலாக இருந்தது.

ராகத்தின் எல்லைகளும் வரையறுக்கப்பட்டவைதானே!

ஆமாம், ஆனாலும், இப்படி யோசித்துப் பாருங்கள். ஆகாயத்தில் பறப்பதற்கும் கூடாரத்தின் கூரைக்குள் பறப்பதற்கும் வித்தியாசம் இல்லையா?! *(இருவரும் சிரிக்கிறோம்)*

அமேரிக்க ஆவணப்பட இயக்குனர் டாம் ப்ரவுன் வியட்நாம் போரை வைத்து ஒரு ஆவணப்படம் எடுத்தார். *The Burning Soul* என்று பெயர். அதற்கு இசையமைக்கிறீர்களா என்று என்னைக் கேட்டபோது உடனடியாக சம்மதித்தேன். இசை கோத்தது தவிர, பின்னணியில் ஸோலோ வயலின் வாசித்ததும் முழுக்க நான்தான். ரொம்ப வருடம் கழித்து அந்தப் படத்துக்காக ஸாரங்கியும் வாசித்தேன். முன்னமே சொன்ன மாதிரி, துயரத்தையும் ஸாரங்கியையும் பிரிக்க முடியுமா?!

1994இல் அந்தப் படத்தின் இசைக்கோப்பு க்ராம்மி விருதுக்குப் பரிசீலிக்கப்பட்டது. வேறொரு தொகுப்பு முந்தி விட்டது. நூலிழை வித்தியாசம்தான் என்று மற்றவர்கள் சொன்னாலும், எனக்கு அதில் வருத்தமில்லை – காரணம் என்ன தெரியுமோ!

சொல்லுங்கள்...

அந்த முறை கிராம்மி விருது பெற்ற தொகுப்பின் பெயர் –*A Meeting by the River!*

ஓ! விஸ்வமோஹன் பட்டும் ரை கூடரும் இணைந்து வழங்கிய ஆல்பமல்லவா அது!

அதுவேதான். மோஹன் பட் என் இளைய சகோதரன் மாதிரி. எனக்குக் கிடைத்தாலென்ன, அவனுக்குக் கிடைத்தாலென்ன என்றே தோன்றியது. அவனும் விருது அறிவித்த மாத்திரத்தில் என்னைத் தொடர்புகொண்டு ஆசி வாங்கிக்கொண்டான். அப்போது நான் கலிஃபோர்னியாவில் இருந்தேன்.

உங்களுடைய முக்கியமான இன்னொரு ஆர்வம் பற்றிச் சொல்லவில்லை. (புத்தக அலமாரியைத் திரும்பிப் பார்க்கிறேன்.)

புல்லாங்குழல் வித்வானிடம் போய் மூச்சுவிடுவதில் உங்களுக்கு ஆர்வம் உண்டு போலிருக்கிறதே என்று கேட்கிற மாதிரியம்மா இது! *(சிரிக்கிறார்)*

சொல்லப்போனால், அண்ணாவிடமிருந்து தொற்றிய பழக்கம் இது. என்னைவிடப் பலமடங்கு அதிகமாகப் படிக்கக் கூடியவர் அவர். எனக்கு இலக்கியப் படைப்புகளில்தான் ஆர்வம் அதிகம். அவர் அப்படியல்ல, பல துறை நூல்களில் ஆர்வம் உடையவர். ஆல்டஸ் ஹக்ஸ்லி போன்ற எழுத்தாளர்களுடன் அவருக்குக் கடிதத் தொடர்பு இருந்தது. விஷ்ணு சகாராம் காண்டேகர், ஹோமி ஜஹாங்கீர் பாபா போன்ற மராத்தியத் திலகங்களுடன் நெருங்கிய நட்பு இருந்தது. ஹோமி பாபா விமான விபத்தில் மரணமடைந்தது அவரைப் பெரிதும் உலுக்கியது என்பார்கள். அந்தச் சமயத்தில் நான் அவரைப் பிரிந்து ஒரு வருடம் போல ஆகியிருந்தது. விபத்துச் செய்தியைக் கேள்விப்பட்ட மாத்திரத்தில், அந்தக் கணமே அண்ணாவின் அருகில் இருக்க வேண்டும் என்று என் ஆழ்மனம் துடித்தது. *(பெருமூச்சு விடுகிறார்)* ஆனால், நிலைமை அவ்வளவு சுமுகமானதாக இல்லையே.

ஒவ்வொரு வருடமும் ஜனவரி இருபத்துநாலாம் தேதி முழுநாள் உபவாசம் இருக்கத் தொடங்கினார் அண்ணா என்று கேள்வி. என்னிடம் பலமுறை கூறியிருக்கிறார்: 'ஜஹாங்கீரின் உலகமும் நம்முடைய உலகமும் கிட்டத்தட்ட ஒன்றுதான் ஹரி. யாராலும் பார்க்க முடியாது, ஆனால், எல்லாருடைய உணர்வுக்கும் எட்டக் கூடியது.' பாபா இறந்த பிறகு, அடிக்கடி புலம்புவாராம்: 'அணுசக்திக்காக ஒருவன் உயிரை விடலாம் என்றால், இசைக்காகப் பலதடவை விடலாமே.'

அண்ணாவின் ஆர்வங்கள் இத்துடன் முடிந்துவிடவில்லை. அப்துல் ஹஃபீஸ் கான் தெரியுமா உங்களுக்கு?

தெரியாதே...

சாலிம் அலியின் சமகாலத்தவர். அவரை மாதிரியே, பறவையியல் நிபுணர். ஆனால், சாலிம் அலிக்கும் இவருக்கும் இருந்த வித்தியாசங்கள் அநேகம். அவரை மாதிரி இவருக்கு ஆங்கிலப் பயிற்சி கிடையாது. உருதுவும் ஹிந்தியும் மராத்தியும் மட்டும் தான் பழக்கம். தர்க்கபூர்வமாக, சீராக தமது அவதானங்களையும், கண்டுபிடிப்புகளையும் பதிவு செய்யத் தெரியாது. மும்பைப் பல்கலைக்கழகத்தில் முதுகலை மாணவராயிருந்து பின்னாளில் சிவசேனையின் சார்பில் சட்டமன்ற உறுப்பினரான காந்திலால் ஜவடேகரின் ஓயாத வற்புறுத்தலால், ஒரே ஒரு புத்தகம் மட்டும் எழுதினார். அதுவும் அவர் எழுதியதல்ல, மனப்போக்கில் அவர் நிகழ்த்திய உரையாடலை ஜவடேகர் தொகுத்து, ஹஃபீஸ்

பையாவின் பெயரில் வெளியிட்டார். நூல் வெளியானபோது பையா உயிருடன் இல்லை என்பது இன்னுமொரு துயரம். தொண்ணூற்றோரு வயதுவரை ஜீவியவந்தராக இருந்த சாலிம் அலிக்கும் ஹஃபீஸ் பையாவுக்குமிடையே, துக்ககரமான வேற்றுமை இது.

பறவைகளிடத்தில் இருந்த ஆர்வம் அளவு மனிதர்களிடத்தில் கொள்ளாதவர் ஹஃபீஸ் பையா. அண்ணாவின் புகழ்பெற்ற நண்பர்களுடன் அறிமுகம் கொள்வதற்குக்கூட இசையாதவர். இவருடன் அவருக்கு எப்படி நட்பு உண்டானது என்பதே எங்களுக்கெல்லாம் ஆச்சரியம்தான். அவருடன் சேர்ந்து கொஞ்ச நாட்கள் அண்ணாவுக்கும் பறவைக் கிறுக்கு பிடித்திருந்தது.

வாடகைக்குத்தான் என்றாலும், சற்றுப் பெரிய வீட்டுக்குக் குடிமாறியிருந்தோம் அப்போது.

எங்கள் வீட்டு முற்றத்தின் கம்பிக்கூரையில் விதவிதமான பறவைகளைக் கொண்ட கூண்டுகள் தொங்கும். தரையில் விதவிதமான வடிவங்களில் எச்சத் தடங்கள் கிடக்கும். வீட்டின் சைவச் சமையலில் ஏதோ ஒரு முட்டையோ எச்சமோ நாறுகிற மாதிரி உணர்வோம். அம்மா எவ்வளவோ திட்டியும், கெஞ்சியும் நடக்காத விஷயத்தை மாடிப்போர்ஷன் பாபுராவ் மூலே சுலபமாக நடத்திவிட்டார்!

என்ன நடந்தது?!

வாசல் கதவை யாரோ தட்டுகிறார்களே என்று திறந்தால் இரண்டு போலீஸ்காரர்கள் நிற்கிறார்கள். பின்னால், நிழல் மாதிரி பாபுராவ் நிற்கிறார். அவருக்கு ஆஸ்துமா முற்றுவதற்கு எங்கள் பறவைகள்தாம் காரணம் என்று புகார் கொடுத்திருக்கிறாராம். தவிர, அவருடைய பேரக்குழந்தை தூங்க முடியாமல் சிரமப்படுவதற்கும் இவற்றின் கூச்சல்தான் காரணம். விளக்கேற்றியதும் அழ ஆரம்பித்துவிடும் அந்தக் குழந்தை. விடிந்து விட்டது என்று உறுதிப்பட்டால்தான் நிறுத்தும்! வாஸ்தவத்தில், உறக்கமில்லாமல் அவஸ்தைப்பட்டது நாங்கள்தாம். ஆனால், குழந்தை ஓயாமல் அழுகிறது என்று போலீஸுக்குப் போக முடியுமா, சொல்லுங்கள்? *(சிரிக்கிறார்)*

ஆனால், நல்லவேளை, அண்ணா அதை ஒரு கவுரவப் பிரச்சனையாக எடுத்துக்கொள்ளவில்லை. மொத்தக் கூண்டு களையும், ஹஃபீஸ் பையாவிடம் திருப்பிக் கொடுத்துவிட்டார்.

ஹஃபீஸ் பையாவுக்கும் சாலிம் அலிக்கும் இருந்த இன்னொரு வித்தியாசத்தைச் சொல்ல மறந்துவிட்டேன். *(முகத்தில் குறும்பு கொப்பளிக்கிறது)*

சொல்லுங்கள்!

சாலிம் அலியின் வயோதிகத்தில்தான் அவர் முகத்தில் பறவைச் சாயல் வந்து சேர்ந்தது. ஹஃபீஸ் பையா இளைஞராக இருக்கும் போதே அவருடைய மூக்கு அலகு மாதிரித்தான் இருக்கும். அவர் ஒருமுறை வந்துவிட்டுப் போனபிறகு – அன்றைக்குப் புதிதாக நாலுஜோடிப் பறவைகள் கொண்டுவந்து கொடுத்திருந்தார் – அம்மா கோபமாகச் சொன்னாள்:

> அடுத்த முறை வரட்டும், அவனுக்குக் கிண்ணியில்தான் தண்ணீர் வைப்பேன். சோறு கிடையாது, பருப்பும் கொட்டைகளும்தான்.

அவள் கழுத்தைக் கட்டிக்கொண்டு குழந்தைபோலக் கொஞ்சினார் அண்ணா!

ஆக, உங்கள் குழந்தைப் பருவத்தில் மிக முக்கியமான பிரமுகர்கள் வீட்டுக்கு வந்து போயிருக்கிறார்கள் . . .

இல்லையம்மா. அண்ணா தமது நண்பர்கள் யாரையும் வீட்டுக்கு அழைத்துவர மாட்டார். எங்களை மாதிரியே பராரியாயிருந்த ஹஃபீஸ் பையா மட்டும் விதிவிலக்கு.

(பேசிக்கொண்டே எழுந்து போகிறார். புத்தக அலமாரியின் கீழ்த்தட்டில், படுக்கைவசமாக, மிகச் சில பத்திரிகைகள் அடுக்கியிருப்பதை அப்போதுதான் கவனிக்கிறேன். ஒன்றைத் துழாவி எடுக்கிறார்)

அண்ணாவின் ஞானத்துக்குச் சான்றான ஓர் உரை இதில் பிரசுரமாகியிருக்கிறது. பிரதி எடுத்துத் தரச் சொல்கிறேன். வீட்டில் போய் நிதானமாகப் படித்துப் பாருங்கள்.

(அழைப்பு மணியை அழுத்துகிறார். மாடியேறி வரும் பணியாளிடம் பத்திரிகையைக் கொடுக்கிறார். இவர் எதுவும் சொல்லுமுன்பே, 'ஓக்கேஜீ, இருபத்து நாலாம் பக்கத்திலிருந்து முப்பதுவரை ஜெராக்ஸ்தானே. இதோ, ஐந்து நிமிஷத்தில் எடுத்து வந்துவிடுகிறேன்' என்று வாங்கிக்கொண்டு பாய்கிறான் அந்த இளைஞன். 'சூட்டிகையான பயல்' என்று சான்றளித்தபடியே என்னை நோக்கித் திரும்புகிறார்)

உங்களது படிக்கும் பழக்கம் பற்றிச் சொல்லத் தொடங்கினீர்கள்...

வழக்கம்போல விலகிவிட்டேன் இல்லை!? உலகின் பெரும்பாலான விமான நிலையங்களில் எனக்குப் புத்தகம் வாங்கிக் கொடுத்திருக்கிறார் அண்ணா. முதலில் எனக்கு வாங்கிக் கொடுத்துவிட்டுத்தான் தனக்கு வாங்கிக்கொள்வார். நான்

கேள்வியே பட்டிராத எழுத்தாளரின் நூல் ஒன்றை எடுத்து சில வரிகள் வாசித்துப் பார்ப்பார். 'இந்தா உனக்கு இது பிடிக்கும்' என்று சொல்லி என் கையில் திணித்துவிட்டு, தனக்குப் புத்தகம் தேர்வு செய்ய நகர்வார். அவருக்கென்று தேர்ந்துகொள்வது பெரும்பாலும் இலக்கியமாக இருக்காது!

அல்பேர் காமுவில் தொடங்கி, நேற்றைய உம்பர்த்தோ ஈக்கோ வரை எனது அபிமான எழுத்தாளர்களாக ஆனதற்கு அண்ணாவிடம் பெற்ற பயிற்சிதான் காரணம் அம்மா. இந்திய எழுத்தாளர்களில், அமிதவ கோஷ் என் அபிமான எழுத்தாளர். உங்கள் ஊர் அசோகமித்ரன், கேரளத்தின் முஹம்மட் பஷீர் வரை ஆங்கிலத்தில் வாசித்திருக்கிறேன். ஆங்கிலத்தில்தான் வாசிக்க வேண்டும் என்று அண்ணா நிர்ப்பந்தம் செய்வார். சினிமாப் பத்திரிகை என்றால்கூட, ஆங்கிலத்தில்தான் வாசித்தாக வேண்டும். அப்போது, கொஞ்சம் எரிச்சலாகக்கூட இருக்கும்.

ஆனால், வயதாக ஆக, அண்ணாவிடம் மிகுந்த நன்றி உள்ளவனாக உணர்கிறேன். பள்ளிப்படிப்பை வெகு சீக்கிரமே நிறுத்திவிட்டதால், இந்த வாசிப்பு வெகு பயனுள்ளதாக இருந்து வருகிறது, இன்றுவரை.

உங்களை மிகவும் கவர்ந்த எழுத்தாளர்?

கார்லோஸ் காஸ்டநெடா!

(உரையின் பிரதி வந்து சேர்கிறது. 'நிஜமாகவே ஆழமான உரைதான். இந்தப் பேட்டியின் பின்புலமாக இருக்கும் வலிமை கொண்டது' – என்று ஸ்ரீகாந்தப்பா வலியுறுத்தியதால், முழு உரையையும் பின்னிணைப்பாகக் கொடுத்திருக்கிறேன்.)

தரைத்தளத்திலிருந்து குக்கர் ஓசை வலுத்துக் கேட்கிறது. அதே சமயத்தில் தாளித மணமும் உயர்கிறது. இரவுச் சமையல் முடியவிருக்கிறது போல. எந்த நிமிடமும் பெரியவர் வித்தல்பாய் மேலேறி வரலாம். அறையின் பின்புறம் உள்ள பால்கனியில் அமர்ந்திருக்கிறேன். ஜெராக்ஸ் பிரதியில் உள்ள உரையை ஊன்றிப் படித்து முடிக்கும்போது, அந்தியின் நிறம் முழுக்க மாறியிருக்கிறது. முதல் மாடிவரை உயர்ந்து பரந்திருக்கும் மாமரத்தில், கொத்துக்கொத்தாகக் காய்கள் தொங்குகின்றன. பகல் முழுவதும் மினுங்கிய இலைகளின் அடர் பச்சையும், பருத்த மாங்காய்களின் இளம்பச்சையும் ஒரேவிதமாக இருளில் அமிழ்ந்து கிடக்கின்றன.

பால்கனியிலிருந்து பார்க்கும்போது, வீட்டு முகப்பில் மாருதி ஸ்விஃப்ட் காரை அந்த இளைஞன் மேலோட்டமாகத் துடைத்துக்கொண்டிருக்கிறான். முந்தின நாள் நான் வீடு திரும்பும்போது என் கார் பாதி வழியில் நின்றுவிட்டது. அதை சர்வீஸுக்கு விட்டிருக்கிறேன் என்றும், அதனால் இன்று சற்று சீக்கிரமே போக வேண்டும் என்றும் சாயங்காலம் ஸ்ரீ தீட்சித்திடம் சொன்னேன். இந்தப் பகுதியில் வாடகைக்கார் பிடிப்பதற்கே இரண்டு கிலோமீட்டருக்குக் குறையாமல் நடக்க வேண்டி வரும். இரவு வேறு.

அவர் உடனடியாகச் சொன்னார் – ‘அதெல்லாம் எதற்கு அம்மா. வழக்கம்போலப் பேசிக் கொண்டிருந்துவிட்டுப் போகலாம். கொண்டுவிட நான் ஏற்பாடு செய்கிறேன்.’

கீழே சென்றிருந்தவர் மீண்டும் வந்து சேர்கிறார்.

ஜீ, உங்கள் சகோதரர் ஆற்றிய உரையை முழுசாகப் படித்தேன். அது தொடர்பாக எனக்கு மூன்று ஆச்சரியங்கள் இருக்கின்றன. ஒன்று, இவ்வளவு ஆழமான சிந்தனையாளராகப் பொது அரங்கத்தில் அவர் தெரியவந்தது இல்லையே என்பது. இரண்டாவது, இப்படிப் பல்வேறு துறைகளில் ஆர்வமும் ஞானமும் உள்ள ஒருவர் இசை என்கிற ஒரே புலத்துடன் தம்மை எப்படி நிறுத்திக்கொண்டார் என்பது. மூன்றாவது, அவருடைய உரையில் தென்படும் பரிவும் கரிசனமும். ஞானத்தின் அகங்காரம் சிறிதும் இல்லாத உரை அது. என்னவொரு வாஞ்சை, என்னவொரு நகைச்சுவையுணர்வு! இப்போது நாலாவது ஆச்சரியம் தலைதூக்குகிறது. இவ்வளவு பரிவும் பிரியமும் உள்ள ஒருவரால், இப்படிப்பட்ட தம்பியை எப்படிப் பிரிய முடிந்தது?

உங்கள் ஆச்சரியங்கள், அல்லது சந்தேகங்கள் நியாயமானவை. அவை ஒவ்வொன்றுக்கும் பதில் சொல்வதுதான் சரி. *(வலது கையின் நான்கு விரல்களையும் நீட்டி, ஒவ்வொன்றாக மடக்கத் தொடங்குகிறார்)*

அவருக்குப் பிற துறைகளில் இருந்த ஆர்வம் செயல்பாட்டுத் தளத்திலானது அல்ல. உதாரணமாக, எனக்கு சமையல் செய்யப் பிடிக்கும் என்று சொன்னால், 'நீயேன் தொழில்முறை சமையல்காரன் ஆகவில்லை?' என்று கேட்கலாமா!

இரண்டாவது, எனக்கு இதெல்லாம் தெரியும் தெரியும் என்று கிடைக்கும் சந்தர்ப்பத்திலெல்லாம் துருத்திக்கொண்டு நிற்பவனை சிந்தனையாளன் என்று அழைக்க முடியுமா! அதெல்லாம் நுனிப்புல்வாதிகளின் ஆர்ப்பாட்டம் அல்லவா!

மூன்றாவது, மிக முக்கியமாகப் படுகிறது. மேடையில் நிற்கும் நபரும், இறங்கி நடைமுறை வாழ்வில் புழங்கும் நபரும் ஒன்று கிடையாது என்பதற்கு இன்னொரு சான்று அந்த உரையும், அது தொடர்பான உங்கள் கேள்வியும். ஆதரிசமான கொள்கைகளை அறிவித்து பொதுஜனங்களை உய்விக்கும் ஒரே நோக்கத்துடன் உரையாற்றும் மகான்களை நாம் பார்க்கவில்லையா? இறங்கி வந்ததும் தன்னியல்பாக ஊழல் புரிவது, லஞ்சம் வாங்குவது, கட்டடங்களாகவும், அயல்நாட்டு வங்கிகளில் சேமிப்பாகவும் தொகுப்பது என்று தமது உள்மனத்தை அவர்கள் ஆவணப்படுத்தவில்லை? *(தொடர்ந்து சிரிக்கிறார். சில கணங்களில் சமனமுற்று எதிர்மறையாக மாறுகிறது முகம். தீவிரமும் இருளும் கொள்கிறது)*

மேடை வாசிப்பிலுமே அண்ணாவிடம் அபாரமான வாஞ்சை நிலவும். 'என்மீதான அளப்பரிய பிரியத்துடன் கேட்க

வருகிறவனுக்கு நான் முதலில் திருப்பித்தர வேண்டியது அந்த அன்பைத்தானே' என்று அடிக்கடி சொல்வார். சாதகம் செய்யும் நாட்களிலோ, மேடைகளில் உடன் வாசித்தபோதோ நான் இழைத்த தவறுகளுக்கு ஒருபோதும் அவர் கடிந்துகொண்டதில்லை என்பதையும் குறிப்பாகச் சொல்ல வேண்டும்.

பிறகு, ஒரு சிறு சந்தர்ப்பத்துக்காக – அதைப் பிறழ்வு என்றுகூட நான் சொல்ல மாட்டேன் – என்னிடம் இப்படியோர் விரோதம் பாராட்டியிருக்க வேண்டாமே என்று பல தடவை யோசித்திருக்கிறேன்.

இப்போது, உங்களுடன் பேசும்போது, முதன்முதலாகத் தோன்றுகிறது – அவருடைய ஆழ்மனத்தில் என்மீது இருந்த பிரியம்தான் என்னை விலக்க வைத்ததோ என்று. ஆமாம், ஆலமரத்தின் கீழ் உள்ள செடி ஓங்கி வளராது அல்லவா!

(இரண்டு கைகளாலும் முகத்தை மூடிக்கொள்கிறார்)

கிட்டத்தட்ட நாற்பது வருட விலகலுக்குப் பிறகும், சகோதரர் மீது உங்களுக்கு உள்ள பாசம் மலைக்க வைக்கிறது . . .

அவர் இல்லாத உலகம் எனக்கு முழுக்க முழுக்க வேறாக இருக்கிறது அம்மணி. முன்னமே சொன்னேனே, ஒரு ஜென் சுலோகம்: 'ஒரேயொரு மணல் துகளை எடுத்து வெளியில் போட்டுவிட்டாலும், பின்னர் அது அதே பிரபஞ்சமல்ல' என்று. ஆனால், எனக்குமே விவேகம் குறைவாய் இருந்திருக்கிறது என்றுதான் சொல்லவேண்டும். இன்றைக்குத் தோன்றிய ஞானம் அன்றைக்கு ஏன் தோன்றவில்லை?

இன்னும் வெளிப்படையாக, இன்னும் இன்னும் பல தடவைகள் மன்றாடியிருந்தால் பழுக்காமலா போயிருக்கும்? ஏதோ சில தடவை முயன்றுவிட்டு, பழியை அவர்மீது சுமத்தி விட்டு, சௌகரியமாக விலகிவிட்டேனோ என்று குற்ற உணர்வு எழுகிறது – சமீப காலமாக.

ஆனால், அப்போதைய சூழ்நிலை அவ்விதமாக இருந்தது – இதில் யாரைக் குறை சொல்வது? அண்ணா மீதும் தவறில்லை, என்மீதும் தவறில்லை. அப்படியானால், யாரைப் பொறுப்பாக்குவது? ஊர்மிளாவை நான் குற்றம் சொல்ல மாட்டேன். பார்க்கப் போனால், அதிர்ச்சி தாங்காமல் நான் அல்லாடிய நாட்களில், என்னை ஸ்திரப்படுத்தும் பொறுப்பை மட்டுமே அவள் மேற்கொண்டாள். ஆனால், பிரிவுக்கான ஆயத்தங்கள் நடந்த இடமே வேறு.

அதாவது..?

ஆமாம். என்னைப் பற்றிய சின்னஞ்சிறு விஷயங்களை அண்ணா அவ்வளவு ஆர்வமாகக் கவனித்திருப்பார் என்று நான் நம்பவில்லை. பலவருடங்களாகத் தம்பூரா இழைத்துவந்த இருவரில், ஆத்மராமை நிறுத்திவிட்டு அந்த இடத்துக்குப் புது அண்ணி வந்து உட்கார்ந்தது தற்செயலாக இருந்திருக்க முடியாதே.

அதன் பிறகு, என்னுடைய மைக்கின் ஒலியளவு வெகுவாகக் குறைக்கப்பட்டது. அண்ணாவுக்கு பிரமாதமாகப் பூவேலை செய்த குர்த்தாவும் எனக்கு சாதாரணக் குர்த்தாவும் என்று ஆகியது. இதையெல்லாம்விட, ஒருநாள் சாவகாசமாகப் பேசிக் கொண்டிருந்தபோது, அண்ணி ஒரு ஆலோசனை சொன்னார்: அண்ணா கீழ்ஸ்தாயியில் இருக்கும்போது நான் சும்மா இருக்க வேண்டும். அவர் மேல்ஸ்தாயியில் வாசிக்கும்போது நான் கீழ்ஸ்தாயியில் பின்தொடர வேண்டும் – அதாவது, என்னுடைய வாசிப்பு வெறுமனே சுருதி போடுவது மாதிரி இருக்கும்.

இதன் பின்னுள்ள சூட்சுமம்கூடப் புரியாத மக்காக இருந்தேன் நான். அண்ணா, புதுமனைவியின் யோசனையை மறுப்பின்றி ஏற்றது மாத்திரமல்ல, அந்த அம்மையாரின் யோசனை பற்றி அவர் முகத்தில் எவ்வளவு பெருமிதம் இருந்தது என்கிறீர்கள்!

உச்சமாக நினைவுவரும் சங்கதி ஒன்று இருக்கிறது. நேருஜீயின் மறைவுக்குச் சில மாதங்கள் முன்பு தீன்மூர்த்தி பவனுக்கு வருகை தந்த வெளிநாட்டு ராஜதந்திரிகளுக்காக அண்ணாவின் கச்சேரி ஏற்பாடு செய்யப்பட்டது. அண்ணாவுடன் இணைந்து வாசிக்க நான் செல்லாத முதல் கச்சேரி அது. வாசிப்பதற்கு என்னை அழைக்கவில்லை என்பது அல்ல – சபையில் போய் அமர்வதற்குக்கூட அழைக்கவில்லை.

இதில் ஒரு வேடிக்கையான விஷயம் இருக்கிறது – அதற்குப் பிறகு, ஜி7 உச்சி மாநாடு வர்ஜீனியாவில் நடந்தபோது, சர்வதேசத் தலைவர்களுக்காக ஒரு மணிநேரம் வாசிக்க என்னை அழைத்தார்கள். அமேரிக்கா உட்பட எட்டு நாடுகளின் ஆட்சியாளர்கள் முன்னிலையில் வாசித்தேன். பின்னொரு முறை ஐ.நா.வில், உலகநாடுகளின் பிரதிநிதிகள் முன்னால் வாசித்தபோதும், என் நாட்டுப் பிரதமர் முன் வாசிக்கவியலாமல் போனது நினைவு வந்தது!

ஆலமர உதாரணத்தை மறுபடியும் நினைத்துக்கொள்ள வேண்டியதுதான்! *(புன்சிரிக்கிறார்)*

கடந்த சில மாதங்களாக நீங்கள் நிகழ்ச்சிகளுக்கு ஒத்துக் கொள்வதில்லை என்கிறார்கள். ஒருவேளை, சகோதரரின்

மறைவுதான் இதற்குக் காரணமோ என்ற யூகமும் உலவுகிறது...

பின்னே? அறிந்தோ அறியாமலோ என் இசை நடவடிக்கைகள் அனைத்துக்கும் பின்னால் அண்ணா இருந்திருக்கிறார். சின்னஞ் சிறு வயதிலிருந்து, மேடையில் என் பிரசன்னத்தை நேர்மறையாகவோ, எதிர்மறையாகவோ அவர்தாம் தீர்மானித்திருக்கிறார்.

முன்பே சொன்னேனே, நானும் என்னுடைய இசை நடவடிக்கைகள் அத்தனையையும் அவருக்கு ஏதோவொன்றை நிரூபிப்பதற்காகவே மேற்கொண்டு வந்திருக்கிறேன்.

அவர்தான் போய்விட்டாரே, இனி யாருக்கு எதை நிரூபிக்க?

இந்த வெற்றிடத்தின் பளு தாங்க முடியாததாக இருக்கிறது.

அதைவிட, இன்னும் கொஞ்ச நாளில் இதுவும் பழகிவிடும்; மீண்டும் நான் மேடையேறலாம், இதெல்லாம் தன்னியல்பாக நடக்கும் என்பது இன்னும் வேதனையாக இருக்கிறது.

ஆறு மாதம் கழித்தும் இதே துக்கத்துடன் இருப்பேன் என்பதற்கு உத்தரவாதமில்லையே?

யதார்த்தமாக யோசிக்கிறீர்கள்... உங்கள் சகோதரர் தொடர்பாக இன்னுமொரு கேள்வி... என்னுடைய வட்டத்தில் ஒரு முறை பேச்சு எழுந்தபோது, ஒரு நண்பர் சொன்னார் —உங்களுக்கு இந்திய மாணவர்களே அநேகமாக இல்லை என்றும், உங்கள் சகோதரரின் பாணியைத் தொடர, குறைந்தது பத்துப்பேராவது பேர்சொல்கிற மாதிரி இருக்கிறார்கள் என்றும்...

நியாயமான வாதம் அம்மணி. ஆனாலும், இதற்கு பதில் சொல்லாமல் விட்டுவிடக் கூடாது. '65இல் நாங்கள் பிரிந்த பிறகு, இந்தியாவில் வாசிப்பதற்கான வாய்ப்புகளே குறைந்துகொண்டு வந்தன. இதைப்பற்றி ஏற்கனவே சொன்னேன். காரணங்கள் மிகவும் வெளிப்படையானவை என்றும் குறிப்பிட்டேன். அன்றையத் தேதிக்கு, அயல்நாடுகளில் அதிகமாகவும், வருடத்தில் சில மாதங்கள் மட்டும் இந்தியாவிலும் தங்கி நிகழ்ச்சிகள் அளித்தவர்கள் இரண்டுபேர். ஒன்று, பண்டிட் ரவிஷங்க்கர். மற்றது, நான். இதில், இந்திய மாணவர்களுக்கு நான் எங்கே போவது? ரவிஷங்க்கர் அளவு, புகழும் பொருளும் ஈட்டியிராதவன் நான்.

அண்ணாவுக்கு மாணவர்கள் அதிகம். ஆனால், அவர்களில் யாருமே அவருடன் அதிகநாள் இருந்து கற்றவர்களில்லை. அளவுகடந்த பிரியத்துடன் அவர் கற்றுக்கொடுத்த ஒரே சீடன் நான் மட்டுமே. உடன்பிறப்பு என்பதால் வந்த பாசம். மற்றபடி, அவருடைய கறாரான, ஒழுக்கவாத சுபாவத்துக்குக் கீழ்ப்படிந்து

யாராலும் இருக்க முடியாது.

அதிக பட்சமாக, இரண்டு வருடம் அவரிடம் இருந்து கற்றது இந்திர கிஷோர் ஷர்மா மட்டும்தான். அவனுமே, அண்ணாவின் மேதைமைக்கு நியாயம் செய்தவன் அல்ல. மேற்கத்தியத் தினவுக்குத் தீனி போடும் இசை யந்திரம்தான் அவன். சாஸ்திரீய சங்கீதத்தின் ஆழத்தையும் ஆன்மிகப் பரிமாணத்தையும் கேலி செய்யும் விதமாக வாசித்து வந்தவன். ராக் இசைஞனாகவே தன்னைக் கருதிக்கொண்டவன். ஸித்தாருக்கு நிரந்தரப் பக்கவாத்தியமாக ட்ரம்ஸை வைத்துக் கொண்ட ஒரே இந்தியக் கலைஞன். ஏதோ ஒரு பத்திரிகைப் புகைப்படத்தில், ஸித்தார் வடிவமாகச் செய்யப்பட்ட பெட்டி மீது அவன் உட்கார்ந்து போஸ் கொடுத்ததைப் பார்த்து நான் புழுங்கியிருக்கிறேன். கலை, பாரம்பரியம், அந்நிய நாட்டவரிடம் நாம் உருவாக்கும் பிம்பம் இதையெல்லாம் விடுங்கள், நமக்குச் சாப்பாடு போடும் சாதனமல்லவா அது? ‘அன்ன தாதா சுக்கீ பவோ’ என்பதல்லவா நமது மரபு? பின்னாட்களில் போதைப் பழக்கத்துக்கு அடிமையாகி இசையுலகை விட்டே அவன் விலகியது ஹிந்துஸ்தானி சங்கீதத்தின் பாக்கியம்.

என்னுடைய சீடர் குலம் பற்றியும் சொல்ல வேண்டும். கிட்டத்தட்ட ஐம்பதுபேரைத் தயார் செய்திருக்கிறேன். இன்றைக்குப் பிரசித்தி பெற்று விளங்கும் ஸாக்ஸ் கலைஞன் டானியல் க்வின் என்னிடம் ஆறு வருடங்கள் பயின்றவன். என்னைத் தகப்பனுக்குச் சமமாக மதிக்கிறவன்.

ஆனால், பொது அபிப்பிராயம் வேறு மாதிரி இருக்கிறது அல்லவா? ஸ்ரீ ஹரிசங்கர் தீட்சித் இந்திய மாணவர்களை ஏற்றுக்கொள்வதில்லை என்கிற மாதிரி...

இந்தியாவில் இருந்தால்தானே அம்மா! சீடர்களை ஏற்றுக் கொள்வது மட்டுமல்ல, இந்த மாதிரி அபிப்பிராயங்களைப் பொருட்படுத்தவும் அப்போதுதான் முடியும்! *(சிரிக்கிறார்)*

ஆனாலும், இந்தியாவில் இசைக்கென்று வழங்கப்படும் பல்வேறு விருதுகள் உங்களை அலங்கரிக்கத்தான் செய்தன...

எல்லாக் காலகட்டத்திலும் எல்லா இடங்களிலும் மிரட்டலும், விலைபேசுதலும் செல்லுபடியாகாதே அம்மணீ... மனசாட்சிப் படி நடந்துகொள்பவர்களின் விகிதம் கௌரவமான விதத்தில் தான் இருக்கிறது! தவிர, ஆமைகள் வெல்லும் பந்தயங்களும் உண்டுதானே!

வேறொரு திசையிலிருந்து ஒரு கேள்வி ஜீ... இப்போதைய தலைமுறையில், குருகுலம் என்ற மரபே ஒழிந்துவிட்டதோ?

ஒரே குருவிடம் பல ஆண்டுகள் கற்றுத் தேர்வதைத்தான் குருகுல மரபு என்று சொல்வீர்களென்றால், அது இன்னமும் உறுதியாகவே இருக்கிறது. குருநாதருக்குக் கால் அமுக்கிவிடுவதை குருகுலம் என்றீர்களானால், எங்கள் தலைமுறையைச் சேர்ந்த ஆசிரியர்களே அதை விரும்ப மாட்டோம்!

ஆனால், நாம் கவலைகொள்ள வேண்டிய பிராந்தியமே வேறு. எங்கள் தலைமுறையில் இசையின்மீது உள்ள காதலால் கற்க வந்தார்கள். என்ன விலை வேண்டுமானாலும் கொடுக்கத் தயாராக இருந்தார்கள். பீம்ஸேன் சிறுவயதிலேயே வீட்டை விட்டு ஓடவில்லை?

அடுத்தடுத்த தலைமுறைகள் தலையெடுத்தபோது, பணம் புகழ் வாழ்க்கை வசதிகள் என்று வேறு அக்கறைகள் சேர்ந்து விட்டன. போதும், ஒரேயோர் ஆசிரியரிடம் நாலைந்து வருடம் பயின்றாலே மேடையேறிவிடலாம் என்று ஆகிவிட்டது. ஊடகங்களில் உங்களுக்கு ஆள் இருக்கும் பட்சத்தில், வெகு சீக்கிரமே உயரத்தை எட்டிவிடலாம்...

ரசிகர்கள் இனம்கண்டுவிட மாட்டார்களா?

அவர்களில் மட்டும் புதிய தலைமுறை வந்துவிடவில்லையா என்ன! ஆன்மபூர்வமாக இசையை ரசிப்பவர்கள் எத்தனை சதவீதம், சொல்லுங்கள்? காதுகளுக்கு ரஞ்சகமாக இருந்தால் போதும் என்று ஆகிவிட்டதே?

திரைப்பட இசையின் வளர்ச்சியை ஒரு காரணம் என்று சொல்லலாமா?

திரைப்பட இசை வளர்ந்திருக்கிறது என்றா சொல்கிறீர்கள்! தொழில்நுட்பம் வளர்ந்திருக்கிறது. எட்டு பத்து இருபத்தேழு என்று ட்ராக்குகளின் எண்ணிக்கையை அதிகப்படுத்தி, செவிகளுக்கு மயக்கம் தரும் வித்தை பயின்றுவிட்டார்கள். மென்மை *(ஆங்கிலத்தில் melody என்ற சொல்லைப் பயன்படுத்துகிறார்)* என்கிற அம்சம் காணாமலே போய்விட்டதல்லவா? கடினமான மனத்தை மிருதுவாக்குவதும், சுபாவத்திலேயே மிருதுவான மனங்களின் ரணங்களை ஆற்றுவதும் என்பதான பணியை எந்த அளவுக்கு இன்றையத் திரையிசை நிறைவேற்றுகிறது, சொல்லுங்கள்? நௌஷாத் அலி மாதிரியான சிகரங்கள் இனி உருவாக முடியும் என்று நினைக்கிறீர்கள்?

இதன் தொடர்ச்சியாக இன்னொரு கேள்வி... சாஸ்திரீய இசையை ரஞ்சகமாக்குவதன் மூலம் அதன் பழைய செல்வாக்கை மீட்டுவிட முடியும் என்று ஒரு கருத்து நிலவுகிறது. ஜுகல்பந்தி போன்ற இசை நிகழ்வுகளின் பின்னிருந்து இயக்கும் இயல்பூக்கம்

அதுதானோ என்றும் தோன்றுகிறது. மேற்குறித்த அபிப்பிராயத்தை நீங்கள் ஏற்கிறீர்களா?

ஒரு காலகட்டத்திய பொதுமனத்தின் இயல்பான விழைவுகள் தாம் அந்தக் காலகட்டத்தின் கலைகளைத் தீர்மானிக்கின்றன என்று நினைக்கிறேன். மீறிச் செல்ல முனையும் மனங்கள் அடுத்த காலகட்டத்தின் மரபை நிர்மாணிக்கின்றன. என்னைப் பொறுத்தவரை, ஏதோ ஒரு வடிவத்தைப் பிரபலமாக்குவது; அதை முன்னிட்டு எளிமைப்படுத்துவது, ரஞ்சகமாக்குவது என்ற பெயரில் மலினப்படுத்துவது என்பதையெல்லாம் ஏற்காதவன். இசை என்ற மகாவடிவத்தை நான் என்னவாகப் பார்க்கிறேன் என்பதை நிகழ்த்திக் காட்ட முயல்கிறேன் –அதன்மூலம் இன்னொரு தடவை எனக்கும் உறுதிப்படுத்திக் கொள்கிறேன். அவ்வளவுதான். மாற்றங்களுக்கு எதிரானவன், பழைய ஆசாமி என்றெல்லாம் என்னை யாராவது சொல்ல ஆசைப்பட்டால், அவர்களைக் குற்றம் சொல்லவும் மாட்டேன்.

நீங்கள் குறிப்பிட்டீர்களே, ஜுகல்பந்தி, அது பெரும்பாலான சந்தர்ப்பங்களில் குஸ்திப் போட்டியாகத்தான் தென்படுகிறது எனக்கு. மிகச் சில சமயங்களில் மட்டுமே வாசிக்கும் இருவரும், அவர்கள் சம்பந்தப்பட்ட இரண்டு மரபுகளும் காதலில் மயங்கிய ஆணும் பெண்ணும்போல இணைகின்றன. ஆனால், ஒரு துளி அமிர்தத்துக்காக பாற்கடலைக் கடையும் திராணி என்னிடம் இல்லை – நான் அசுரனுமில்லை, தேவனுமில்லை என்பதால்! *(சிரிக்கிறார்)*

ஆனால், பிற மரபுகளுடன் இணைந்து நீங்கள் வாசித்த இசைப் பதிவுகளைக் கேட்டிருக்கிறேனே... தென்னிந்திய வீணைக் கலைஞர் ஒருவருடன் நீங்கள் வாசித்த ஒரு மணிநேரப் பதிவை யூ ட்யூபில் பார்த்த நினைவு...

பதிவுகள், நிகழ்வுகள் என்கிற மாதிரி சமாசாரங்களில் கலைஞனுக்குப் பெரிய தேர்வுகள் இல்லையம்மா. அதெல்லாம், ரவிஷங்க்கர் மாதிரி உலகப் புகழ்பெற்ற ஜீவன்களுக்கு மட்டுமே லபிக்கும். என்னை மாதிரியானவர்கள், பல சந்தர்ப்பங்களில் சமரசம் செய்துகொள்ள நேர்கிறதுதான். ஆனால், அவை சமரசமாகத் தென்படுவதே இந்தத் துறையில் புழங்காத வெளி நபர்களுக்குத்தான் என்றும் சொல்வேன். துறைக்குள் இருப்பவர்களுக்கு இவை நடைமுறையான சமாசாரங்கள் என்றே தோன்றும்.

நீங்கள் குறிப்பிட்ட அந்த ஜுகல்பந்தி முன்கூட்டியே ஏற்பாடு செய்யப்பட்டதல்ல. ஆம்ஸ்ட்டர்டாமில் ஓர் இந்திய இசைவிழா.

அன்று சாயங்காலம் இரண்டு நிகழ்ச்சிகள். கர்நாடகத்தைச் சேர்ந்த திருமதி வசுதா கோபாலின் வீணைக் கச்சேரி ஒன்றரை மணி நேரம், அடுத்து என்னுடைய கச்சேரி இரண்டு மணிநேரம் என்று ஏற்பாடு. வீணைக் கலைஞருக்குப் பக்கவாத்தியம் வாசிக்க வந்திருந்தவரின் மிருதங்கப் பெட்டி விமானம் மாறி லண்டனுக்குப் போய்விட்டதாம். ஆம்ஸ்ட்டர்டாமில் மாற்று மிருதங்கம் கிடைப்பது சுலபமா என்ன!

கடைசியில், இருவரும் இணைந்து மூன்று மணிநேரம் வாசிக்கலாமா என்று அமைப்பாளர்கள் கேட்டுக்கொண்டார்கள். ஷிக்கார் தவான் பரபரப்பாகி விட்டான். அவனுடைய நீண்டநாள் கனவாம் அது – கர்நாடக இசைக்குப் பக்கவாத்தியம் வாசிப்பது!

சும்மா சொல்லக் கூடாது, அந்தக் கச்சேரி மிகப் பிரமாதமாக அமைந்தது. முன் தயாரிப்பு இல்லாது இரண்டுபேரும் வாசித்ததால், சிற்சில பிசிறுகளோடும், அடுத்தவர் வாசிப்பின் மீது அபாரமான கரிசனத்தோடும் நடந்தது. ஆனால், அன்றைய நாயகன் தவான் தான். பிளந்து கட்டிவிட்டான்!

அந்த நிகழ்வுக்கு முறையான பதிவு இருக்கிறதோ?

அதுதான், நீங்கள் யூ ட்யூபில் பார்த்த வடிவம் மட்டும்தான் இருக்கிறது. யாரோ அமெச்சூர் ரசிகர் ஆர்வமாய்ப் பதிவு செய்த வீடியோ. அவருடைய ஆர்வம், கைக் காமிராவின் மீதுதானே தவிர, கோணங்கள் மீதோ, இசையின் மீதோ அல்ல என்று எனக்குத் தோன்றும். ஒருவேளை, புதிதாக வாங்கியிருப்பாரோ என்னவோ!

உங்கள் சகோதரரின் உரையைப் படித்தபிறகு, அவரையுமே ஒரு நீண்ட பேட்டி எடுத்திருக்கவேண்டும், வாய்ப்பைத் தவறவிட்டு விட்டோமே என்று ஆதங்கமாய் இருக்கிறது. அவர் தொடர்பாக, சொல்வதற்கு விடுபட்ட விஷயங்கள் ஏதாவது இருக்கிறதா?

நானே அதுபற்றி யோசித்துக்கொண்டிருந்தேன் அம்மணி. அவரைப்பற்றி எதிர்மறையான விஷயங்களே அதிகமாகச் சொல்லியிருக்கிறேனோ என்றுகூடத் தோன்றியது.

அண்ணாவிடம் எனக்கு மிகப் பிடித்த அம்சம், அவருடைய நகைச்சுவை உணர்வு. பாதியில் பிரிந்துவிட்டேன் என்பதால், இறுதிவரை அது தொடர்ந்ததா என்று தெரியாது – என் இளம் வயதில் நான் அண்ணாந்து பார்த்து வியந்திருக்கிறேன்.

ஆமாம். அவருடைய மெனுஹின் உரையிலும் அது தெரியத்தான் செய்கிறது...

இரண்டாவது, அவருடைய தாராளம்.

நானறிய எவ்வளவோ பேருக்கு உதவி செய்திருக்கிறார்.

கச்சேரிக்கான சன்மானத்திலும் ரொம்பக் கறாராக இருக்க மாட்டார். பணம் ஒரு பொருட்டேயில்லை அவருக்கு. அதனால் தானோ என்னவோ, அவரிடம் அது குவிந்துகொண்டேயிருந்தது. எனக்கும் அவரே ஒரு வசதியான வாழ்க்கையை உருவாக்கிக் கொடுத்திருக்கலாமே – நாங்கள் பிரியும் சூழ்நிலையை அது ஒருவேளை தடுத்திருக்குமோ என்று பல தடவை யோசித்திருக்கிறேன்.

ஜீ, வேறு பக்கம் நகர்கிறேன்... உங்களுடைய அபிமான இசைஞர்கள் யார் யார்?

அபிமானம் என்று சொன்னால், நேற்று இசையுலகில் நுழைந்த பிஞ்சு மனம்வரை என் அபிமானத்துக்குரியதுதான். எவ்வளவோ துறைகள் திறந்திருக்க, இசையில் காலூன்ற வேண்டும் என்ற முனைப்புடன் வந்து சேரும் மனம் என்னுடைய பேரக் குழந்தை மாதிரித்தானே! என்னிடம் சேகரமாகியிருக்கும் சகலத்தையும் அதற்கு இடம் மாற்றிக்கொடுக்க வேண்டும் என்று ஆவல் கொள்வேன். அது சாத்தியம் இல்லை என்பதால், நூறு சதவீத ஆசீர்வாதத்தை வழங்குவேன்..!

எனக்குப் பிடித்த விதமாக இசை நிகழ்த்துபவர்கள் என்றால், நாலைந்து பேரைச் சொல்லலாம்...

வயலினைப் பொறுத்தவரை என்னுடைய அபிமானக் கலைஞர் உங்கள் ஊர் எல். ஷங்க்கர்தானம்மா. அவர் வாசிப்பது என்னுடைய வாத்தியத்தைத்தானா என்ற சந்தேகத்தை எழுப்பி விடுவார். அந்த ஒல்லி உடம்புக்குள்ளிருந்து மாபெரும் பிரவாகமாக ஸ்வரங்கள் பாய்ந்து பீறுவது யாருக்குமே ஒருவிதத் திகைப்பை உண்டாக்கும். அவர் உருவாக்கிய இரட்டை வயலின், புதுவிதமான மயக்கத்தை உண்டுபண்ணக்கூடியது. அவருடைய 'ராகா ஆபேரி' தொகுப்பு கேட்டிருக்கிறீர்களா?

பல தடவை. என் நண்பர்கள் சிலருக்குப் போட்டுக் காட்டியு மிருக்கிறேன். ஆரம்பத்தில் அவர்கள் செல்லோவா, ஸாக்ஸ ஃபோனோ என்றெல்லாம் குழம்புவதை ரசித்துமிருக்கிறேன்..! ஹிந்துஸ்தானி இசையில் உங்களைக் கவர்ந்தவர்கள்?

பீம்ஸென் ஜோஷியும் மல்லிகார்ஜுன் மன்ஸூரும் என் மனத்தில் தனித்த உயரத்தில் இருப்பவர்கள். ஜோஷியின் உணர்வுபூர்வமான இசையும், மல்லிஜியின் உத்வேகமான இசையும் எனக்கு உந்துதலாக இருப்பவை.

கேஸர்பாய் கேர்க்கரும், கிஷோரிதாயும் என் அபிமானப் பாடகிகள். மாலினி ரஜூர்க்கரின் பாணியிலும், குரலிலும் உள்ள வாஞ்சை எனக்கு என் அம்மாவை நினைவுபடுத்தும்.

இவர்கள் எல்லாருமே ஆளுக்கொரு கரானாவைச் சேர்ந்தவர்கள் அல்லவா?

கரானாக்கள் பற்றி முன்பே குறிப்பிட்டேனே அம்மணீ. ஒவ்வொரு காரணத்துக்காக ஒவ்வொரு கரானாவைப் பிடிக்கும்... பெரும்பாலும் எளிமையான ராகங்களைத் தேர்வு செய்யும் க்வாலியர் கரானாவும்; த்ருபதுக்கு மிக அருகில் உள்ள, குரல் பயிற்சிக்கு மிகுந்த முக்கியத்துவம் தருகிற ஆக்ரா கரானாவும்; சாஹித்திய உச்சரிப்புக்கும், அதன் பாவத்துக்கும் மெனக்கெடுகிற கிரானா கரானாவும்; சுவாசக் கட்டுப்பாட்டின் மீது பெரும் கவனம் செலுத்தும் பிந்திபஸார் கரானாவும் ஒரே இரவின் வெவ்வேறு ஜாமங்கள் மாதிரி!

கருவியிசை பாணிகள் பற்றிச் சொல்லவில்லை...

சில பெயர்கள் மாறும், அவ்வளவுதானே. குரலுக்குச் சொல்வது தானே வாத்தியத்துக்கும்!

இளைய தலைமுறைக் கலைஞர்களில்?

நாலைந்து வருஷங்களுக்கு முன்னால், வங்காளிப் பெண் ஒருத்தியின் பாட்டைக் கேட்டேன்... அவள் பெயர்... *(நெற்றியைச் சுருக்கி நினைவுக்குக் கொண்டுவர முயலுகிறார்)*

கௌஷிக்கி சக்ரவர்த்தியோ?

அட, அவள் மிக நல்ல பாடகியம்மா. அஜாய் பாயின் பெயரைக் காப்பாற்ற வந்தவள். இன்னும் பத்து வருஷங்களில் பெரிய உச்சங்களுக்குப் போய்விடுவாள் – அவளுடைய பாணியிலும், குரலிலும் அதற்கான வசியம் இருக்கிறது. ஆனால், இன்னும் இன்னும் என்று பிரபலமாகும்போது, இன்னமும் ரஞ்சகமாகி விட வேண்டும் என்ற பதற்றமும் வந்து சேரலாம். இப்போதே கேட்டுவிடுவது நல்லது!

நான் சொல்ல வந்தது இன்னொருத்தி... ஆங்... நினைவு வந்துவிட்டது – அவள் பெயர் சாஷ்வதி மண்டல் பால். அபூர்வமான பாடகி. லேசாக ஆண்மையும், ரகசியமும் கொண்ட குரல். உலுக்கியெடுத்துவிட்டாள். ஏனோ, அவள் பெயரை நான் அதிகம் கேள்விப்படுவதில்லை.

தார்வாட் கலைஞர்கள் வெங்கடேஷ் குமாரையும், கைவல்ய குமாரையும் பிடிக்கும். பின்னவனிடம் நாடகத்தன்மை அதிகரித்துக்கொண்டே போகிறது. அது அவனுக்கும், ரசிகனுக்கும் அவ்வளவு உகந்ததில்லையே என்று கவலையாகவும் இருக்கிறது! சஞ்சீவ் அப்யங்க்கரையும் பிடிக்கும்.

வாத்திய இசையில், சஞ்சீவ் மால்யாவின் வயலின், கார்த்திக் சேஷாத்ரியின் ஸித்தார், உதய் சங்கர் தீட்சித்தின் ஸரோட் வாசிப்புகள் பிடிக்கும்.

கடைசியில் சொன்னவர் உங்கள் மகன் அல்லவா?

ஆமாம், வாசிப்பு நன்றாக இருக்கும் பட்சத்தில் யாருடைய மகன் என்பது ஒரு விஷயமே இல்லையே?! எங்கள் வம்சத்தின் பெயரைப் புதிய உயரங்களுக்குக் கொண்டு செல்வான் உதய் என்று நான் நம்புகிறேன்.

இன்னொரு முக்கியமான கலைஞனையும் குறிப்பிட வேண்டும். நவாஸ்கான் மங்கானியார். ராஜஸ்தானிய நாட்டுப்புறப் பாடகன். அவனளவு குரல் வலுவும், மனோதர்மமும், மூச்சுத் திராணியும் கொண்ட இன்னொரு கலைஞனை நான் கண்டதில்லை. அந்தராத்மாவுடன் நேரடியாக உரையாடும் பாடாந்தரம் உள்ளவன்.

அட, நான் கேட்டதே கிடையாது..!

நிறையக் கேட்பீர்கள். இப்போதுதான் சிறுகச் சிறுக முன்னுக்கு வந்துகொண்டிருக்கிறான்.

நிறையவே பேசிவிட்டோம் ஹரிஜீ. இறுதியாகச் சில நிமிடங்கள்...

கேளுங்கள் அம்மணி.

இன்றுவரையிலான உங்கள் இசை வாழ்க்கை பற்றி ஓரிரு வார்த்தைகள்...

இத்தனை நாட்களும் இவ்வளவு நேரமும் அதைப்பற்றித்தான் பேசிக்கொண்டிருந்தோம் என்று நினைத்தேனே அம்மா! *(மனம் விட்டுச் சிரிக்கிறார். நானும் சேர்ந்துகொள்கிறேன்)* அதாவது, ‘முத்திரை வாக்கியமாக ஒன்றை உதிர்த்து வை’ என்கிறீர்கள்... அப்படித்தானே!

சொல்லலாம்... இன்றுவரையிலான என் வாழ்வுமீது எனக்கு ஒரு புகாரும் இல்லை – அண்ணாவுடனான உறவு முறிந்ததைத் தவிர. அதுவும்கூட, எனக்கு நன்மைதான் செய்திருக்கிறது. அண்ணாவின் உளப்பூர்வமான ஆசீர்வாதம்தான் அவருடைய கோபமாகவும், பாராமுகமாகவும் வெளிப்பட்டிருக்கிறது என்று நம்புகிறேன்.

மற்றபடி, நான் தேர்ந்துகொண்ட வாத்தியத்துக்கும், இசை முறைக்கும் நியாயம் செய்திருக்கிறேன் என்றும் நம்புகிறேன். ஆனால், என்னைவிட அதிக நியாயம் செய்தவர்கள் பலரை நானே அறிவேன் – அவர்களுக்குக் கிடைத்ததைவிட அதிக அங்கீகாரமும்

வருமானமும் எனக்குக் கிடைத்ததுக்கு என் முன்னோர்களின் ஆசிகளே காரணம் என்று நினைக்கிறேன்.

இதைக் கேட்கச் சங்கடமாகத்தான் இருக்கிறது. சகோதரருக்கு இறுதி அஞ்சலி செலுத்தப் போன சந்தர்ப்பத்தில் உங்களை முறையாக நடத்தவில்லை என்று ஒரு செய்தி பரவியது...

ஊடகங்களுக்கு வேறு வேலை என்ன அம்மணி. முறையாக நடத்தியிருந்தாலும் அதைச் செய்தியாக்கியிருப்பார்கள். 'சங்கர் தீட்சித் குடும்பத்தில் மாயம் நிகழ்ந்துவிட்டது; மூத்தவர் இறந்ததும் இத்தனை வருடப் பகையை மறந்து மற்றவர்கள் ஒன்றுகூடி விட்டார்கள்' என்று எழுதியிருப்பார்கள். 'இதை நாலு வருடம் முன்னால் செய்திருந்தால் பெரியவர் இன்னும் சில வருடம் உயிரோடிருந்திருப்பாரே' என்று கரிசனமும் பட்டிருப்பார்கள் – இப்போது, எனக்கு நேர்ந்த அவமானம் பற்றி ஆதங்கப்படுகிற மாதிரி...

உண்மையில் என்னதான் நடந்தது?

அதை விரிவாக விவரிக்க எனக்கு விருப்பமில்லை அம்மா. துக்கத்தின், இழப்பின் வலியை ஒவ்வொருத்தர் ஒவ்வொரு விதமாக ஏந்துவார்கள். அண்ணாவின் குடும்பம் நான் வருவேன் என்று எதிர்பார்த்தே இருக்காது அல்லவா? என்னைப் பார்த்த அதிர்ச்சியில் சற்று முதிர்ச்சியின்றி நடந்துகொண்டார்கள். உங்களுடைய எதிர்வினைக்கும் ஒரு பங்கு இருக்கிறதே. மற்றபடி, அண்ணாவின் உடல்மீது மலர்வளையம் வைப்பதையோ, அவருடைய பாதங்களைத் தொட்டு வணங்குவதையோ, நமஸ்கரிப்பதையோ யாரும் ஆட்சேபிக்கவில்லையே. அது என் பாக்கியம் அல்லவா!

உங்களிடம் எனக்கு மிகவும் பிடித்த விஷயம் இதுதான் ஜீ — வயதோடு இணையாக உங்கள் ஆளுமை முதிர்ந்து வந்திருப்பது... உங்களைச் சந்திக்கவும், நாட்கணக்காக அமர்ந்து உரையாடவும் வாய்த்ததை எனக்குக் கிடைத்த பாக்கியமாகவே கருதுகிறேன். நன்றி ஜீ, உங்கள் அன்புக்கும் அனுசரணைக்கும்...

என்னுடைய முழுவாழ்க்கையையும் சாவகாசமாக உட்கார்ந்து திரும்பிப் பார்த்த மாதிரி உணர்கிறேன் அம்மா. உண்மையில், நான்தான் நன்றி சொல்ல வேண்டும்.

♦

பின்னிணைப்புகள்

I

பேட்டியில் இடைவெளி விழுந்த ஒரு சந்தர்ப்பத்தில், ஸ்ரீ தீட்சித்துக்கும் எனக்கும் நடந்த உரையாடல் இது. பதிவுக் கருவியை அணைக்க மறந்திருப்பேன் போல. முழு உரையாடலும் பதிவாகியிருக்கிறது! இந்தப் பகுதியை நூலில் சேர்ப்பதா வேண்டாமா என்பது பற்றி நீண்ட யோசனை எனக்குள் கிட்டத்தட்ட ஒரு மாதம் ஓடியது. முடிவுக்கு வரமுடியவில்லை. தொடர்ந்து, நண்பர்களுடன் விவாதித்தேன். கன்னட இலக்கிய விமர்சகரும், இந்த நூலை எடிட் செய்து உதவியவரும், என்னைப் போலவே சுயேச்சை ஊடகவியலாளருமான கே.ஹெச். ஸ்ரீகாந்தப்பாவுடன் விவாதித்தபோது ஒரு தெளிவு பிறந்தது. அவர் சொன்னார்:

> *ஆஷா, ஸ்ரீ ஹரிசங்கர் தீட்சித்தின் பேட்டியில் அவரைப் பற்றிப் பேசியதைவிட, அவருடைய சகோதரரைப் பற்றித்தானே அதிகம் பேசியிருக்கிறார்?*
>
> *ஆமாம்.*
>
> *அந்தப் பகுதிகளை நீக்கிவிடப் போகிறோமா?*
>
> *எதற்காக நீக்குவது? அவருடைய கலை வாழ்க்கைக்கு, சகோதரருடனான உறவும், அது முறிந்த விதமும் மிக முக்கியமான பின்புலம் அல்லவா?*
>
> *அதைத்தான் சொல்லவந்தேன். கேள்வி – பதில் என்ற அளவில் பேட்டி முடிவதில்லை.*

கேட்கப்படாத பல்வேறு கேள்விகளுக்கும், சொல்ல மறுக்கப்பட்ட பதில்களுக்கும் இடமிருக்கிறது. அதுமாதிரி, முன் அறிமுகமில்லாத ஒரு நபரின் கேள்விகளுக்கு அவர் என்னவிதமாக பதில் சொல்கிறார் என்பது மட்டுமல்ல, எதிராளியிடம் கேட்பதற்கு அவர் மனத்தில் உற்பத்தியாகும் கேள்விகளும் முக்கியம்தான். அவருடைய ஆளுமையின் இன்னொரு பரிமாணம் வெளிப்படும் களம் அது.

சரி என்றுதான் பட்டது. ஆனாலும், முழுக்க சமாதானமாகவில்லை. பதிலுக்குக் கேட்டேன்:

அப்படியானால், அவருடைய கேள்விகளை மட்டிலும் ஒரு பட்டியல் மாதிரிக் கொடுத்துவிடலாமே? என்னுடைய பதில்கள் எதற்கு?

ஸ்ரீகாந்தப்பா கொஞ்ச நேரம் மௌனமாக இருந்தார். பிறகு என் கண்களை நேருக்கு நேர் பார்த்துக் கேட்டார்:

அவருடைய கேள்விகள் யாரும் கேட்கக்கூடியவைதாமே? பிரத்தியேகமான, சிறப்பான கேள்வி ஒன்றுகூட இல்லை...

முதல்தடவையாக அப்படிப் பார்க்கக் கிடைக்கிறது. அவர் சொல்வது சரிதான். கெட்டிக்காரத்தனமான, அல்லது அடர்த்தியான கேள்வி ஒன்றுகூட இல்லை. சகஜமான, நடைமுறையான கேள்விகள்.

ஆமாம். கலையில் அவர் எட்டிய உயரத்தை வெளிப் படுத்தாத சாதாரணக் கேள்விகள்.

இதில் கவனிக்கவேண்டிய அம்சங்கள் இரண்டு இருக்கிறது. ஒன்று, முன்பே சொன்னபடி, முதன்முறையாகப் பார்க்கும் ஒருத்தியிடம் அவருக்கு ஏற்படும் வாஞ்சை. ஆழ்ந்த ஒரு தளத்தில், இந்த மனோபாவத்துக்கும் கலை நிகழ்த்துவதற்கும் உள்ள தொடர்பு. இரண்டாவது, கலைஞன் எப்போதுமே அறிவுஜீவியாகத்தான் இருந்தாகவேண்டும் என்ற நிர்ப்பந்தம் எதுவும் கிடையாது என்பதற்கான இன்னொரு நிரூபணம்...

சரிதான்.

இதையெல்லாம்விட ஆஷா, ஸ்ரீ ஹரிசங்கர் தீட்சித்தின் பேட்டியை முழுமையாக வெளியிடுவதுதானே உன் நோக்கம்?

ஆமாம். அவரே பதிவுசெய்ய வேண்டாம் என்று கோரும் பகுதிகளைத் தவிர, சகலத்தையும் அச்சேற்றத்தான் போகிறேன்.

இந்தப் பகுதி சம்பந்தமாக அவருடைய கோரிக்கை ஏதாவது உண்டா?

இல்லை.

பிறகென்ன?

ஸ்ரீகாந்தப்பாவின் வாதங்களை நாலைந்து நாட்கள் தீவிரமாகப் பரிசீலனை செய்தேன். முழுக்கச் சரி என்று பட்டது. இடையில் இந்தப் பகுதியை ஒலிவடிவிலிருந்து எழுத்துவடிவிற்குப் பெயர்க்கும்போது பதிவைத் திரும்பத் திரும்பக் கேட்க நேர்ந்ததா, தொழில்முறையாகப் பேட்டி எடுக்க வந்த அந்நியப் பெண்ணிடம் ஸ்ரீ தீட்சித் காட்டும் இதயபூர்வமான அன்பு, அவர் பேசிய விஷயங்களைவிடவும் முக்கியமானதாகப் பட்டது.

முதல் பின்னிணைப்பாகச் சேர்த்துவிட முடிவெடுத்தேன்.

நீங்களே கேள்வி கேட்டுக்கொண்டிருக்கிறீர்களே அம்மணி. ஒரு மாறுதலுக்கு நான் கேள்வி கேட்கிறேனே? (சிரிக்கிறார்)

தாராளமாக!

உங்களுடைய பூர்விகம் பற்றிச் சொல்லுங்கள்..! (முகத்தில் அபாரமான குறும்பு பூத்திருக்கிறது)

நான் தஞ்சாவூர் ஜில்லாவைச் சேர்ந்தவள். கும்பகோணத்திற்கு அருகில் ஆலங்குடி கிராமம். பெற்றோருக்கு ஒரே பெண். 1971இல் பிறந்தேன். பள்ளிப்படிப்பு உள்ளூரில்தான். கல்லூரிப் படிப்புக்கு திருச்சி வந்தேன். முதுகலைக் கல்விக்கு டெல்லி. அந்த ஊருக்கு வந்த பிறகு என் பார்வையும் சிந்தனையோட்டமும் மாறிவிட்டது. இனி ஒருபோதும் என் பூர்விக மாவட்டத்துக்குத் திரும்ப முடியாது என்று தோன்றிவிட்டது – ஏன், எங்கள் மாநிலத்துக்கேகூட.

அதாவது, முழுக்க முழுக்க நகரவாசியாகிவிட்டீர்கள்!

இன்னமும்கூடக் குறிப்பாகச் சொல்வதென்றால், தமிழ்நாட்டின் நகரங்கள் அத்தனையுமே – சென்னை உட்பட – மாறுவேஷம் தரித்திருக்கும் கிராமங்கள் என்றுதான் தோன்றுகிறது. பக்கத்திலிருப்பவரின் பார்வை ஊடுருவாமல் நடமாடுவது சாத்தியமே இல்லை என்கிற மாதிரி! ஏறத்தாழ, இந்தியாவின் முக்கிய நகரங்கள் அனைத்தையுமே பார்த்துவிட்டேன். இந்தியாவில் நிஜமான பன்னாட்டு நகரம் டெல்லி மட்டும்தான் என்பது என் நம்பிக்கை.

உங்கள் தகப்பனார்?...

பொதுக் காப்பீட்டு நிறுவனத்தில் குமாஸ்தாவாகச் சேர்ந்து,

ஓய்வுபெறுவதற்கு நாலைந்து வருடங்கள் முன்னால் அதிகாரியானவர். காலமாகி இரண்டு வருடம் ஆகிறது. முந்தைய இரவுகூட என்னுடனும் அம்மாவுடனும் பேசிக்கொண்டிருந்தார்; மறுநாள் காலையில் இல்லை. உறக்கத்திலேயே சாந்தமான மரணம் சித்தித்துவிட்ட பாக்கியசாலி. என்னுடைய ஆதரிச மனிதர். என் முடிவுகள் எதிலும் தலையிடாதவர். இறப்பதற்கு ஒருவாரம் முன்னால், ஏதோ பேசிக்கொண்டிருந்த போது, என்னை நேருக்கு நேராய்க் கேட்டார்:

> ஆஷா, நான் உன்னை வளர்த்த விதம் பற்றி உனக்குப் புகார் எதுவும் இல்லையே!

நான் சிரித்தேன். அம்மா அவசரமாய்ச் சொன்னாள்:

> அவளுக்கு எப்படிப் புகார் இருக்கும்? தான்தோன்றியாகத் தானே வளர்ந்திருக்கிறாள்.
>
> சரிதான். உன் இஷ்டப்படி வளர்த்திருந்தால் மேத்தி ரொட்டியும் ஆலு மட்டரும் பிரமாதமாகச் சமைக்கிற குடும்பத் தலைவியாக மிளிர்ந்திருப்பாள்!
>
> ஒழுங்காகப் பின்னிப் பூ வைத்துக்கொண்டு, புடவை கட்டிக்கொண்டு, நடமாடும் சிற்பம் மாதிரி ஒயிலாக இருந்திருப்பாள். இப்படி க்ராப் வெட்டிக்கொண்டு, ஜீன்ஸ் போட்டுக் கொண்டு அலையும் பிடாரியாக இருந்திருக்க மாட்டாள்!

என்று நான் முடித்தேன். நாங்கள் இருவரும் சிரிக்க, அம்மா செல்லமாக முறைத்தாள். அவளுக்குமே, உள்ளூற, தன் மகளைப் பற்றிப் பெருமையான அபிப்பிராயம்தான் என்றே நினைக்கிறேன்.

இந்தக் கேள்வியைக் கேட்கலாமா என்று தெரியவில்லை... ஆனாலும், பேட்டி என்று வந்துவிட்டதால் கேட்க வேண்டியதா கிறது. உங்களுக்குத் திருமணம் ஆகிவிட்டதா? (நான் கேள்வி கேட்கிற அதே ஏற்ற இறக்கத்துடன் கேட்கிறார். இருவரும் சிரிக்கிறோம்)

இப்படியெல்லாம் யோசிக்க முடியுமா ஜீ! பேட்டி என்று வந்துவிட்ட பிறகு கூச்சப்பட என்ன இருக்கிறது! *(அவருடைய தொனியில் பதில் சொல்கிறேன். சிரிப்பு பலமடங்கு அதிகரிக்கிறது!)* முதுகலை முடித்தவுடன் திருமணம் நடந்தது. டெல்லியில் பிறந்து வளர்ந்த திருவையாற்றுக்காரர். நல்ல உத்தியோகத்தில் இருந்தார். கைநிறைய சம்பாத்தியம். ஏழெட்டு உடன்பிறப்புகள் கொண்ட பெரிய குடும்பம். ஆறே மாதங்களில் தெரிந்து விட்டது, அவருடைய ஜீன்களில் திருவையாறு அழுத்தமாகப் பதிந்திருக்கிற சங்கதி. அதே கால அளவில் அவருக்கும் தெரிந்திருக்கலாம் –

என்னுடைய ரத்தத்தில் டெல்லி முழுக்க முழுக்கக் கலந்துவிட்டது என்று. நூறு சதவீதம் பரஸ்பர ஒப்புதலுடன் பிரிந்துவிட்டோம். அம்மா மட்டும் கொஞ்சம் மனம் புழுங்கினாள். அப்பா என் முடிவில் குறுக்கிடவே இல்லை.

கொஞ்ச காலம் தனியாக இருந்தேன். ம்ஹூம். சரிப்பட்டு வரவில்லை. ஒரே ஒரு ஆணின் தொந்தரவு பொறுக்காமல் விலகிவிட்டு, எதிர்ப்படும் ஆண்கள் ஒவ்வொருவரின் தொந்தரவுக்கும் ஆளாக வேண்டியிருந்தது. தமிழில் ஒரு பழமொழி சொல்வார்கள் – வாணலிக்குத் தப்பி அடுப்பில் விழுந்த மாதிரி என்று.

புரிகிறது அம்மணி...

ஆனாலும், என் வாழ்வில் இன்னும் கொஞ்சம் வசந்தத்துக்கு இடம் மிச்சம் இருந்தது. மணமுறிவு பெற்று இரண்டு வருடங்கள் கழித்து மராத்தியரான அஷோக் ரானடேவைச் சந்தித்தேன். இந்தியன் ஃபிலிம்ஸ் டிவிஷனில் கேமராமேனாக இருந்தார். நேஷனல் ஸ்கூல் ஆஃப் ட்ராமாவில் டிப்ளமோ முடித்து, கலைப்படங்களில் நடிகராகும் ஆசையுடன் நாசிக்கிலிருந்து புறப்பட்டு வந்தவர். வாழ்க்கை இழுத்துச் சென்ற வழி கேமராமேனாகிவிட்டார்.

திருமணம் என்று பிணைத்துக்கொள்ளாமல் சேர்ந்து வாழ முடிவெடுத்தோம். ஆசாரமான என் அம்மாவுக்குப் பெரும் மனத்தாங்கல். அவளுடைய நிம்மதி கருதி தனியாய்க் குடித்தனம் வைத்தோம்.

அஷோக்கைப் பற்றிக் கேள்விப்பட்டிருந்த கேத்தன் மேத்தா தமது படத்தில் பணிபுரிய அழைத்தார். மும்பையில் அவரைப் பார்ப்பதற்காகப் போனவர், வெறும் உடம்பாகத் திரும்பிவந்தார். மூளையில் நாளம் வெடித்துவிட்டதாம். உடனடி மரணம். ஆறு வருடம் ஆகிறது. அஷோக் இறந்த ஊரில் அவருடைய ஆன்மா தங்கியிருக்கும் என்று எனக்கு ஒரு அசட்டு நம்பிக்கை. இங்கேயே வந்து சேர்ந்துவிட்டேன். ஆனால், என் வாழ்க்கையில் இன்னொரு ஆணை இணைத்துக்கொள்ளும் தைரியம் மாத்திரம் நிரந்தரமாகப் போய்விட்டது!

ஐயாம் ஸாரி. விபரம் தெரியாமல் கேலி செய்துவிட்டேனம்மா...

பரவாயில்லை ஜீ. கசப்பின் ருசி இல்லாமல் வாழ்க்கை உண்டா என்ன!

நியாயம்தானம்மா... (ஓரிரு கணங்கள் மௌனமாக இருக்கிறார்) அது சரி, இசையில் ஆர்வம் உண்டானது எப்படி?

அதற்கும் என் தகப்பனார்தான் காரணம். அவருடைய

சேகரிப்பு மிக விசேஷமானது. பழைய 78 ஆர்ப்பியெம் முதல், நவீன கால எல்ப்பீக்கள்வரை நூற்றுக்கணக்கான இசைத்தட்டுகள். வீணை தனம்மாள் முதல், ஜி ராமநாதய்யரின் சாஸ்திரீய பாணி சினிமா மெட்டுகள்வரை. படே குலாம் அலிகான், அப்துல் கரீம்கான், கேஸர்பாய் கேர்க்கர் என்று கொஞ்சமே கொஞ்சம் ஹிந்துஸ்தானியும் வைத்திருந்தார். பின்னாட்களில், ஒலிநாடாக்கள் வந்தபோது சேகரிப்பதை நிறுத்திக்கொண்டார். தட்டுகளில் உள்ள ஏதோவொன்று நாடாக்களில் இல்லை என்று அடிக்கடி சொல்வார். எனக்குப் புரியாது. 'இரண்டும் ஒரே மதுரை மணிதானே, இரண்டுமே உயர்தரமான கருவியில் தானே ஒலிப்படுகிறது' என்றெல்லாம் சொல்லிப் பார்ப்பேன். ஒத்துக்கொள்ள மாட்டார்.

நாடாக்களைவிடவும், குறுந்தகடுகளைவிடவும், இசைத் தட்டுகளிலேயே நயமும், உயிர்த்தன்மையும் மீந்திருக்கிறது என்று சொல்லும் இயக்கங்கள் பிரிட்டன் போன்ற நாடுகளில் தோன்றியிருப்பதைப் பார்க்கும்போது என் தகப்பனாரின் செவிகளைப் பற்றி ஆச்சரியம் உண்டாகிறது!

ஆமாம். சில காதுகள் மிகமிக விசேஷமானவை! அது சரி, ஹிந்துஸ்தானி இசையிலும் நிறையத் தெரிந்து வைத்திருக் கிறீர்களே, உங்கள் தந்தையார் கர்நாடக சங்கீதம் கேட்பவர் என்றல்லவா சொன்னீர்கள்!

அஷோக் என் வாழ்க்கையில் நுழைந்தபிறகு அந்த அற்புதம் நிகழ்ந்தது. அவர் மாதிரியான இசையார்வலரை நான் பார்த்ததே கிடையாது. அவருடன் இணைந்த பிறகு, என்னுடைய அதிகாலைகளை பண்டிட் ஜோஷியும் பண்டிட் ஜஸ்ராஜும் ரஷீத் கானும் வீணா சகஸ்ரபுத்தியும் நிரப்ப ஆரம்பித்தார்கள். இன்றுவரை தொடர்கிறார்கள். 'ஒரு தினத்தை ரம்மியமான குரலிலிருந்து தொடங்குவது உத்தமம் அல்லவா' என்று கேட்பார் அஷோக்!

சரிதான்!

பழைய ஆட்களை விரும்பிக் கேட்பது மட்டுமல்ல, புதிய கலைஞர்களைப் பரீட்சார்த்தமாகக் கேட்டுப் பார்ப்பதிலும், அவர்களில் தாரகைகளைப் பிரித்துணர்வதிலும் அவருக்கு ஈடுபாடு உண்டு. பரமேஷ்வர் ஹெக்டே, அஷொக் ஹொக்கன்னவார் என்கிற மாதிரியான தார்வாட் கலைஞர்கள் முதல், ராகுல் தேஷ்பாண்டே, ஸாவனி ஷிண்டே என்று ஹிந்துஸ்தானி இசையுலகின் இளம் தலைமுறைக் கலைஞர்கள் பலரும் அவர் மூலமாக எனக்குக் கிடைத்த பொக்கிஷங்கள்தாம்.

அநேக ராகங்களின் முழுமையான சித்திரத்தைத் தனக்குள் வைத்திருந்தார் அஷோக். சாதாரண வித்வானுக்கும் மேதைக்குமான வித்தியாசத்தை அவற்றிலிருந்தே கண்டறிவதாகச் சொல்வார். தமக்குள் நிர்மாணமாகியிருக்கும் எல்லைகளுக்குள் மாத்திரமே சுற்றி வருகிறவர்களை வித்வான்கள் என்றும், அந்த எல்லைகளை அனாயாசமாகத் தாண்டிச் செல்பவர்களை மேதைகள் என்றும் அடையாளம் காண்பாராம். எல்லாருக்குமே ஒருவேளை இப்படித்தான் நடக்குமோ என்னவோ. ஆனால், அஷோக்கின் சிறப்பம்சம், அவரால் ராகத்தின் சொரூபம் வெளிப்படுமளவு பாடிக்காட்டவும் முடியும். ஒருவேளை, ஒளிப்பதிவுத் துறைமீது ஆர்வம் அதிகரித்திருக்காவிட்டால், இசைக்கலைஞராக உருவாகியிருக்க வாய்ப்பிருந்தது – என்று அவருக்கு அஞ்சலி செலுத்த வந்த ஷைலேந்திர சிங் என்னிடம் தெரிவித்தார்.

யார், பாபியில் பாடிய ஷைலேந்த்ராவா?

ஆமாம். இவருடைய இளவயதுத் தோழர் அவர்.

என்னுடைய இசை பற்றி ஸ்ரீ ரானடே ஏதாவது சொல்லியிருக்கிறாரா அம்மணீ!

நிறைய. அவருடைய அபிமானத் தொகுப்புகளில் உங்களது 'வாக்கிங் ஆன் அ ஸ்ட்ரிங்' நிரந்தரமாக இருந்தது. இத்தனைக்கும், வாத்திய இசையைவிட குரலிசையை நேசித்தவர் அஷோக்.

ஓ!

அதில் நீங்கள் அபூர்வ ராகங்களான மால்தி பஸந்த்தும், நாட் பிஹாகும் வாசித்திருப்பீர்கள். 'மல்லிகார்ஜுன் மன்ஸூருக்கு அடுத்து அபூர்வ ராகங்களில் இவ்வளவு வெற்றிகரமாக யாரும் புகுந்து புறப்பட்டதில்லை' என்று அடிக்கடி சொல்வார். 'கேட்டலின் இன்பம் குறையாமலே அதை நிகழ்த்தியிருப்பது இன்னும் சிறப்பு' என்பார். அதேமாதிரி, அதைவிடவும் பொருத்தமான தலைப்பு அமைந்த இன்னொரு தொகுப்பையும் பார்த்ததில்லை என்பார்.

(மனம்விட்டுச் சிரிக்கிறார்) ***தலைப்புக்கு நன்றி சொல்ல வேண்டியது சரத் இனாம்தாருக்குத்தான். வாசித்து முடித்த மாத்திரத்தில் என் கையைத் தொட்டுக் கண்ணில் ஒற்றிக் கொண்டு 'போன ஜன்மத்தில் கழைக்கூத்தாடியாக இருந்தாயா ஹரீ!' என்று உணர்ச்சிவசப்பட்டான்.***

கல்கத்தா ஹெச்செம்வீ நிறுவனப் பொது மேலாளராக இருந்த அலோக் குமார் முகர்ஜீ என்னுடைய ரசிகர். அவர்களுடைய

கூடத்தில் நடந்த பதிவு அது. ஆர்வமாக வந்திருந்து, முழுக்கக் கேட்டார். இவன் சொன்ன வார்த்தைகளைக் கேட்டதும் உற்சாகமாகிவிட்டார். வாசிப்போடு, தலைப்பையும் நல்கும் கலைஞர்கள் வாய்த்தது அவருக்கு இரட்டை அனுகூலமல்லவா! (சிரிப்பு தொடர்கிறது. ஓரிரு கணங்களில் முகம் இறுகுகிறது) தவறாக எடுத்துக்கொள்ளாதீர்கள், உங்களையும் அமரர் அஷோக்கையும் சேர்த்துப் பார்க்கும் பாக்கியம் எனக்கு இல்லாது போய்விட்டதே என்பது ஒருவித ஏக்கத்தைக் கிளர்த்துகிறது அம்மணி.

புரிகிறது. உண்மையில் உங்களைப் பேட்டி காண வேண்டும் என்ற எண்ணம் எனக்குள் உதித்ததற்கேகூட அஷோக் சம்பந்தமாக எனக்குள் நிரந்தரமாக இருந்துகொண்டிருக்கும் அதிர்வலைகள் காரணமாக இருக்கலாம்.

இன்னும் ஒரேயொரு கேள்வி பாக்கியிருக்கிறதம்மா.

கேளுங்கள் ஜீ.

அமரர் அஷோக் ரானடேவின் அபிமானப் பாடகர் யாரோ?

ஸ்ரீ முகுல் ஷிவ்புத்ரா.

(கண்களை மூடிக்கொள்கிறார். பலவிதமான உணர்ச்சிகள் முகத்தில் படிந்து படிந்து விலகுகின்றன. தமக்குத்தாமே சொல்லிக் கொள்வது போல முனகுகிறார்)

எப்படி ஆகியிருக்க வேண்டிய வாழ்க்கைகள் எப்படி ஆகிவிடுகின்றன...

II

ஸ்ரீ ஹரிசங்கர் தீட்சித் வாசித்து வெளியான சில இசைத் தொகுப்புகளின் பட்டியலைக் கீழே தந்திருக்கிறேன். அவருடைய சேகரிப்பில் உள்ளவற்றையும், விக்கிப்பீடியாவில் அவரைப் பற்றிய பதிவையும் ஒட்டி இதைத் தயாரிக்கத் திட்டமிட்டிருந்தேன். ஆனால், அது அவ்வளவு சுலபமான வேலையாக இல்லை.

நாற்பத்திச் சொச்சம் வருடங்கள் இசைப் பணியாற்றியவர்; உலகின் பல நாடுகளிலும் பதிவுகள் வெளியிட்டவர்; எழுபதுக்குக் குறையாத தொகுப்புகளுக்கு உரியவர் என திரும்பிப் பார்த்தாலே மலைக்க வைக்கும் வரலாறு கொண்டவர் திரு. தீட்சித். தவிர, வினைல் தகடுகளாகவும், ஒலிநாடாக்களாகவும் முன்னர் வெளியானவை, குறுந்தகடுகளாக வெளியாகும்போது கவர்ச்சியான புதிய தலைப்புகள் சூடிக்கொண்டிருக்கின்றன. மேற்கத்தியப் பதிப்புகள், இந்தியாவில் வேறு பெயர்களுடன், இந்தியத்தனமான தலைப்புகளுடன் வெளியாகியுள்ளன.

எனவே, முக்கியமான இருபது தலைப்புகளை மட்டும் தரலாம் என்று முடிவெடுத்தேன். பட்டியல் தயாரிக்கும் பொறுப்பை, பிரபல இசை விமர்சகரும், அஸ்ஸாமிய எழுத்தாளரும், மறைந்த என் துணைவர் ஸ்ரீ அஷோக் ரானடேவின் நெருங்கிய நண்பருமான பிக்ரம் பரூவாவிடம் கொடுத்தேன்.

'இந்தப் பட்டியலுக்கு நான்கு அடிப்படைகளைத் தீர்மானித்துக்கொண்டேன். 1. குழப்பமும்,

மறுகூறலும் தவிர்ப்பது. 2. சந்தையில் கிடைக்கக்கூடியவற்றை மட்டுமே கணக்கிலெடுப்பது. 3. குறுந்தகடுகளாக வெளியானவற்றை மட்டுமே கொள்வது. 4. ரசனையின் எந்தத் தட்டில் உள்ள நேயரும் உவக்கக் கூடியது' என்ற முன்குறிப்புடன் திரு. பரூவா வழங்கும் பட்டியல் இது.

'இவற்றில் அநேகம் அயல்நாடுகளில் வெளியானவை; இந்தியாவில் வெளியிடும் உரிமை பெற்ற நிறுவனங்கள் வேறு பெயர் சூட்டியதும் நடந்துள்ளது. அதனால், வெளியிட்ட நிறுவனங்களின் பெயரைத் தவிர்த்திருக்கிறேன் – வெளியான வருடங்களிலும் இதேவிதமான சிக்கல் இருப்பதால் அவற்றையும் தான்' என்றும் சொல்கிறார் பரூவா. பட்டியல் அவர் தயாரித்தது. அடைப்பிலுள்ள குறிப்புகள் என்னுடையவை.

1. முதன் முதலாக – *A Debut*
2. நிலவுக்கு நேர்கீழே – *Right Under the Moon*
3. ஒலிப்புயல் – *Soundstorm*
4. திருஷ்டி – *Vision*
5. சாட்டர்ஜி அண்ணாவுக்கு அஞ்சலி – *Homage to Chatterjee Bhaiya*
6. ரைன் நதிக் காற்று – *Wind Along the Rhine*
7. எழுந்துயரும் பறவை – *The Rising Bird*
8. தந்திமேல் நடத்தல் – *Walking on a String*
9. ஹரியின் சாருகேசி – *Hari's Charukesi*
10. நேற்றும் நாளையும் – *Yesterday and Tomorrow*
11. சாயங்கால ராகங்கள் – *Evening Ragas*
12. கனவுகளின் தேசம் – *Land of Dreams*
13. திரும்பி வந்த ஒட்டகம் – *Camel that Returned* (இரானிய ஒளத் கலைஞர் முர்த்தாஸா காலீலியுடன் இணைந்து)
14. இணையும் நதிகள் – *Confluence of Rivers* (ஷெனாய் கலைஞர் அலி அகமது கானுடன்)
15. இணையும் திசைகள் – *Confluence of Directions* (வீணைக் கலைஞர் பார்த்தசாரதியுடன்)
16. மாற்று ருசி – *Alternative Taste* (மிருதங்கக் கலைஞர் கோகர்ணம் விட்டல் ராவுடன். 'கர்நாடக சங்கீதத்தின்

தாள அமைப்பும் ஹிந்துஸ்தானி சங்கீதமும் ரஸகுல்லாவும் ரஸ்[1]ஸும்போல அபாரமாகப் பொருந்தின' என்று கல்கத்தா வார இதழ் ஒன்றிலும்; 'சர்க்கரைப் பொங்கலை கடி (மராத்திய மோர்க்குழம்பு) ஊற்றிப் பிசைந்து உண்பது போலிருக்கிறது' என்று தென்னிந்தியப் பத்திரிகை ஒன்றிலும் விமர்சனம் வெளியானதாக ஸ்ரீ தீட்சித் சிரித்துக்கொண்டே சொன்னார்!)

17. வேறொரு கண்டத்தில் – *On Another Continent* (மாலி தேச கோரா கலைஞர் ட்டௌமணி டையபாட்டியுடன்)

18. பிரளயம் – *Chaos* (வின்னிபெக் கிராமியக் கலைத் திருவிழாவில் பல்வேறு நாட்டுக் கலைஞர்களுடன்)

19. நீயும் நானும் – *You and Me* (மேற்கத்திய சாக்ஸஃபோன் கலைஞர் ஜான் ஹாண்டியுடன்)

20. பழைய ஞாபகம் – *Nostalgia* (ஸ்ரீ ஹரிசங்கர் தீட்சித் தனியாக ஸாரங்கி வாசித்து வெளியான ஒரே தொகுப்பு. இதைப் பற்றிக் குறிப்பிடும்போது, "அம்மாவின் பத்தாவது நினைவு நாளில் அண்ணாவிடம் ஆசிவாங்கச் சென்றேன். என்னை விரட்டியடித்தார். அந்தக் கோபம் தணிவதற்குள்ளாக, ஈயெம்மை நிறுவனத்தின் பாக்கிஸ்தான் கிளை தங்களுக்கு ஒரு தொகுப்பு வாசித்துத் தர முடியுமா என்று கேட்டது. வீம்புக்காக 'ஸாரங்கிதான் வாசிப்பேன்; பரவாயில்லையா?' என்று கேட்டேன். மகிழ்ச்சியுடன் சம்மதித்தார்கள். அண்ணாவுடனான உறவைக் கிடத்திய சவப்பெட்டியில் என் தரப்பு ஆணி அது ஒன்று மட்டும்தான் – இப்போது நினைத்தால் வெட்கமாக இருக்கிறது" என்றார். ஸோஹ்னி, மார்வா, மற்றும் திலங் அடங்கிய தொகுப்பு. "நான் முன்பே கேட்டிருக்கிறேன். அபாரமான வாசிப்பு" என்று சொன்னேன். "என் உயிரின் சிதிலங்களைக் கொட்டி வாசித்ததல்லவா!" என்று புன்னகைத்தார்.)

---

1. தமிழ்நாட்டில் ஜீரா எனப்படுவது. ரஸகுல்லா மிதக்கும் திரவம்.

III

லண்டன் ராயல் ஆல்பர்ட் ஹாலில் ஸ்ரீ சிவசங்கர் தீட்சித் ஆற்றிய உரையின் வரிவடிவம் இது. Echo என்ற ஆங்கில மாத இதழில் முழுமையாகப் பிரசுரமாகியிருக்கிறது – 'ஒலி நாடாவின் நேரடி வடிவம்; அவையோரின் எதிர்வினைகளுடன்' – என்ற அடிக்குறிப்போடு.

ஸ்ரீ ஹரிசங்கர் தீட்சித்தின் நேர்காணல் முடிவில், ஸ்ரீ சிவசங்கர் தீட்சித்தின் உரையைக் கொடுப்பது பொருத்தமாய் இருக்குமா என்று சிறு தயக்கம் இருந்தது முதலில். இசை பற்றிய நுண் குரல் ஒன்று கேட்கிறது; யாருடையதாய் இருந்தாலும் பொருத்தம்தான் என்றும், ஸ்ரீ ஹரிசங்கர் தீட்சித்தின் இசைப்பார்வைக்கு வெகு அருகில் தான் இருக்கிறது என்பதாலும், இசையார்வலர்கள் தவறவிடக்கூடாத உரை என்று நான் கருதியதாலும், இங்கு கொடுக்கிறேன்.

பின்னிணைப்பாகக் கொடுப்பது சரியாக இருக்குமா என்றும் ஒரு குழப்பம். திரைப்படத்தின் முடிவில் கலைஞர்களின் பெயர்களைக் காட்டும் போது, வீடு திரும்பும் பதட்டத்தில் வெளியேறத் தொடங்கிவிடும் ரசிகர்களின் ஞாபகம்வேறு வந்தது.

ஆனால், நேர்காணலின் இடையில் வழங்குவதிலும் பிரச்சினை இருந்தது. ஒரே குரலை இடையறாது கேட்டுவந்த வாசகருக்கு ஒரு மாற்றொலியாக ஸ்ரீ சிவசங்கர் தீட்சித்தின் குரலை வழங்குவது தொந்தரவான இடையீடாக இருக்கும் என்று கருதினேன். வழங்காமலே விட்டுவிடுவது என்ற பேச்சுக்கே இடமில்லை.

ஸ்ரீ சிவசங்கரின் உரை இரண்டு அம்சங்களில் ஓங்கி நிற்கிறது. முதலாவது, கனமும் எளிமையும் ஒருங்கே பொருந்தியிருப்பது. இவ்வளவு கனத்த சிந்தனைகளை, கருத்துக்களை இத்தகைய மொழியில் இவ்வளவு சரளமாகக் கூற முடியும் என்பது ஆச்சரியமாய் இருக்கிறது. இரண்டாவது, அதன் நகைச்சுவையுணர்வும், சுவாரசியமும். முதல் இரண்டு பத்திகளைப் படித்த வாசகர், இறுதிவரை முடிக்காமல் விடமாட்டார் என்று நம்புகிறேன்.

– ஆஷா.

மூச்சுத் திணறுதலின் இன்பம்

வணக்கம் நண்பர்களே.

மெனுஹின் நினைவுப் பேருரை[1] ஆற்ற என்னை அழைத்ததை எனக்களிக்கப்பட்ட கௌரவமாகக் கருதுகிறேன்.

இருபதாம் நூற்றாண்டு வயலின் மேதைகளில் தலையாயவர் அல்லவா, அமரர் யெஹுதி மெனுஹின்? உலக இசை ரசிகர்களின் இல்லங்களில் இன்றுவரை ஜீவியவந்தராக இருப்பவர். அமெரிக்காவில், ரஷ்ய யூதக் குடும்பத்தில் பிறந்து, தமது இசை வாழ்க்கையின் பெரும்பகுதியை இங்கிலாந்தில் கழித்த, பின்னாட்களில் சுவிட்சர்லாந்தின் குடியுரிமை பெற்ற திரு. மெனுஹினை 'அனைத்துலக இசைமேதை' என்ற அடையாளத்துக்கு மிகப் பொருத்தமான உதாரணமாகக் காண்கிறேன்.

இந்திய இசைமேதைகளான ரவிஷங்க்கருடனும், எல். சுப்பிரமணியத்துடனும் இணைந்து அவர் வழங்கிய இசைத் தொகுப்புகள் மிக முக்கியமான வரலாற்று நிகழ்வுகள் என்று சொல்லத்தக்கவை. ரவிஷங்க்கர், மெனுஹின், இத்தாலியக் குழல்மேதையான ழான் பியர் ராம்ப்பால் ஆகியோர் இணைந்த தொகுப்பு என்னுடைய நிரந்தர அபிமானங்களில் ஒன்று.

மெனுஹின் நினைவுப்பேருரை ஆற்ற என்னை அழைத்ததின் பொருத்தமின்மை பற்றி எனக்குள் எழுந்த வியப்பு இன்னும் அடங்கவில்லை. *(அவையில் சில குரல்கள் 'நோ... நோ...' என்று கூவுகின்றன)* அவரைப் போலவே நானும் தந்தி வாத்தியக் கலைஞன் என்பதால் இருக்கலாம் என்று சமாதானம்

---

1. லண்டன் யூதர் கழகமும், ட்ரினிட்டி இசைக்கல்லூரியும் இணைந்து நடத்தும் வருடாந்தர விழாவில் வயலின் மேதை யெஹுதி மெனுஹின் நினைவாக ஏற்படுத்தப்பட்ட சொற்பொழிவு. ஹரிப்ரசாத் சௌராஸியா, அம்ஜத் அலி கான் ஆகிய இருவருக்குப் பிறகு மூன்றாவதாக அழைக்கப்பட்ட இந்திய இசைக் கலைஞர் ஸ்ரீ சிவசங்கர் தீட்சித்.

கொள்கிறேன். மற்றபடி, ஆழ்கடலில் தனியாகத் திமிங்கில வேட்டைக்குப் போகும் சாகசக்காரனும், முகத்துவாரக் கால்வாயில் தூண்டில் வீசி அன்றாடப்பாட்டுக்கு மீன் பிடிப்பவனும் ஒன்று என நான் விளையாட்டாகக்கூட நினைக்க மாட்டேன். *('நோ . . . நோ . . .' என்று இன்னும் சில குரல்கள் சேர்ந்துகொள்கின்றன)*

என்றாலும், இன்று இந்த மேடையில் நிற்கும்போது, அமரர் யெஹுதி மெனுஹினுடன் இணைந்து வாசிப்பது போன்ற ஓர் உவகையை அடைகிறேன்.

கற்றோரும், இசை நுண்ணுணர்வாளர்களும் நிரம்பிய இந்த அவையில், பேருரை எதுவும் நிகழ்த்தும் உத்தேசமில்லை எனக்கு. பொதுவாக, இசை பற்றி எனக்குள் ஓடிக்கொண்டிருக்கும் சிந்தனையின் சில துளிகளை முன்வைத்துவிட்டு அமர்ந்துவிடுவேன்.

இரண்டு சம்பவங்களுடன் எனது உரையைத் தொடங்கலாம் என்று நினைக்கிறேன். இரண்டு சந்திப்புகள் என்றும் அவற்றைச் சொல்லலாம்.

ரோமில் என்னுடைய கச்சேரி முடிந்தவுடன், ஒப்பனை அறைக்கு என்னை ஒருவர் தேடிவந்தார். அந்த்தோனியோ மன்சினி. *(மெலிதான, பரவலான, கைதட்டல்கள்)* இன்றைக்குத் தான் இவ்வளவு பிரபலமும் புகழும். எனக்கு அறிமுகமான காலகட்டத்தில், இளம் ஓவியக் கலைஞர் அவர். இப்போதுள்ள முழுவழுக்கை கிடையாது. *(அவையில் சிரிப்பொலி)* பிடரிவரை புரளும் தலைமுடி. தீர்க்கமான ரோமானிய நாசியின் நுனி அபாரமாகச் சிவந்திருந்தது – அவரது உலகப் புகழ்பெற்ற முன்கோபம் அந்நாட்களிலேயே அந்த இடத்தில் வந்து அமர்ந்து விட்டது கண்கூடாகத் தெரிந்தது என்பதற்காகச் சொல்கிறேன்! *(அவையில் பலத்த சிரிப்பொலி)* ஆறடிக்கு மேல் உயரம். சராசரியைவிட ஒன்றரை மடங்கு நீளமான விரல்கள் – அவ்வளவு நீளமான விரல்கள் எனக்கு வாய்த்திருந்தால் நான் ஸித்தார் வாசிக்கப் போயிருப்பேன்!

அந்த்தோனியோ என்னை ஒரு சித்திரம் வரைய விரும்பினார். அதற்கான அனுமதி கோரித்தான் வந்திருந்தார். என்னுடைய கச்சேரியை முந்தின வாரம் மிலானில் கேட்டிருக்கிறார். 'இன்றைய கச்சேரியைக் கேட்பதற்காக ஆவலுடன் வந்துள்ளேன்' என்று தெரிவிக்கும்போது அவருடைய கண்கள் மினுங்கியது இப்போதுபோல நினைவிருக்கிறது. நான் சம்மதித்தேன். மறுநாள் என் அறைக்கு வந்து தமது புகைப்படக் கருவியில் என்னை சுமார்

ஒரு மணிநேரம் படம் பிடித்துக் கொண்டார். அடுத்த முறை இத்தாலிக்குப் போனபோது தாம் வரைந்திருந்த ஓவியத்தை எனக்குப் பரிசளித்தார். அன்று முதல் இன்றுவரை எங்கள் ஆத்மார்த்தமான நட்பு தொடர்கிறது.

அந்த்தோனியோவின் ஓவியம் பற்றித்தான் சொல்ல முனைந்தேன். தனக்கென இன்று உள்ள பாணியை அவர் உருவகித்துக் கொள்ளாத காலகட்டம். பிக்காஸோ மீது அபாரமான காதல் கொண்டிருந்தார். என்னை அவர் வரைந்த ஓவியத்திலும் க்யூபிஸ பாணியைக் கடைப்பிடித்திருப்பதாகத் தான் சொன்னார்.

இது நடந்தது 1960களின் ஆரம்பத்தில். கடந்த நாற்பத்திச் சொச்சம் வருடங்களாக அந்த ஓவியத்தில் என் முகத்தைத் தேடிக்கொண்டிருக்கிறேன் – இன்னும் சிக்கியபாடில்லை. *(அவையில் பலத்த கரகோஷத்துடன் சிரிப்பு)* இத்தனைக்கும் பிக்காஸோவின் ஓவியங்கள் பலவற்றை நான் பார்த்திருக்கிறேன். ‘குவர்னிகா’வில் துலக்கமான முகங்கள்கூடத் தெரியுமே!

அந்தோனியோ என் நண்பனான பிறகு, பம்பாயில் என்னுடைய இல்லத்துக்கு வந்து, என் வரவேற்பறையில், தங்க முலாமிட்ட சட்டகத்தில் இருந்த அந்த ஓவியத்துக்கு நேரில் நின்றபோது, ஏக்கமாகக் கேட்டேன் – ‘அந்த்தோனி, இன்றைக்காவது என் முகத்தைத் தேடிக் கொடேன்!’ என்று. *(அவையில் எழும் உரத்த சிரிப்பு அடங்குவதற்காகச் சில நொடிகள் காத்திருக்கிறார்)* அவன் என் முதுகில் ஓங்கி ஓர் அறை வைத்துவிட்டு, சந்தோஷமாகச் சிரித்தான்.

இரண்டு விஷயங்களை வலியுறுத்துவதற்காக மேற்படித் தகவல்களைச் சொன்னேன். ஒன்று, இன்னும் எத்தனை பிறவிகள் எடுத்தாலும் அந்த ஓவியத்தில் எந்த உருவத்தையும் என்னால் கண்டுபிடிக்க முடியாது – காரணம், என் முகத்தை அந்த்தோனியோ எப்படிப் பார்த்தானோ அப்படி என்னால் பார்க்க முடியாதே! தவிர, முகம் பார்க்கும் கண்ணாடியில் தெரியும் பிம்பம்போல என் முகத்தைத் துல்லியமாகக் காட்டுவதல்லவே, அந்த்தோனியோ மன்சினியின் நோக்கம்? என் முகம் சம்பந்தமாக தான் என்ன உணர்ந்தான் என்பதைக் காட்டுவதுதானே!

இசையின் அந்தரங்கமும் அவ்வாறானதுதான். இசை நிகழ்த்துகிறவன் அந்தக் கணத்தில் என்ன உணர்கிறானோ, அதைத் தத்ரூபமாகவோ அல்லது அதற்கு நிகரான இன்னொரு கோணத்திலோ கேட்பவனும் உணராதவரை இசையின் துல்லிய அனுபவம் கிடைப்பதற்கில்லை. வேறுவிதமாகச் சொன்னால்,

நிகழ்த்துதலின் போக்கில் இசைஞனுக்குள் ஒருவித சுதந்திர உணர்வு உருவாகிறது. நுகர்கிறவனும் அதை எட்டாதவரை, அந்தரங்க அனுபவமாக மாறுவதற்கில்லை இசை. அவ்வாறு மாறாதவரை, இசை தோன்றியதற்கான, இன்றுவரை தொடர்வதற்கான நியாயங்களில் ஒன்றுகூட எட்டப்படவில்லை என்றும் சொல்வேன்.

எங்கள் முதல் சந்திப்பில், அந்தோனியோ மன்சினியிடம் கேட்டேன்:

> எதற்காக என்னை நீங்கள் ஓவியமாகத் தீட்ட விரும்புகிறீர்கள்?

அவன் சொன்னான்:

> பொது அனுபவத்தில் உலகம் ஜியோமிதி வடிவங்களால் ஆனது. எனக்கும் அப்படித்தான். ஆனால், வடிவங்களின் மீது படிந்த வெளிச்சத்தையும் நிழலையும் மாத்திரம் வடிகட்டிப் பார்க்கும்போது, உலகம் இப்போதிருக்கிற விதமாக இல்லை – மிகுந்த ரகசியங்களும் அவை தொடர்பான உரத்த யூகங்களுமாக மாறி விடுகிறது. இன்னும் நேரடியாகச் சொன்னால், பட்டவர்த்தனமாகத் திறந்து கிடக்கும் ஜட உலகம் அனுபவங்களின் உலகமாக, பூடகமானதாக மாறிவிடுகிறது...

எனக்கு அந்த்தோனியோவின் ஒரு சொல்கூடப் புரியவில்லை அன்று... *(அவை சிரிக்கிறது. பேச்சாளரின் சிரிப்பொலி ஒலிவாங்கியின் வழி பெருகிக் கேட்கிறது. குரல் உடனடியாகத் தீவிரம் கொள்கிறது)* ஆனால், தனது ஓவியங்களில் கறுப்பு–வெள்ளை தவிர்த்த பிற நிறங்களை அவன் பயன்படுத்தியதேயில்லை என்று பின்னாட்களில் ஒரு விமர்சகர் குறிப்பிட்ட போது, மேற்சொன்ன வாக்கியங்களின் நிகழ்சாட்சியமாக அது புரிந்தது எனக்கு. அவன் அன்று சொன்ன கடைசி வாக்கியம் மிக முக்கியமானது என்று கருதுகிறேன். அந்தோனியோ சொல்கிறான்:

> நான் ஒளியும் அதன் இன்மையும் நிறைந்த உலகை நிர்மாணிக்க முயல்கிறேன் அல்லவா? நீங்கள் ஒலியால் மட்டுமே ஆன வேறொரு உலகைக் கட்டமைக்கிறீர்கள். எங்கெங்கும் விரவிக்கிடக்கும் ஓசையின் ஒழுங்கின்மையிலிருந்து, ஒழுங்கமைக்கப்பட்ட ஒலிக்கோவையை வடிகட்டி ஈட்ட முயல்கிறீர்கள். இருவருக்குமான ஒற்றுமை, நடைமுறை உலகின் தரிசனப் போதாமை (perceptive deficiency) மற்றும் அது குறித்த ஏக்கத்திலிருந்து ஆரம்பிக்கிறது.

(அவையில் பலத்த கரகோஷம்.)

இரண்டாவது சந்திப்பும் மிக முக்கியமானதுதான். ஜெர்மானிய அணுவிஞ்ஞானி பெர்னார்ட் எய்ஸ்னருடன் எனக்கு நிகழ்ந்தது. அந்தோனியோவைப் போன்று எனது நெருங்கிய நண்பர் இல்லை இவர். அவனளவு பிரசித்தி பெற்றவரும் இல்லை. தற்போது எங்கிருக்கிறார், என்ன செய்கிறார் – எதுவும் தெரியாது எனக்கு. போகும் வழியில் யதேச்சையாகக் காதில் விழுந்த இசைத்துணுக்கு நாள்முழுக்க மனத்துக்குள் ரீங்கரிக்கிற மாதிரி மாதிரி என் ஞாபகத் தொகுப்பில் இனிமையாக வீற்றிருக்கிறார் – வருடக்கணக்காக.

ஃப்ராங்க்ஃபர்ட் விமான நிலையத்தில் சில மணிநேரங்கள் சேர்ந்து கழிக்க நேர்ந்த சகபயணி திரு. எய்ஸ்னர். அவ்வளவுதான். அவருக்கு என்னை நினைவிருக்குமா என்றுகூடத் தெரியவில்லை. விமானத்தில் கோளாறு காரணமாக எங்கள் பயணம் தாமதப்பட்டிருந்தது. ஆனால், விமானத்தில் மட்டுமல்ல, வேறு அம்சங்களிலும் எனக்கு சகபயணிதான் அவர் என்று அறிந்து கொள்ளப் போதுமான அளவு அவகாசம் கிட்டியது.

பொது இடங்களில் ஐரோப்பியர்கள் பிடிவாதமான மௌனத்தைக் கடைப்பிடிப்பதுதான் வழக்கம். *(அவையில் சிரிப்பொலி).* நாங்கள், இந்தியர்கள், அப்படிப்பட்டவர்கள் அல்ல – அருகில் இருக்கும் மனிதருடன் உரையாடாமல் இருக்க முடியாது எங்களுக்கு! *(சிரிப்பொலி அதிகரிக்கிறது)* எங்களுடைய தனிமையுணர்வு வெளியில் தெரிந்துவிடாதிருக்க, எங்கள் இனத்தின் கூட்டு நனவிலி அனிச்சையாகச் செயல்படுத்தும் தந்திரம் என்றுகூட இதை அடையாளப்படுத்திக்கொள்ளலாம்! *(கரகோஷம்)*

திரு. எய்ஸ்னரிடம் என்னை நானே அறிமுகப்படுத்திக் கொண்டேன் – பிறகுதான் தெரியவந்தது, ஐரோப்பிய அணு விஞ்ஞானிக்குள் தீர்க்கமான கீழைமனம் செயல்பட்டுக் கொண்டிருக்கிறது என்பது. *(மீண்டும் சிரிப்பொலி)* தாமதம் பற்றியும், வானிலை பற்றியும் பேசி முடிந்து, உரையாடல் இயல்பான வேகத்தில் நகர்ந்தபோது, அவரிடம் கேட்டேன்:

> மூடிய டப்பாவுக்குள் இருப்பதையே எங்களைப் போன்ற சாமானியர்களால் பார்க்க முடிவதில்லையே; பழத்துக்குள் இருக்கிற விதைக்குள் இருக்கிற நோய்க்கூறில் இருக்கிற கிருமியின் நடமாட்டத்தை வெறுங்கண்ணால் பார்க்கிற மாதிரி அணுவையும் பார்த்து அதனுள்ளிருக்கும் போக்குவரத்துக்களையும் பார்க்கிறீர்களே, அதெல்லாம் எப்படி சாத்தியமாகிறது – கற்பனையோ அல்லது புளுகோ என்று சந்தேகிப்பதற்கும் இல்லை – திடீரென்று ஒருநாள்

லட்சக்கணக்கான ஜனங்களைப் பொசுக்கிச் சாக அடித்து விடுகிறீர்கள்! *(அவையில் எழும் சிரிப்பொலியும் தொடர்ந்து கரவொலியும் அடங்கச் சில நிமிடங்கள் பிடிக்கிறது)*

ஆனால், திரு. எய்ஸ்னர் விஞ்ஞானி அல்லவா, என்னை மாதிரித் தற்குறிகள் எவ்வளவு பேரைப் பார்த்திருப்பார்! *(மெல்லிய சிரிப்பொலி)* சற்றும் யோசிக்காமல் பதில் கேள்வி கேட்டார்:

ஏழு தெரியுமல்லவா? அதை எப்போதாவது பார்த்ததுண்டா?

எனக்கு அதிர்ச்சி. நியாயம்தானே, ஏழு வஸ்துக்களைப் பார்த்து விட முடியும். ஞாபகத்தின் உதவியுடன் 'ஏழாவது தடவை' என்று கோத்துக்கொள்ள முடியும். ஏழை எப்படிப் பார்ப்பது. குறியீட்டு வரிவடிவம் தவிர, ஏழுக்கு என்று ஓர் உருவம் உண்டா? சிரித்துக்கொண்டே,

அட. ஆமாம்!

என்றேன்.

அதைப் போலத்தான். பார்க்கவியலாத எண்களின் உதவி கொண்டு ஒட்டுமொத்தப் பிரபஞ்சத்தையும் அளக்க முயலவில்லையா நாம்? என்ன, நீங்கள் கண்களால் பார்ப்பவற்றை நாங்கள் எண்களால் பார்க்கிறோம்.

என்று சொல்லி முடித்தார் அவர். முழுக்கச் சரி என்று தோன்றியது. அலைபுரளும் சமதரையாகத் தென்படும் சமுத்திரத்தில், எந்தெந்தப் பகுதியில் என்னென்ன மீன் கிடைக்கும் என்பது மீனவனுக்குத்தானே தெரியும்! *(சிரிக்கிறார். முன்வரிசை இருக்கைகளில் பரவுகிறது சிரிப்பு.)*

ஆக, நாம் உலகம் என்று சொல்லிக்கொள்ளும் சமாசாரம், கூழாங்கல் போன்று ஒரே தாது அல்ல. மணங்களாலான தனி உலகம், ருசிகளாலான இன்னொன்று, ஸ்பரிசங்களாலான வேறொன்று என்று விதவிதமான உலகங்கள் ஒன்றின் மீதொன்று படிந்த கொத்து. அவரவருக்கு விருப்பமான இழையை உருவிக் கொள்ளலாம்! எனது இழை ஒலிமயமானது என்று நம்புகிற ஆசாமிகள் ஒன்றுகூடி இசைக்கிறோம், ரசிக்கிறோம், இசைத்ததையும் ரசித்ததையும் பற்றி ஒற்றைக் குரலில் பரிவர்த்தனை கொள்கிறோம். இந்த சமாசாரங்கள் அத்தனைக்கும் பொது அடையாளமாக, 'இசை அனுபவம்' என்று பெயர் சூட்டி வைத்திருக்கிறோம். சந்தர்ப்பமாக இருப்பது பீத்தோவனா, அலாவுதீன் கானா என்பதெல்லாம் மேலோட்டமான வேறுபாடுகள்தாம்.

இசை என்பது அனுபவமா? ஆம். அனுபவம்தான். கால உணர்வை 'பிறப்புக்கும் முன்னாலேயே மனிதப் பிரக்ஞைக்குள் ஊன்றியிருக்கும் அனுபவம்' என்று இம்மானுவல் காண்ட் அறிவித்திருக்கிறார் – என்று வாசித்திருக்கிறேன். கால உணர்வு வெகு காத்திரமாகப் பதிவாகும் இடங்களில் இசையும் ஒன்று. இசையின் ஆதாரம் தாளத்தில் இருக்கிறது. தாளம் என்பது கால உணர்வன்றி வேறில்லை. ஆக, இசையுணர்வும் மனிதப் பிரக்ஞைக்குள் பிறப்புக்கு முன்பே வேர்விட்டிருக்கிறது என்று கொள்ள முடியும்.

இந்த அளவில், கேட்கும் திறன் அறவே அற்றவர்களுக்கும் இசை அனுபவம் உண்டு என்றுதான் சொல்ல வேண்டும். நாடித் துடிப்பு போல, காற்றில் சீராக அசையும் கிளைகள் போல, பதட்டம் ஓய்ந்து இயல்புக்குத் திரும்பும் மனநடை போல, அவர்களுக்குள்ளும் இசைமை அனுபவம் *(the experience of harmony)* இருக்கத்தான் செய்யும் – என்ன, அவர்களால் பிறருடன் அதை ஒப்பிட்டுப் பகிர்ந்துகொள்ள இயலாது.

இசையை ஆன்மிக அனுபவம் என்று சொல்கிறவர்கள் இருக்கிறார்கள்; செவியைத் தவிர வேறு புலன்களால் அறிய முடியாத ஒன்றை, அடிப்படை ஞானம் இல்லாத பட்சத்தில் அர்த்தம் எதையும் வழங்காத ஓர் அமைப்பை, முழுமையான ஆன்மிக அனுபவமாகக் கொள்வதற்கில்லை என்று மறுப்பவர்களும் இருக்கிறார்கள். நான் மிகுந்த பணிவுடன் உங்களை மறுக்க விழைகிறேன், நண்பர்களே!

எந்த ஓர் இசைக்கோவையும், மனத்தில் சித்திரங்களை உருவாக்காமல் நகர்வதில்லை. பார்வையில் சிக்கிய காட்சிக்குத் தொடர்பே இல்லாத வேறொரு மானசீகத்தைப் பார்த்தவாறு இசையைத் துய்க்கிறது மனம். இசையில் தோயும்போது, ஆழ் மனத்தில் எங்கோ புதைந்திருக்கும் வேறொரு காட்சி வேறொரு மணம் வேறொரு ஸ்பரிசம் என்று நகர்கிறது – அதன் காரணமாகவே நுட்பமான ரசிகனுக்குக் கண்ணில் நீர் கோத்துவிடுகிறது. மயிர்க்கூச்சமெடுக்கிறது. *(கரகோஷம்)* இல்லாவிட்டால், வெறும் ஒலியில் ஏது துக்கமும் சந்தோஷமும்? பாமரச் செவிகளுக்குத் தெரியாது – ஒரு பறவை எதற்காகக் கூவுகிறதென்று. ஆனால், பறவையியலாளன் அறிவான் – ஓரளவுக்கு. அவனைவிட, சக பறவை அறியும், மிக மிகத் துல்லியமாக. *(கரகோஷம் வலுக்கிறது)*

சரி, போகட்டும், 'ஆன்மிக அனுபவம்' என்ற சொற்றொடர் மீது மட்டும்தான் உங்களுக்கு ஆட்சேபணையா – நான் அதை அங்கீகரிக்கிறேன். *(மெலிதான சிரிப்பொலி)*

இசையை 'தனித்துவமான உளவியல் அனுபவம்' என்று வைத்துக்கொள்வோமே? இந்த வாக்கியத்தின் த்வனி ஓரளவுக்கு விஞ்ஞானபூர்வமாகத் தென்படுகிறது அல்லவா! *(அவையினருடன் சேர்ந்து தாமும் சிரிக்கிறார்)*

பார்க்கப்போனால், வழங்குபவனும் வாங்குபவனும் ஒரு புள்ளியில் சங்கமிப்பதன் மூலம் இசை என்ற அனுபவம் சாத்தியமாகிறது. இந்தியக் கடவுளர்களில் அறிவுக்கு என்று தனிக் கடவுள் இருக்கிறார். தட்சிணாமூர்த்தி என்று பெயர். வலதுகைக் கட்டைவிரலையும் சுட்டுவிரலையும் ஒட்டிவைத்து – இதோ, இப்படி – ஒரு முத்திரையை நிரந்தரமாகப் பிடித்தபடி அமர்ந்திருப்பார். ஜென் மரபின் *Simply sitting, doing nothing* போல. அந்த விரல்கள் இரண்டில் எந்த விரல் தொடும் அனுபவம் கொள்கிறது, எது தொடப்படுவதை உணர்கிறது? தனியாக எனக்கு நானே வாசித்துக்கொள்ளும்போதும், ஒருவித இரட்டைநிலை சித்திக்கிறது என்பதை விளக்குவதற்காகவே இதைச் சொன்னேன். ஆமாம், தனியாக அமர்ந்து சாதகம் செய்யும்போதுகூட, எனக்குள், இசை வழங்குபவன், வாங்கிக் கொள்பவன் என்று இரண்டுபேர் இருக்கவே செய்கிறார்கள்.

'தனித்துவமான உளவியல் அனுபவம்' என்று சொன்னேன் அல்லவா – 'அதற்கான அவசியம் எங்கிருந்து உண்டாகிறது?' என்பதும் முக்கியமான கேள்விதானே. இப்படிச் சொல்லலாம்:

> தன் மானசீக உடம்பில் ஏற்பட்ட நிரந்தர ரணத்துக்கு மனிதப் பிரக்ஞை கண்டுபிடித்த மகா ஔஷதமே இசை.

ஆம், மனிதப் பிரக்ஞையை ஆழ் உறக்கத்துக்குக் *(hypnotize)* கொண்டு சென்றோமானால், அதன் அந்தரங்கமான ஒற்றை உணர்வு, குற்ற உணர்ச்சிதான் என்பதைக் கண்டுபிடித்துவிட முடியும். மனித மனத்தின் ஆழ்படுகைகளில், கூட்டு நனவிலியின் ரகசியத் தாழ்வாரங்களில், அன்புக்கான விழைவு சுரந்தவாறிருக்கிறது. புறவயமான காரணிகளுக்கு ஆட்பட்டதன் விளைவாக, வெளிப்படுத்தவியலாமல் போகும் அன்பும்; கிடைக்கவியலாமல் இழந்த அன்பும் என மாபெரும் ஏக்கத்தின்மீது தலைமுறைகள் வந்துவந்து செல்கின்றன. சக ஜீவன்மீது தான் செலுத்த நேரும் வன்முறை குறித்த ஒற்றை உணர்வை நிரந்தரமாக அடைகாத்து வரும் மனிதப் பிரக்ஞை, உராய்வின் கதியை, உஷ்ணத்தை, தணிக்கும் விதமாகக் கண்டறிந்த மசகு எண்ணெயே இசை என்பேன்.

உங்கள் நேரத்தை அதிகம் எடுத்துக்கொண்டுவிட்டேன் என்று தோன்றுகிறது. *('நோ... நோ...' என்று ஒலிக்கும் குரல்கள்)*

இசை நிகழ்த்துவதைவிடவும், இசை பற்றி உரை நிகழ்த்துவது சற்றுக் கடினமான விஷயம்தான். கேட்கிறவர்களுக்கும் சலிப்பு! *(சிரிப்பொலி)*

ஹென்ரி பெர்க்ஸன் சொல்லுகிறார் – 'ஓடும் நதியில் மிதக்கும் மரக்கட்டை ஒரு திசையில் மாத்திரம்தான் போகும். படகோ துடுப்பின் உதவியுடன் எதிர்த்திசையிலும் போகும். மீன்கள் எல்லாத்திசையிலும் போகும் – மேலும் கீழும்கூட.'

வாஸ்தவம்தான். மீன்களின் சங்கதி முழுக்க முழுக்க வேறுவிதமானது. அவை, நீரின் அந்தரங்கம் சார்ந்தவை. அவற்றின் உடம்பு சதையாலும், எலும்பாலும் ஆனது; ஆன்மா நீராலானது. நீரை மீனளவு அறிந்துகொள்வது மீனுக்கு மட்டுமே சாத்தியம்.

இசையை 'சாகரம்' என்று பெரியவர்கள் உருவகம் செய்திருக்கிறார்கள். அதனுள் கவசங்களுடன் இறங்குபவர்களுக்கு வேறு ஒரு பிரபஞ்சத்தை, முழுமையான ஒன்றைப் பார்க்கக் கிடக்கும்தான். ஆனால், அது புலன்களின் வழி கிடைத்த தகவலைத் தொகுத்துக் கருத்தாக உணரும் மூளை நிலை மட்டுமே. கவசங்களின்றி, உயிர்தப்பும் பேராவல் இன்றி, இசையின் அமைதிக்குள்ளும் அமைதியின்மைக்குள்ளும் மூச்சுத் திணறப் புதைந்து மரிப்பவர்களுக்கு நீராகவே மாறிவிடும் பாக்கியம் காத்திருக்கிறது. நீங்களெல்லாம், என்னைப் போன்ற இசைஞர்களுடன் சேர்ந்து மூச்சுத் திணறிச் சாகக் கடவீர்களென்று வாழ்த்துகிறேன்.

நன்றி.

(அவை எழுந்து நின்று வெகுநேரம் கரவொலி எழுப்பிக் கொண்டிருக்கிறது.)

♦

பின்னுரை

சில வருடங்களுக்கு முன்னால் ‘கானல் நதி’ என்ற நாவலை எழுதினேன். மேற்கு வங்காளத்தில் பிறந்து, யதேச்சையாக வாய்த்த ஒரே கச்சேரியுடன் தனது இசைப்பயணத்தையும் ஆயுளையும் முடித்துக்கொண்ட தனஞ்சய் முகர்ஜி என்ற இளைஞனின் கதை. அதன் பின்னுரையில், தோல்வியுற்ற கலைஞர்கள் பற்றி ஆதங்கத்துடன் ஒரு பத்தி எழுதியிருந்தேன். அதேசமயம், வெற்றி பெற்ற கலைஞர்களுக்குப் பின்னால் உள்ள உழைப்பை, அகநிலையைப் பற்றியும் எழுத வேண்டும் என்ற ஆர்வம் மிச்சமிருக்கத்தான் செய்தது. பார்க்கப்போனால், துய்க்கத் துய்க்கத் தீரமாட்டேனென்கிறது - இசை மாதிரியே இசை பற்றி எழுதுவதும்.

இசை தொடர்பாகக் கட்டுரை எழுதும்படி பல சந்தர்ப்பங்களில் நண்பர்கள் வற்புறுத்தியது உண்டு. உறுதியாக மறுத்து வந்திருக்கிறேன். காரணம் எளிமையானது. நான் இருந்து கேட்கும் அகத்தளத்தில் நான் மட்டுமே கேட்கிறேன். உங்களுடைய அனுபவமும் அப்படியானதுதான். இருவேறு நபர்கள் இசை பற்றிய அனுபவங்களைப் பகிர்ந்துகொள்ளத் தொடங்கும்போது சேதாரத்தின் விகிதம் அதிகரிக்கிறது. அந்தரங்கமான உடல் உபாதையை தோராயமான சொற்களில் பகிர்ந்துகொள்வது போன்ற இழப்பு.

மற்றவருக்குப் புரியும்படியாகச் சொல்ல வேண்டுமென்றோ, தன்னுடைய மொழி

வித்தையைக் காட்ட வேண்டுமென்றோ உபரியாக ஓர் இணுக்கு ஒட்டிக்கொள்கிறது. விளைவு, இடம் பெயர்வது அனுபவத்தின் சாரம் அல்ல, அதன் மாதிரிதான். இசை பற்றிய உரைகளும் உரையாடல்களும் எத்தனை நேர்த்தியாக இருந்தபோதிலும் இசைஞர் நிகழ்த்துவதன் வழியே கிடைக்கும் அனுபவத்துக்கு ஒருபோதும் நிகரானவையல்ல. சொல்லப்போனால், விவரணைகளின் நேர்த்தி அதிகரிக்க அதிகரிக்க இசை உருவாக்கும் அனுபவ மையத்திலிருந்து விலகிப் போவதற்கே வாய்ப்புகள் அதிகம்.

ஆனால், படைப்பூக்கத்தின் செயல்பாட்டில் இதற்கான இடம் தாராளமாகவும் நியாயமாகவும் இருக்கிறது என்று கருதுகிறேன். எழுதும் மனம், கற்பனை இழுத்துச் செல்லும் பாதையில் நிச்சிந்தையாகப் பயணம் செய்யலாம். எதிர்கொள்ளும் மனத்தின் உடன்பாடும் நிராகரிப்பும் படைப்பூக்கத்துக்கான எதிர்வினையாக மட்டுமே நிகழும் அப்போது. இசை தன்னியல்பு கெடாமல் காத்திருக்கும் - வாசிக்கும் மனம், முதல் அனுபவத்துக்கு ஏங்கித் தன்னிடம் வரும்வரை. அதாவது, இசை பற்றிய ஓர் எளிய அறிமுகம் கிடைக்கும் -அபிப்பிராயங்களை அவரவர் உருவாக்கிக்கொள்ளும் வாய்ப்பும் தடைபடாது.

மற்றபடி, முழுக்க முழுக்கப் புறவயமான, கறாரான மதிப்பீடுகளுக்கு இசைப்புலத்தில் இடமில்லை என்றே எண்ணுகிறேன் - இசைக்கு மாத்திரமில்லை, நிகழ்த்துகலைகள் அனைத்துக்குமே பொது விதி இது என்றும் தோன்றுகிறது.

ஆக, இசையைப் பின்னணியாக வைத்து இன்னொரு நாவல் எழுத வேண்டும் என்ற எண்ணம் இருந்துகொண்டே இருந்தது. கர்நாடக இசையைப் பின்புலமாக வைத்து எழுத ஆர்வமில்லை - இயல்பாகவே, ஹிந்துஸ்தானி இசையில் அதன் இலக்கண வரையறைகள் தாண்டியும் நிலவுவதாக எனக்குப் படுகிற ஆழ்படுகையும், அடுத்தடுத்த வேகங்களுக்கு நகரும்போது விளையும் தறிகெட்ட தன்மையும் ஒரு காரணம். குறிப்பாக, கேட்குந்தோறும் அந்த இசை மரபு எனக்குள் விளைவிக்கும் பித்துநிலை.

இரண்டாவது, தமிழ்ச் சூழலில் ஹிந்துஸ்தானி இசை கொள்ளும் அந்நிய வாசனையும், அது உருவாக்கும் விந்தையுணர்வும். இந்த இரண்டு அம்சங்களுமே புனைகதைக்கு அழுத்தம் சேர்க்கக்கூடியவை என்பது என் நம்பிக்கை.

இசையை முன்னிருத்தி இன்னொரு நாவல் எழுதும்

தீர்மானத்தை எட்டிய பிறகு, ஒரே பின்னணியை வைத்து இரண்டு நாவல்களா என்ற தயக்கம் எழுந்தது. ஆனால், அப்பு என்ற ஒரே பாத்திரத்தின் வெவ்வேறு பிராயங்களை வைத்து மூன்று திரைப்படங்களை ஒரே இயக்குநர் எடுக்கவில்லையா, யூகியோ மிஷிமா போன்றவர்கள் தொடர் நாவல்களை எழுதவில்லையா என்று எனக்கு நானே சமாதானம் கொண்டேன் - உங்களிடமும் சொல்கிறேன்!

'கானல் நதி'யின் சாயல் இன்றி எழுதிவிட்டாலே போதும் என்று இன்னொரு சமாதானம். இதில் எந்த அளவு வெற்றி பெற்றிருக்கிறேன் என்று தெரியவில்லை - இரண்டையும் படித்தவர்கள்தான் முடிவு கொள்ள முடியும்.

நாவல்கள் தொடர்பாக எனக்கு ஒரு பிரத்தியேகச் சிக்கல் உண்டு. உருவம் நிர்ணயமாக வேண்டும் - பிறகுதான் எழுத்து வேகம் எடுக்கும். இது எனக்குள் நிலைப்பட்டிருக்கும் கோட்பாட்டின் விளைவாகக்கூட இருக்கலாம்; இலக்கியப் பெறுமானம் வெளிப்பாட்டு முறையின்பாற்பட்டது என்பது - விவேகமாகவோ, விவாதபூர்வமாகவோ கருத்துகளை ஊன்றிப் பதியவைப்பது இலக்கியத்தின் முதன்மையான பணி என்று நான் கருதவில்லை. பொருளாதார, அரசியல், ஆன்மிக மேதைகளை நாம் இலக்கியவாதிகளாகக் கணக்கில் கொள்வதில்லையே.

இந்தச் சமயத்தில், உஸ்தாத் இம்ரத் கானின் பேட்டி ஒன்று படிக்கக் கிடைத்தது. உலகப் புகழ்பெற்ற ஸித்தார் மேதை உஸ்தாத் விலாயத் கானின் சொந்தச் சகோதரர். தாமும் உலகப் புகழ்பெற்றவர். சுர்பஹார் மற்றும் ஸித்தார் வாத்திய விற்பன்னர். மனம் திறந்த பேட்டி அது. சகோதரருக்கும் தமக்கும் இருந்த உறவு பற்றி, பிரிவு பற்றி என்று பலவிதமான விஷயங்களைப் பேசியிருந்தார். நாலைந்து பக்கங்கள் நீண்ட பேட்டி. 'இதுதான் நான் எழுதவிருக்கும் நாவலின் உருவம்' என்று தோன்றியது. இந்த யோசனை உருவான ஓரிரு நாட்களில் தண்டபாணி சென்னைக்கு வந்ததும், அவனிடம் ஆர்வமாகத் தெரிவித்ததும் நினைவு வருகிறது. பின்னிரவு நேரம் அது. மின்விசிறியின் சுழற்சி தவிர வேறேதும் ஒலிக்காத நிசப்தம் ததும்பும் அறையில், மங்கலான விடிவிளக்கின் வெளிச்சத்தில், பெரும் கோலாகலத்துடன் வரவேற்ற அவனது குரல் அளப்பரிய உற்சாகம் தந்தது.

இந்த நாவலின் நாயகர் உஸ்தாத் இம்ரத் கானின் சாயலில் இருக்க வேண்டும் என்று தீர்மானித்துக்கொண்டேன்.

மேற்படிப் பேட்டியிலிருந்து சில மூலகங்களை எடுத்துக்

கொண்டேன். பிற இசை மேதைகளின் வாழ்க்கை நிகழ்ச்சிகள் ஓரிரண்டையும் இந்த நாவலில் பயன்படுத்திக்கொண்டிருக்கிறேன் - அவற்றில் உள்ள புனைவுத்தன்மை கருதி. மேற்படி மேதைகளுக்கு - அவர்களில் அநேகர் இப்போது உயிருடன் இல்லை - மானசீகமான நன்றிகளைத் தெரிவித்துக்கொள்கிறேன்; அவர்களுடைய இசை மேன்மைக்காகவும் சேர்த்து. இப்போதும் முன்னணிக் கலைஞர்களாகத் திகழும் இசைஞர்கள் ஓரிருவரைக் கதாபாத்திரங்களாகவும் குறிப்புகளாகவும் சேர்த்திருக்கிறேன் - நாவலின் நம்பகத்தன்மை கருதி. அவர்களுக்கும் என் மனப்பூர்வமான நன்றி.

சில பத்துப் பக்கங்கள் தாண்டியதும், தம்மைப் பற்றிப் பேசும் பொறுப்பை முழுமையாக எடுத்துக்கொண்டார் ஸ்ரீ ஹரிசங்கர் தீட்சித். என் விருப்பத்தையும் உத்தேசத்தையும் மீறி, தன்னிச்சையாக உரையாடத் தொடங்கினார். தாம் வெறும் கதாபாத்திரம் என்ற எண்ணமேயில்லாமல் சரளமாகப் பங்கேற்ற ஸ்ரீ தீட்சித்துக்கும் என் நன்றி உரித்தாகிறது.

நாவலின் கணிசமான பகுதியை எழுதி முடித்த பிறகு, இனம்புரியாத மனத்தடை பீடித்தது. நீண்ட நூல்களை எழுதும் போது எனக்கு இப்படி நேர்வது இயல்புதான். ஏதோ ஓர் ஆறுதல் மீட்டெடுக்கும்; தொடர்வேன். இந்த நாவலைப் பொறுத்தவரை என்னை மீட்டெடுத்த முழுப் பொறுப்பும் அன்பு நண்பர் சுகுமாரனையே சாரும். ஆந்திரத்தின் குப்பம் பல்கலைக்கழகத்தில் நடந்த தென்னிந்தியக் கவிஞர்கள் அரங்கில் இரண்டு நாட்கள் அவருடன் பங்கேற்றேன். உணர்ச்சிமயமாக அவரிடம் பேசிக்கொண்டிருந்ததும், இந்த நாவலில் அதுவரை நான் எழுதியிருந்தவற்றை அவரிடம் கூறியதும், உத்வேகமளிக்கும் வகையில் அவர் பேசியதும் மிகப் பெரிய வலுவை அளித்தன. ஊர் திரும்பி, மூன்றே வாரங்களில் நாவல் முடிந்துவிட்டது.

முதல் வடிவத்தை வாசித்து, எனக்கு உற்சாகம் தரும் விதமாகக் கருத்துரைத்த சுகுமாரனுக்கும், வெளியிட முன்வந்த கண்ணனுக்கும் என் நன்றிகள். காலச்சுவடு அலுவலகத்தின் சுபா என்னுடைய ஒவ்வொரு நூலையும் தன்னுடையது போன்ற அக்கறையுடன் உருவமைக்கிறார். அவருக்கும் எனது அளப்பரிய நன்றி உரித்தாகிறது. தமது இசைப் பணியின் கெடுபிடிகளுக்கு மத்தியில் - இரண்டே நாட்களில் படித்துவிட்டதாகத் தெரிவித்தார் - நாவலின் மென்பிரதியை வாசித்து, உணர்வுபூர்வமான திருத்தங்கள் சொன்ன சஞ்சய்

சுப்பிரமணியனுக்கு மிகவும் கடமைப்பட்டிருக்கிறேன். நாவல் தொடர்பாக எனக்குள் எஞ்சியிருந்த தயக்கங்களை அறவே களைவதாக இருந்தது அவர் கருத்துரைத்த விதம்.

1996வாக்கில், ஒரு விடுமுறைநாள் அதிகாலையில் தூக்கம் கலைந்து எழுந்து வந்தேன். வழக்கத்துக்கு விரோதமாகத் தொலைக்காட்சியை முடுக்கத் தோன்றியது - அந்தச் சமயம் வசித்த அடுக்குமாடிக் குடியிருப்பின் ஏதோ ஒரு புறாக்கூட்டிலிருந்து கசிந்து வந்த இசையொலிகூடக் காரணமாய் இருக்கலாம்.

தூர்தர்ஷனில் திருவையாற்று நிகழ்ச்சியொன்றின் பதிவு ஒளிபரப்பாகிக்கொண்டிருந்தது. யாரோ இளைஞர். கேட்ட மாத்திரத்திலேயே வசியமானேன். அதுநாள்வரை கர்நாடக இசையில் என் அபிமானப் பாடகர், அமரர் மதுரை மணி ஐயர். என்னை இன்புறுத்துவது அல்ல, தமக்கு முழுமையான இன்பத்தை வழங்கிக்கொள்வதுதான் பிரதான அக்கறை என்பது போலத் தமக்குள் அமிழ்ந்து பாடும் அவருடைய பாணி எனக்கு மிகவும் பிடித்தமானது. இடையில் உளச் சிக்கலில் சிக்கி வதைபட்ட காலங்களில் மிகப்பெரிய ஆறுதலாகவும், மீண்டு வருவதற்கான உந்துதலாகவும் திகழ்ந்தவற்றில் அவருடைய இசைக்கு மையமான இடம் உண்டு.

இப்போது பாடிய இளைஞரிடம் மணி ஐயரின் மறுவடிவத்தைக் கண்டேன். கிட்டத்தட்ட முக்கால் மணிநேரம் அந்த நிகழ்ச்சி நீடித்ததாக நினைவு. முழுக்கக் கேட்டேன் - இருந்த இடம்விட்டு அகலாமல். பாடகரின் உடல்மொழியும், ஸ்வரங்களின் படிக்கட்டில் அவர் ஏறியிறங்கிய லாகவமும், திறந்த வெளிப் பொதுநிகழ்ச்சியில் எனக்காக மட்டுமே பாடுவதாக அவர் எனக்குள் தோற்றவைத்த அனுபவ நெருக்கமும் தனது பிரிக்கவியலாத அங்கங்களாகக்கொண்டு அந்தக் காலைவேளை இன்றுவரை நினைவில் தங்கியிருக்கிறது.

அன்று அவர் பைரவி பாடினார் என்றும் நினைவு. பின்னர், எங்கள் பகுதியில் ஒரு கோவில் கச்சேரியில் அவர் மீண்டும் பைரவி பாடக் கேட்டேன். ஒரே ராகத்தில், ஒரே பாடகர் இவ்வளவு மாறுபாடுகளை வெளிப்படுத்த முடியுமா என்று வியக்க வைத்தார். கறாரான, கடுமையான ஒத்திகையின் விளைவான மனப்பாட சங்கீதம் அல்ல - பாடும் கணத்தில் பார்க்கக் கிடைக்கும் ராகசொரூபத்தைக் காட்சிப்படுத்த முனைகிறார் என்று பட்டது.

தொடர்ந்து சஞ்சய் சுப்பிரமணியனை ஒலிநாடாக்களிலும் குறுந்தகடுகளிலும் திகட்டத் திகட்டக் கேட்க ஆரம்பித்தேன். குறிப்பாக, *Blissful Harmony* என்ற குறுந்தகட்டில் அவர் பாடியிருக்கும் 'கான மூர்த்தே.' நூற்றுக்கணக்கான தடவை கேட்டிருப்பேன் அதை.

வங்கிக் கிளையில் ரூபாய் நோட்டுகளை எண்ணிக் கொண்டிருந்தபோது கண்ணனிடமிருந்து கைபேசியில் அழைப்பு வந்தது. காலச்சுவடுக்காக பிரசன்னா ராமஸ்வாமி எடுக்கவிருக்கும் பேட்டிக்கு உடனிருக்க முடியுமா என்று கேட்டான். பேட்டி தர இருப்பவர் திரு. சஞ்சய் சுப்பிரமணியன். ஆசையாக ஒப்புக்கொண்டேன்.

பாவனைகளற்று இயல்பான குரலில் அவர் உரையாடியதும், சுமார் ஐந்து மணி நேரம் பேசியது போதாது என்று இன்னொரு அமர்வும் ஏற்படுத்தி பிறிதொருநாள் இன்னும் நாலு மணிநேரம் பேசியதும் எனக்கு மிகுந்த பரவசம் அளித்தது. நாயகனுக்குள்ளிருந்த நண்பரை நான் சந்திக்கக் கிடைத்த சந்தர்ப்பம் அது.

சுதந்திரமான அந்த உரையாடல் இன்றுவரை தொடர்கிறது. எனக்குக் கிடைத்த அரிய நண்பர்களில் ஒருவர் சஞ்சய்.

அவருக்கு இந்த நாவலை சமர்ப்பணம் செய்வதில் அளவற்ற திருப்தி எனக்கு.

சென்னை
01.11.2013

யுவன் சந்திரசேகர்

யுவன் சந்திரசேகர் (1961)

எம் யுவன் என்ற பெயரில் கவிதைகளும் எழுதிவரும் யுவன் சந்திரசேகரின் இயற்பெயர் ஆர் சந்திரசேகரன். 1961ஆம் ஆண்டு, மதுரை மாவட்டம் சோழவந்தானுக்கருகில் உள்ள கரட்டுப்பட்டி என்ற சிறு கிராமத்தில் பிறந்தவர். பாரத ஸ்டேட் வங்கியில் பணிபுரிந்து விருப்ப ஓய்வு பெற்றிருக்கிறார். சென்னையில் வசிக்கிறார்.

ஸ்பாரோ விருது (2019), விஷ்ணுபுரம் விருது (2023) கனடா தமிழ் இலக்கியத் தோட்டத்தின் இயல் விருது (2024) ஆகியவற்றைப் பெற்றவர்.

இவரது பிற நூல்கள்

நாவல்

குள்ளச்சித்தன் சரித்திரம் (2002)
பகடையாட்டம் (2004)
கானல் நதி (2006)
வெளியேற்றம் (2009)
பயணக்கதை (2011)
நினைவுதிர் காலம் (2013)
ஊர்சுற்றி (2016)
வேதாளம் சொன்ன கதை (2019)
எண்கோண மனிதன் (2021)
எதிர்க்கரை (2023)
ஆறு தாரகைகள் 2024

சிறுகதை
ஒளிவிலகல் *(2001)*
ஏற்கனவே *(2003)*
கடல் கொண்ட நிலம் *(2009)*
நீர்ப்பறவைகளின் தியானம் *(2009)*
ஏமாறும் கலை *(2012)*
ஒற்றறிதல் *(2017)*
கடலில் எறிந்தவை *(2021)*
சரிசெய்ய முடியாத சிறு தவறுகள் *(2023)*
ரசவாதம் *(2024)*

குறுங்கதை
மணற்கேணி *(2008)*
தலைப்பில்லாதவை *(2021)*

கவிதை
ஒற்றை உலகம் *(1996)*
வேறொரு உலகம் *(1999)*
புகைச்சுவருக்கு அப்பால் *(2002)*
கைமறதியாய் வைத்த நாள் *(2005)*
தோற்றப் பிழை *(2009)*
தீராப் பகல் (முழுத் தொகுப்பு)
(முதல் இரண்டு தொகுப்புகளும் 'முதல் 74 கவிதைகள்' என ஒரே நூலாக 2005இல் வெளிவந்துள்ளன.)
இதுவும்தான், அதுவும்தான் *(2023)*

மொழிபெயர்ப்பு
பெயரற்ற யாத்ரீகன் - ஜென் கவிதைகள் *(2003)*
ஜிம் கார்பெட் 'எனது இந்தியா' *(2005)*
குதிரை வேட்டை *(2013)*
பொம்மை அறை *(2015)*
கூட்டுவிழிகள் கொண்ட மனிதன் *(2019)*
நிழல் - மொழியாக்கக் கதைகள் *(2023)*
இஸ்ஸாவும் பூஸனும் - இரு ஜென் கவிகள் *(2025)*

கட்டுரை
நிலவைச் சுட்டும் விரல் *(2023)*
செவிமொழியும் மனமொழியும் *(2024)*

www.ingramcontent.com/pod-product-compliance
Lightning Source LLC
LaVergne TN
LVHW101411051026
849519LV00005BC/1732